इतिहास, गुफ्तगू, कारस्थाने आणि साहस यांनी पुरेपूर भरलेली अशी रोचक कथा. खलबते आणि कारस्थाने यांचा उपयोग करून ख्रिस्टर पहिल्या पानापासून शेवटच्या पानापर्यंत तुमचे लक्ष खिळवून ठेवतो. बुद्धीला आव्हान देणारी आणि उत्सुकता ताणून धरणारी थरारक सफर करा, 'द स्टोनहेंज लेगसी'ची मजा लुटा.

– **स्टीव्ह बेरी** ('द अॅम्बर रूम'चा लेखक)

भूतकाळात गाडलेली गुपिते, एक खतरनाक पंथ आणि अनेक वळसे आणि वळणे. स्टीव्ह बेरी आणि डॅन ब्राऊनच्या चाहत्यांना निश्चित आवडेल अशी.

– **सी.एस.ग्रॅहॅम** ('द आर्चएन्जल'चा लेखक)

एका प्राचीन ख्रिस्तपूर्व पंथाचे सैतानी कारनामे आणि मनुष्यहरण करण्याचे एक अगदी आधुनिक कारस्थान यांचे कौशल्यपूर्ण मिश्रण असलेली थरारक कथा. मानवी जीवनासह कोणत्याही गोष्टीपेक्षासुद्धा कर्मकांडाला, विशेषतः रक्ताच्या नैवेद्याला जास्त महत्त्व देणाऱ्या एका प्राचीन पंथाचे निर्दय, कपटी सदस्य आणि कायदा, सुव्यवस्थेची अंमलबजावणी करणारे लोक आणि त्यांची अत्याधुनिक यंत्रणा यांच्यामधील संघर्षाची कथा आहे. पोलिसांना त्यांच्यातील अंतर्गत भ्रष्टाचार आणि स्टोनहेंज या इतिहासपूर्व ठिकाणी होऊ घातलेले उन्हाळी सोल्स्टीस, ज्यात भयानक रक्तपात होणार आहे, अशा दोहोंशी सामना करावा लागतो. या पुस्तकात स्टोनहेंजची रचना आणि त्यामागची संकल्पना यांच्याबद्दलचे प्राचीन समज आणि सत्य यांचा मेळ घालण्याचा प्रयत्न आहे आणि मग लेखकाने त्या प्राचीन शिलांभोवती एक अगदी आधुनिक अशी कथा रचली आहे. ही कथा आपल्याला इंग्लंडच्या अंतर्भागातील दिवसाच्या प्रखर उजेडापासून भूगर्भातील दमट आणि कोंदट अशा एका प्राचीन गुहेमध्ये घेऊन जाते – जिथे त्या ओलसर अशा जुन्या खडकांचा जड स्पर्श आपल्याला जाणवतो. हे पुस्तक वाचकाला रोमांचित आणि भयभीत करण्याची क्षमता असलेल्या फार मोजक्या पुस्तकांपैकी एक आहे.

– **जेम्स बेकर** ('द मोजेस स्टोन'चा लेखक)

गुप्त डायऱ्या, सांकेतिक भाषा, बुरखाधारी साधू आणि ऐतिहासिक गोष्टी यांचे मनुष्यहरण करण्याच्या कटात एकीकरण करण्याचा फार छान प्रयत्न ख्रिस्टरने केला आहे.

— पब्लिशर्स वीकली

धार्मिक छटा असलेला आणि सामर्थ्यवान लोकांनी चालवलेला असा एक गूढ पंथ, नरबळी आणि येऊ घातलेल्या उन्हाळी सोल्स्टिसला मागे टाकण्याची स्पर्धा; पण अजूनही पूर्ण उलगडा न झालेल्या स्टोनहेंजच्या गूढात ते सर्व व्यवस्थित बसवले आहे. या कथेत प्रभाव असणाऱ्या कृष्णकृत्य करणाऱ्यांबरोबरच स्टोनहेंजच्या ग्रामीण पार्श्वभूमीचे सुंदर असे शाब्दिक चित्र ख्रिस्टर उभे करतो.

— फोअर्वर्ड फोअरसाईट मिस्टरी

आपल्या स्नेहीजनांना पुस्तके भेट द्या

द स्टोनहेंज लेगसी

पाच हजार वर्षे घडत असलेली एक थरारक कथा

सॅम ख्रिस्टर

अनुवाद
अशोक पाथरकर

मेहता पब्लिशिंग हाऊस

Mehta Publishing House, Pune 411030.
Email : production@mehtapublishinghouse.com
Website : www.mehtapublishinghouse.com

THE STONEHENGE LEGACY by SAM CHRISTER

Copyright © Sam Christer 2011

Translated into Marathi Language by Ashok Patharkar

द स्टोनहेंज लेगसी / अनुवादित कादंबरी

TBC-30 Book No. 5

अनुवाद : अशोक पाथरकर

author@mehtapublishinghouse.com

मराठी अनुवादाचे व प्रकाशनाचे हक्क मेहता पब्लिशिंग हाऊस, पुणे.

प्रकाशक : सुनील अनिल मेहता, मेहता पब्लिशिंग हाऊस,
१९४१, सदाशिव पेठ, माडीवाले कॉलनी, पुणे - ३०.

अक्षरजुळणी : नेहा परब, हडपसर, पुणे - २८.

मुखपृष्ठ : चंद्रमोहन कुलकर्णी

प्रथमावृत्ती : नोव्हेंबर, २०२१

P Book ISBN 9789391151188

सहावीत असलेला माझा मुलगा इलियट यास –
तू जे जे काही मिळवले आहेस आणि जसे मिळवले आहेस,
त्याबद्दल मला प्रचंड अभिमान आहे.

प्रिय गिडियन,

मी आत्महत्या का केली, असा प्रश्न तुला पडला असेल. त्याचे उत्तर इतके सोपे नाही.

तू लहान असताना मी वस्तू लपवून ठेवायचो आणि तू त्या शोधून काढायचास.

आता, मी तुला एक इशारा देतो : कोणावरही विश्वास ठेवू नकोस. माझ्या मुला, नेहमी समतोल लक्षात ठेव; अतिरेक नव्हे!

तुझा पश्चात्तापदग्ध पिता,
नाथानिएल

अनुवादकाचे निवेदन

'स्टोनहेंज'बद्दल...

'स्टोनहेंज' हे इंग्लंडमध्ये सॉल्झबरी पठारावर असलेले एक महत्त्वाचे प्राचीन स्मारक आणि पर्यटनस्थळ आहे. दर वर्षी आठ लाख पर्यटक त्याला भेट देतात. हे स्मारक इसवीसनापूर्वी दोन हजार वर्षे, म्हणजे अंदाजे चार हजार वर्षे इतके जुने असावे, असा अंदाज आहे.

'स्टोनहेंज' म्हणजे प्रचंड मोठ्या दगडी कमानींची एकाच्या आत एक अशी दोन वर्तुळे आहेत. प्रत्येक कमान ही दोन उभ्या शिळा आणि त्यांच्या डोक्यावर आडवी ठेवलेली एक शिळा यांनी बनवल्या आहेत. बाहेरील वर्तुळाचा व्यास २०० मीटर आहे. त्या वर्तुळातील प्रत्येक शिळा चार मीटर म्हणजे तेरा फूट उंच असून, २३ टन वजनाची आहे. त्यांना 'सार्सन' (Sarsen) म्हणतात. त्यांच्या आत, निळ्या दगडांच्या साठ उभ्या शिळांचे वर्तुळ आहे. त्यांच्या आत पाच महाशिळांच्या कमानींचे दुसरे वर्तुळ आहे. या महाशिळांना 'ट्रायलिथॉन' (Trilithon) म्हणतात. आणि त्यांना या कादंबरीत 'सेक्रेड्स' (Secreds) म्हणजे 'पवित्र शिळा' असे म्हटले आहे. या वर्तुळातील पाच कमानींमधील प्रत्येक शिळेचे वजन ३६ टन आहे. ह्या पवित्र शिळांच्या वर्तुळाच्या आत पुन्हा २० उभ्या निळ्या शिळांचे वर्तुळ आहे. या सर्व वर्तुळांच्या केंद्रस्थानी एक आडवी शिळा असून, तिला 'बळीचा दगड' (Slaughter Stone) असे नाव आहे. या सर्व वर्तुळांच्या बाहेर, काही अंतरावर बळीच्या दगडाच्या समोर पाच मीटर (अंदाजे १६ फूट) उंचीचा 'टाचेचा दगड' किंवा 'टाच शिळा' (Heel Stone) आहे.

चार हजार वर्षांपूर्वी वाहतुकीच्या किंवा वजन उचलण्याच्या कोणत्याही यंत्रांचा शोध लागलेला नव्हता, तेव्हा लाकडाचे दांडे आणि वेलींचे दोर यांच्या साहाय्याने इतक्या प्रचंड वजनाच्या त्या शिळा ४०० किलो मीटर अंतरावरून कशा वाहून आणल्या असतील, त्या कशा उभ्या केल्या असतील आणि कमान बनवण्यासाठी उभ्या शिळांच्या डोक्यावर कशा चढवल्या असतील, हे गूढ आहे.

या शिळांमध्ये दैवी शक्ती असून, त्या कोणत्याही व्याधी बऱ्या करू शकतात,

अशी त्या काळच्या लोकांची श्रद्धा होती.

स्टोनहेंजच्या परिसरात उत्खनन करताना जनावरांची व मानवांची हाडे, सांगाडे मिळाले, यावरून त्या काळी तेथे बळी देण्यात येत असावेत किंवा ते मृतांना पुरण्याचे 'दफनस्थान' म्हणून वापरले गेले असावे, असा अंदाज आहे.

स्टोनहेंज बांधण्याचा उद्देश सूर्य व चंद्र यांच्या गतींचा अभ्यास करणे, हा असावा, असेही अनुमान आहे.

इंग्लंडमध्ये अनेक ठिकाणी स्टोनहेंजसारखी वर्तुळे आहेत. ॲव्हबरी येथील वर्तुळ सर्वांत मोठे आहे; पण स्टोनहेंज हे सर्वांत जास्त प्रसिद्ध आहे.

मराठी प्रतिशब्द

'द स्टोनहेंज लेगसी'मध्ये अनेक ठिकाणी खगोलशास्त्रातील संज्ञा आल्या आहेत. त्या खगोलशास्त्राशी परिचित नसणाऱ्या वाचकांना ज्ञात नसतील. त्यांचे मराठी प्रतिशब्दही फारसे ज्ञात नाहीत. अशा संज्ञांचा शब्दकोशातील अर्थ आणि त्यांना काही कोशांमध्ये मिळालेले मराठी प्रतिशब्द – जे या अनुवादात वापरले आहेत, ते खाली दिले आहेत :

Solstice : अयनदिन, अयनारंभ – वर्षातील ते दोन दिवस जेव्हा सूर्य विषुववृत्तापासून सर्वांत जास्त अंतरावर असतो.

Summer Solstice : उत्तरायण – सूर्याचा उत्तरेकडून दक्षिणेकडे प्रवास सुरू होतो, तो दिवस २१ जून.

Winter Solstice : दक्षिणायन – सूर्याचा दक्षिणेकडून उत्तरेकडे प्रवास सुरू होतो, तो दिवस २२ डिसेंबर.

Equinox : अयन बिंदू – वर्षातील ते दोन दिवस जेव्हा सूर्य विषुववृत्त ओलांडतो आणि जेव्हा दिवस व रात्र समान असतात.

Precession : चलन – पृथ्वीची स्वतःच्या तिरप्या अक्षाभोवती फिरत असतानाच सूर्याभोवती फिरण्याची क्रिया.

Precession of Equinoxes : अयन चलन वा संपातगती

Celestial Equator : खगोलीय विषुववृत्त

Nautical Equator : नावीय विषुववृत्त वा भूमध्यरेषा

Galactic Equator : गांगेय विषुववृत्त वा भूमध्य रेषा

Sidereal Zodiac : नक्षत्र राशीचक्र

Astronomical Twilight : खगोलशास्त्रीय संधिप्रकाश वा प्रदोष

वरील शब्द समजून घेण्यात मुंबईचे श्री. प्रकाश कंटक व पुण्याचे श्री. प्रकाश तुपे यांची बहुमोल मदत झाली, त्याबद्दल त्यांचे मनःपूर्वक आभार!

                         – **अशोक पाथरकर**

भाग १

त्या महान शिळा
आणि त्यांची जादुई शक्ती
व्याधिग्रस्त लोक त्या शिळांना अभिषेक करतात
आणि त्या पाण्याने स्नान करतात
आणि ते व्याधिमुक्त होतात

– लॅघमॉन

१

तिथी : प्रतिपदा, रविवार, १३ जून
स्टोनहेंज

विल्टशायरमधील मध्यरात्री धुक्याचे लोट जमिनीवर लोळण घेत जात आहेत. विस्तीर्ण सपाट मैदानात टेहळणी करणारे आकाशाकडे डोळे करून पहिला रुपेरी किरण टिपत आहेत. प्रतिपदेचा नवा चंद्र ढगांच्या काळ्या मखमली दुलईमागून आपल्या पांढऱ्याशुभ्र अंगाची थोडीशी झलक दाखवत आहे.

क्षितिजावर एक फिकट चेहरा बुरख्याआड झाकला जात आहे. एक वयस्कर हात प्रखर प्रकाश देणारी दिवटी उंचावत आहे. टेहळे उत्तेजित स्वरात एकमेकांत कुजबुजत आहेत. बळी तयार आहे. तो जिथे उपास करत होता, तिथून त्याला आणण्यात आले आहे. अन्नाशिवाय सात दिवस. प्रकाश नाही. आवाज नाही. कोणाचा स्पर्श नाही. कोणताही वास नाही. त्याच्या शरीराचे अंतर्बाह्य शुद्धीकरण करण्यात आले आहे. त्याची संवेदना उत्कट झालेली आहे. त्याच्या नशिबात आता जे घडणार आहे, त्यावर त्याचे चित्त केंद्रित झाले आहे.

टेहळ्यांच्या अंगावर हाताने विणलेल्या जाड्याभरड्या कापडाचे डगले आहेत. पायांत जनावरांच्या कातड्याचे खरबरीत जोडे आहेत. हा पंथ स्थापन करणाऱ्या लोकांनी तशी प्रथाच पाडली आहे.

'शुद्धीकरण' करणारे बळीच्या अंगावरील कपडे काढून टाकतात. या जगात येताना तो जेवढे कपडे घालून आला तेवढेच घालून तो जगातून जाणार आहे. ते त्याच्या बोटातली अंगठी काढून टाकतात. मग मनगटावरील घड्याळ आणि कोणत्या तरी भोंदू देवाचे चिन्ह असलेली गळ्यातली सोन्याची साखळीही.

सुटण्यासाठी चाललेल्या त्याच्या धडपडीला न जुमानता ते त्याला नदीवर घेऊन जातात आणि बुडवून वर काढतात. त्याच्या नाका-तोंडात गार पाणी जाते. त्याच्या घशातून पाण्याचा आवाज येतो. तोंडाला फेस येतो. त्याला धरणाऱ्यांच्या हातातून सुटण्यासाठी पाण्याबाहेर काढलेल्या माशाप्रमाणे तो तडफडू लागतो; पण

ते अशक्य आहे. 'शुद्धीकरण' झाल्यावर नाका-तोंडातून पाणी गळत असतानाच, त्याला किनाऱ्यावर ओढून नेण्यात येते. त्याला घेऊन जाणाऱ्यांनी त्याच्यावर झडप घालून, शीतयुगापासून चालत आलेल्या त्यांच्या प्रथेप्रमाणे पाइनवृक्षाच्या सालीपासून बनवलेल्या दोरखंडाने जखडून त्याला खांद्यावर टाकले आहे. आपल्या लाडक्या भावाचे पार्थिव न्यावे त्याप्रमाणे ते त्याला खांद्यावर उंच धरून नेतात. तो त्यांच्यासाठी अमूल्य आहे.

त्यांना बरेच चालायचे आहे. दोन मैलांपेक्षाही जास्त. इरिंग्टनच्या जुन्या वस्तीच्या दक्षिणेला निळे दगड आणि चाळीस-चाळीस टन वजनाच्या शिळा जिथे उभ्या आहेत, तिथे पोहोचायचे आहे.

वाहक अजिबात कुरकुर करत नाहीत. शेकडो वर्षांपूर्वी त्या प्रचंड शिळा अनेक मैल ओढून आणण्यासाठी त्यांच्या पूर्वजांना किती कष्ट पडले असतील याची त्यांना जाणीव आहे. त्यांना डोंगर, दऱ्या, समुद्र पार करावे लागले होते. आज जिथे त्या प्रचंड शिळा जमिनीत वर्तुळाकार उभ्या आहेत, तिथे त्यांना जमिनीत रोवण्यासाठी त्यांनी सांबरशिंगे आणि गाई-म्हशींच्या खांद्यांच्या हाडांच्या साहाय्याने खड्डे खणले होते.

बळीला वाहून नेणाऱ्यांच्या मागे पंथाचे इतर अनुयायी आहेत. ते सर्व पुरुष आहेत. सर्व जण सारख्याच पोशाखात आहेत. बदामी रंगाच्या जाड्याभरड्या बुरख्यांमध्ये. ते ब्रिटन, युरोप आणि जगाच्या कानाकोपऱ्यांतून आले आहेत; कारण आज नव्या हेंजप्रमुखाच्या कारकिर्दीतील पहिला बळी देण्यात येणार आहे. हे देवाचे देणे द्यायला जरा उशीरच झाला आहे. ते दिले म्हणजे शिळांमधील दैवी शक्ती पुन्हा बलवान होणार आहे.

बळीला वाहून नेणारे 'टाच शिळे'पाशी थांबतात. 'टाच शिळा' म्हणजे जरा तिरपी झालेली आणि आकाश देवाचे वास्तव्य असलेली प्रचंड शिळा. ऐंशी यार्डांवर असलेल्या महाशिळा सोडल्या, तर तिच्यापुढे भोवतीचे सर्व काही खुजे वाटते.

महाशिळांच्या वर्तुळात मध्यावर पेटलेल्या शेकोटीतून निघणारा धूर जणू चंद्राला गवसणी घालू पाहात आहे, असेच वाटत आहे. हात उंचावणारी हेंज प्रमुखाची आकृती शेकोटीच्या प्रकाशात उजळून निघत आहे. किंचित थांबून छातीपुढे पसरलेले हात तो संथपणे वर्तुळात मागे घेतो – जणूकाही त्याच्या आणि महाशिळांच्यामध्ये उसळणारी ऊर्जेची लाट मागे रेटायचा तो प्रयत्न करत आहे.

'महान देवतांनो! मला तुमचे सर्वव्यापी अस्तित्व जाणवत आहे. हे चिरंतन, धरती माते! हे सर्वोच्च आकाशरूपी पिता, आम्ही तुमच्यावरील भक्तीने प्रेरित होऊन इथे जमलो आहोत आणि तुम्हाला नम्रपणे अभिवादन करीत आहोत.'

गुप्तपणे जमलेला तो बुरखाधारी समुदाय निःशब्दपणे खाली वाकून गुडघे

टेकतो. 'आम्ही तुझी आज्ञाधारक मुले, पवित्र शिळांचे अनुयायी, तुझ्यावरील भक्ती आणि निष्ठा व्यक्त करण्यासाठी इथे, पूर्वजांच्या अस्थी असलेल्या भूमीवर जमलो आहोत.'

हेंजमास्टर हातांची टाळी वाजवतो आणि जोडलेले हात वर करून आकाशातील देवतांना वंदन करतो. वाहक उठून उभे राहतात. ते पुन्हा एकदा त्या तरुणाचा बांधलेला विवस्त्र देह उचलून खांद्यावर घेतात.

'आमची काळजी घेणाऱ्या आणि आमच्यावर वरदहस्त ठेवणाऱ्या सर्व महान देवतांनो, आम्ही तुमचे कृतज्ञ आहोत! तुमच्या विषयीच्या आदराचे प्रतीक म्हणून पूर्वजांच्या प्रथेप्रमाणे आम्ही हा बळी तुम्हाला अर्पण करत आहोत.'

बळीचे वाहक महाशिळांच्या कमानीतून अयनाच्या रेषेत असणाऱ्या बलीवेदीकडे आपला अंतिम प्रवास सुरू करतात.

'बली वेदी!'

ते त्याला त्या लांबट दगडावर ठेवतात. हेंजमास्टर नजर खाली वळवतो आणि जुळलेले हात खाली आणून बळीच्या कपाळावर टेकवतो. देशद्रोह्याला शिक्षा करताना एखादा राजा जसे करेल, तशीच त्याने आपली दयेची भावना मनातून काढून टाकली आहे. तो जुळलेले हात बळीच्या चेहऱ्याभोवती फिरवत तोंडाने पुटपुटणे चालू ठेवतो – 'आमच्या माता, पिता, त्राता आणि गुरूंचे नाव घेऊन आम्ही तुला या जगातील तुझ्या पापांपासून मुक्त करून तुला स्वर्गातील चिरंतन जीवनाच्या वाटेवर पाठवत आहोत.'

एवढे झाल्यावर हेंजमास्टर आपले जुळलेले हात अलग करतो आणि ते दोन्ही बाजूंना पसरवतो. त्याचे अर्धे अंग चंद्रप्रकाशामुळे हाडासारखे पांढरे दिसत आहे, तर अर्धे अंग ज्वालांमुळे रक्तवर्ण दिसत आहे. त्याचा देह चंद्राच्या कलेशी संतुलित आहे. महाशिळांच्या पार्श्वभूमीवरील त्याची सावली क्रूसाप्रमाणे भासते आहे.

त्याच्या पसरलेल्या प्रत्येक हातात वाहक पवित्र हत्यारे ठेवतात. अनेक शतकांपूर्वी कोरलेल्या त्या हत्यारांच्या मुठींवर हेंजमास्टरची बोटे घट्ट पकड घेतात.

बळीच्या डोक्यावर गारगोटीपासून बनवलेल्या पहिल्या कुऱ्हाडीचा आघात होतो.

नंतर दुसरीचा.

मग पुन्हा पहिल्या कुऱ्हाडीचा.

अंड्याचे कवच फुटावे त्याप्रमाणे कवटी व त्वचा दुभंगेपर्यंत घाव पडत राहतात. बळी दिल्यावर जमलेल्या समुदायातून विजयाची आरोळी उठते.

'ज्याप्रमाणे तू आमचे रक्षण करण्यासाठी रक्त सांडून आणि हाडे मोडून हा दैवी विधी घडवून आणलास, त्याचप्रमाणे आम्हीसुद्धा तुझ्यासाठी आमचे रक्त सांडू

आणि हाडे मोडू.' अनुयायी एकामागून एक पुढे येतात. ते बळीच्या रक्तात बोटे बुडवून कपाळावर टिळा लावतात आणि मग महाशिळांच्या वर्तुळात परतून शिळांचे चुंबन घेतात.

अशा प्रकारे रक्तरंजित आणि पवित्र झाल्यावर ते नतमस्तक होऊन नि:शब्दपणे काळोखात विल्टशायरच्या शेतांमध्ये अदृश्य होतात.

२

त्या दिवशीच्या सकाळनंतर
टोलार्ड रॉयल, क्रॅनबर्न चेस, सॅलिसबेरी

प्रा. नाथानिएल चेस त्यांच्या सतराव्या शतकातील प्रचंड बंगल्यातील ओकच्या लाकडाच्या भिंती असलेल्या अभ्यासिकेत टेबलापाशी बसून आहेत. काचेच्या खिडकीतून पहाटेच्या मंद प्रकाशाची जागा उन्हाळ्यातील उगवत्या सूर्याचा झगझगीत प्रकाश घेताना बघत आहेत. हे रोजचे दृश्य ते कधीच चुकवत नाहीत.

गवतावरील दवावर पडलेल्या पहिल्या सूर्यकिरणांनी प्रेरित होऊन एक रंगीबेरंगी राजकोंबडा हिरवळीवर फिरत आहे. सुस्तावलेल्या कोंबड्याही त्याच्यामागून जात आहेत. कशातही रस नसल्याप्रमाणे, त्या चेसच्या माळ्याने पसरलेल्या नारळाच्या करवंट्यांना टोचे मारत आहेत.

गर्वाने आपले पंख पसरून कोंबडा इंद्रधनुष्याप्रमाणे रंगीत पिसारा फुलवतो. डोके, कान आणि मान हिरवी. गळा आणि गाल चमचमीत जांभळे. मानेभोवती पांढरा पट्टा. समोरचा भाग आणि गलुली गडद लाल. नेहमीच्या कोंबड्यांपेक्षा वेगळा पक्षी. प्राध्यापकांनी निरखून बघितल्यावर त्यांना असे वाटते की, काही पिढ्यांपूर्वी काही दुर्मिळ अशा हिरव्या कोंबड्यांच्या संकरापासून ही जात निर्माण झाली असावी.

साठ वर्षांचे प्रा. चेस एक यशस्वी व्यक्ती आहेत. अनेकांची यशस्वी बनण्याची स्वप्ने असतात; त्यापेक्षाही जास्त यशस्वी! शैक्षणिक क्षेत्रात अतिशय हुशार. केंब्रिजच्या सर्वांत बुद्धिमान विद्यार्थ्यांमध्ये त्यांची गणना होत असे. कला आणि पुरातत्त्वशास्त्र यांच्यावरील त्यांच्या पुस्तकांना जगभरातून मागणी असे. आणि तीसुद्धा केवळ त्या विषयांचा अभ्यास करणाऱ्यांकडून नव्हे. त्यांची प्रचंड संपत्ती आणि उच्च जीवनशैली ही केवळ त्यांच्या शिक्षणक्षेत्रातील यशातून आली नव्हती. त्यांनी अनेक वर्षांपूर्वी केंब्रिज सोडले आणि आपली बुद्धी जगातील अतिशय दुर्मिळ

अशा कलावस्तू मिळवणे आणि त्यांचा व्यापार करण्याकडे वापरली. त्या व्यवसायामुळेच त्यांचा समावेश श्रीमंतांच्या यादीत होत होता; पण त्याचबरोबर त्या वस्तू मिळवण्यासाठी ते गाडलेला मुडदासुद्धा उकरून काढतात अशी कुजबुजसुद्धा व्हायची.

चेसनी डोळ्यांवरील बदामी रंगाच्या फ्रेमचा चष्मा काढला आणि तो त्यांच्या प्राचीन टेबलावर ठेवला. हातातील काम महत्त्वाचे होते; पण बाहेरील कोंबड्याच्या लीला बघून होईपर्यंत ते थांबू शकत होते.

कोंबड्याचा जनाना दाणे टिपायचे थांबवून त्याच्या इच्छेप्रमाणे त्याचे कौतुक करण्यासाठी त्याच्या मागे जातो. काही क्षण खटकेदार नाच करून तो कोंबड्यांच्या थव्याला कुंपणावरील सुबकपणे कापलेल्या झुडपांकडे घेऊन जातो. चेस खिडकीजवळ लावलेली दुर्बीण उचलून डोळ्यांना लावतात. प्रथम त्यांना ढगाळ आकाशाशिवाय दुसरे काहीच दिसत नाही. ते दुर्बीण खाली वळवतात आणि त्यांना कोंबडा आणि मंडळी पुसट दिसू लागतात. ते त्यांच्यावर फोकस करतात तेव्हा तो थवा त्या थंड हवेइतकाच स्वच्छ दिसू लागतो. आता कोंबड्याला गराडा पडलेला आहे. तो थोडे थोडे गाणे आरवत आपली खुशी जाहीर करतो. झुडपांच्या उजव्या टोकाला जमिनीवर एक घरटे आहे.

चेसना संवेदनशील आणि भावुक वाटू लागते. खिडकीच्या बाहेरील दृश्य बघून त्यांचे डोळे पाणावतात. अनेक चाहते असलेल्या त्या कोंबड्याच्या आयुष्यात बहारीचा काळ असून तो त्याचे कुटुंब निर्माण करण्याच्या मार्गावर आहे. त्यांना त्यांच्या आयुष्यातील ते दिवस आठवतात. ती ईर्ष्या, तो उत्साह.

आता ते सर्व संपले आहे.

त्या भव्य घरात त्यांच्या मृत पत्नीचा – मेरीचा – एकही फोटो लावलेला नाही. तसेच त्यांच्यापासून दुरावलेला मुलगा – गिडियन – याचासुद्धा नाही. घर सुनेसुने आहे. प्राध्यापकांचे पिसारा फुलवण्याचे दिवस संपले आहेत.

ते दुर्बीण खाली करून ती खिडकीच्या फळीवर ठेवतात आणि हातातील महत्त्वाच्या कागदपत्रांकडे वळतात. ते एक जुने फाउंटनपेन उचलतात. क्वचित आढळणारे 'पेलिकन चेलम.' त्याचे वजन आणि समतोल यांचे त्यांना कौतुक वाटते. कंपनीने फक्त ५८० बनवली होती – गुरूच्या सूर्याभोवतीच्या पाच कोटी, ८० लाख किलोमीटर भ्रमणकक्षेच्या स्मरणार्थ – त्यांपैकी एक. नाथानिएल चेसच्या जीवनात खगोलशास्त्राने फार महत्त्वाची भूमिका बजावली आहे. फारच महत्त्वाची, ते आठवतात.

पितळ्याच्या एका जड दौतीत ते पेनची निब बुडवतात, 'पेलिकन'ला पोटभर शाई पिऊ देतात आणि काम पुढे चालू करतात. स्वत:चा व्यक्तिगत वॉटरमार्क असलेल्या कापडाच्या धाग्यांपासून बनवलेल्या खास कागदावर लिहून संपवायला

नाथानिएलना एक तास लागतो. ते प्रत्येक ओळ काळजीपूर्वक वाचून त्या पत्राचा वाचणाऱ्यावर कसा परिणाम होईल, याची कल्पना करतात. ते शाई टिपतात. पत्राच्या बरोबर तीन घड्या घालतात, ते पाकिटात घालतात आणि मग पाकीट पूर्वीच्या पद्धतीप्रमाणे लाखेने सील करून त्यावर त्यांची स्वत:ची मोहोर उमटवतात. औपचारिक विधी महत्त्वाचा आहे – विशेषत: आज! ते पाकीट ते मध्यभागी, चटकन दिसेल असे ठेवतात आणि एक नि:श्वास सोडून मागे सरकून बसतात. पत्रलेखन पुरे केल्याचे समाधान आणि त्याचबरोबर एक उदासीनता अशा दोन्ही भावना त्यांच्या मनाला जाणवतात.

बागेच्या टोकाला असलेल्या फळबागेमागून सूर्य वर येत आहे. एरवी ते बागेत फिरायला गेले असते. कदाचित तिथल्या उन्हाळी घरात त्यांनी जेवण केले असते. बागेतील प्राण्यांचे, पक्ष्यांचे निरीक्षण केले असते. आणि मग दुपारची झोप काढली असती; पण आज नाही.

ते टेबलाखालचा सर्वांत शेवटचा ड्रॉवर ओढतात आणि त्यातील वस्तूवर नजर पडल्यावर थबकतात. मनाचा निश्चय करून ते ड्रॉवरमधील पहिल्या महायुद्धाच्या काळातील रिव्हॉलवर उचलतात. स्वत:च्या कानशिलावर टेकवतात आणि त्याचा घोडा ओढतात....

रक्ताने माखलेल्या खिडकीच्या बाहेर कोंबडा आणि कोंबड्या कॉक ऽऽ कॉक ऽऽ करत आकाशात उडतात.

३

दुसऱ्या दिवशी.
केंब्रिज विद्यापीठ.

गिडियन चेस शांतपणे फोन ठेवतो आणि त्याच्या ऑफिसच्या भिंतीकडे निर्विकारपणे बघत बसतो. तिथे तो माल्टामधील एका उत्खननाच्या अहवालाचा अभ्यास करतो आहे.

त्या महिला पोलिसाचे बोलणे स्पष्ट होते. 'तुमच्या वडिलांचा मृत्यू झाला आहे. त्यांनी स्वत:वर गोळी झाडून घेतली.' याहून आणखी स्पष्ट कसे असणार? वायफळ शब्द नाहीत. भडकपणा नाही. फक्त एक शाब्दिक चपराक, जिच्यामुळे क्षणभर त्याचा श्वास थांबला. हो, ती कुठेतरी 'सॉरी' म्हणाली. सहानुभूतीचे काहीतरी

पुटपुटली; पण तोपर्यंत त्या अठ्ठावीस वर्षांच्या हुशार, होतकरू प्राध्यापकाचा मेंदू बंद पडला होता.

वडील! गेले! गोळी झाडून!

तीन लहान वाक्ये. त्यांनी सर्वांत मोठे असे चित्र उभे केले. त्याला फक्त 'ओह!' एवढेच बोलायचे भान राहिले. ऐकण्यात काही गफलत होत नाहीये ना, याची खात्री करून घेण्यासाठी त्याने तिला ती जे बोलली होती, ते पुन्हा सांगायची विनंती केली. त्याला काहीही चुकीचे ऐकू आले नव्हते; पण आपण फक्त 'ओह!' एवढेच म्हणालो, याची त्याला शरम वाटली.

त्याचे व वडिलांचे बोलणे बंद होऊन बरीच वर्षं झाली होती. ते त्यांचे सर्वांत कटू असे भांडण होते. गिडियनने तडक घर सोडले; ते वडिलांशी पुन्हा कधीही बोलायचे नाही, असा निर्धार करूनच. आणि तो निश्चय पाळणे त्याला कठीण गेले नव्हते.

'आत्महत्या!'

केवढा धक्का! तो महान माणूस आयुष्यभर 'धीट असावे, धाडसी असावे, सकारात्मक असावे,' असा डंका पिटत आला होता. स्वतःच्या डोक्यात गोळी झाडण्याएवढे भ्याड आणखी काय असू शकेल? गिडियनच्या अंगावर शहारे आले. भयंकर दृश्य असणार ते!

तो स्तंभित होऊन त्याच्या छोट्याशा ऑफिसात फेऱ्या मारू लागला. त्याने विल्टशायरला येऊन काही प्रश्नांची उत्तरे द्यावीत, अशी पोलिसांची इच्छा होती. काही गोष्टींचा उलगडा करावा; पण आपण मदत करू शकू की नाही, याबद्दलच त्याला खात्री नव्हती.

एकामागून एक पडणाऱ्या सोंगट्यांप्रमाणे त्याला लहानपणच्या आठवणी येऊ लागल्या – मोठं ख्रिसमस ट्री. पुढच्या हिरवळीवरचा वितळणारा हिममानव. ख्रिसमस भेटींची पार्सले उघडण्यासाठी पायजम्यात खाली येणार छोटा गिडियन. त्याचे वडील त्याच्याशी खेळायचे आणि आई सगळ्या गावाला पुरेल इतका स्वयंपाक करण्यात गुंतलेली असायची. छताला टांगलेल्या मिसलटोच्या डहाळीच्या खाली ते एकमेकांचे चुंबन घ्यायचे, तो त्यांच्या पायांना बिलगायचा, मग ते त्याला उचलून घेऊन त्यांच्या मिठीत घ्यायचे... आणि मग एक धक्का! सहा वर्षांचा असताना आईचा मृत्यू. स्मशानशांतता. घरातील रिकामेपण. वडिलांमध्ये होत असलेला बदल. बोर्डिंग स्कूलमधील एकाकीपणा. दक्षिणेकडील विल्टशायरच्या वाटेवर असताना त्याच्या डोक्यात विचारांचे थैमान माजले होते. तिथे त्याच्या आईचा जन्म झाला होता, ज्याला ती नेहमीप्रमाणे, 'थॉमस हार्डी लॅन्ड' म्हणायची.

४

विल्टशायर

थोड्या लोकांनाच त्याचे अस्तित्व माहीत आहे. इतिहासपूर्व वास्तुतज्ज्ञांनी बांधलेले प्रचंड मोठे थंड दगडांचे तळघर. पंथात प्रवेश न दिलेल्यांना बंदी असलेली जागा.

'अनुयायां'चे अभयस्थान – सँक्चुअरी! हे एक अदृश्य आश्चर्य आहे. जमिनीखाली ते एखाद्या मोठ्या चर्चच्या आकाराचे असेल; पण जमिनीवरील हिरवळीत एक छोटासा उंचवटाच होता. कोणाच्याही सहज लक्षात न येईल असा. जमिनीच्याखाली ते एका अतिप्राचीन वसाहतीचे महत्त्वाचे स्थळ होते, ज्यांनी त्याची निर्मिती केली त्यांच्या हुशारीचे आणि ज्ञानाचे आजच्या महान स्थापत्यशास्त्रज्ञांनासुद्धा आश्चर्य वाटावे असे.

इसवी सनापूर्वी तीन हजार वर्षं इतके जुने. प्रचंड देवळासारखे. श्वास रोखून धरायला लावणारे हे बांधकाम गिझाच्या महान पिरॅमिडप्रमाणे काळाशी विसंगत वाटणारे.

त्याच्या भूमिगत थडग्यांमध्ये स्टोनहेंज आणि सँक्चुअरी या दोन्हींच्या वास्तुशास्त्रज्ञांचे दफन केलेले आहे. दगडाच्या वीस लाखांहून जास्त लाद्यांच्या त्या वास्तूमध्ये त्यांच्या अस्थी विसावल्या आहेत. गिझाची वास्तू जशी जवळजवळ परिपूर्ण पिरॅमिड आहे, तसेच 'सँक्चुअरी' हे एक जवळजवळ अचूक असा अर्धगोल आहे. वर्तुळाकार जमिनीवर रचलेला घुमट. अर्धा कापलेला पौर्णिमेचा चंद्र.

आता खाली येणाऱ्या मार्गिकेमध्ये जणू गुहेमध्ये पाऊस पडत असल्यासारखा पावलांचा आवाज घुमत आहे, लेसर हॉलमध्ये मेणबत्तीच्या उजेडात 'आतल्या वर्तुळातील' पाच जण जमले आहेत. ते स्टोनहेंजच्या वर्तुळातील पाच महाशिळांचे प्रतिनिधी आहेत. प्रत्येकाच्या अंगावर पायघोळ झगा आणि डोक्यावर टोपी आहे. ही पवित्र वास्तू निर्माण करण्यासाठी जिवाची आहुती देणाऱ्या पूर्वजांना आदर दाखवण्याची ती एक पद्धत आहे.

पंथाची दीक्षा घेतली की, त्या व्यक्तीचे पुन्हा नामकरण केले जाते. त्या अनुयायाच्या नावाच्या पहिल्या अक्षराने सुरू होणाऱ्या नक्षत्राचे नाव त्याला देण्यात येते. गुप्तता पाळण्याची ही पूर्वीपासून चालत आलेली पद्धत. त्या काळी जगातील सर्व व्यवहार नक्षत्रांच्या मार्गदर्शनाखाली होत असत.

ड्रॅको उंच आणि धिप्पाड आहे. त्याच्या आकृतीतूनच त्याच्या प्रचंड शक्तीची कल्पना यावी. तो सर्वांत ज्येष्ठ असून, आतल्या वर्तुळाचा प्रमुख आहे. त्याचे

'ड्रॅगन' हे नाव तारकापुंजाच्या लॅटिन भाषेतील नावावरून ठेवले आहे. तीन हजार वर्षांपूर्वी उत्तरेकडील जगाचा सर्वांत महत्त्वाचा तारा – ध्रुवतारा – याच तारकापुंजाच्या केंद्रस्थानी होता.

"काय बोललं जातंय त्याच्याबद्दल?" ड्रॅकोच्या टोपड्याच्या (बुरख्याच्या) फटीतून त्याचे सुंदर चकचकीत दात चमकतात. "ते काय करताहेत?" यातील 'ते' म्हणजे विल्टशायर विभागाचे देशातील सर्वांत जुन्या ग्रामीण पोलीसदलातील पोलीस.

पन्नाशीतील एक जाडजूड माणूस, ग्रस म्हणतो, "त्याने स्वत:च गोळी मारून घेतली."

मस्का विचारमग्न स्थितीत येरझारा घालत आहे. मेणबत्तीच्या उजेडात त्याची दगडी भिंतीवर पडणारी छाया भुताप्रमाणे भासत आहे. अंतर्वर्तुळातील पाचही जणांत तो सर्वांत लहान असला, तरी त्याच्या धिप्पाड देहामुळे त्याचा जबरदस्त प्रभाव पडतो. "तो असं करील असं मला कधीच वाटलं नव्हतं. आपल्यापैकी कोणाही इतकाच तो एकनिष्ठ होता."

"तो भ्याड होता." ड्रॅकोने फटकारले. "आपल्या त्याच्याकडून काय अपेक्षा होत्या, हे त्याला माहीत होते."

ड्रॅकोच्या उद्रेकाकडे ग्रसने दुर्लक्ष केले. "यामुळे आता आपल्यापुढे काही विशिष्ट समस्या निर्माण झाल्या आहेत." ड्रॅको त्याच्याजवळ गेला. "तुझ्याप्रमाणे मलाही त्या खुणा दिसू लागल्या आहेत. पुढच्या पवित्र विधीच्या आधी या वादळातून सहीसलामत बाहेर पडायला वेळ आहे."

"एक पत्र होतं." ग्रस म्हणाला. "या प्रकरणाचा तपास करणाऱ्या पोलिसांपैकी एकाला अकिला ओळखतो. आणि आत्महत्या करताना त्याने त्याच्या मुलासाठी एक पत्र ठेवलं होतं."

"मुलगा?" ड्रॅको आठवण्याचा प्रयत्न करतो आणि त्याला अंधूकसे आठवते. नाथानिएलबरोबर काळ्या केसांचा एक हाडकुळा मुलगा होता. "त्याला मुलगा आहे हे मी विसरलोच होतो. ऑक्स्फर्डला प्राध्यापक झालाय तो?"

"केंब्रिजला. तो आता घरी येणार आहे." त्याचा संभाव्य परिणाम ग्रस समजावून सांगतो आहे. "त्याच्या वडिलांच्या घरी आणि तिथे त्याला काय सापडेल, हे कोण सांगू शकणार?"

ड्रॅकोच्या कपाळाला आठ्या पडल्या होत्या. तो मस्काकडे रोखून बघत होता. "जे करणे आवश्यक आहे, ते करा. आपल्या बंधूविषयी आपले मत फार चांगले होते. जिवंत होता तेव्हा तो आपल्या सर्वांत चांगल्या साथीदारांपैकी एक होता. मेल्यावर तो सर्वांत धोकादायक शत्रू न ठरेल असं बघितलं पाहिजे."

५

स्टोनहेंज

महाशिळांच्या पायथ्याशी जमिनीलगत उसळणाऱ्या संध्याकाळच्या धुक्यामुळे शिळा समुद्रातील बेटांप्रमाणे भासत आहेत. जवळून जाणाऱ्या मोठ्या रस्त्यावरील कार चालकांना ते दृश्य म्हणजे एक अनपेक्षित मेजवानीच आहे; पण पंथाच्या अनुयायांना त्याचे महत्त्व त्याहूनही अधिक आहे. हा संधिप्रकाश आहे. पहाट आणि सूर्योदय, तसेच सूर्यास्त आणि रात्र यांच्या मध्ये दिवसातून दोनदा येणारा मूल्यवान काळ! जेव्हा प्रकाश आणि अंधार यांचा समतोल साधला जातो तेव्हा अदृश्य जगातील आत्म्यांना एक नाजूक लय साधते.

हेंजमास्टर हे जाणून आहे. त्याला माहीत आहे की, सागरी संधिकाल आधी येतो – सूर्य सहा ते बारा अंश क्षितिजाखाली जातो तेव्हा – आणि त्यामुळे नाविकांना ताऱ्यांचे अचूक स्थान जाणणे शक्य होते. खगोलशास्त्रीय संधिकाल त्यानंतर येतो – सूर्य क्षितिजाच्या बारा ते अठरा अंश खाली जातो तेव्हा.

अंश. भूमिती. सूर्याचे स्थान. शतकानुशतके त्याच्यासारख्या लोकांनी प्रभुत्व मिळवलेला पवित्र त्रिकोण. त्यांच्याशिवाय स्टोनहेंज झालेच नसते. त्याचे हे स्थान योगायोगाने निश्चित झालेले नाही. प्राचीन काळी होऊन गेलेल्या महान ज्योतिषांनी आणि पुरातत्त्व खगोलशास्त्रज्ञांनी खोल विचार करून त्याचे स्थान ठरवले आहे. याच्या बांधकामातील अचूकपणा इतका होता की, त्या वर्तुळाचे बांधकाम पूर्ण व्हायला पन्नासपेक्षा जास्त वर्षं लागली होती.

आणि आता! चार हजारपेक्षा जास्त वर्षांनीसुद्धा पंथाचे अनुयायी शिळांची तेवढीच काळजी घेत आहेत.

सागरी संधिकालाचे खगोलशास्त्रीय संधिकालात संक्रमण होण्याच्या क्षणी हेंजमास्टर त्याचे स्थान ग्रहण करत आहे. तो सभोवतीच्या निळ्या शिळारूपी सैनिकांप्रमाणेच स्तब्ध उभा राहिला आहे. तो एकटाच आहे.

पारंपरिक पुजाऱ्याप्रमाणे तो शांतपणे देवतांच्या येण्याची वाट बघतो आहे. आणि काही क्षणांतच दबलेल्या आवाजात त्या बोलू लागतात. तो त्यांच्यापासूनच ज्ञान आत्मसात करतो आणि त्यांच्यापासूनच आता काय करावे, हे त्याला समजते. तो प्राध्यापकांच्या आत्महत्येची फारशी काळजी करणार नव्हता, मुलाकडे जास्त लक्ष देणार होता. बळीचे योग्यप्रकारे दफन केले की नाही, याचा तो शोध घेणार होता – त्याचे अवशेष सापडले तर गंभीर संकट निर्माण होईल. सर्वांत महत्त्वाची

गोष्ट म्हणजे विधीचा दुसरा भागही पूर्ण होईल, याची तो काळजी घेणार होता.

विधी पूर्ण व्हायलाच हवा.

त्याच्या पायांभोवती पांढरे बाष्प जमा झाले होते. त्या आश्चर्यकारक संधिप्रकाशात शिळा जिवंत झाल्याप्रमाणे वाटत होती. नजरेचा खेळ? त्याला तसे वाटत नाही. नवख्या माणसाला प्रतिपदेचा चंद्र काळजीपूर्वक बघितले तरच दिसतो; पण त्याच्यासारख्या खगोल-स्थापत्य शास्त्रज्ञाला तो अंतराळातील दीपस्तंभाप्रमाणे दिसतो. स्वर्गाच्या विविध दालनांमध्ये कक्षेचे नकाशे आपोआप बदलतात. स्वर्गीय चक्रांची निर्मिती होते आणि सूर्याच्या अयनामधील संक्रमणाची त्याला जाणीव होते. अयनकालाला अजून सात दिवस आहेत – सूर्य एका जागी स्थिर राहील तो क्षण! आणि त्या वेळी सर्वांचे लक्ष पहाटेकडे असेल. खरे तर ते दुसऱ्या दिवशीच्या संधिकालावर असायला हवे. अयनाच्या मध्यरात्रीनंतर पाच पूर्ण दिवस होऊन, नंतरच्या गूढ संध्याकाळच्या समृद्ध संधिप्रकाशात अयनानंतरच्या पहिल्या पूर्ण चंद्राचे दर्शन होईल. नूतनीकरणाची वेळ. त्या वेळी त्याने पवित्र शिळांकडे पुन्हा जाऊन सुरू केलेले कार्य पूर्ण करायला हवे.

आता आकाश जरा गडद झाले आहे. मास्टर, आकाशात ध्रुवतारा, सप्तर्षी आणि ध्रुवमत्स्य यांचा प्रखर प्रकाश शोधू लागतो. त्याची दृष्टी आकाशाच्या काळ्या पडद्यावरून इतिहासपूर्व पृथ्वीवर, वेदीच्या दगडावर येते. आणि पवित्र शिळांमधून येणारी आज्ञा ऐकून त्याच्या अंगावर काटा येतो.

देवता अपयश सहन करणार नाहीत.

६

विल्टशायर पोलीस मुख्यालय,
डेविझेस.

डिटेक्टिव्ह इन्स्पेक्टर (डीआय) मेगन बेकरला हा विशिष्ट दिवस विसरायचा आहे आणि तो संपायलाही अजून खूप वेळ आहे. एकतीस वर्षांच्या, सडपातळ मेगनची लहान मुलगी सॅमी घरी आजारी आहे. नवऱ्याला तिने घराबाहेर काढले आहे. त्यामुळे त्याची मदत नाही आणि इकडे ऑफिसात दुष्ट डेप्युटी चीफ इन्स्पेक्टर (डीसीआय)ने एका आत्महत्येचे बेकार प्रकरण तिच्या डोक्यावर टाकले आहे. आता तिला आत्महत्या करणाऱ्याच्या दुःखी मुलाबरोबर रात्री उशिरापर्यंत थांबावे लागणार

होते. याशिवाय हॅन्डबॅगमधील अजून चुकती करायची बिले डोळ्यांपुढे आल्यामुळे तिला पुन्हा सिगरेट ओढायची जबरदस्त तलफ झाली; पण ती तिला बळी पडली नाही.

"आम्ही सॅमीला घेऊन जाऊ." असे तिचे आई-वडील म्हणाले होते; ते नेहमीच म्हणतात. जेव्हा ती कोमेजलेल्या चार वर्षांच्या सॅमीला कबूल केल्यापेक्षा चार तास उशिरा घ्यायला जाते, तेव्हा तिला त्यांचे उपदेशपर भाषण आणि जळजळीत नजर यांना तोंड द्यावे लागते.

पण, ती हार मानणार नाहीये. तिला नेहमीच पोलीस व्हायचे होते. आणि संसार फिस्कटला असला तरी अजूनही तिला तेच व्हायचे आहे. एक कप कॉफी आणि गमच्या दोन-तीन कांड्या यांच्या साहाय्याने ती धूम्रपानाच्या इच्छेवर मात करते. तिचा मोबाइल वाजतो आणि ती त्यावरील नाव बघते.

'सीबी' – चीटिंग बास्टर्ड – विश्वासघातकी बदमाश! नवऱ्याचे खरे नाव फोनवर घालायचीसुद्धा इच्छा तिला झाली नव्हती. 'सीबी' हेच योग्य वाटले. तो तिथल्याच एका भागात पोलीस इन्स्पेक्टर आहे; पण त्यांचा अजून संबंध येतो. बरेचदा! एकतर कामामुळे आणि दुसरा सॅमीला भेटण्यासाठी कोर्टाने त्याला ठरवून दिलेल्या भेटींच्या वेळी.

'सीबी'ला ठरवून दिलेल्या वेळी भेटायचे नसते. कधीच नाही. ते त्याच्या स्वच्छंदी जीवनशैलीत बसत नाही. त्याला जेव्हा सॅमीला भेटायचे असेल, तेव्हा तो येणार आणि ते तिच्या व मुलीच्या दृष्टीनेसुद्धा बरोबर नव्हते.

वाजणारा मोबाइल भिंतीवर फेकून मारण्याची तिला तीव्र इच्छा झाली. व्हॉइसमेलवर जाण्याच्या एक सेकंद आधी तो फोन टेबलवरून उचलते. "काय आहे?" ती तुटकपणे विचारते.

'सीबी'ला सुद्धा गोड बोलायला वेळ नाहीये. "सॅमीला बरं नाही हे तू मला सांगितलं का नाही?"

"तिला फक्त ताप आलाय. दुसरं काही नाही. ती बरी होईल."

"तू आता डॉक्टर झालीस का?"

"तू आता वडील झालास?"

तो एक दीर्घ उसासा सोडतो. "मेग, मला माझ्या मुलीची काळजी वाटते. मी फोन केला नसता, तरी तू मला ओरडली असतीस. आता फोन केला म्हणून ओरडत्येस."

ती दहा आकडे मोजते आणि तिरस्कारपूर्वक त्याचे नाव उच्चारते. "ॲडम, सॅमी ठीक आहे. मुलांना प्लेस्कूलमध्ये मधूनमधून काहीतरी जंतुसंसर्ग होत असतो. तिला ताप आहे, रात्री जरा बेचैन होती इतकंच."

"गोवर वगैरे नाही ना?"

"नाही." मेगनला स्वत:चीच शंका येते. "मला तसे वाटत नाही. आई तिच्याजवळ आहे. काळजी करायचे कारण नाही."

"तिच्याजवळ तू असायला हवी. इतकी लहान मुलगी आजारी असली की, तिला आई हवी असते. आजी नाही."

"गो टू हेल, ॲडम!" ती फोन बंद करते. तिचे हृदय धडधडत असते. त्याचे हे नेहमीचे आहे. तिला डिवचायचे. तिचा तोल जाईल असे करायचे.

टेबलावरचा फोन वाजतो. ती बिचकते. रिसेप्शनिस्ट बोलत होती. गिडियन चेस खाली आला आहे. "मी येतेच!" असे सांगून, आता गार झालेल्या कॉफीचा शेवटचा घोट घेऊन ती खाली गेली. मृताच्या कुटुबीयांशी बोलणे नेहमीच कठीण असते.

काळे केस, धक्क्यामुळे फिका पडलेला चेहरा, असा उभा असलेला एक उंच तरुण सोडला, तर रिसेप्शनमध्ये दुसरे कोणी नाही. एक दीर्घ श्वास घेत ती त्याच्याकडे जाते. "मी डिटेक्टिव्ह इन्स्पेक्टर बेकर. मेगन बेकर." ती हात पुढे करते आणि त्याच वेळी तिला तिच्या बोटावरील जुनी झालेली आणि आता सुटत आलेली चिकटपट्टी दिसते.

"गिडियन चेस!" चिकटपट्टीला धक्का लागणार नाही, याची काळजी घेत हस्तांदोलन करत तो पुटपुटतो. "सॉरी, मला उशीर झाला. खूप ट्रॅफिक होतं."

ती सहानुभूतीपूर्वक स्मित करते. "हो, आता नेहमीच तशी असते. इतक्या लवकर आल्याबद्दल थँक्स! तुमच्या भावना मी समजू शकते."

स्वाइपकार्ड वापरून ती एक दरवाजा उघडते. "आपण मागे जाऊ या. बोलायला जरा निवांत जागा मिळेल."

७

डेविझेस

गिडियन चेससारख्या पुरातत्त्व संशोधकाला स्थान आणि प्रथमदर्शनी मते फार महत्त्वाची असतात. भाजलेल्या लाल इजिप्शियन मातीचा एखादा प्रदेश किंवा इंग्लंडचा गडद हिरवा ग्रामीण प्रदेश बघितला की, इथे कोणते शोध लागण्याची शक्यता आहे, याचा अंदाज बांधता येतो. डीआय बेकर तो तकलादू, साधा, काचा

नसलेला दरवाजा उघडून त्याला आत नेते, तेव्हा त्यालाही ही शक्यता लागू पडते. काळ्या रंगाच्या कार्पेटच्या फरश्या आणि करड्या रंगाच्या भिंती असलेली उदास खोली. एखादे थडगे जेवढा उत्साह निर्माण करेल, तेवढीच आकर्षक सजावट. जिच्याकडे बघितले असता जरा बरे वाटावे, अशी त्या खोलीतील एकमेव वस्तू म्हणजे, ती डीआय स्त्री. लाल छटा असलेले बदामी केस, गडद बदामी रंगाचा जर्सी टॉप आणि काळी बेलबॉटम पॅन्ट. गिडियन प्लॅस्टिकच्या आरामदायक नसलेल्या खुर्चीच्या कडेवर टेकतो आणि चाळा म्हणून समोरचे टेबल रेटायचा प्रयत्न करतो. ते जमिनीत बोल्टने पक्के बसवलेले होते.

मेगन बेकर प्रथमदर्शनी प्रभाव पाडणारी आहे. मानसशास्त्र आणि गुन्हेगारी यांचा अभ्यास केलेल्या मेगनने ह्यू ग्रॅन्ट फॅशनचे काळे केस ठेवलेल्या त्या तरुणाला जोखणे आधीच सुरू केले आहे. बदामी डोळे, रुंद जिवणी, किंचित वर आलेली गालाची हाडे. बोटांची नखे निकोटिनमुक्त असून दातांनी कुरतडलेली नसून व्यवस्थित कापलेली आहेत. बोटात विवाहाचे प्रतीक असलेली अंगठी नाही. अर्थात अनेक विवाहित पुरुषसुद्धा अंगठी घालत नाहीत; पण स्वत:ची पक्की मूल्ये जपणारे घालतात आणि त्याच्या नसानसांवरून हा परंपरा जपणारा असल्याचे दिसत होते. त्याचा निळा वूलनचा कोट आणि त्याच्या बाह्यांच्या कोपरावरील चामड्याचे ठिगळ, जे बहुत करून जुन्या परंपरा पाळणारी मुलेच वापरतात. त्याने घातलेल्या ढगळ हिरव्या शर्टाशी किंवा काळ्या लोकरीच्या स्वेटरशी तो कोट विसंगत वाटत आहे. त्याच्या जीवनातील कोणत्याही स्त्रीने हे त्याच्या लक्षात आणून दिले असते.

ती एक उघडलेले कागदाचे पाकीट त्याच्याकडे सरकवते. ‘‘तुमच्या वडिलांनी लिहून ठेवलेले हे पत्र.’’

गिडियन त्याच्याकडे बघतो; पण ते घेण्याची हालचाल करत नाही. त्याच्यावर गडद-लाल रंगाचे शिंतोडे दिसतात. त्याच्या मनातला विचार ती ओळखते. ‘‘आय ॲम सॉरी! पण ते दुसऱ्या पाकिटात घालणे योग्य झाले नसते.’’

त्याच्यावरील संस्कारांमध्ये योग्य-अयोग्यतेवर नेहमीच भर दिला गेला आहे. मरण पावलेल्या वडिलांच्या रक्ताचे शिंतोडे असलेले पाकीट घेताना ते संस्कार अपुरे पडत आहेत.

‘‘तुम्ही बरे आहात ना?’’

कपाळावर आलेली केसांची बट मागे सारून तो तिच्याकडे बघत होता.

‘‘मी उत्तम आहे.’’

तो उत्तम नाहीये, हे दोघेही जाणून होते.

त्याने पाकिटाकडे बघितले आणि त्याच्या वडिलांच्या विशिष्ट हस्ताक्षरात लिहिलेले त्याचे नाव त्याच्या नजरेत भरले. जगभरातील इतर लोकांप्रमाणे बॉलपेन

किंवा फेल्टपेन न वापरता फाउंटन पेन वापरून आपल्या वडिलांनी त्यांची वेगळी पद्धत चालू ठेवली होती, याचा त्याला आनंद वाटत होता.

आपल्या मनात वडिलांविषयी प्रेमळ विचार आला, हे गिडियनच्या लक्षात आले. आणि माणूस मेला की त्याच्या ज्या गोष्टींबद्दल पूर्वी तिरस्कार वाटायचा त्यांच्याविषयी आता आदर वाटू लागावा, हा तो माणूस गेल्याचा परिणाम असावा का, असा विचार त्याच्या मनात डोकावून जातो. माणूस गेल्यामुळे तुमच्या मनाची पाटी स्वच्छ होते आणि ज्याच्याविषयी वाईट मत होते, त्याच्याविषयी फक्त चांगले विचारच मनात येतात, असे आहे का?

तो पाकिटाच्या कोपऱ्यांना स्पर्श करतो. ते थोडे उचलतो; पण उलटे करत नाही.

अजून नाही. त्याची वडिलांबरोबर बोलाचाली व्हायची तेव्हा व्हायचे, तसे त्याचे हृदय धडधडले. त्याला त्या पत्रात वडील दिसले. त्या कागदातून त्यांचे अस्तित्व जाणवले. त्याने पाकीट उलटे करून उघडले. पत्राची घडी उलगडताना हे पत्र आपल्याआधी पोलिसांनी वाचले आहे, हा विचार मनात येऊन तो नाराज झाला. याचे कारण त्याला समजत होते; त्यांना ते वाचणे आवश्यक होते; पण त्यांनी वाचायला नको होते. ते 'त्याला' लिहिलेले होते. ते खासगी होते.

सर्वांत प्रिय गिडियन यास,

आपण जिवंत असतानापेक्षा माझ्या मृत्यूनंतर आपल्यातील अंतर कमी होईल, अशी मला आशा आहे.

मी आता गेलेलो असल्याने तुला माझ्याबद्दल अनेक गोष्टी कळतील. त्या सर्व चांगल्या नाहीत, तसेच सर्व वाईटही नाहीत. एक गोष्ट तुला कळणार नाही. ती म्हणजे माझे तुझ्यावर किती प्रेम होते ही. माझ्या आयुष्यातील प्रत्येक क्षणी मी तुझ्यावर प्रेम करत होतो आणि मला तुझा अभिमान वाटत होता.

माझ्या प्रिय मुला, मी तुला ज्याप्रकारे दूर केले त्याबद्दल मला क्षमा कर. रोज तुझ्याकडे बघितले की मला तुझ्यात तुझी आई दिसायची. तुझे डोळे तिच्यासारखे आहेत. तिचे स्मित, तिचा हळुवारपणा आणि तिचा गोडवा तुझ्यात आहे. माझ्या लाडक्या, तुझ्या प्रत्येक श्वासात तिला बघणे फार क्लेशकारक होते. ते स्वार्थीपणाचे होते, हे मला माहीत आहे. तुला त्या शाळेत पाठवले ही माझी चूक होती, तसेच तुझ्या घरी परत येऊ देण्याच्या विनवणीकडे दुर्लक्ष केले हीसुद्धा; पण माझ्यावर विश्वास ठेव, मी तसे केले नसते, तर मी उन्मळून पडलो असतो.

माझ्या गोड आणि सुंदर मुला, तू जसा झाला (घडला) आहेस आणि जे यश मिळवले आहेस, त्याचा मला अभिमान वाटतो. आपली तुलना करू नकोस. मी होऊ शकलो, त्यापेक्षा तू खूप जास्त चांगला माणूस आहेस आणि एके दिवशी माझ्याहून खूप चांगला वडीलही होशील, अशी मला आशा आहे.

मी स्वत:चा जीव का घेतला, असा प्रश्न तुला पडला असेल, त्याचे उत्तर साधे-सोपे नाही. जीवन जगताना तुम्ही अनेक निर्णय घेता; मेल्यावर त्या निर्णयांवरून माणसाचे मूल्यमापन केले जाते. ते करणारे सगळेच सुज्ञ नसतात. तू माझे योग्य आणि चांगले मूल्यमापन करशील अशी मला आशा आहे.

माझा मृत्यू विनाकारण आणि भ्याड होता असे वाटेल; पण तसे नाही. माझा मृत्यू सन्माननीय आहे. माझे म्हणणे समजून घेण्याचा तुला अधिकार आहे, तसाच त्याची फिकीर न करता तुझे आयुष्य तुला हवे तसे जगण्याचाही हक्क आहे.

तू दुसरा पर्याय निवडशील अशी मला आशा आहे. माझे सॉलिसिटर तुझ्याशी संपर्क साधतील आणि मी जमवलेले सर्व काही तुझे आहे हे तुला कळेल. त्याचा तू तुझ्या इच्छेप्रमाणे विनियोग कर; पण फार दानधर्म करू नकोस, असे मी सुचवतो.

गिडियन, तू लहान असताना आपण खेळ खेळायचो – आठवते तुला? मी ट्रेझर हंटसाठी ठिकठिकाणी वस्तू लपवायचो, आणि मी दिलेल्या टिपांवरून तू त्या शोधायचास. आणि आता मरतानासुद्धा मी एका गाढ गुपिताच्या उत्तरासाठी टीप देऊन ठेवणार आहे. अर्थात सर्वांत मोठा खजिना म्हणजे प्रेम असणे, हा आहे. तो तुला सापडेल याची मला खात्री आहे. इतर गुपितांची उत्तरे तू शोधली नाहीस तर बरे; पण ती शोधायची इच्छा होणे मी समजू शकतो. आणि जर तू तो प्रयत्न केलास तरी माझे आशीर्वाद तुझ्या पाठीशी असतील; पण ते करताना अतिशय सावधगिरी बाळग इतकेच मी सांगेन. स्वत:व्यतिरिक्त दुसऱ्या कोणावरही विश्वास ठेवू नकोस.

प्रिय मुला, तू अयनबिंदूचा पुत्र आहेस. अयनाच्या सूर्यापलीकडे पाहा आणि प्रतिपदेच्या चंद्राच्या उगवण्यावर लक्ष केंद्रित कर.

ज्या गोष्टी वाईट आहेत, असे तुला प्रथमदर्शनी वाटेल त्या चांगल्या असल्याचे तुला दिसेल. आणि चांगल्या वाटणाऱ्या गोष्टी वाईट निघतील. योग्य अजमावणी आणि समतोल यातच सुखाची गुरुकिल्ली आहे. तुझ्या

उर्वरित आयुष्यासाठी आणि माझ्या जीवनात दुसऱ्या कशाहीपेक्षा माझे तुझ्यावर आणि तुझ्या आईवर सर्वांत जास्त प्रेम होते, हे तुला सांगण्यासाठी आणि पटवून देण्यासाठी मी नसणार याबद्दल मला क्षमा कर.

तुझा नम्र, पश्चात्तापदग्ध आणि प्रेमळ पिता,

नाथानिएल.

हे सर्व एकदम आत्मसात करणे आणि सगळे एकदम समजून घेणे कठीण आहे.

त्याने पत्रावरून हळुवारपणे बोट फिरवले. 'सर्वांत प्रिय गिडियन यास' ही अक्षरे चाचपली. 'माझ्या गोड आणि सुंदर मुला, तू जसा झाला (घडला) आहेस आणि जे यश मिळवले आहेस...' या शब्दांवर त्याच्या दोन्ही हातांची बोटे थांबली! शेवटी जणूकाही ब्रेल लिपीत वाचत असल्याप्रमाणे त्याची बोटे ज्या शब्दांनी तो सर्वांत जास्त हेलावला त्यांच्यावर येऊन थबकली. 'तुझ्या उर्वरित आयुष्यासाठी... याबद्दल मला क्षमा कर.'

त्याचे डोळे अश्रूंनी डबडबले. आपले वडील आपल्याला स्पर्श करू पाहत आहेत, असा त्याला भास होत होता. तुरुंगातील कैदी आणि त्याला भेटायला आलेली व्यक्ती यांच्यामध्ये काचेचा पडदा असतो. निरोप घेताना दोघेही आपले हात काचेवर एकत्र आणतात आणि एकमेकांना शारीरिक ऐवजी भावनिक स्पर्श करतात, तसे काहीसे.

मेगन काहीही न बोलता त्याच्याकडे बघत राहते. एक-दोनदा तिचे घड्याळाकडे लक्ष जाऊन चार वर्षांच्या आजारी मुलीला आजीवर सोपवल्याची अपराधी भावना तिच्या मनात उफाळून येते. वडिलांचे शेवटचे पत्र गिडियनचे हृदय विदीर्ण करीत असल्याचे तिला दिसत होते.

"तुम्हाला थोडा वेळ एकांत आवडेल का?"

त्याच्याकडून उत्तर नाही. दुःख त्याच्या डोक्यात कापसाप्रमाणे ठासून भरत होते.

ती घसा साफ करते. "मिस्टर चेस, आता बराच उशीर झाला आहे. आपल्याला उद्या भेटता येईल का?"

तो भानावर येतो. "काय म्हणालात?"

ती सहानुभूतीपूर्वक स्मित करते. "उद्या!" ती पत्राकडे डोळ्याने खूण करते. "तुम्हाला काही गोष्टी विचारायच्या आहेत आणि मला वाटतं तुमच्याही मनात काही प्रश्न उभे राहतील."

त्याच्या मनात बरेच प्रश्न आहेत आणि आता ते बाहेर येत आहेत. "माझे

वडील कसे गेले?'' तो दु:खी दिसत होता. ''मला माहीत आहे, तुम्ही म्हणालात की, त्यांनी स्वत:वर गोळी झाडली; पण नक्की काय आणि कसं झालं? ते कुठे होते? किती वाजता...'' भावनावेगाने त्याच्या आवाजाला कंप आला. ''त्यांनी ते केव्हा केलं?....''

मेगन बिचकली नाही. ''त्यांनी एका छोट्या पिस्तुलाने स्वत:वर गोळी झाडली.'' तपशील दिल्याशिवाय तिला गत्यंतर नव्हतं. ''वेब्ले मार्क फोर, पहिल्या महायुद्धातील पिस्तूल.''

''त्यांच्याकडे पिस्तूल आहे, हेसुद्धा मला माहीत नव्हतं.''

''ते त्यांच्या नावावर नोंदलेलं होतं. तिथल्या फायरिंग रेंजवर त्यांनी अनेकदा सराव केला होता.''

त्याला आणखी धक्का बसतो.

आता ती जरा अवघड विषयाकडे वळते. ''तुमची इच्छा असेल तर तुम्ही त्यांना बघू शकता. तसं आम्ही त्यांच्याकडे काम करणाऱ्या सफाईवाल्या बाईकडून त्यांची ओळख पक्की करून घेतली आहे. तिलाच प्रथम ते दिसले त्यामुळे तशी आवश्यकता नाहीये; पण तुम्हाला बघायचं असेल, तर मी तशी व्यवस्था करू शकते.''

काय उत्तर द्यावे, असा त्याला प्रश्न पडतो. त्यांनी डोक्यात गोळी घातल्यामुळे त्यांना बघायची त्याची इच्छा नव्हती; पण ते कर्तव्य आहे, असे त्याचे मन सांगत होते. *'नाही बघितलं, तर ते चुकीचं होईल? ते अपेक्षितच असतं ना?'*

डीआय खुर्ची मागे करून उभी राहते. आपण काहीतरी केलं नाही, तर या माणसाशी बोलत मध्यरात्रसुद्धा उलटेल! ''आय ॲम सॉरी! आपल्याला आता आटोपलं पाहिजे.''

''माफ करा. मला माहीत आहे उशीर झालाय.'' तो पत्र उचलतो, त्याची घडी घालून त्या रक्ताचे डाग असलेल्या पाकिटात सरकवतो. *'हे मी ठेवलं तर चालेल का?''*

''हो, अर्थात!''

तो पाकीट हळुवारपणे कोटाच्या आतल्या खिशात ठेवतो. ''थँक यू! आणि इतक्या उशिरापर्यंत थांबल्याबद्दल थँक्स!''

''नो प्रॉब्लेम!'' मेगन तिचे नाव व इतर माहिती असलेले कार्ड काढते. ''मला सकाळी फोन करा. मग आपण वेळ ठरवू.''

तो कार्ड घेतो आणि तिच्या मागे खोलीतून बाहेर पडतो. ती सुरक्षाकुलपे असलेल्या खोल्यांतून त्याला बाहेर सोडते. थंड, काळोखी रात्र. रस्ते आता जवळजवळ रिकामे आहेत.

त्यांच्यामागे दरवाजा बंद होतो. गिडियनला बधिर झाल्यासारखे वाटते. तो त्याच्या जुन्या 'ऑडी'चे दार उघडतो आणि थंडीने गारठून ड्रायव्हरच्या सीटवर बसतो. हातातील किल्ल्या कापत असतात.

८

टोलार्ड रॉयल, क्रॅनबोर्न चेस,
सॉल्झबेरी

गाय रिची आणि मॅडोना यांच्या एकेकाळच्या भव्य विश्रामधामापासून फार लांब नसलेली ही प्रॉपर्टी, डॉर्सेट, हॅम्पशायर आणि विल्टशायर यांच्यामधील अतिशय सुंदर अशा चुनखडीच्या पठारावर वसली आहे.

गिडियन इथे पूर्वी कधीच आला नव्हता आणि ती अंधारात शोधून काढणे त्याला फारच कठीण गेले. आपण जरा काळजीपूर्वक विचार करायला हवा होता – एखाद्या हॉटेलात खोली घेऊन ठेवायला हवी होती किंवा पोलिसांनाच कुठेतरी जागा बघून द्यायला सांगायला हवे होते. आता त्याला रात्र काढण्यासाठी घरात कुलूप तोडून शिरण्याशिवाय पर्याय नव्हता.

त्याच्या मृत आई-वडिलांच्या कर्तृत्वाचे फळ – हा बंगला. अगदी छाप पाडणारा आहे. त्याची किंमत एक कोटी पौंड किंवा त्याहूनही जास्त असेल कदाचित! त्याचे वडील जो व्यापार करायचे; गिडियन त्याला 'थडगी उकरणे' म्हणायचा – त्यामुळेच त्यांना स्वत:चा जीव घेणे भाग पडले असावे.

उंच लोखंडी दरवाज्यामधून कार आत नेत गिडियन दफनभूमीसारख्या भासणाऱ्या एका अंधाऱ्या बागेत येऊन पोहोचला. रस्ता आणखी अर्धा-एक मैल पुढे जाऊन बरेच कोरीव काम केलेल्या एका संगमरवरी कारंज्याला वळसा घालून जात होता. कारंजे कोरडे होते; पण दिव्याच्या उजेडात होते. जुन्या झाडांच्या पानांमधून बागेतील पिवळट दिव्यांचा मंद प्रकाश झिरपून हवेत एक प्रकारची प्रभा उत्पन्न करत होता. त्याने गाडीचे इंजीन बंद केले आणि काही क्षण बंगल्याकडे बघत तसाच बसून राहिला. बंगला रिकामा होता – निर्जीव.

तो गाडीतून उतरून पूर्वेकडील कक्षाच्या सभोवार बांधलेल्या छोट्या रस्त्यावरून चालू लागला. त्याच्याकडे चाव्या नसल्या तरी नुकत्याच आपल्या मालकीच्या झालेल्या घराचा एखादा दरवाजा तोडून आपण आत गेलो, तर कुणाचीच हरकत

नसावी, असा विचार त्याच्या मनात आला.

स्वयंचलित सुरक्षायंत्रणेमुळे एक प्रखर उजेडाचा दिवा लागतो आणि त्याच्या झगझगीत प्रकाशझोतामुळे त्याचे डोळे दिपतात. जवळच्याच कुंपणात खुडबुड आवाज येतात. कोल्हे किंवा ससे असावेत, असा तो अंदाज करतो.

दूरच्या एका भिंतीवर एक सिक्युरिटी बॉक्स दिसतो; पण बहुतेक तो ऑन केलेला नसावा. आत्महत्या करणारा अलार्म कशाला लावेल? आणि पोलिसांनी पुढचे मुख्य प्रवेशदारसुद्धा जिथे बंद केलेले नाही, तिथे ते सिक्युरिटी कंपनीला फोन करून पासवर्ड घेऊन अलार्म लावून ठेवतील, ही शक्यता जवळजवळ शून्यच असणार.

इमारतीच्या बाजूला असलेल्या पडवीच्या काचेच्या तावदानांतून तो आत बघतो; पण ती फोडून आत जायला त्याचे मन तयार होत नाही. जरा पुढे त्याला लॉन्ड्री-कम-स्टोअररूम दिसते. तिचा दरवाजा हल्लीच्या काळातील आहे. इतरत्र असलेल्या जुन्या, नक्षीकाम केलेल्या दारे-खिडक्या तोडण्याऐवजी हा तोडला, तर त्याच्याजागी नवा दरवाजा बसवणे, फारसे कठीण आणि खर्चाचे होणार नाही.

बुटाच्या टाचेने जोरात लाथ मारली की तुटेल. कुलपाच्या जवळ मारावी. तो जवळून निरीक्षण करतो. नंतर 'हायऽऽ हायऽऽ' होण्यापेक्षा आधीच जरा काळजी घेतलेली बरी.

दरवाज्याच्या हॅन्डलजवळील भाग आधीच जरा तडे गेलेला दिसतोय, तो धक्का मारतो आणि दरवाजा उघडतो. 'वा ऽ रे पोलीस. मुख्य प्रवेश दरवाजा उघडा आणि आता हा मोडका दरवाजा – हा जरा फळ्या मारून बंद करायला हवा होता.'

घरातली हवा शुष्क आणि शिळी वाटली. पोलिसांनीसुद्धा असाच प्रवेश केला का? सफाईवाल्या बाईने घाबरून फोन केल्यावर ते असेच येऊन दार तोडून आत घुसले की काय? त्याने दिवा लावला आणि आपला आधीचा अंदाज चुकला आहे, हे त्याच्या लक्षात आले. जिला वडील प्रथम दिसले त्या सफाईवालीकडे बहुतेक घराची चावी असणार. त्यांना दार मोडून आत शिरावे लागले नसणार.

बहुतेक चोरी झाली असावी, असे वाटते

किंवा त्याहूनही वाईट म्हणजे चोरी आता होत असावी.

१

मस्काला काहीच सापडलेले नाही.

त्याने पुढची खोली, आठही बेडरूम्स, अनेक बाथरूम्स आणि दोन स्वागतकक्ष सगळे धुंडाळले; पण अजून त्याला हवे ते सापडलेले नाही. घर किमती कलावस्तूंनी भरलेले आहे. नेहमीचा चोर पोतेभर माल खांद्यावर टाकून आनंदात शीळ वाजवत गेला असता; पण मस्का कलावस्तूंसाठी आलेला नव्हता. त्याला हवी आहेत पुस्तके, डायऱ्या, कागदपत्रे, फोटो, कॉम्प्युटर फायली, टेपरेकॉर्ड्स वगैरे. त्याने आधीच लायब्ररी पालथी घातलेली आहे. शेकडो जुनी पुस्तके खाली काढून, ती उघडून आणि हलवून, झाडून बघितली आहेत. आता तो स्टडीमध्ये गेला. जिथे प्राध्यापकांनी स्वत:वर गोळी झाडली, असे त्याला सांगण्यात आले होते.

तो खिडकीपाशी जाऊन जाडे लाल पडदे ओढून घेतो. तो हातातील बॅटरीचा झोत टेबलावर पाडतो, तिथे त्याला एक जुना पितळेचा दिवा दिसतो. तो दिवा चालू करतो. त्याच्या मंद प्रकाशात त्याची नजर आधी पडते एका वॉलनटच्या फिरत्या खुर्चीवर, मग व्हिक्टोरियन टेबलावर आणि त्याच्यावरील रक्ताच्या डागांनी माखलेल्या टिपकागदावर. त्याच्या अंगावर काटा येतो. घरातील अंधार अंगावर आल्यासारखे त्याला वाटते.

क्लिक ऽऽ!

मस्का गर्रकन वळून दरवाज्याकडे बघतो. इमारत जुनी आहे म्हणून काही वाजलं?

क्रॅक ऽऽ!

तो दिव्याच्या बटनाकडे उडी मारतो. टेबलापासून सरकत दूर होत भिंतीला पाठ लावून दरवाज्याकडे जात राहतो. छातीतील धडधड कमी होईल, तर बरे असा विचार त्याच्या मनात येतो.

किर्रऽऽ शांतता.

मग पुन्हा लाकडाचा कर्रऽऽ कर्रऽऽ आवाज.

आवाज कुठून येतोय, हे आता त्याला निश्चितपणे कळते. घराच्या मागच्या भागातील जमिनीची लाकडे जुनी आहेत आणि सैल झाली आहेत. तो तिथूनच आत आला त्यामुळे त्याच्या ते लक्षात आले. तो खांद्यावरची थैली खाली ठेवून तिच्यात हात घालतो. त्याची बोटे एका छोट्या लोखंडी सळईची पकड घेतात. एखादा तकलादू जुना दरवाजा किंवा कवटी फोडायला उत्तम.

एक क्षण जातो...

आणखी एक...

आणखी एक...

आपण एकटेच आहोत की काय, अशी त्याला शंका येऊ लागते. कोणी आत येऊन आपल्याला बघितलं की काय? पोलिसांना तर बोलावलं नसेल? मस्काला शांतता असह्य होते. तो खिशात हात घालतो, सिगरेट लायटर त्याच्या हाताला लागतो. जर आपल्या हाती काही कागदपत्रे लागले नाहीत, तर निदान दुसऱ्यांच्याही हाती लागणार नाहीत, असे करावे.

तो दबकत टेबलापाशी जातो. हळूच एक ड्रॉवर उघडतो. त्यात कोऱ्या कागदाचे पॅक हाती लागते. उत्तम! तो त्याचे कव्हर फाडून काही कागद काढतो आणि त्यांना पेटलेला लायटर लावतो. ते जळणाऱ्या कागदाचे भेंडोळे पडद्याला लावतो आणि पडदा पेटेपर्यंत ते त्याला चिकटवून धरतो. अंधारात जाळ पसरू लागतो.

पडदा भराभर पेट घेतो. केशरी ज्वाला उफाळतात आणि काळ्या धुराचे लोट निघू लागतात. मस्का दोन पावले मागे होतो. त्याच्या भोवती धुराचा ढग असतो.

वळताना त्याला दरवाज्यातील उंच आकृती दिसते. स्वीच ऑन करून लागलीच ऑफ केल्यासारखा खोलीत क्षणभर प्रकाश पडून जातो आणि मग ती व्यक्ती खोलीचे दार बाहेरून बंद करून घेते. मस्का जळणारे हातातील कागद खाली टाकतो आणि त्या जाडजूड मॅहोगनी दरवाज्याकडे धावतो. दरवाज्याच्या कुलपात चावी दोनदा फिरल्याचा आवाज येतो. आता तो आत अडकला आहे.

१०

गिडियन कोणी हीरो नाहीये.

त्याची पहिली आणि शेवटची मारामारी झाली होती, ती शाळेत असताना आणि तीसुद्धा इतकी गंभीर नव्हती. वर्गातल्या गुंड मुलाने दोन-चार ठोसे नाकावर मारले होते, नाकातून रक्त आले होते आणि घरी जाण्यासाठी त्याच्याकडे पैसे उरले नव्हते.

त्याच्यानंतर आता तो बराच सशक्त झाला होता. उंच, रुंद. उंची वडिलांकडून आली होती आणि रुंदी केंब्रिजला केलेल्या नौकानयनामुळे; पण त्या भयंकर प्रसंगानंतर धोका चटकन ओळखण्याची त्याच्यात क्षमता आली होती आणि गुंडांच्या चपळ हातापेक्षा बुद्धीचे बळ नेहमी वरचढ असते, ही जाणही आली होती.

गिडियनने आधीच ९९९ला फोन केला. आता तो शक्यतो आवाज न करता

घरात फिरत होता. आपण चूक तर केली नाही ना, असे त्याला वाटून गेले. स्टडीचा दरवाजा उघडतो आणि हॉलमधील उजेडात कुलपातील मोठी चावी दिसते. त्या माणसाला पडदे पेटवताना जेव्हा तो बघतो, तेव्हा दरवाजा बंद करून पोलीस येईपर्यंत त्याला तिथेच ठेवायचे असे ठरवतो.

पण, आता त्याच्या मनात विचार येतात.

त्याने कोणालातरी आग लागलेल्या खोलीत कोंडून ठेवले आहे आणि त्याला बाहेर येऊ दिले नाही, तर तो मरणार. 'बऽरं मग?' त्याचे एक मन त्याला विचारते, 'तो मेला तर?' एखाद्या मेलेल्या माणसाच्या घरात – ज्याला अजून पुरलेलेसुद्धा नाही, अशा माणसाच्या घरात शिरून चोरी करणारा नीच माणूस मेला तर जगाला काही वाटेल? गिडियन दरवाजा उघडतो. आगीचा लोळ बाहेर येतो. तो हातांनी चेहरा झाकून मागे सरकतो. ज्वाळांमधून एक काळी आकृती त्याच्या दिशेने धडपडत येते. त्याला भिंतीवर जोरात ढकलले जाते. इतक्या जोरात की, त्याचे शरीर हबकते. त्याच्या गालावर एक जबरदस्त ठोसा आपटतो. एक गुडघा त्याच्या पोटात हाणला जातो. तो वेदना होऊन दोन्ही हातांनी पोट धरून वाकतो, त्याच वेळेस त्याच्या चेहऱ्यावर बुटाची जोरदार लाथ बसते. तो धाडकन जमिनीवर कोसळतो. त्याला धाप लागते. ओठातून रक्त गळू लागते. आगीचा आणि धुराचा लोळ त्यांच्या दिशेने येताना त्याला दिसतो आणि तो बेशुद्ध पडतो.

११

मस्का बंगल्याच्यामागे असलेल्या विस्तीर्ण लॉनवरून जीव खाऊन पळतो. छातीच्या पिंजऱ्यात त्याचे हृदय धडधडत असते. आगीच्या आवाजाच्यावर त्याला पोलिसांच्या गाडीचा सायरन ऐकू येतो. आवाजावरून बहुतेक एकच गाडी असावी. मध्यरात्र उलटून गेली आहे. त्यामुळे मोठ्या संख्येने पोलीस येणार नाहीत, हे तो जाणतो. उपलब्ध असलेली ती एकच गाडी त्यांनी पाठवली असणार आणि तिच्यात फार तर दोन पोलीस असतील.

तरी बंगल्याच्या बऱ्याच मागे असलेल्या गल्लीत गाडी उभी केली हे बरे झाले, असे त्याला वाटून जाते. लॉनवर कोणताही अडथळा नाही, त्यामुळे लवकरच तो उजेडापासून दूर जातो; पण अडचण अशी की, गडद अंधार असल्यामुळे आपण कोणत्या ठिकाणी भिंतीवर चढून आलो, ते त्याला सापडत नाहीये. तो एका गुलाबाच्या झुडपातून पुढे जातो आणि मोठ्या वारुळावरून धडपडतो. अखेरीस

त्याला ती जागा सापडते. खालचा भाग लाकडाचा आणि वरचा प्लॅस्टिक आणि काचेचा असलेले ग्रीन हाउस. तो भिंतीला लागून तेरा पावले मोजतो आणि त्याला भिंतीवर चढायची जागा सापडते.

पण, एक अडचण.

आत यायच्या वेळी जेव्हा तो बाहेरून भिंतीवर चढला तिथे एक छोटे झाड होते. भिंतीवरून दहा फूट उडी मारणे कठीण नव्हते. तो सहा फुटांपेक्षा जास्त उंच होता. त्याने भिंतीवरून हत्यारांची थैली खाली टाकली होती आणि भिंतीच्या वरच्या भागाला हाताने लोंबकळून तो खाली आला होता.

आता त्याने कितीही उंच उडी मारली, अगदी पळत येऊन मारली, तरीही तो भिंतीच्या वर पोहोचू शकणार नव्हता. मस्काने थैली खाली ठेवली आणि उभे राहण्यासाठी काही मिळते का, ते बघितले. एखादा जुना कचऱ्याचा डबा, एखादे फावडे किंवा नशीब चांगले असेल तर, एखादी शिडी.

पण, काहीच दिसत नव्हते.

तो लॉनवरून मागे बघतो. बंगल्याच्या बाजूच्या भिंतीतून ज्वाळा बाहेर पडत आहेत. म्हणजे पोलीस तिकडेच गुंतणार. त्याला जरा धीर येतो. म्हणजे चूक होऊ न देता काहीतरी करायला वेळ होता.

ग्रीन हाउस.

तो त्याचा दरवाजा हलवतो. बंद. खिडकीतून आतील रोपे ठेवलेली लाकडाची टेबले दिसतात. त्यातील एखादे मिळाले तर काम होईल. तो धावत टाकलेल्या टूलबॅगकडे जातो. लोखंडी गज बंगल्यातल्या स्टडीमध्येच राहिल्याचे त्याच्या लक्षात येते. हरकत नाही. जोरात धक्का मारला की काम होईल.

मस्का जरा मागे येतो. लाकूड आणि काचेच्या दारावर जोरात लाथ मारतो. मोडलेला दरवाजा उघडून तो आत जातो.

त्याचा अंदाज बरोबर होता. मातीत रुतलेले एक टेबल तो जोरात खेचतो. त्याच्यावरील टोमॅटोच्या कुंड्या खाली पडतात. तो टेबल भिंतीपाशी आणतो. तो पुन्हा घराकडे नजर टाकतो. अंधारात एक दिवा अधांतरी हालताना दिसतो. टॉर्च लाइट. पोलीस बॅटरी घेऊन परिसर तपासत त्याच्याकडे येत होते.

मस्काने पूर्वी खून केलेला आहे आणि गरज भासल्यास पुन्हा करायची त्याची तयारी आहे. तो बॅटरीच्या प्रकाशझोतापासून दूर डावीकडे जातो आणि ग्रीन हाउसच्या बाजूच्या भिंतीला एक मोठा दगड फेकून मारतो.

''थांब, पोलीस!''

टॉर्च लाइट आवाजाच्या दिशेने जाताना बघून त्याच्या चेहऱ्यावर स्मित झळकते. काही क्षणांतच तो प्रकाशझोताच्या मागे असतो आणि पोलीस बेशुद्ध

होऊन जमिनीवर कोसळतो.

मस्का पुन्हा टेबलाकडे जातो. ते भिंतीला टेकवून नीट बसवतो. वीस सेकंदांनी तो गायब झालेला असतो.

१२

मेगनला तिच्या चार वर्षांच्या लहानग्या मुलीचा, चोंदलेले नाक आणि भरलेली छाती यामुळे श्वास घेताना होणारा आवाज ऐकू येत आहे. दर अर्ध्या तासाने उठून ती तिच्या डोक्यावरून हात फिरवते आहे. सॅमीचे अंग तापाने फणफणले आहे. त्या रात्रीत आठव्यांदा तिने कापडाची पट्टी पाण्यात भिजवून तिच्या कपाळावर ठेवली आहे.

तिचा मोबाइल वाजला. ती अर्धवट झोपेतून खडबडून जागी झाली आणि सॅमीची झोपमोड होऊ नये म्हणून तिने त्याच्यावर झडप घातली.

''डीआय बेकर.''

''इन्स्पेक्टर, मी कन्ट्रोलरूममधून जॅक बेंटले बोलतोय.''

''एक मिनिट!'' ती अंथरुणातून उठत फोनमध्ये कुजबुजते. जिन्याच्या मधल्या टप्प्यावर जाऊन ती बोलते, ''हं, आता बोल!''

''टोलार्ड रॉयलमध्ये गडबड आहे. बीट ऑफिसरचा आताच फोन आला होता.''

''जॅक, ते माझ्या भागात नाही.'' ती पॅसेजमध्ये डोकावते. तिची आई कपाळाला आठ्या घालून बेडरूमच्या दारात उभी आहे. ''ते मला माहीत आहे, मॅडम, तिथल्या एका मोठ्या बंगल्यात आग लागली आहे आणि घरफोडीसुद्धा झाली आहे, असा रिपोर्ट आहे. गुन्हेगाराने पळून जाताना एका पोलीस ऑफिसरला जखमी केलं आहे.''

''एवढ्यासाठी मला फोन केला?''

''त्यांनी एका माणसाला हॉस्पिटलमध्ये नेलं आहे. त्याच्या खिशात तुमचं व्हिजिटकार्ड होतं.''

मेगन आईच्या जळजळीत नजरेपासून तोंड फिरवते. ''नाव काय? कसा दिसतो?''

''त्याचं वर्णन माझ्याकडे नाही; पण तिथे पार्क केलेल्या कारवरून माहिती काढली. 'ऑडी ए फोर' होती. ती केंब्रिजच्या गिडियन चेसच्या नावावर आहे.''

उलगडा झाला आहे असे तिला वाटते; पण तरीही ती विचारते. ''त्या घराचा

मालक कोण?''

बेंटले थोडा वेळ कॉम्प्युटरवर फीड करतो. ''ती प्रॉपर्टी नाथानिएल चेसच्या मालकीची आहे. मतदार यादीवरून तो तिथे एकटाच राहतो.''

''राहत होता. ज्याला हॉस्पिटलमध्ये नेलं आहे, तो त्याचा मुलगा. काही तासांपूर्वीच तो मला भेटला. मी त्याला वडील गेल्याचं सांगितलं म्हणून तो आला आहे.''

''बिचारा! ही रात्र त्याच्यासाठी चांगली नव्हती असं दिसतं. ज्यांनी स्वत:ला गोळ्या घातल्या तो; तो प्रोफेसर का?''

''हो, तोच!''

''एनी वे!'' दोन पोलीस गेले आहेत. रॉबिन फीदरबी आणि ॲलन जोन्स. जोन्सच्या मानेला दुखापत झालीये आणि त्याच्यावर हॉस्पिटलमध्ये उपचार सुरू आहेत आणि फीदरबीनी मला तुम्हाला कळवायला सांगितलं.

''उशिरा फोन केल्याबद्दल सॉरी सांग; पण फोन का नाही केला? म्हणून सकाळी ओरडा खाण्यापेक्षा हे बरं असं म्हणाला.''

''त्याला वाटलं ते बरोबर होतं. थँक्स, जॅक! गुड नाइट!''

तिची आई सॅमीकडे बघायला बेडरूममध्ये जात असताना तिने फोन बंद केला. आता त्यांची बोलाचाली होणार, त्याबद्दल तिला खात्री होती. त्यामुळे वर जाण्याऐवजी ती चहा करायला खाली गेली.

चहाचे पाणी उकळायला ठेवल्यावर ती गिडियनशी थोडा वेळ झालेली भेट आणि त्याच्या वडिलांचं विचित्र आणि काळजी निर्माण करणारं पत्र तिला आठवलं. टोलार्ड रॉयलची घटना ही साधीसुधी फसलेली चोरी नक्कीच नाही.

अजिबात नाही!

१३

मंगळवार, १५ जून
सॉल्झबरी

गिडियनचे डोळे उघडतात तेव्हा सकाळ झालेली असते. आपण आपल्या घरी बिछान्यात आहोत, असे त्याला वाटते; पण ते चूक आहे, हे त्याच्या ताबडतोब लक्षात येते. तो हॉस्पिटलमध्ये होता. त्याच्या मृत वडिलांच्या घरी चोरी झाली होती

आणि आग लागली होती आणि सॉल्झबेरीच्या हॉस्पिटलमधील डॉक्टरांनी त्याला रात्रभर निरीक्षणाखाली ठेवावे, असा आग्रह धरला होता.

तो उठायचा प्रयत्न करत असतानाच वॉर्डमधील सिस्टर सूझी विलबी तिथे आली. "तू उठलास तर कसं वाटतंय?"

तो डोक्याला हात लावतो. ते खूप दुखतंय. "बरं नाही."

ती बेडला टांगलेला चार्ट उचलून त्याच्यावर नजर टाकते आणि त्याचे काळजीपूर्वक निरीक्षण करते. "तुझ्या डोक्यावर एक टेंगूळ आलंय, एक ओठ फाटलाय आणि डाव्या गालावर जखम झाली आहे; पण एक्स-रे वरून हाडबीड मोडलेलं दिसत नाहीय."

"त्याबद्दल देवाचे आभार मानायला हवेत."

"खरंय." ती त्याच्या जखमा झालेल्या चेहऱ्याकडे बघते. "कालच्यापेक्षा जरा सुधारणा दिसतेय; पण जखमेला एक-दोन टाके घातलेले बरे?"

"ठीक होईल असंच. माझ्या जखमा लवकर बऱ्या होतात."

तो टाळतोय हे तिच्या लक्षात येते, "दुखत नाही पूर्वीसारखं. तू हल्ली धनुर्वाताचं इंजेक्शन घेतलंय का?"

"मी लहान होतो; (लहान असताना घेतलं होतं.) त्यानंतर नाही."

"मग आता एक देते आणि इन्फेक्शनसाठी रक्ततपासणी करू. सावधगिरी घेतलेली बरी. घसा कसा आहे?"

आपण बोर्डिंग स्कूलमध्ये आहोत आणि उगीचच शाळेला दांडी मारण्याच्या प्रयत्नात आहोत की काय, ते बाई तपासून बघत आहेत, असे त्याला वाटले. "थोडंसं दुखतंय; पण तसा मी बरा आहे. खरं म्हणजे मी घरी जाण्याइतका बरा आहे. चालेल का?"

तिच्या नजरेत नकार असतो. "पंधरा-वीस मिनिटांत डॉक्टर येतील. ते तुम्हाला एकदा तपासतील आणि सगळं ठीक असेल तर घरी सोडू." ती त्याच्या अंगावरचे ब्लँकेट सारखे करते. "डोकं दुखतंय त्यासाठी मी काहीतरी देते आणि घशासाठी पाणी. सगळ्यात चांगलं म्हणजे भरपूर पाणी प्या. आतली यंत्रणा धुऊन काढा. तुम्ही आगीत सापडला तेव्हा बराच धूर तुमच्या फुप्फुसात गेला आहे. आणखी काही दिवस तुम्हाला कदाचित खोकला आणि घशाचा त्रास होईल."

तो मान डोलवतो. "थँक्स!"

नर्स निघून जाते. ती काय म्हणाली, यावर तो विचार करू लागतो. आग! आता त्याला सगळं काही आठवतं – वडिलांच्या स्टडीमधील तो चोर, भडकलेले पडदे, हॉलमधील झटापट.

नर्स काही गोळ्या आणि छोट्या प्लॅस्टिकच्या कपात पाणी घेऊन येते. "तुम्हाला पॅरॅसिटॅमॉल किंवा ब्रूफेनची ॲलर्जी आहे का?"

"नाही!"

ती पॅरॅसिटॅमॉलच्या दोन गोळ्या त्याच्या हातावर ठेवते. "या आता घ्या आणि त्यांचा उपयोग नाही झाला, तर डॉक्टर दुसरं औषध देतील."

गोळ्या गिळण्यासाठी त्याला सर्व पाणी प्यावे लागले. व्हिकी – त्याची माजी प्रेयसी – पाण्याशिवाय गोळ्या घेऊ शकायची. कोणत्याही प्रकारच्या; पण त्याला एक गोळी गिळण्यासाठीसुद्धा पूर्ण थेम्स नदी घशात ओतावी लागत असे. आज तिची आठवण आली, याची त्याला गंमत वाटली. डोक्याला बसलेल्या मारामुळे असेल. त्यांची मैत्री मोडून वर्ष होऊन गेले होते. डॉक्टरेट पूर्ण झाल्यावर क्वीन व्हिकी एडिंबरला परत गेली – ती तसे करण्याची धमकी नेहमीच देत असे – आणि फारकत झाल्यावर आपण ती योग्य वेळी केली असे दोघांनाही वाटले. अजून कधी कधी तिची आठवण यावी – आताप्रमाणे! शेम! गिडियनच्या मनात आले. सिस्टर विलबी आसपास वावरतेय. "तुम्हाला कोणी भेटायला आलं तर त्रास होईल का?" ती अपराधी सुरात विचारते.

काय उत्तर द्यावे, ते गिडियनला समजत नाही. "कोणत्या प्रकारचे लोक?"

"पोलीस. एक लेडी डिटेक्टिव्ह आताच आली आहे. रिसेप्शनमध्ये बसली आहे." तिच्या डोळ्यांत एक मिश्कील चमक येते. "तुमची इच्छा नसेल, तर भेटायलाच हवं असं नाही. मी तिला जायला सांगीन."

"नाही, ठीक आहे. मी भेटीन तिला, थँक्स!" त्याचे डोके निषेध म्हणून ठणकायला लागते. आता त्याला मेगन बेकर सारख्यांची भेट नको आहे.

१४

सँक्चुअरीमधील बाहेरच्या कक्षांपैकी एकात आतल्या वर्तुळाची बैठक आहे. त्यांच्या प्रमुखाने बोलावलेल्या तातडीच्या बैठकीवर कमरेइतक्या उंचीच्या जळणाऱ्या मेणबत्तीच्या सावल्या पडल्या आहेत. मस्का मधोमध उभा आहे. शरमेच्या भाराने त्याची मान खाली झुकली आहे.

"तू अयशस्वी झालास." ड्रॅकोचा आवाज दगडी भिंतींवर आपटून घुमतो. "तुझ्या बांधवांना धोका दिलास. आपल्या पंथाला धोका दिलास. आपण ज्याचे प्रतीक आहोत, त्या सगळ्याला धोका दिलास."

मस्का काहीही न बोलता उभा आहे.

ड्रॅकोच्या आवाजात आणखी कडवटपणा येतो. ‘‘सर्वांच्या माहितीसाठी, तू कोणकोणत्या वस्तू पोलिसांसाठी मागे सोडून आलास ते सांग.’’ मस्का यांत्रिकपणे बोलतो. ‘‘एक टूल बॅग. तिच्यात एक लोखंडी बार, स्क्रू ड्रायव्हर, हातोडी, डक्टटेप, वायर कटर – ’’

ड्रॅको मध्येच बोलतो, ‘‘आणि तुला चोरी करणे, आग लावणे आणि कदाचित खुनाचा प्रयत्न करणे, यासाठी दोषी ठरवायला पुरेसा डीएनए.’’

‘‘त्यावरून माझ्यापर्यंत पोहोचता येणार नाही.’’

‘‘अजूनपर्यंत!’’

‘‘माझं कोणतंही गुन्हेगारीचं रेकॉर्ड नाहीये.’’ मस्का बोलतो. ‘‘माझ्या बोटांचे ठसे किंवा जनुकीय ठसे कुठेही, कोणत्याही फायलीत नाहीत.’’ ड्रॅको त्याच्या थोबाडीत मारतो. ‘‘मूर्खपणा केलास तो केलास. आणखी उद्दामपणा तरी करू नको. आतल्या वर्तुळाचा प्रमुख म्हणून माझा मान राख.’’

मस्का त्याचा हुळहुळणारा गाल चोळतो. ‘‘मी माफी मागतो.’’

ड्रॅको अंधाऱ्या खोलीत मागे बघतो. ‘‘ग्रस! आपल्याला पुरावा नाहीसा करता येईल?’’

‘‘हरवायचा?’’

ड्रॅको मान डोलवतो.

‘‘इतक्यात नाही. त्याने पोलिसावर हल्ला केला तेही आहे; पण काही दिवसांनी करता येईल. त्याबद्दल मला खात्री आहे.’’

‘‘छान!’’ तो पुन्हा मस्काकडे वळतो. ‘‘तुझा चेहरा कोणी बघितला का?’’

‘‘पोलिसाने नाही. तिथे अंधार होता; पण त्या मुलाने बघितला असणार. अगदी निश्चित.’’

ड्रॅको सर्वांना उद्देशून विचारतो, ‘‘तो आता कसा आहे आणि कुठे आहे? कोणाला माहीत आहे?’’

जमलेल्यांपैकी लहान अंगकाठीचा, लाल केसांचा फोरनॅक्स म्हणतो, ‘‘तो सॉल्झबेरीला हॉस्पिटलमध्ये आहे. रात्रीपुरता. गंभीर इजा नाहीत. त्याला उद्या किंवा कदाचित आज संध्याकाळीसुद्धा सोडून देतील.’’

ग्रस शांत आणि गंभीर आवाजात बोलतो, ‘‘तो हॉस्पिटलमधून बाहेर पडला की टेहळे त्याच्यावर पाळत ठेवतील.’’

‘‘गुड!’’ ड्रॅको मस्काला आणखी एक प्रश्न विचारतो, ‘‘आपल्याविषयी जगाला कळेल असं तुला तिथे काहीही सापडलं नाही, हे नक्की?’’

‘‘हो, नक्की! मी सगळ्या खोल्या शोधल्या. वरच्या, खालच्या, शेकडो किंवा हजारो पुस्तकं होती; पण आपला पंथ किंवा सेक्रेड्सबद्दल कोणत्याही नोंदी किंवा

कागद नव्हते.''

ग्रस पुन्हा बोलला. ''कदाचित तो शेवटपर्यंत एकनिष्ठ राहिला असेल.'' ड्रॅकोला तसे वाटत नाही. ''आपल्या मृत बांधवाबद्दलचे तुझं प्रेम आम्हाला माहीत आहे; पण ते अनाठायी आहे. त्याने अवेळी आणि स्वार्थीपणातून आत्महत्या केली आहे. आणि ती फार धोक्याची ठरू शकते. आपली योजना आणि तिच्यासाठी त्याच्याकडून काय अपेक्षा होती, ते त्याला माहीत होतं.''

प्रमुख पुन्हा मस्काकडे लक्ष वळवतो. ''आपण किंवा आपल्या पंथाचा उल्लेख असलेलं त्या घरात काहीही नव्हतं, याची तुला पक्की खात्री आहे?''

''असेलच तर आता काहीही उरलेलं नाही. स्टडीमधील सर्वकाही आगीत जळून खाक झालं आहे, याबद्दल मला खात्री आहे.''

ड्रॅकोचा राग आणि काळजी थोडी कमी झाली. तिथे राहिलेली टूलबॅग ही पंथाची गुप्तता अबाधित राहण्यासाठी लावलेल्या आगीची किंमत होती, असे नाइलाजाने धरून चालावे लागेल; पण अजून एक मोठी समस्या राहणारच आहे. पंथाच्या भविष्यासाठी नाथानिएल चेसला एक महत्त्वाची भूमिका बजावायची होती. समारंभाच्या विधीच्या दुसऱ्या भागात एक कळीची भूमिका.

''आता तो गेलेला असल्यामुळे त्या जागेसाठी दुसऱ्या कोणाची निवड करावी लागेल.''

...आणि त्वरेने!

१५

मेगन बेकर तिच्या मध्यम लांबीच्या काळ्या सूट-स्कर्टवर मागे हात फिरवत गिडियनच्या बेडजवळच्या टणक खुर्चीवर बसते.

''मग, हे काय झालं तुम्हाला?''

''मला नीट आठवत नाहीये.''

ती बाजूला उभी असलेल्या नर्सकडे बघते. ''इथल्यापेक्षा जरा खासगी अशी जागा आहे का? जिथे मला यांच्याशी नीट बोलता येईल अशी.'' नर्स क्षणभर विचार करते. ''बाहेरच्या पॅसेजच्या टोकाला एक तपासणी खोली आहे.'' ती बोट दाखवत म्हणते. ''ती वापरा! दारावरची पाटी उलटी करा. कोणी डिस्टर्ब करणार नाही.''

मेगन गिडियनकडे बघत विचारते, ''तुम्हाला तिथपर्यंत चालता येईल?'' ''हो! मला अगदी छान वाटतंय,'' ढगळ पायजमा घसरणार नाही, याची काळजी

घेत तो पाय सावकाश उचलून ते बेडच्या बाजूला खाली घेतो. "माझ्या अवताराकडे प्लीज दुर्लक्ष करा." अंगातील पट्ट्यापट्ट्यांच्या ढगळ आणि आखूड कपड्यांकडे निर्देश करत तो बोलतो.

ते तपासणी खोलीत प्रवेश करतात. नर्स त्यांना सोडून निघून जाते. मेगन दारावरची पाटी उलटी करते आणि दार लावून घेते. दोन खुर्च्या ओढून ते बसतात.

"मग, पोलीस स्टेशनमधून गेल्यावर काय काय झालं?"

त्याला आपण मठ्ठ असल्याप्रमाणे वाटले. "मी सगळ्या गोष्टींचा नीट विचार केला नव्हता. तुमच्या तिथून निघाल्यावर माझ्या लक्षात आलं की, मी राहायची काहीच व्यवस्था केली नव्हती. मग वडिलांच्या घरी जाऊन झोपावं असा विचार केला. मला वाटतं, आत कुठेतरी मला घराची ओढ वाटत होतीच."

"ते अगदी साहजिक आहे."

"असेल. घराचा मागचा दरवाजा मोडून उघडलेला दिसला. म्हणून मी ९९९ला फोन केला आणि आत गेलो."

ती एक पाय दुसऱ्यावर ठेवते. "पोलीस येईपर्यंत तुम्ही थांबायला हवं होतं. त्यांनी फोनवर तसं सांगितलं नाही का?"

"तसं सांगितलं होतं की नाही, हे मला आठवत नाही; पण त्यामुळे उगीच कुणाला त्रास होऊ नये असं मला वाटलं. मला आत जाऊन फक्त सगळीकडे नजर टाकून, आपण उगीचच फोन केला नाही ना, याची खात्री करून घ्यायची होती."

"तुम्ही विनाकारण फोन केला नव्हता हे दिसतंच आहे."

"नाही. मी उगीच नव्हता केला. मी त्या माणसाला वडिलांच्या स्टडीमध्ये बघितलं. तो तिथे आग लावत होता."

"कशी लावत होता? नक्की काय केलं त्यानं?"

त्या पुरातत्त्वशास्त्रज्ञाच्या मनात ते चित्र पक्के ठसले होते. "त्याच्या डाव्या हातात बरेच कागद होते, ते त्यानं सिगारेट लायटरनं पेटवले – ते, स्वस्तात मिळतात ना तशा लायटरनं."

"आणि तेव्हा तुम्ही त्याच्यापुढे गेलात?"

"नाही. अगदी तसं नाही. आधी मी दरवाजा ओढून तो लॉक केला आणि त्याला आत कोंडलं. मग माझ्या लक्षात आलं की, त्याला बाहेर येऊ दिलं पाहिजे, नाहीतर तो आत बहुतेक मरेल."

"दुसऱ्या कोणाला त्याला कोंडलेलाच ठेवायचा मोह झाला असता."

"मलाही झाला."

"पण तुम्ही तसं केलं नाही, ते बरं झालं. केलं असतं, तर आज सकाळी मला तुमच्यावर फौजदारी गुन्हा दाखल करावा लागला असता."

“मला माहीत आहे.”

ती त्याचे निरीक्षण करते. तो बुद्धिजीवी आहे, झगडणारा नाही. उंच, तगडा असल्यामुळे स्वसंरक्षणाला समर्थ; पण तसे करण्याची सवय नसलेला.

“मग तुम्ही दार उघडलंत आणि त्यानी तुमच्यावर हल्ला केला?”

“जवळजवळ तसंच. त्यानं मला वाटेतून दूर ढकललं आणि मी त्याच्या कमरेला धरलं. रग्बी स्टाइल. फक्त, मी त्याला पाडलं नाही. तो मला गुद्दे आणि लाथा मारू लागला.”

ती त्याच्या ओरखड्यांकडे बघते. ते जरा वेगळेच वाटतात. “त्यानं तुझ्या गालाला बरीच इजा केली आहे. ओरखड्यांवरून मला वाटतं की, त्याच्या उजव्या हातात काहीतरी दागिना असावा, कंगोरे असलेल्या अंगठीसारखा.”

“माझ्या लक्षात आलं नाही. मला फक्त लागलेलं आठवतंय.”

“माझी तशी कल्पना आहे.” ती जमिनीवरून तिची हॅन्डबॅग उचलते. “मी याचा फोटो काढला, तर तुमची हरकत नाही ना? गालावरच्या ठशाची आउटलाइन अगदी स्पष्ट आहे.”

“हरकत नाही.”

नेहमी जवळ बाळगते त्या छोट्या ‘सायबर शॉट’चे झाकण ती काढते. कॅमेऱ्याच्या फ्लॅशमुळे त्याचे डोळे दिपतात. “सॉरी! आणखी एक काढते.”

पुन्हा फ्लॅश होतो आणि ती कॅमेरा बंद करते.

“आम्ही तो SOCOकडे पाठवू.” ती कॅमेरा बॅगेत टाकते.

“तुमच्या चेहऱ्यावर अंगठीचा ठसा उमटवणारा तो माणूस सापडला तर त्याला हल्ला करणे, दरोडा घालणे आणि आग लावणे, यासाठी शिक्षा होऊ शकेल आणि बरीच वर्षं ‘आत’ काढावी लागतील त्याला.”

“होऊ शकेल?”

“हो! इंग्लंडमधील न्यायसंस्था त्याची कोणतीही हृदयद्रावक कथा मान्य करेल – लहान असताना अंथरूण ओले करत होता. वडील दारुडे होते, वगैरे... वगैरे. गुन्ह्याची तीव्रता कमी करणारी कारणे म्हणतात त्याला. तुम्हाला तो नीट दिसला?”

गिडियनच्या चेहऱ्यावरचा हिरमुसलेपणा दिसून येतो. “नाही. मला नाही वाटत तसं. सगळं इतक्या झटकन घडलं आणि त्यात अंधारही होता.”

मेगन मानसशास्त्राची पदवीधर आहे आणि ब्रिटनमधील सर्वांत निष्णातांपैकी एका तज्ज्ञाकडे तिने सहायक म्हणून दोन वर्षे काम केले आहे. एखाद्या माणसाच्या तोंडातून खोटे बाहेर पडण्यापूर्वीच तो खोटे बोलणार आहे, हे ती ओळखू शकते. ती कपाळाला आठ्या घालत गोंधळात पडल्यासारखे दाखवते. “मला समजलं नाही. तुम्हाला त्याच्या हातातला लायटर स्पष्टपणे दिसला – बीआयसी; पण

तुम्हाला त्याचा चेहरा दिसला नाही!''

गिडियन जरा बेचैन होतो. ''माहीत नाही. मला वाटतं माझी दृष्टी जाळाकडे खिळून राहिली.''

''ते मी समजू शकते; पण आगीचा एवढा उजेड असणार – त्याच्या हातात जळणाऱ्या कागदांचा, पेटलेल्या पडद्यांचा आणि तरीही त्याचं थोडंतरी वर्णन देण्याइतकासुद्धा त्याचा चेहरा तुम्हाला दिसला नाही?''

तो खांदे उडवतो. ''सॉरी!''

''मिस्टर चेस, मला तुम्हाला मदत करायची आहे; पण त्यासाठी तुम्ही माझ्यावर विश्वास ठेवायला हवा.''

त्याच्या नजरेत आश्चर्य दिसते. ''माझा विश्वास आहे. का नसेल?'' ती त्याच्या प्रश्नाकडे दुर्लक्ष करते. ''तुम्हाला त्या माणसाबद्दल काहीही सांगता येत नाहीये याबद्दल तुमची खात्री आहे? त्याचा आकार, वजन, केसांचा रंग, कपडे काहीही?''

तिची रोखलेली नजर त्याला जाणवते; पण तो मूक राहतो. त्याने दरवाजा बंद करून त्या माणसाला कोंडलं त्याआधी त्याने त्याच्या मोबाइल फोनवर त्याचा फोटो काढला होता. तो माणूस त्याच्या वडिलांच्या गुपितांच्या संबंधातच तिथे आला असणार; पण ती गुपिते काय आहेत, हे पोलिसांना कळण्याआधी त्याला शोधायची आहेत.

मेगन अजून त्याच्या उत्तरासाठी थांबली आहे. तो मान हलवतो. ''आय ॲम सॉरी! त्या बाबतीत मी तुम्हाला मदत करू शकत नाहीये.''

ती असे स्मित करते की, तो बिचकतोच. ''तुम्ही कराल.'' ती बर्फासारखी थंडपणे म्हणते. ''लक्षात ठेवा, तुम्ही कराल!''

१६

स्टोनहेंज

त्या मूल्यवान शिळांचे रक्षण करायचे म्हणजे मुख्यत: लोकांनी त्यांच्यावर चढणे किंवा कोणत्याही प्रकारे त्या विद्रूप करणे, अशा गोष्टींना प्रतिबंध करायचा. त्यासाठी 'इंग्लिश हेरिटेज'ने स्टोनहेंजभोवती कुंपण घातले आहे, वाहतूक नियंत्रणासाठी अडथळे उभारले आहेत, दोर बांधले आहेत आणि लेखी परवानगी असेल

तरच किंवा काही विशेष प्रसंग असेल तरच लोकांना दोरांच्या आतल्या भागात जाऊ देतात.

सरकारच्या पैशांवर चालणारी ही संस्था काम चांगले करते; पण कंत्राटावर नेमलेल्या सुरक्षा कर्मचाऱ्यांपैकी काही जण किती प्रामाणिक आणि निष्ठावान असतील, याची मेगनला कल्पना नाही. सीन ग्राबसारखे लोक 'पवित्र पंथा'चे निष्ठावान अनुयायी आहेत. त्यांच्या पगारी नोकरीची वेळ संपल्यावरसुद्धा ते त्या मूल्यवान स्थळावर नजर ठेवतात. पस्तीस वर्षांचा, किंचित स्थूल असा ग्रॅब बाह्या सरसावून काम करणाऱ्या आणि करवून घेणाऱ्या लोकांपैकी एक आहे. त्याच्यासाठी काम करणाऱ्यांची तो नेहमी पाठ थोपटतो. स्टोनहेंजवर चोवीस तास नजर ठेवणाऱ्या टेहळणी तुकडीचा तो प्रमुख आहे. तीनशे साठ अंश. रोजचे चोवीस तास. आठवड्याचे सातही दिवस, वर्षांचे तीनशे पासष्ट दिवस.

तो आणि त्याचे टेहळे यांच्या पहाऱ्यात कधीही खंड पडत नाही. त्यातील काही टेहळे हेरिटेजच्या पगारी नोकरीच्या माध्यमातून उघडपणे, तर काही मैदानावर मोक्याच्या ठिकाणी लावलेल्या छोट्या कॅमेऱ्यांच्या साहाय्याने गुप्तपणे नजर ठेवतात.

ग्रॅब गेली दहा वर्षे टेहळणीचे काम करत आहे. पंथामध्ये 'सर्पन्स' या नावाने तो ओळखला जातो. त्याचे वडील, आजोबा आणि वडिलांच्या बाजूचे सर्व पुरुष पंथाचे निष्ठावान सभासद होते. आज त्याच्याबरोबर पंचवीस वर्षे वयाचा एक नवा उमेदवार, ली जॉन्स आहे. अजून त्याला औपचारिकरीत्या पंथाचे सभासदत्व मिळायचे आहे. उंच, सडपातळ, पुटकुळ्या आलेली फिकट त्वचा. अंगात कामावरचा गणवेश नसेल, तेव्हा डेनिमची मळकट जीन आणि रॉकबॅन्ड टीशर्ट. फार हुशार नाही; पण थोडे टक्केटोणपे खाल्लेला. पूर्वी ड्रग्सचे व्यसन होते. राहायला घर नव्हते. विशीत येईपर्यंत समाज त्याला एक त्रासदायक 'इको-हिप्पी' म्हणून ओळखू लागला होता. काही काळ तो चळवळी आणि निषेध करणाऱ्या इतर लोकांच्या टोळक्यात होता; पण खरे म्हणजे तो कुणातच नीट मिसळला नव्हता. तो एकदा ग्लासनबेरीला काही स्वस्त कपडे घेण्यासाठी आणि इतर काहीतरी करून थोडे पैसे मिळवण्यासाठी जात असताना वाटेत स्टोनहेंजला आला आणि तिथे आपल्या जीवनाला काही अर्थ आहे, असे त्याला वाटू लागले; आणि तो पुढे गेलाच नाही. 'अयन' इतके रोमांचकारी होते की, त्याला हेंजपासून हलावेसेच वाटले नव्हते. तो तिथेच राहिला आणि साफसफाई वगैरे कामे करू लागला.

तो सीनबरोबर जवळजवळ तीन वर्षे काम करत आहे. त्यांच्यात गुरू-शिष्याचे नाते निर्माण झाले आहे. सीन त्याचा पोषणकर्ता असून, त्याच्या जुनाट थर्मासमधील

चहाबरोबर बरेच उपदेशामृतही तो त्याला वरचेवर पाजत असतो. प्रत्येक पहाऱ्याच्या दरम्यान तो त्याच्या शिष्याला प्रश्न विचारून पंथाच्या अनुयायांच्या गुप्त वर्तुळात प्रवेश देण्यास योग्य करण्याचा प्रयत्न करत असतो.

प्रश्न पहिला : ग्रॅब त्याच्या शिष्याकडे 'लक्ष दे' अशा नजरेने बघत म्हणतो. ''या शिळा काय आहेत आणि पंथातील लोकांसाठी त्यांचे महत्त्व काय आहे?''

जॉन्सच्या चेहऱ्यावर स्मित झळकते – सोपा प्रश्न. ''शिळा या आपल्या सेक्रेड्स – पवित्र देवता – आहेत. त्यांच्यापासूनच आपल्याला सर्व भौतिक ऊर्जा मिळते. त्या आपल्या रक्षणकर्त्या आहेत, आपल्या पालक आहेत आणि आपल्या जीवनाचा आधार आहेत.''

लीच्या तांबूस झालेल्या मगमध्ये बक्षीस म्हणून ग्रॅब थोडा चहा ओततो. ''उत्तम! आणि या पवित्र शिळा आपल्यावर अशी कृपा का करतात?''

कारपार्कच्या प्रवेशस्थानाशी उभे राहून जॉन्स मगातील ते 'अमृत' कुरवाळतो. ''आपण ज्यांचे अनुयायी आहोत, भक्त आहोत, ज्यांनी या शिळा हजारो वर्षांपूर्वी इथे आणून उभ्या केल्या, त्यांचे आपण वंशज आहोत. आपल्या पूर्वजांच्या रक्त आणि हाडांवर या पवित्र शिळा उभ्या आहेत. आपले अवशेषसुद्धा तसेच उपयोगी पडणार असून त्यातून हे शिळांचे वर्तुळ पूर्ण होणार आहे.'' ग्रॅबच्या थर्मासच्या तोंडातून वाफ बाहेर पडते आहे. गरम चहाचा घोट घेत घेत तो विचारतो , ''आणि या पवित्र देवता कशा प्रकारे आपलं भलं करतात?''

''त्यांच्या आध्यात्मिक शक्तीनं. त्या या शिळांच्या माध्यमातून ती आपल्याला देतात आणि त्यांचे आशीर्वाद, आजारपण आणि दारिद्र्य यांना आपल्यापासून दूर ठेवतात.''

ग्रॅब खूश होतो. त्याचा शिष्य प्रश्नोत्तरे चांगल्याप्रकारे आत्मसात करत आहे आणि त्यामुळे त्याची प्रतिष्ठा वाढणार आहे. तो लीच्या मगात आणखी थोडा चहा ओततो. ''आणि त्याबदली, देवता आपल्याकडून कशाची अपेक्षा करतात?''

''आदर!'' तो प्रामाणिकपणे हा शब्द उच्चारतो. ''आपण त्यांना मानले पाहिजे, त्यांचा मान राखला पाहिजे, त्यांच्यावर श्रद्धा ठेवली पाहिजे आणि त्यांचा प्रवक्ता असलेल्या हेंजप्रमुखाच्या शिकवणुकीचे पालन केले पाहिजे.''

''अगदी बरोबर, ली! आपला वारसा कोण चोरणार आहेत, ते लक्षात ठेव. कॅथॉलिक आणि त्यांच्या देवाने दिलेल्या दगडावर कोरलेल्या आज्ञा लक्षात ठेव. इथे इंग्लंडमध्ये पवित्र शिळांची प्रतिष्ठापना झाल्यानंतर दोन हजार वर्षांनी त्यांनी ती कथा बनवली.''

ली मान डोलवतो. त्याला समजतं, आपल्याला इतर धर्मांची भुरळ पडू देता कामा नये. त्यांच्या श्रद्धा, समजुती खोट्या आहेत. चमकणारी, सोन्याची राजवाडावजा

देवळे आहेत. ते दर आठवड्याला लोकांकडून पैसे गोळा करतात आणि त्यातून स्वतःच्या बँका आणि राज्ये निर्माण करतात. ''सीन!'' खात्री करून घेण्यासाठी तो बोलू लागतो. ''मला माहीत आहे की, ज्या महान लोकांनी या निळ्या शिळा आणि महाशिळा इथे आणल्या, त्यांच्यापर्यंत तू तुझी वंशावळ शोधून काढू शकशील. त्यामुळे तू या महान देवतांच्या कृपेला आणि संरक्षणाला पात्र आहेस हे मी जाणतो; पण माझ्यासारख्या लोकांचं काय? आम्ही बाहेरचे आहोत. आम्ही या भागातले नाही.''

ग्रॅबला त्याची असुरक्षिततेची भावना समजते, लीलासुद्धा ती बरेचदा जाणवते. ''मित्रा, आपण सगळे याच भागातले आहोत. पाच हजार वर्षांपूर्वी ब्रिटनची लोकसंख्या अतिशय कमी होती. त्या वेळी तू आणि मी कदाचित भाऊ-भाऊ असू किंवा कमीत कमी चुलत भाऊ तरी नक्की असूच.''

जॉन्सला ती कल्पना आवडते आणि ती पटतेही. ख्रिश्चन लोकांचेसुद्धा ॲडम आणि ईव्ह होते आणि त्यांच्या संबंधातून ही सगळी सृष्टी निर्माण झाली यावर विश्वास आहे. किंवा तसंच काहीतरी. त्याला आता नीट आठवत नाही. भाऊ-भाऊ – तो आणि सीन.

''ली, तुझी प्रगती फार छान आहे.'' ग्रॅब त्याचा वजनदार हात लीच्या हडकुळ्या खांद्याभोवती टाकत त्याला त्याचा किती अभिमान वाटतो, ते दाखवून देतो.

पण, प्रत्यक्षात त्याला काळजी वाटतेय, ती येणाऱ्या भयंकर प्रसंगाला तो कसा तोंड देईल याची.

१७

धनुर्वाताचे इंजेक्शन दिल्यावर आणि रक्त घेतल्यावर – जे गिडियनच्या मते अगदी अनावश्यक होते – गिडियनला दुपारी हॉस्पिटलमधून सोडून देण्यात आले. चांगली गोष्ट एकच झाली. ती म्हणजे हॉस्पिटलमधून सुटण्याआधीच डीआयने वडिलांच्या घराच्या किल्ल्या त्याच्याकडे पाठवून दिल्या.

हॉस्पिटलमधून टॅक्सीने घरी येताना घराचे आगीमुळे बरेच नुकसान झाल्याचे दिसले. घराच्या भोवतीची हिरवळ आगीच्या बंबामुळे उखडली गेली आहे. घराची एक बाजू धुराने काळी झाली आहे. खिडक्या फुटल्या असून, त्या फळ्या मारून बंद केल्या आहेत. विटांच्या भिंतींना तडे गेले आहेत.

या क्षणी त्याला त्याचे फारसे काही वाटत नाही. हे घर म्हणजे त्याच्यासाठी

अजूनही एक दगड-विटांची इमारत आहे. पुढच्या प्रचंड फाटकातून आत गेल्यावर मात्र त्याला जरा भावुक वाटते.

त्याची आई गेली तेव्हा गिडियन सैरभैर झाला होता. पूर्वीचा आत्मविश्वासपूर्ण, बोलका, जगावर आणि जगातील त्याच्या स्थानावर विश्वास ठेवणारा गिडियन अबोल आणि एकांतप्रिय झाला. वडिलांच्या मृत्यूमुळे आणखी बदल होत आहे. कोणता ते त्याला निश्चितपणे उमगत नाही; पण त्याला ते जाणवतेय. त्याच्या अंतर्मनात राग, वैफल्य, तिरस्कार आणि काहीशी अन्यायाची भावना यांचे स्फोटक मिश्रण तयार झाले आहे. एक खळाळणारे मिश्रण; जे त्याच्या व्यक्तिमत्त्वाचा डीएनए कायमचा बदलणार आहे, हे त्याला समजलेय.

तो त्या मोठ्या घरात हिंडतो आणि त्याला एकटं एकटं वाटतं. त्याला भाऊ-बहिणी नाहीत, आजी-आजोबा नाहीत, मुले नाहीत. चेस वंशातला तो शेवटचा. आता उर्वरित आयुष्यात तो जे काही करेल, त्यावरून जगाचे त्याच्याबद्दल आणि चेस वंशाबद्दल मत ठरणार.

तो कोट हॉलमध्ये काढून टाकतो. भव्य जिना चढून पहिल्या मजल्याच्या उघड्या आणि लांब लॅन्डिंगवर येतो आणि वॉश घेऊन जरा पडण्यासाठी जागा शोधू लागतो.

चारशे वर्षांपूर्वी बांधलेले ते घर आताची राहणी आणि गरजा यांसाठी योग्य नाही. उंच छप्पर असलेल्या त्या मोठ्या खोल्या गरम करण्यासाठी खूपच खर्च येणार. त्याचे वडील दोन-तीन खोल्यांतच राहत होते, यात आश्चर्य नव्हते. खिडक्यांतून वारा येत आहे आणि त्या बदलायला झाल्यात. बहुतेक सर्व भिंतींवर दमटपणामुळे पोपडे आले आहेत. जमिनीच्या फळ्या वादळात सापडलेल्या जहाजाच्या फळ्यांप्रमाणे आवाज करत आहेत, आणि घराला रंग लावून ५० वर्षे तरी होऊन गेली असावीत.

त्याच्या वडिलांची बेडरूम सगळ्यात लहान आहे आणि तिच्यात त्याला विचित्र वाटतेय. तिच्यात रिकामपण भरलेले आहे. वडिलांच्या वस्तू सगळीकडे विखुरलेल्या आहेत. जणूकाही एखाद्या किरणोत्सर्गाने वडील नाहीसे होऊन त्या इतस्तत: उडाल्या आहेत.

बेडच्या उशाशी पुस्तकांचा उंच ढीग आहे. त्याच्या जवळच एक पांढरा मग आहे. त्यात उरलेल्या चहावर बुरशीचा एक इंचाचा थर जमा झाला आहे. शेवटच्या सकाळी किंवा आदल्या रात्री त्यांनी तो चहा घेतला असावा.

लाकडी चौकटीच्या उंच, डबलबेडवरील दुलई बाजूला ओढली गेलेली आहे. स्प्रिंगची जुनी गादी, चादर आणि चुरगळलेली उशी यांच्यावरील खळग्यांवरून नाथानिएल कुठे झोपायचे, ते स्पष्ट होत होते. पलंगाची दुसरी बाजू नव्यासारखी

आहे. गिडियनच्या कपाळाला आठ्या पडतात. एवढी हुशारी आणि श्रीमंती असतानाही त्याचे वडील झोपडपट्टीतल्यासारखे आणि एकटे राहिले.

तो त्या छोट्या बेडरूममध्ये चौफेर नजर टाकतो आणि त्याला दारावरील जुनी बेल दिसते. पूर्वी दाई किंवा बटलर इथे झोपायचे, त्यांना बोलावण्यासाठी ही बेल होती.

त्याला लहानपणी एका पावसाळी वीकएन्डला नॅशनल ट्रस्टच्या एका आश्रमाला दिलेली भेट आठवली. तिथल्या टूर गाइडचे एक वाक्य त्याच्या लक्षात राहिले. 'या प्रॉपर्टीमध्ये गुप्त मार्गिकांचे जाळेच आहे. ते वापरून नोकरचाकर पटकन आणि कोणाच्या लक्षात न येता एका मजल्यावरून दुसऱ्या मजल्यावर ये-जा करत.'

वडिलांच्या घरातही तसे असेल का, असे गिडियनच्या मनात येते. तो कॉरिडॉरमध्ये जातो आणि धुळीचा लोटच उठतो. वडिलांच्या बेडरूमच्या मागे आणखी एखादी खोली आहे का, असे त्याला वाटून जाते.

पण तशी दिसत नाही.

पहिल्या मजल्यावरील पॅसेजच्या टोकाला एक खिडकी आहे. तिच्यातून खालची बाग दिसते. तो खिडकीकडे जात असताना उजव्या बाजूच्या वॉलपेपरमध्ये एक जरा विचित्र असा जोड त्याला दिसतो. तो भिंतीवर बोटे आपटून पाहतो. विटेच्या भरीव भिंतीऐवजी पोकळ प्लास्टरबोर्डसारखा आवाज येतो. तो डाव्या बाजूला तीन-चार फुटांवर आणि मग उजव्या बाजूला वाजवून बघतो.

दगड!

तो मधल्या प्लास्टरबोर्डवर पुन्हा टकटक करतो; वर, खाली, बाजूला, भोवती. त्यातील प्लास्टरबोर्डाचा भाग दरवाजाइतका मोठा वाटतो. तो गुडघ्यांवर बसून भूगर्भ शास्त्रातल्याप्रमाणे बोटाने उकरून बघतो.

तो बोर्ड जिथे जमिनीला टेकत होता, तो सांधा त्याच्या बोटांना लागतो. त्यात बोट घालायचा प्रयत्न करून, ते खेचायचा तो प्रयत्न करून बघतो; पण ते घट्ट बसलेले दिसते. जरा वैतागून तो ओढण्याचा प्रयत्न करण्याऐजी धक्का मारून बघतो.

आणि ते उघडते. आतील कोंदट हवेचा भपकारा येतो.

गिडियन उभा राहतो. भिंतीत काळोखी जागा दिसते. तो आत हाताने चाचपून दिव्याचे बटण शोधतो. दिवा लागतो आणि त्याला जे दिसते त्याने तो आश्चर्यचकित होतो. ती मोठ्या कपाटासारखी एक अरुंद खोली आहे. एका भिंतीला लागून जमिनीपासून छतापर्यंत पुस्तकांचा ढीग आहे. दुसऱ्या बाजूला जुने व्हीएचएस टेप, काही डीव्हीडी आहेत. समोरच्या भिंतीत एक जुना प्लाझ्मा टीव्ही बसवलेला आहे.

त्याच्या डोक्यात विचारांचे चक्र जोरात फिरू लागते. त्याच्या वडिलांनी ही गुप्त खोली का बनवून घेतली असेल? हे टेप कसले असतील आणि ते इथे का ठेवलेत? आणि ही शेकडो पुस्तके हॉलमध्ये न ठेवता इथे का ठेवली असावीत? वडिलांना हे सगळे इतके गुप्त का ठेवायचे होते?

भाग २

१८

बुधवार, १६ जून
सोहो, लंडन

जेक टिंबरलँड एकतीस वर्षांचा आहे, पण ते ज्यांना माहीत नसेल, त्यांना तो सत्तावीस वर्षेच सांगतो. तीस किंवा तीसच्या वर त्याच्या मनात एकदम अढी आहे. जेकच्या कंपूमध्ये, लहान असताना वय हे छातीवर लावलेल्या पदकासारखे मिरवायचे असते – मी पाच वर्षांचा आहे. फक्त तीसवर पोहोचले की, मात्र पदकावर 'मी चप्पल आहे, कारपेट आहे, कुत्रा आहे, मी बुद्दू आहे,' हे येते.

पण जेक बुद्दू नक्कीच नाही. विशेषत:, ज्या रात्री त्याने पीट डोहर्टी आणि झॅमी वाइनहाउस या दोघांपेक्षाही जास्त 'केमिकल' (ड्रग्स) घेतले असेल तेव्हा.

तो श्रीमंत नाही; पण त्याचा बाप आहे. भरपूर बोनस मिळवणारा बँकर. पिढीजात म्हणजे अगदी अ‍ॅडम आणि ईव्हच्या पिढीपासून श्रीमंत. केव्हातरी ते सर्व जेकला मिळणारच आहे; पण तोपर्यंत त्याला राहायला मेरिलेबोनचे पन्नास लाख पौंडांचे घर आणि अ‍ॅस्टन कार, क्लबची बिले, एखादी इन्व्हेस्टमेन्ट आणि एखाद-दुसरी पार्टी यांचा खर्च जेमतेम भागेल एवढा मासिक भत्ता यावर निभावून न्यावे लागणार आहे.

जेक हा लॉर्ड जोसेफ टिंबरलँड यांचा एकुलता एक मुलगा आणि वारस. 'सोसायटी'तील सगळ्यात हॉट मॉडेल्स, पेज थ्री मुली आणि जुन्या होत चाललेल्या रॉक स्टार्सच्या मुलींबरोबर त्याचे फोटो आहेत. 'हीट' मासिकाचा फोटोग्राफर जानी दोस्त असण्याचा हा फायदा. नाहीतर मित्रांचा उपयोग काय?

आज त्याने घायाळ करणारा पोशाख केला आहे. चमकणारा रेशमी आणि सुती निळा सूट, साधा, गडद निळा शर्ट आणि नवे, काळ्या चामड्याचे इटालियन शूज. त्याने आधीच एक 'गरमागरम' मुलगी हेरून ठेवली आहे. 'चायना व्हाइट'च्या व्हीआयपी भागात ती मदनमंजिरी आधीच आलेली असून, जणूकाही ही जागा आपल्याच मालकीची आहे, अशा तोऱ्यात वावरते आहे. तिचे बरोबरच्या मित्र-मैत्रिणींबरोबर मोठ्याने गप्पा मारणे, खिदळणे कानावर यायच्या आधीच तिच्या सुंदर दातांवरून ती अमेरिकन आहे, हे समजते. वर आलेली गालाची हाडे, मैत्रीपूर्ण

बदामी डोळे, काळजीपूर्वक वळणदार केलेले लांब, काळे केस आणि दाशिकी स्टाइलच्या हिरव्या, गुलाबी आणि कोरल रंगाच्या स्कर्टमधून दिसणारे सुबक पाय. ती फिल्मस्टार हिप्पीसारखी दिसत आहे.

तिला नुसते बघूनच त्याचे रक्त सळसळू लागले. तेवढ्यात ती त्याच्या दिशेने नेत्रकटाक्ष टाकते. अरे देवा! आपण तेलाच्या विहिरीप्रमाणे पेटणार असे जेकला वाटू लागते. तिच्या लैंगिक गुरुत्वाकर्षणामुळे तो तरंगत जातो. तिच्याभोवती अनेक मुला-मुलींचा गराडा आहे; पण तिचे सर्व लक्ष त्याच्याकडेच आहे.

''ओ मिस्टर! थांबा जरा.''

तो आवाज आणि त्याच्या छातीवर आपटलेला मोठा काळा हात त्याला अंतराळातून आल्यासारखे वाटतात.

''एक्सक्यूज मी!'' गोऱ्या, नाजूक मानेजवळ मगरीच्या जबड्यासारख्या पसरलेल्या जाड बोटांकडे तिरस्काराने बघत जेक उद्गारतो, ''जरा हात काढाल?''

तो आदबशीरपणे बोलत ज्याच्या तोंडाकडे बघतोय तो माणूस एवढा धिप्पाड आहे की, त्याचे खांदे त्याची दृष्टी व्यापून टाकतात. ''सर, तुम्हाला जरा मागे व्हायला पाहिजे. त्या मुलीची पार्टी चालली आहे आणि तिथे इतरांना जाण्याची परवानगी नाही.''

जेक जरा नर्व्हस होऊन हसतो. ''अनोळखी लोकांशिवाय पार्टी? मी त्या मुलीशी ओळख करून घेतो. मी –'' मगरीचा जबडा मिटावा त्याप्रमाणे बोटांचा 'जबडा' जेकची मानगूट पकडतो आणि त्याला व्हीआयपी कक्षाच्या दूरच्या कोपऱ्यातील एका खुर्चीकडे घुसमटत नेतो.

श्वास घेण्याच्या प्रयत्नात असताना एक आखूड, पांढऱ्या केसांचा वयस्कर माणूस त्याच्यासमोर चवड्यांवर बसतो आणि जेकच्या डोळ्यांत खोल बघतो. ''मुला, आम्हाला असं करायला लागतंय याचं आम्हाला वाईट वाटतंय. आता तुला जे काही आवडत असेल त्याची आख्खी बाटली आमची भेट म्हणून तुझ्यासाठी मागवतो आणि ती तू इथेच बसून संपवायची आहे, कळलं?''

''हा माझा क्लब आहे.'' घोगऱ्या आवाजात जेक बोलतो. तो उभा राहतो आणि त्याला स्वत:चे आश्चर्य वाटते; पण उभे राहिल्यावर आता पुढे काय करावे, याचा त्याने विचार केलेला नाही. त्याचा पुढे जाण्याचा मार्ग 'मिस्टर मगर' आणि दुसरा एक काळा सूट घातलेला माणूस अडवतात. त्यांना ओलांडून जायला शिडी लागली असती.

समोरील 'काळ्या पहाडां'च्या पलीकडील त्या अमेरिकन मुलीशी त्याची नजरानजर होते. ती तिच्या जवळच्या सोनेरी केसांच्या एका मुलीशी काहीतरी बोलते आणि जेकच्या दिशेने येऊ लागते. जेक स्तंभित होतो.

तिच्या हेतूबद्दल शंकाच नसावी. तिची नजर एकटक त्याच्याकडेच आहे. ती जी कोणी असेल ती, त्याच्याशीच बोलायला येत आहे, यात शंका नाही.

'पहाड' त्याच्या आणखी जवळ सरकतात; पण तो फिकीर करत नाही. प्रेम वेदनादायक असते असे म्हणतात. किती ते आपल्याला लवकरच समजणार असे त्याला वाटते.

११

गिडियनचा मोबाइल खालच्या मजल्यावर पिंजऱ्यात अडकलेल्या पक्ष्यासारखा अखंड चिवचिवत आहे.

तो मेसेजवर जायच्या आधी आपण पोहोचणार नाही, हे तो जाणून होता; पण तरीही वडिलांच्या गुप्त खोलीतून तो घाईघाईने बाहेर पडतो.

काही सेकंदांचाच फरक पडतो.

तो टेबलावर कागद-पेन्सिल शोधत असताना व्हॉइसमेल चालू होते. फ्रीजपाशी त्याला एक पॅड मिळते. त्याच्या वरच्या पानावर शॉपिंग लिस्ट असते – चीज, बिस्किटे, फळे, चॉकोलेट – वडिलांचे शेवटचे जेवण असावे, जे त्यांनी कधीच घेतले नव्हते.

तो मिस्ड कॉल पुन्हा ऐकतो, त्यावर दिलेला फोन नंबर पॅडवर लिहून घेतो आणि मेसेज संपल्यावर तो नंबर लावतो. पलीकडील आवाज स्त्रीचा आहे. 'सीआयडी डीआय बेकर.'

त्याची आशा मावळते. "मी गिडियन चेस. तुम्ही आता मला मोबाइलवर फोन केलात."

"मिस्टर चेस, फोन केल्याबद्दल थँक्स! तुम्हाला तुमच्या वडिलांची बॉडी बघण्यासाठी वेळ ठरवायला मी फोन केला आहे."

ते शब्द त्याच्यावर एकदम आघात करतात. त्याला याचीच भीती वाटत होती. तिने त्याला याबद्दल विचारले होते; पण आता त्याला कसेसेच वाटू लागले. "बरोबर. थँक यू!"

"अब्राहॅम्स अॅन्ड कनिंगहॅम' अंत्यविधीचे व्यवस्थापक आहेत. शाफ्ट्सवरील ब्लीक स्ट्रीटवर त्याचं ऑफिस आहे. ते कुठे आहे माहीत आहे का?"

"नाही. मी बाहेरचा आहे. त्यामुळे मला इथली काहीच माहिती नाहीये."

"सोपं आहे सापडायला. उजव्या बाजूला आहे. आयव्ही क्रॉस सर्कलपासून जवळच आहे. त्यांनी उद्या सकाळी दहा वाजताची वेळ सुचवली आहे. ती सोयीची

नसेल, तर मी तुम्हाला त्यांचा नंबर देते. त्यांच्याशी बोलून बदलून घ्या.''

वडिलांचा विच्छिन्न झालेला देह बघण्यासाठी 'योग्य' अशी वेळ कशी असेल? खऱ्या इंग्लिश प्रथेप्रमाणे गिडियन, त्याच्या मनात आहे त्याच्या विरुद्ध सांगतो. ''हो, ते ठीक आहे.''

''छान. मग मी त्यांना 'हो' म्हणून सांगते.''

''थँक्स!''

मेगनला त्याच्यातील तणाव जाणवतो. ''तुम्हाला हवं असेल तर तुमच्या बरोबर एखादा पोलीस देऊ शकेन. ते बरं होईल का?''

''नको. मी एकटा जाऊ शकेन.''

''बरं, बरं!'' ती सहानुभूती दाखवायचा प्रयत्न करते. ''तुमचा बेत बदलला तर मला फोन करा.''

गिडियन फोन बंद करून वर जातो.

तो त्या गुप्त खोलीत प्रवेश करतो, तेव्हा तिथले टेप बहुतेक अश्लील चित्रणाचे असतील, अशी भीती त्याला वाटते. कदाचित ते त्याहूनही भयंकर – नाथानिएलच्या प्रेतांवरच्या वस्तू चोरण्याच्या धंद्यासंबंधी असतील.

तो थोडा वेळ उभा राहून पूर्ण खोलीचे निरीक्षण करतो. अनेक वर्षांच्या प्रशिक्षणामुळे उत्खननाला सुरुवात करण्यापूर्वी एकदा चौफेर नजर फिरवावी अशी शिकवणूक त्याला मिळालेली आहे. जमिनीचा उतार कसा आहे, हे नेहमी बघावे, ही जुनी म्हण पुरातत्त्व संशोधन क्षेत्राला शंभर टक्के लागू पडते. एखादा प्रदेश बेइमान प्रेमिकाप्रमाणे निघतो आणि तुमच्या आयुष्यातील अनेक वर्षे फुकट जातात.

त्याच्या आधी इथे राहणारी शेवटची व्यक्ती म्हणजे त्याचे वडील हे त्याला माहीत आहे. घर आता जसे आहे, ते त्यांनी जसे ठेवले तसेच आहे. एकंदरीत नीटनेटके – एक-दोन डीव्हीडी पेट्या सोडल्या तर, व्यवस्थित. भिंतीवरील टीव्हीच्या समोर एक चामड्याची खुर्ची आहे. एक बुटके कॉफी टेबल खोलीच्या मध्यावर आहे. त्याच्या खुर्चीच्या बाजूला कडेवर बूटपॉलिशचे डाग आहेत – वडील टीव्ही बघताना त्याच्यावर पाय ठेवून खुर्चीत बसत असावेत. एक क्रिस्टल काचेचा ग्लास आहे आणि त्याला व्हिस्कीचा वास आहे; पण ज्यातून व्हिस्की ओतली ती बाटली किंवा जग नाहीये. बाटली बहुतेक शेल्फच्या तळाशी असलेल्या ड्रॉवरमध्ये असावी, असा तो अंदाज करतो. मागच्या शेल्फांवर काही खोकी आहेत. शेवटच्या दिवसांत वडील किती मद्यपान करीत असावेत, असा प्रश्न त्याच्या मनात येऊन जातो. ग्लासच्या शेजारी एक जुना लॅपटॉप आहे – ज्याच्यात फ्लॉपी डिस्क घालायची सोय असते असा – एक नोटपॅड आणि एक लहान आणि मळलेले पेन्सिली ठेवायचे मातीचे उभे भांडे. ते तो लगेच ओळखतो; कारण ते त्यानेच शाळेत बनवून

वडिलांना 'फादर्स डे'ची भेट म्हणून घरी आणले होते.

ती खोली यादी बनवणे, टेप किंवा सीडी बघणे आणि फाइलिंग करणे, यासाठी वापरली जात होती, असे त्याला वाटते; पण नोंद कशाची? त्याला खुर्चीच्या जवळच टीव्हीचा रिमोट दिसतो. आणि तो टीव्ही सुरू करतो. भिंतीत टीव्हीच्या खाली तीन कप्पे दिसतात – एकात एक डीव्हीडी मशीन आहे, एकात कारखान्यात वापरतात तसा अवजड व्हीएचएस प्लेअर आहे आणि सगळ्यात खालचा कप्पा कचरा किंवा अडगळ टाकण्यासाठी असावा – वायरी, उघड्या टेप बॉक्सेस, सुटी नाणी.

टीव्ही सुरू होतो आणि त्याच्यावर काळे-पांढरे धुके दिसू लागते. डीव्हीडी सुरू होतो. पडद्यावर धूसर चित्र दिसू लागते. त्यात त्याचे तरुण वयातील वडील एका व्यासपीठावरून आत्मविश्वासपूर्वक भाषण देताना दिसतात :

"स्टोनहेंज हे प्राचीन जगातील एक आश्चर्य आहे. आज आपल्याला उपलब्ध असणारी यंत्रसामग्री आणि गणिती ज्ञान वापरूनसुद्धा आपण ते बनवू शकलो, तर ती फार मोठी गोष्ट होईल; पण पाच हजार वर्षांपूर्वी, कॉम्प्युटर, कॅड सॉफ्टवेअर, क्रेन, ट्रक, जहाजे वगैरे काही नसताना या प्रचंड एकसंध शिळा वाहून आणण्याचे काम सुरू करणे, हे आश्चर्याच्या पलीकडले आहे.''

गिडियन आधीच कंटाळला आहे. त्याच्या लहानपणीसुद्धा त्याने स्टोनहेंज हे एक देऊळ आहे, जुन्या राजांची दफनभूमी आहे, जगातील पहिली खगोल प्रयोगशाळा आहे, इजिप्तमधील पिरॅमिड्सशी असलेला वैश्विक दुवा आहे आणि दैवी शक्ती असणाऱ्या लोकांचे जन्मस्थानसुद्धा, अशा विचित्र गोष्टी ऐकून तो कंटाळला होता.

तो ती फिल्म बंद करतो आणि त्या जुनाट व्हीएचएस मशीनची बटणे दाबतो. क्लिकऽऽ क्लिकऽऽ आवाज होऊन यंत्राची यांत्रिक बोटे त्यात असलेली दुसरी एक कॅसेट पकडतात. एका सुंदर स्त्रीचा मोठा क्लोज-अप पडद्यावर येतो. श्वास रोखला जावा इतकी सुंदर.

ती त्याची आई.

ती हसत्ये. आपले चित्रीकरण करत आहेत, हे लक्षात येऊन कॅमेऱ्यापुढे हात धरून चेहरा लपवू पाहणारी. तो आवाज मोठा करतो. "कॅमेरा बंद कर, नेट. मला तो अजिबात आवडत नाही. प्लीज बंद कर.''

तिचा आवाज ऐकून त्याचा थरकाप होतो. तो नकळत पुढे होऊन पडद्यावरील तिच्या चेहऱ्याला स्पर्श करतो.

"नेट, पुरे आता!''

कॅमेरा दुसरीकडे वळतो. मेरी चेस व्हेनिसला निळ्या आकाशाखाली गोंडोलावर बसली आहे. ती नवऱ्यावर नाराज झाल्यासारखे दाखवत कॅमेऱ्यापासून तोंड

फिरवते. तिचे केस काळे, लांब आणि जाड आहेत – गिडियनच्या केसांसारखेच – आणि उन्हाळ्यातील हलक्या वाऱ्यामुळे ते तिच्या खांद्यावर नाचत आहेत. पट्ट्या-पट्ट्यांचा शर्ट घातलेला नावाडी त्यांना कालव्यातून पुढे नेत असताना मागे सेंट मार्क्स जाताना दिसते. आता चित्र स्पष्ट दिसते आणि ती गर्भवती असल्याचे गिडियनच्या लक्षात येते.

तो टेप थांबवतो आणि पाणावलेल्या डोळ्यांनी सभोवतीच्या भरलेल्या शेल्फ्सकडे बघतो. ती शेल्फ्स काही चित्रपटांच्या टेप्सनी भरलेली नक्कीच नसणार. शेवटच्या क्षणांमध्ये त्याच्या वडिलांनी आईला बघितलं असणार; कारण त्यांना तो सुखाचा काळ, कदाचित त्यांच्या आयुष्यातील सर्वांत सुखाचा असा; पुन्हा अनुभवायचा होता. एखाद्याच्या जीवनात जेव्हा कठीण काळ येतो – कदाचित आयुष्यातील सर्वांत कठीण असा – तेव्हा माणसाला असे करावेसे वाटते.

शेल्फ्समधील सर्व काही वडिलांच्या दृष्टीने महत्त्वाचे असणारच. म्हणूनच त्यांनी त्यांची यादी बनवून ते व्यवस्थित ठेवले असणार; पण तरीही ज्या एकमेव स्त्रीवर त्यांचे जिवापाड प्रेम होते, तिच्या या अमोल आठवणींइतके महत्त्वाचे नाही.

गिडियन पुस्तकांकडे जातो. ते सगळे चामड्यात बांधणी केलेले, लाल कव्हरचे ग्रंथ आहेत. तो वरच्या खणातील अगदी डावीकडचा एक ग्रंथ काढायचा प्रयत्न करतो; पण ग्रंथांची कव्हर्स एकमेकांना चिकटलेली असल्यामुळे ती निघत नाहीत. त्याला ते जोर लावून अलग करावे लागतात. तो ग्रंथाचे पहिले पान उघडतो आणि त्याला धक्का बसतो. त्यावर वडिलांच्या अठराव्या वाढदिवसाची तारीख आहे. हस्ताक्षर तेच आहे; पण जरा अडखळल्यासारखे.

> 'माझे नाव नाथानिएल चेस आणि आज माझा अठरावा वाढदिवस आहे. मी आज 'वयात आलो.' मी आज अशी प्रतिज्ञा करतो की, आजपासून मी माझ्या आयुष्यातील – जे दीर्घ, रोमांचकारी, सुखी आणि यशस्वी असेल, अशी आशा आहे – प्रत्येक घटनेची नोंद ठेवीन. चांगल्या तसेच वाईट, अभिमान वाटावा अशा, तसेच लाज वाटावी अशा, हृदय हलवून सोडणाऱ्या तसेच मनावर काहीही परिणाम न करणाऱ्या अशा सर्व घटनांची मी नोंद ठेवीन. माझे शिक्षक म्हणायचे, 'इतिहासापासून शिका!' तेव्हा जशी वर्षं जातील; तसे या नोंदीवरून मलासुद्धा स्वत:बद्दल शिकायला मिळेल. मी जर प्रसिद्ध माणूस झालो, तर या आठवणी प्रसिद्ध करीन यात शंका नाही आणि सामान्य झालो, तर उतारवयात मला तारुण्यातील उत्कट आशावादाची ऊब मिळेल. मी अठरा वर्षांचा आहे. मोठी साहसे माझी वाट बघत आहेत.'

पुढे वाचणे गिडियनला क्लेशकारक वाटू लागते. तो ग्रंथांच्या रांगेकडे बघतो. या सगळ्या ग्रंथांमध्ये हेच असेल? प्रत्येक घटनेचे, भावनेचे आणि नाथानिएल चेसच्या महान साहसाचे वर्णन?

तो पुस्तकांच्या कडांवरून बोट फिरवीत वर्षे मोजू लागतो; विसावा वाढदिवस. सव्विसावा – जेव्हा त्यांची आणि आईची प्रथम भेट झाली, अठ्ठाविसावा – म्हणजे गिडियन आता ज्या वयाचा आहे तेव्हाचा, तिसावा – जेव्हा नाथानिएल ग्रेगरी चेस आणि मेरी इझाबेल प्रिचर्ड केंब्रिजला विवाहबद्ध झाले, बत्तिसावा – जेव्हा गिडियनचा जन्म झाला.

ग्रंथांवरून फिरणारी बोटे थांबतात. त्याने आता स्वत:च्या काळात प्रवेश केला आहे. त्याचे डोळे अडतिसाव्या वर्षाच्या डायरीकडे जातात. त्या वर्षी मेरीचे निधन झाले.

तो त्या वर्षाची डायरी ओढून काढायचा प्रयत्न करतो. कप्प्यात सर्व डायऱ्या ठासून भरल्या आहेत; पण ती काढायला त्याचे मन होत नाही. तो दोन वर्षे पुढे जातो. वडिलांचे चाळिसावे वर्ष.

ती डायरी तो काढतो. आई जाऊन दोन वर्षे झाल्यावरची. त्याच्या आठव्या वर्षी काय घडलं, हे तो बघू लागतो.

पण काय आश्चर्य!

ती इंग्रजीत लिहिलेली नाही. ती कोणत्याच ओळखण्याजोग्या भाषेत नाहीये.

ती सांकेतिक भाषेत आहे. कोडमध्ये. गिडियन त्यापुढच्या वर्षाची डायरी काढतो.

कोडमध्ये.

त्यानंतरचे वर्ष.

कोड.

तो घाईने खोलीच्या दुसऱ्या टोकाला जाऊन शेवटची डायरी काढतो. तो पुन्हा थबकतो. नाथानिएल चेसच्या जीवनातील शेवटच्या नोंदी तिच्यात असणार.

त्याचे हृदय माजलेल्या पोळासारखे छातीला धडका देते आहे. तो आवंढा गिळतो. शेल्फमधून ती डायरी काढतो, आणि ती उघडतो....

२०

सोहो, लंडन

तिच्या अंगाला दालचिनीचा वास येतोय आणि ती धुंदीत आहे.

ती सुंदर अमेरिकन मुलगी फुटपाथवर जेक टिंबरलॅन्डचे चुंबन घेऊन त्याला निरोप देते, तेव्हा त्याला हे जाणवते. ती फार फार तर बावीस असेल आणि तिने नुसता गालावर मुका नाही घेतला, अगदी खरे चुंबन घेतले. तिने त्याचे डोके तिच्या सुंदर हातांमध्ये धरले आणि आपले ओठ त्याच्या ओठांवर अलगदपणे ठेवले. तो तिला तिच्या मनाप्रमाणे करू देतो. बंद पापण्यांमध्ये त्याचे डोळे नाचतात. ती मागे होते. ''बाय!'' एक स्मित आणि ती वळून जाऊ लागते.

''थांब!''

लिमोच्या मागच्या सीटमध्ये सुबकपणे वाकून बसत ती स्मित करते. मगरीसारखे हात असलेला तो काळा माणूस दार जोरात बंद करतो आणि त्याच्याकडे हिंसक नजरेने बघतो.

गेलास खड्ड्यात! जेक खांदे सरळ करून लिमोच्या काळ्या काचेपाशी वाकू लागतो. त्या संध्याकाळी दुसऱ्यांदा एक वज्रासारखा हात त्याच्या छातीवर आपटतो आणि तो फुटपाथवर फेकला जातो. अंगरक्षक ड्रायव्हर जवळच्या सीटमध्ये बसतो आणि जेक उभा राहायच्या आत लिमो निघून जाते. त्याला आतापर्यंत भेटलेल्या सर्वांत सुंदर मुलीने त्याला फुटपाथवर आदळताना बघितलेले असते. संध्याकाळचा फारसा चांगला न झालेला शेवट.

सोहोच्या गर्दीत अंतर्धान पावणाऱ्या अनेक युगुलांच्या विचित्र नजरा त्याच्यावर पडतात. थोड्या वेळापूर्वी येऊन गेलेल्या पावसाच्या सरींमुळे फुटपाथ ओला आहे. त्यामुळे त्याचे कपडे ओले झाले आहेत. तो हाताने कपडे नीट करतो आणि हाताला लागलेली माती आणि चिखल पुसण्यासाठी खिशात रुमाल शोधतो.

काहीतरी फडफडत जमिनीवर पडते. तो वाकून ते उचलतो. ती छोटी टेबल मॅट आहे. तिच्यावरची जाहिरात काढून टाकून पेनने लिहिलेला निरोप दिसतो. 'खाली दिलेल्या नंबरवर मला उद्या फोन कर.'

जेक त्या अक्षरांकडे बघत बसतो. तो ते ओळखतो. जीझस! आता त्याला एवढ्या सुरक्षा व्यवस्थेचे कारण उमजते.

२१

गिडियन थरथरत्या हाताने डायरी धरतो. तो खाली जमिनीवर शेल्फला टेकून बसतो. डायरी उघडायचा त्याला धीर होत नाही. एखाद्या अदृश्य शत्रूकडून; वडिलांच्या भुताकडून सपाटून मार खाऊन पराभूत झाल्यासारखे त्याला वाटते.

सभोवार पसरलेल्या हस्तलिखित डायऱ्यांकडे तो नजर टाकतो – त्याला माहीत नसलेला वडिलांचा संपूर्ण इतिहास, आणि त्यांनी वीसपेक्षा जास्त वर्षांची हकिकत सांकेतिक भाषेत कोडमध्ये लिहून ठेवली आहे!

का? कोडमध्ये का?

तो डोके हलवतो आणि डोळ्यांची उघडझाप करतो. खिडक्यांच्या काचांवर जणूकाही बाहेरून मातीचा ढीग लोटला आहे, इतका काळोख. थडग्यात पुरल्यासारखे वाटते त्याला. तो डायरीचे कव्हर काळजीपूर्वक उघडतो आणि आत उजव्या पानावर त्याला खुणा दिसतात : ΓΚΝΔΜΥ ΚΛΥ.

त्याच्या चेहऱ्यावर स्मित झळकते. तो पानांवरून बोटे फिरवतो आणि बालपणात जातो. त्याच्या वडिलांनी त्याला फुटबॉलला किक कशी मारावी, क्रिकेटमध्ये बॅट कशी फिरवावी, हे कधीही शिकवले नाही किंवा त्याला कधी पोहायला घेऊन गेले नाहीत; पण ते त्याच्याशी बुद्धीचे खेळ खेळायचे. तासन्तास खर्च करून ते त्याच्याशी कोडी, गणिते आणि तर्क चालवून विचार करायला लावतील, असे खेळ तयार करायचे.

ΓΚΝΔΜΥ ΚΛΥ ही प्राचीन ग्रीक अक्षरे आहेत. तीच खरी मुळाक्षरे असून त्यांच्यातूनच पुढे युरोपीय, लॅटिन आणि मध्य-पूर्वेतील भाषांमधील अक्षरे बनवली गेली, असे त्याच्या वडिलांचे म्हणणे होते. आणि त्या अक्षरांचे गणित, पदार्थविज्ञान आणि खगोलशास्त्र यांच्यातील महत्त्व ते जाणून होते. त्यांनी त्यांच्या मुलाला प्रत्येक अक्षर शिकवले. त्याची परीक्षा बघण्यासाठी आणि कंटाळा जावा यासाठी त्यांनी एक साधे कोड बनवले. ग्रीक लिपीतील २४ अक्षरे उलटच्या क्रमाने लिहून ती इंग्रजी आद्याक्षरे म्हणून वापरली. उदाहरणार्थ ग्रीक O (ओमेगा) = इंग्रजी A. असे करत ग्रीक पहिले अक्षर A (अल्फा) म्हणजे इंग्रजी २४वे अक्षर X. इंग्रजीतील Y आणि Z साठी आता वापरात नसलेली ग्रीक अक्षरे 'डिगामा' आणि 'कोमा' ही वापरली. पुढे त्यांच्या संबंधात तणाव येऊन त्यांच्यातील संवाद पूर्णपणे बंद पडेपर्यंत नाथानिएल अनेक वर्षं त्याच्या मुलासाठी या कोडमध्ये लिहिलेल्या चिठ्ठ्या घरात ठेवायचे.

गिडियन ते कोड आठवायचा आटोकाट प्रयत्न करतो; कारण ती १५ वर्षांपूर्वीची गोष्ट होती. आणि ते त्याला आठवते. ΓΚΝΔΜΥ ΚΛΥ याचा अर्थ VOLUME

ONE – भाग पहिला! तो वर असलेल्या डायऱ्यांच्या रांगेकडे बघतो आणि त्यांनी या कोडमध्ये किती लिखाण केले असेल, असा विचार मनात येऊन थक्क होतो. ते सगळे पुन्हा इंग्रजीत लिहायला आयुष्य पुरणार नाही!

आयुष्यभराच्या हकिकतीचे भाषांतर करायला आयुष्यभर!

तो आणखी एक पान उलटतो आणि त्याला कसेसेच वाटू लागते. ते हस्ताक्षर 'आत्महत्या पत्रा'ची आठवण करून देणारे आहे. तो पहिल्या परिच्छेदाचा अर्थ लावायचा प्रयत्न करतो; पण तेवढे आठवत नसल्याने तो थोड्या शब्दांच्यापुढे जाऊ शकत नाही. कॉफी टेबलावरून तो काही कागद आणि दोन पेन उचलतो – एक काळे आणि दुसरे लाल. तो कागदावर प्रत्येक अक्षराचे ग्रीक अक्षर डावीकडे आणि उजवीकडे इंग्रजी अक्षर असे टेबल बनवतो.

φ	Qoppa	Z	M	Mu	M
F	Digamma	Y	N	Nu	L
A	Alpha	X	Ξ	Xi	K
B	Beta	W	o	Omicron	J
Γ	Gamma	V	Π	Pi	I
Δ	Delta	U	P	Rho	H
E	Epsilon	T	Σ	Sigma	G
Z	Zeta	S	T	Tau	F
H	Eta	R	Υ	Upsilon	E
θ	Theta	Q	φ	Phi	D
I	Iota	P	X	Chi	C
K	Kappa	O	ψ	Psi	B
Λ	Lambda	N	Ω	Omega	A

तो पहिले पान बघतो आणि त्याने बनवलेले टेबल वापरून त्याच्यावरील ग्रीक अक्षरांचा 'नाथानिएल चेस' हा अर्थ लावतो. डायरी प्रथम पुरुषात लिहिलेली आहे आणि तिच्यात वडिलांच्या मनात रोज येणारे विचार लिहिलेले आहेत.

तो आणखी दहा-बारा पाने चाळतो. डायरीवरून आपण वडिलांच्या जीवनातील कोणताही दिवस, महिना, वर्षाचे लिखाण मागे-पुढे जाऊन सहज बघू शकतो, हे बघून त्याला गंमत वाटते. डायरीतील साधारण अर्ध्या पानानंतर अक्षर जास्त ठळक होते. उत्तेजित होऊन, जास्त उत्साहाने लिहिले असावे, असे वाटते. गिडियनला अनेक वर्षांपासून झपाट्याने वाचायची सवय आहे. पानावर वरून-खाली नजर

फिरवत महत्त्वाचे शब्द त्याला बरोबर टिपता येतात.

STONEHENGE (स्टोनहेंज), BLOOD (रक्त) आणि SACRIFICE (बळी) हे कोडमध्ये लिहिलेले शब्द त्याच्या नजरेत भरतात.

आपली चूक झाली असावी, अशी त्याला आशा वाटते. शिणल्यामुळे या ग्रीक शब्दांचे आपण चुकीचे इंग्रजी शब्द तयार केले असावेत, अशी त्याला शंका येऊन जाते. 'स्टोनहेंज' या शब्दाचा त्याला बोध होत नाही, त्याला काही विशेष अर्थ असता, तर वडिलांनी त्याला तो सांगितला असता.

पण, ते दुसरे दोन शब्द 'रक्त' आणि 'बळी' हे त्याच्या अंगावर काटा आणतात.

२२

मेरिलेबोन, लंडन

जॅक टिंबरलँड सूट एका कोपऱ्यात भिरकावतो आणि त्याच्या मोठ्या काळ्या चामड्याच्या बेडच्या कोपऱ्यावर बसतो. बेडला पन्नास इंची प्लाझ्मा टीव्ही आणि खोलीतील दिव्यांचा उजेड कमी-जास्त करणारे डिमर बसवलेले आहेत. त्याला अजून झोप आलेली नाही आणि आश्चर्य म्हणजे उरली रात्र मजा करायला बाहेर पडायची इच्छाही त्याला नाही आणि अजून तिची 'डेट' काही संपलेली नाही. मोबाइल फोन असल्यामुळे आता 'व्हर्चुअल डेटिंग' करता येईल. तंत्रज्ञानाचा फायदा. त्याच्या डाव्या हातात आय-फोन आहे आणि उजव्या हातात त्या अमेरिकन सुंदरीने कुलपाचे चित्र रेखाटलेला कागद. केटलिन. केटलिन लॉक.

केवळ 'द लॉक' या नावाने प्रसिद्ध असलेली ती हाताच्या अंतरावर दिसल्यामुळे तो 'ए लिस्ट'मध्ये गेला होता. आता या क्षणी ती तीन गोष्टींपैकी काहीतरी करत असेल, असे त्याच्या मनात आले. ती अजून पार्ट्यांमध्येच दंग असेल – पण तिचे ते 'गोरिला' तिला बहुतेक इतके स्वातंत्र्य देणार नाहीत. ती ज्यांच्याबरोबर फिरत असते त्या मित्र-मैत्रिणींबरोबर ड्रिंक घेत असेल. हे शक्य आहे किंवा गुणी मुलीप्रमाणे झोपली असेल. हेही शक्य आहे. काहीही करत असली, तरी तिच्या मनात त्याचाच विचार असणार. तिने घेतले तसे चुंबन घेऊन नंतर त्या मुलाचा विचारही मनात येणार नाही, हे शक्य नाही. मामला गरम आहे, तोपर्यंत पुढे चालू ठेवला पाहिजे. हे साधायचा उत्तम उपाय म्हणजे सेक्सी एसएमएस पाठवायचे. अगदी उघड उघड

अश्लील नाही. 'माझ्या मनातून तुझा विचार जात नाहीये,' असे काही सूचित करणारे एक-दोन मेसेज. आधी सहज अशी सभ्य शब्दांत सुरुवात करायची, नंतर तिचा प्रतिसाद कसा आहे, त्यानुसार बदल करायचा. पहिल्याच मेसेजमध्ये आपले मन ओकून टाकणे शहाणपणाचे नाही. तसे केले तर ती उत्तर देणार नाही आणि तुम्हाला पुन्हा पुन्हा प्रयत्न करावा लागेल.

जेक टाइप करू लागतो. 'तू व्यवस्थित घरी पोहोचली असशील अशी आशा करतो. तुला आज भेटून खूपच आनंद झाला. जेक.' – नाही हे एवढं चांगलं नाही. तो पुन्हा टाइप करतो. 'तू व्यवस्थित घरी पोहोचली असशील अशी आशा करतो. तुला भेटून खूपच आनंद झाला. जेक.'

नाही. अजून बरोबर नाही.

तो तिचे वय आठवतो. त्याच्याहून बरेच कमी असावे. तो पुन्हा टाइप करतो. Hope u r ok. Gr8 2 meet u! Jake x.

त्याच्या चेहऱ्यावर समाधानाचे हसू झळकते. आणि तो 'सेंड'वर टिचकी मारतो. हल्लीचे फोन अफलातून असतात! ते छोटे 'भ्रामक' पाकीट आपोआप बंद होते, त्याला पंख फुटतात आणि ते उडून जाते, थेट त्याच्या प्रियेच्या हृदयाकडे. प्रेम?... कदाचित. सध्यातरी ती शुद्ध वासना आहे; पण वासनेशिवाय कदाचित प्रेम होणारच नाही.

फोन वाजतो. वॉव! ताबडतोब उत्तर. चांगले लक्षण आहे. U can ring if u want x.

अशा उत्तराची त्याला अपेक्षा नव्हती आणि ते त्याला हवे तसेही नव्हते. रात्री झोपायला जायच्या आधी थोडसे 'टेक्स्ट फ्लर्टिंग' करणं, ही चांगली कल्पना होती; पण आताच बातचीत केली, तर सगळेच फिस्कटायचे, तो विचार करतो. 'हवं तर फोन कर,' असे जेव्हा एखादी मुलगी म्हणते, तेव्हा ती विनंती नसून आज्ञा असते.

जेक पायमोजे आणि शर्ट काढून टाकतो. बाथरूममधून पाण्याचा एक ग्लास घेतो आणि बेडवर चढून बसतो. तिला फोन करताना त्याच्या हृदयाचे ठोके वाढतात.

"जेक. हाय!"

"हाय!" तिचा आवाज अगदी मुलायम पण जरा झोपेला आल्यासारखा वाटतो. "मला कळेना तू फोन करशील की टेक्स्ट करशील."

"मला डबक्यात बसलेले बघितल्यावरसुद्धा?"

ती थोडीशी हसते. "विशेषत: तू डबक्यात पडल्यावर."

"मी पडलो नाही. तुझ्या त्या माकडाने मला पाडलं."

"तो एरिक असणार. त्याचा माझ्यावर फार जीव आहे. तुला नुसतंच ढकललं.

इतर मुलांना बदडताना मी बघितलंय. आणि त्यांना तुझ्यासारखं मी किसही केलं नव्हतं तरी.''

''एरिकला माझ्या ख्रिसमस कार्ड पाठवायच्या यादीत घालायचं नाही, याची मला आठवण कर.''

''त्याला माझं रक्षण करायचं असतं.''

''ते मी बघितलं. तू तसं का केलंस?''

''काय केलं?''

''माझा किस घेतलास ते?'''

''कारण मला घ्यायचा होता.'' तिचा आवाज आणखी पेंगुळलेला वाटत होता. ''आणि मला सांग, तुलाही ते हवं होतंच ना?''

''मला हवं होतं.''

''कोणीतरी किस करावं म्हणून इतका आसुसलेला माणूस मी बघितला नाही अजून.''

तो हसतो. ''मी किती आसुसलेला होतो, याची तुला कल्पना नाही.''

''मला चांगली कल्पना आहे. तू मला मागून ढोसत होतास. आणखी काय हवं?''

तो धक्का बसल्यासारखं दाखवतो. ''ओ माय गॉड! मी तसं करत होतो?''

''जसं काही तुला माहीतच नाही.''

''आपण विषय बदलूया का – आपल्यापैकी कोणाला शरम वाटायच्या आत?''

''मी नाही शरमणार.''

''कबूल. एक सांग. मी तुला पुन्हा कसं भेटायचं?''

''चांगला प्रश्न आहे.''

''आणि?''

''आणि तुला जरा सबुरीनं घेतलं पाहिजे. तू मला या फोनवर फोन करू शकतोस. तो माझाच आहे; पण आपल्याला पुन्हा भेटण्यासाठी जरा थांबावं लागेल.''

''पण माझ्या हृदयात दुखतंय त्याचं काय?''

''तूच त्याच्यावर उपाय शोध. गुडनाइट!'' फोन डेड होतो.

तो फोनकडे बघत बसतो, आपल्या धडधडत्या हृदयाचं काय करणार याचा विचार करत.

२३

काल रात्रीच्या जागरणानंतर आता सॅमी तिच्या स्वत:च्या बेडमध्ये गुरफटून गाढ झोपलेली बघून मेगनला फार बरं वाटतं. ॲडमचा तिला कितीही तिरस्कार वाटो; पण तो म्हणतो त्यात तथ्य आहे. ती बेडरूममधला दिवा मालवते. आणि तिच्या घोरणाऱ्या छकुलीला व तिच्या भोवती पसरलेल्या सॉफ्ट टॉइजना दार लावून बंद करते. सॅमीचा ताप उतरला आहे. तिचा श्वासही चांगला चाललाय. सकाळपर्यंत ती अगदी पूर्ववत होईलसुद्धा!

मेगन तिच्या छोट्या कॉटेजच्या किचन-कम-लिव्हिंग रूममध्ये जाते आणि बाटलीत उरलेली चिअँटी ग्लासात ओतते. आता कदाचित ती टीव्ही चालू करून त्यावरचा एखादा रटाळ कार्यक्रम बघत बसेल. टीव्ही पाहत असतानाच सॅमी, पैसे, आईपण आणि नोकरी यांचा समतोल कसा साधायचा, हा नेहमी मन कुरतडणारा प्रश्न आणि काळज्या विसरायचा प्रयत्न करेल.

पण, चेसची केस तिच्या डोक्यात भुंग्याप्रमाणे भुणभुणत आहे. आत्महत्या करणारे डोक्यात गोळी झाडून भिंती रक्ताने माखतात याची तीन कारणे असतात : एकतर त्यांच्या एखाद्या कृत्यामुळे वाटणारी लाज किंवा अपराधीपणाची भावना त्यांना सहन होत नाही किंवा त्यांनी केलेले एखादे गैरकृत्य उघडकीला येईल अशी भीती त्यांना वाटत असते किंवा त्यांना एखादा असाध्य शारीरिक किंवा मानसिक आजार झालेला असतो.

वरवर बघता नाथानिएल चेस या तीनही प्रकारांमध्ये बसत नाही, असे दिसते. तिने त्याच्यासंबंधीची शक्य ती सर्व माहिती मिळवली आहे. बँकेची रेकॉर्ड्स, गहाणखाते, शेअर ब्रोकरशी झालेले व्यवहार, वडील आणि मुलाशी संबंधित शक्य ती सर्व आर्थिक आणि वैयक्तिक माहिती; पण उपयोगी अशा कोणत्याच खुणा मिळत नाहीयेत. मोह पाडणारे कुटुंब. आणि कल्पना येणार नाही इतके श्रीमंत. निदान मुलगा तरी आता श्रीमंत आहे. त्याला वडिलांचे सर्वकाही मिळाले आहे, असे सॉलिसिटर्सनी सांगितले. तिच्या अंदाजानुसार प्रॉपर्टी, कार, शेअर्स, बँक बॅलन्स वगैरे सर्व मिळून दोन कोटी पौंडांच्या घरात. तसेच बंगला आणि त्यातल्या दोन गाड्या-एक सात वर्षे जुनी 'लँडरोव्हर' आणि एक जुनी 'रोल्स' जिची किंमत दहा लाख पौंडांपेक्षा जास्त असेल. शिवाय पेंटिंग्स, व्हॉल्टमध्ये ठेवलेली अँटिक्स त्यांची किंमत पन्नास लाखांच्या वर असेल. आणि नाथानिएल चेसच्या स्वत:च्या गुंतवणुकी आणि खासगी बँकामधील संपत्ती, जी सर्व स्वित्झर्लंडची युबीएस हाताळत आहे; ते साठ लाख. आश्चर्य म्हणजे युबीएस त्याच्या कंपनीची संपत्ती हाताळत नव्हती. ती त्याने क्रेडिट स्विसच्या हाती सोपवली होती आणि या एकाच

वर्षाचा नफा दहा लाखांपेक्षा जास्त आहे. प्राध्यापक महाशयांची बरीच जमीनसुद्धा आहे. त्यातील बरीच पुराणवस्तू संशोधनाच्या दृष्टीने मौल्यवान असणार.

हे सर्व आता गिडियनच्या मालकीचे.

ती पुन्हा संपत्तीच्या ओघाकडे बघते. शंका असेल तर पैशांचा माग काढावा. जर लैंगिक गोष्टींचा संबंध नसेल, तर पैसा. दुसरे काहीही स्पष्टीकरण नसेल, तरी पैसा. नेहमी पैसाच!

मुलानेच वडिलांच्या आत्महत्येचे नाटक रचले नसेल ना? त्याला एवढे सगळे मिळणार होते आणि तो तिच्याशी खोटे बोलला हेही तिच्या लक्षात होते. वडिलांच्या स्टडीमधल्या ज्या माणसाने त्याच्यावर हल्ला केला त्याला त्याने ओळखले नाही, याचे हे कारण असू शकेल. तो माणूस त्याचा साथीदार असू शकेल. कदाचित गिडियन चेस हाच खुनी आणि लफंगा तर नसेल?

पण, अतिश्रमामुळे तिला नीट विचार करता येत नसावा, असेही असेल. शेवटी ती विचार करणे सोडून देते आणि टीव्ही चालू करते. 'द एक्स फॅक्टर.' उत्तम बिनडोकपणा. कामाच्या गोष्टी विसरायला आदर्श!

२४

मध्यरात्र झाली आहे आणि सीन ग्रॅबला झोप येत नाहीये. चांगली विश्रांती मिळायला अजून खूप अवकाश आहे. अनेक वर्षे तो फ्रीजमधून व्होडकाची ताजी बाटली काढतो. तिचे झाकण फिरवून उघडतो आणि ग्लाससुद्धा न घेता जवळजवळ पाव बाटली घटघट घशात ओततो. काय घडतेय हे न समजण्याइतका तो बुद्धू नाही. कोणाही 'शहाण्या' माणसाने त्याने केल्या त्याच्या अर्ध्या जरी गोष्टी केल्या असल्या, तरी त्याला बाटलीचा आसरा घ्यावा लागला असता.

अखेरीस किचनमधील डुगडुगत्या कपाटातून एक मग काढताना तो अशा प्रकारे आपल्या कृतीचे समर्थन करतो. काही रात्री येणाऱ्या आठवणी सहन करण्यापलीकडे असतात. एखाद्या भीतिदायक चित्रपटाप्रमाणे त्या त्याच्या डोळ्यांच्या पुढे येऊ लागतात. आजची रात्रही त्यातलीच एक आहे. बळीच्या फुटलेल्या कवटीचे दृश्यच त्याच्या डोळ्यांपुढून जात नव्हते. त्याचे मंद भकास डोळे आणि रक्तरहित पांढुरके मांस.

ग्रॅब व्होडकाचा आणखी एक घोट रिचवतो. अनेकांच्या कल्याणासाठी ते केले हे त्याला समजते; पण त्यामुळे त्याच्या डोळ्यांना दिसणारा 'हॉरर शो' थांबत नाही. एकदा पापणी लवते आणि पुन्हा तो प्रेताची विल्हेवाट लावताना दिसू लागतो.

'मेलेले मांस' असे मस्का म्हणतो. त्याप्रमाणे त्या मुलाला हाताळा असे त्याला सांगितले जाते. तो देह म्हणजे बकरीची किंवा डुकराची तंगडी आहे, असे समज.

ते छिन्न-विच्छिन्न झालेले प्रेत त्यांनी मस्काच्या व्हॅनमध्ये मागे टाकले आणि ते घेऊन ते कत्तलखान्यात गेले – त्याच्या चाव्या ग्रॅबकडे होत्या. त्या मुलाची बॉडी कत्तलखान्याच्या पट्ट्यावर टाकण्यासाठी नेताना टनभर वजनाची वाटत होती. मस्काने बॉडी गाईच्या सांगाड्याप्रमाणे उलटी टांगली, गळ्याला चीर देऊन बॉडीतले उरलेले रक्त गटारीत सांडले.

ग्रॅबच्या कानात अजून चेनची खळखळ, इलेक्ट्रिक मोटार आणि इतर यंत्रे सुरू झाल्याचा आवाज घुमतोय आणि ती बॉडी चेन कन्व्हेअरवरून यंत्राकडे जाताना डोळ्यांना दिसत्ये. मग बॉडीची भयानक चिरफाड. मुंडके छाटून दुसरीकडे पडणे, बॉडीतील इंद्रिये काढणे, हायड्रॉलिक पुलरने बॉडीवरील कातडी खेचून काढणे. मस्काला यंत्रात अडकलेले काही मांसाचे तुकडे काढून टाकावे लागले, तेव्हा तर त्याला ओकारीच होणार होती.

तो व्होडकाचा आणखी एक घोट घेतो; पण डोळ्यांपुढील चित्र जात नाही. ते त्याच्या मेंदूत अडकून बसले आहे – बॉडीच्या मांसाचे तुकडे जसे मशीनमध्ये अडकले होते तसे. हळूहळू हे सर्व विसरायला होईल, असे तो मनाला सांगून बघतो; पण ते विसरले जाणार नाही, हे तो जाणून आहे. ते आता कायमचे राहणार. आता व्होडकामुळे निर्माण झालेली मऊ ऊबदार लाट येत आहे. हवी तितक्या वेगाने नाही; पण येत आहे. ती आता जाणवते आहे; पण ती अपराधीपणाची भावना धुऊन टाकणार नाहीये. आणि पकडले जाण्याची भीतीसुद्धा.

यंत्रे त्या मुलाच्या हाडांवरील मांसाचा कणन्‌कण खरडून काढतात. आता त्यांच्या किंवा इतर कोणाच्याही विरुद्ध पुरावा राहिलेला नाही. प्रगत तंत्रज्ञानावर आधारित त्या स्वयंचलित यंत्रमालिकेने इतर कोणत्याही जनावराच्या मांसाप्रमाणेच ते मांस माणसांच्या किंवा जनावरांच्या आहारासाठी तयार केले आहे. यंत्रे इतकी प्रगत आहेत, ती हाडे आणि चरबीसुद्धा वेगळी करतात. रक्त आणि इंद्रियांमधील घाण ड्रेनेजमधून वाहून गेलेली आहे.

"काळजी करायचे कारण नाही." मस्का म्हणतो. "उगीच जिवाची तडफडसुद्धा करून घेऊ नकोस."

पण, त्याला काळजी वाटत होती. त्याच्या मनाची तडफडसुद्धा होत होती. केवळ जे होऊन गेले त्याबद्दलच नाही, तर हे सर्व पुन्हा एकदा करावे लागणार होते यासाठी.

आणि तेही लवकरच!

२५

गुरुवार, १७ जून
लंडन

केटलिन लॉक थेम्स नदीच्या सकाळच्या प्रकाशात चमकणाऱ्या पाण्यावरील पिवळट धुक्यातून बारीक डोळ्यांनी बघण्याचा प्रयत्न करते. वडिलांच्या अनेक घरांपैकी एका फ्लॅटमध्ये उबदार मऊ बिछान्यात ती लोळत आहे. त्यांचा एक फ्लॅट रोमला आहे, एक पॅरिसला आणि दोन-तीन स्पेन, स्वित्झर्लंडमध्ये आहेत. शिवाय अमेरिकेत आहेत ते वेगळेच – एलए, न्यू यॉर्क, वॉशिंग्टन. वडील प्रसिद्ध आहेत आणि श्रीमंतही. आणि केटलिन त्यांच्यापेक्षाही जास्त प्रसिद्ध आणि श्रीमंत होण्याच्या मार्गावर आहे. अगदी आईहूनसुद्धा!

जरा संधी मिळाली की, ती वडिलांबद्दल खूप बोलते; पण आईबद्दल नाही. कधीच नाही. आईला तिने मनातून हद्दपार केलंय. कायली लॉक ही हॉलिवुडमधली एक दुय्यम दर्जाची अभिनेत्री आहे. ती घर सोडून गेली आणि तिच्याबरोबर काम करणाऱ्या एका कलाकाराबरोबर राहू लागली. तिच्यासाठी मिनिटभरही देण्याची किंवा तिची फुकटात प्रसिद्धी करायची केटलिनला अजिबात इच्छा नाही. सहा फुटांवर उंच आणि काळे डोळे असलेल्या, स्विमिंग शॉर्ट्सच्या जाहिरातींसाठी योग्य असलेल्या फ्रान्सिसमध्ये तिने काय पाहिले, हे ती समजू शकत नाही.

ती अंगावरील दुलई कुरवाळणे बंद करून विवस्त्र अवस्थेतच पलंगावरून उतरते. 'लंडन आय' दिसणाऱ्या खिडकीशेजारच्या मोठ्या आरशापुढे नितंबावर हात ठेवून ती उभी राहते आणि स्वत:ची छबी न्याहाळते, ती वळते. खांद्यावरून मागे बघत एक खट्याळ नजर लावते आणि मग स्वत:भोवतीची प्रदक्षिणा पूर्ण करते. अशी सुंदर काया मिळण्यासाठी आई काहीही करायला तयार होईल.

ती बाजूला वळून मागच्या पृष्ठभागावर गोंदवलेला युनियन जॅक बघते. तो अजून ती स्वत: आणि ज्याने गोंदले तो, अशा दोघांशिवाय तिसऱ्या कोणीही बघितलेला नाही. पावले बुडणाऱ्या मऊ गालिच्यावरून चालत ती तिचा फोन ठेवलेल्या छोट्या टेबलाकडे जाते. ती हसते आणि फोन उचलते. तो 'पोस्टपेड' बिलिंगचा फोन आहे, हे तिला आणि तिच्या मैत्रिणींनाच माहीत आहे. ती फोन ऑन करून पिनने टॅप करते. नेटवर्क मिळण्याची वाट बघत ती पुन्हा आरशात तिचा पार्श्वभाग न्याहाळते आणि ती जे करणार आहे, ते वडिलांना समजले तर ते त्याच्यावर कसा जोरात फटका मारतील, याची ती कल्पना करते.

फोनवर सिग्नल येतो. ती बटने दाबत कॅमेरा ऑन करते. येणारे हसू कसेबसे दाबत ती काही फोटो काढते. बहुतेक सगळे पुसट येतात – शेवटी ती एक काढते तो बरा येतो.

ती पलंगाच्या कडेवर बसते. जेकचा नंबर डायल करते आणि त्यावर एक मेसेज टाइप करते. ती 'सेंड' वर टिचकी मारते आणि गादीवर पडते.

२६

चेपस्टो, चेपस्टो अॅन्ड हॉक्स या फर्मचे ऑफिस वकिलांच्या ऑफिसपेक्षा अँटिक्स विकणाऱ्यांचे ऑफिस वाटले असते. केंब्रिजमधील एक कायद्याचे प्राध्यापक गिडियनला म्हणाले होते की, अशिलाच्या वकिलावरून त्याची प्रत ठरते. आणि चेपस्टो आणि कंपनीवरून ते सिद्ध होते. पारंपरिक आणि विश्वासू याबद्दल शंका नाही; पण जुन्या पठडीचे आणि गबाळे. नाथानिएलसाठी अगदी योग्य असे.

पांढऱ्या केसांची, चष्मा लावणारी पन्नाशीतील एक स्त्री नम्रपणे त्याला श्रीयुत चेपस्टो आता त्याला भेटू शकतील, असे सांगते आणि त्याला पितळेची पाटी असलेल्या मॅहोगनी दाराकडे घेऊन जाते. खोलीच्या कोपऱ्यातील खिडकीपाशी असलेल्या वॉलनटच्या टेबलामागून एक गृहस्थ उठतात 'लुशिअन चेपस्टो' असे म्हणत बारीक रेघांच्या निळ्या सुटाच्या बाहीतून रोलेक्स घड्याळ बांधलेला हात तो पुढे करतो.

"मी गिडियन चेस. आपल्याला भेटून आनंद झाला." आपोआप आलेल्या त्याच्यातील नम्रतेला तो मनातल्या मनात शिवी हासडतो.

"तुमच्या वडिलांचं ऐकून फार वाईट वाटलं. बसा!"

टेबलाच्या बाजूला ठेवलेल्या दोन चामडी खुर्च्यांपैकी एकीत गिडियन बसतो. काही रुपेरी केस असलेले चाळीशीतील वकीलसाहेब त्यांच्या खुर्चीकडे जातात, कोट नीटनेटका करतात आणि बसतात.

"तुम्हाला चहा किंवा पाणी विचारलं का?"

"नाही. नको. थँक यू!"

चेपस्टो टेबलावरील फोनवर हात ठेवतात. "नक्की?"

गिडियन पुन्हा तेच विचारल्याने वैतागतो. कदाचित परिस्थितीमुळे असे होत असेल असे तो स्वत:चे समाधान करतो. "थँक्स! खरंच नको."

दार उघडते. एक थकलेले वृद्ध गृहस्थ आत येतात – खांद्यांना किंचित गोलाई. नक्कीच लुशियनचे वडील, फर्मचे संस्थापक. 'सेड्रिक चेपस्टो!'

प्रश्नाचे उत्तर दिल्याप्रमाणे ते पुटपुटतात. हस्तांदोलनासाठी हात पुढे न करता ते गिडियनच्या शेजारच्या खुर्चीत बसतात. ''मी आलो त्याला तुमची हरकत नाही अशी मला आशा आहे. मला आपले सांत्वन करायचे होते. तुमच्या वडिलांना मी फार चांगला ओळखत होतो. फार छान माणूस. मी वीस वर्षे त्यांचा सॉलिसिटर आहे.''

छान माणूस, हे विशेषण नाथानिएलना फार शोभत नाही, असे म्हणायचे गिडियनच्या मनात आले होते; पण त्याने तो विचार दाबून टाकला. ''नाही. अजिबात नाही. थँक्यू, तुम्ही त्यांना किती चांगले ओळखत होतात? आणि त्यांच्यासाठी नक्की काय करत होता?''

चेपस्टो पिता-पुत्र एकमेकांकडे बघतात. या प्रश्नामुळे ते जरा गडबडले आहेत. गिडियनला गंमत वाटते.

''वैयक्तिकपेक्षा व्यावसायिक संबंध जास्त होते.'' म्हातारे चेपस्टो म्हणतात. ''त्यांच्या धंद्याशी संबंधित सर्व कागदपत्रे आम्ही बघायचो – मेमोज, कंत्राटे, करार, काही आयात-निर्याती संबंधीची कागदपत्रे, अशा प्रकारचे. ते आमच्या मोठ्या अशिलांपैकी एक होते.''

''त्याबद्दल माझी खात्री आहे.'' गिडियनच्या उत्तरात त्याला हवी होती, त्यापेक्षा जरा जास्तच कटुता उतरली होती.

लुशियनला हस्तक्षेप करायची गरज वाटली. ''तुमचे वडील अतिशय उत्साही होते. अतिशय यशस्वी, मि. चेस. त्यांच्याबरोबर काम करायला आनंद वाटायचा.''

गिडियन सीनिअर चेपस्टोकडे बघत राहतो. ''आणि व्यक्तिश:?''

चेपस्टो त्यांचे सुरकुतलेले ओठ एकमेकांवर घट्ट दाबतात. ''आम्ही मित्र होतो, असे समजायला मला आवडेल. आम्हा दोघांनाही इतिहासाबद्दल प्रेम होते. पूर्वीच्या पिढ्यांबद्दल आदर होता.''

लुशियन ड्रॉवरमधून एक पाकीट काढतात. भेटीतील धंद्याचा भाग उरकण्याची त्यांना उत्कंठा आहे. गिडियनला नाही. ''माझ्या वडिलांनी माझ्यासाठी एक पत्र ठेवले होते.''

वरिष्ठ वकील दचकतात.

''आत्महत्यापत्र. ज्यामुळे त्यांना स्वतःचा जीव घ्यावासा वाटावा, असं तुम्हाला काही माहीत आहे?''

सेड्रिकचे डोळे मोठे होतात.

गिडियन दोघांकडे आळीपाळीने बघतो. ''त्यांनी असं काय केलं असेल किंवा कशामुळे त्यांना एवढी लाज वाटली असेल की, ज्यामुळे ते इतके निकरावर आले असावेत आणि त्यांना इतकं नैराश्य आलं असावं. तुमच्यापैकी कोणी मला सांगू शकेल?''

मोठे चेपस्टो हनुवटीच्या वळीशी खेळतात. "नाही. आम्हाला कल्पना नाही. तसं काही नाहीये – निदान कायद्याशी संबंधित तरी. आणि जरी आम्हाला माहीत असतं तरी अशिलाबद्दल गुप्तता राखण्याच्या बंधनामुळे आम्हाला सांगता आलं नसतं."

आता गिडियनला त्याची नाराजी लपवता येत नाहीये. "ते वारलेत. त्यामुळे आता ही गुप्तता लागू होते, असं मला वाटत नाही."

एखादी मूलभूत चूक दाखवून द्यायला उत्सुक असलेल्या प्राध्यापकाप्रमाणे मोठे चेपस्टो मान हलवतात. "ती आमची काम करायची पद्धत नाही. आम्ही आमच्या अशिलांशी असलेल्या संबंधांची बूज राखतो – कायम." ते गिडियनला वरपासून खालपर्यंत न्याहाळतात. "मिस्टर चेस, माझ्या माहितीप्रमाणे तुमच्या वडिलांना लाज वाटावी असं – व्यावसायिक किंवा वैयक्तिक असं काहीही नव्हतं, कोणतीही उघडकीला न आलेली गुपितं नव्हती."

"गुपितं?" गिडियन हसतो. माझे वडील थडगीचोर होते. त्यांनी सीरिया, लिबिया, मेक्सिको आणि देव जाणे कुठली थडगी लुटली. ऐतिहासिक आणि पुन्हा बनवता येणार नाहीत, अशा वस्तू. ज्यांच्यावर त्यांचा कोणताही हक्क नव्हता, अशा वस्तू ते परदेशी सरकारांना आणि खासगी लोकांना विकायचे. त्यांच्या कपाटात ढीगभर गुपितं असणार याबद्दल मला खात्री आहे."

अनेक वर्षांच्या अनुभवामुळे वाद केव्हा जिंकता येतो आणि केव्हा नाही, हे सेड्रिक चेपस्टोला चांगले माहीत आहे. "लुशियन, मि. चेसना त्यांच्या वडिलांच्या मृत्युपत्राबद्दल सांग आणि त्यांना त्याची एक कॉपी दे." ते खुर्चीचा कर्ऽऽ कर्ऽऽ आवाज करत उठतात. "गुड डे, सर!"

वडील खोलीतून बाहेर पडून दार लागेपर्यंत लुशियन चेपस्टो गप्प राहतात. "त्यांची फार जवळची मैत्री होती." तो म्हणतो. "माझे वडील ज्या थोड्या लोकांबरोबर वेळ घालवायचे त्यांपैकी तुमचे वडील एक होते."

गिडियनची नाराजी अजून गेलेली नाही. "जोडी चांगली आहे."

भित्रा लुशियन उत्तर देत नाही. तो एक सिलबंद पत्र गिडियनकडे सरकवतो. आणि त्याची प्रत समोरच्या लाल, चामड्याचे कोपरे असलेल्या ब्लॉटरवरून स्वत:पुढे घेतो. "हे नाथानिएल चेसचं शेवटचं मृत्युपत्र. त्याच्यावर साक्षीदारांच्या सह्या आहेत आणि ते इंग्लिश कायद्याला धरून आहे. मी ते वाचून दाखवू का?"

गिडियन पाकीट दोन्ही हातात घेतो. त्याच्या मनात अजून सेड्रिक चेपस्टोचा विचार आहे. वडिलांनी काय लपवून ठेवलं होतं, ते बहुतेक त्याला माहीत असणार. नाहीतर त्याने तशी प्रतिक्रिया का दिली नसती (असती)? 'गुप्तते'चा मुद्दा का उपस्थित केला असता? आणि 'माझ्या माहितीप्रमाणे' हे शब्द का वापरले असते?

"मि. चेस मी मृत्युपत्र वाचून दाखवू का?"

गिडियन मानेने होकार दर्शवतो.

"मी आधीच सांगतो की, त्यांची एक विनंती जरा चमत्कारिक आहे. मरण्यापूर्वी त्यांनी वेस्ट विल्टशायर क्रिमेटोरियममध्ये दहनाची व्यवस्था करून ठेवली आहे."

गिडियनच्या कपाळाला आठ्या पडतात. "हे चमत्कारिक आहे?"

"नाही, ते नाही. अनेक लोक आधी पैसे भरून स्वत:च्या अंत्यविधीची सोय करून ठेवतात; पण वेस्ट विल्टशायरला दहन केल्यावर आपली रक्षा स्टोनहेंजला पसरावी असं त्यांनी लिहून ठेवलं आहे."

२७

लंडन

जेक टिंबरलँड सकाळी शॉवरमधून बाहेर आला आणि आपले हृदय बंद पडेल की काय, असे त्याला वाटले. त्याने बेसिनच्या खालचा वजनाचा काटा पुढे ओढला आणि तो त्यावर उभा राहिला. चौदा स्टोन म्हणजे १९६ पाउंड, जवळजवळ ९० किलो! बाप रे! तो काट्यावरून खाली उतरला आणि पुन्हा त्यावर उभा राहिला. म्हणजे आकडा चुकीचा नाही. पाच फूट अकरा इंच उंचीला तेरा स्टोन, म्हणजे १८२ पाउंड ठीक झाले असते; पण चौदा स्टोन म्हणजे फार झाले!

त्याच क्षणी तो निश्चय करतो. पन्नास उठाबशा काढल्यावर त्याचे स्नायू पुन्हा टरटरलेले दिसू लागतात आणि त्याला बरे वाटते.

आता तो त्याच्या क्लबमध्ये तिसरी कॅपुचिनो रिचवत ब्रेकफास्ट मीटिंगमध्ये बसला आहे. त्याचा पाहुणा मॅक्स्वेल डाल्टन याचे बोलणे तो ऐकतोय – कॅशफ्लोची अडचण, इकॉनॉमीची अधोगती, जाहिरातींमधून मिळणाऱ्या उत्पन्नातील घट आणि त्याला गुंतवणुकीची कशी गरज आहे आणि ती मिळाली नाही तर त्याचा धंदा कसा बंद पडेल, वगैरे.

डाल्टन गुबगुबीत चेहऱ्याचा. त्याच्या केसांइतक्याच काळ्या काचांचा चष्मा घातलेला आणि ढगळ सूटमध्ये होता. तो टीव्हीवर चांगले काम मिळत नसलेल्या लोकांनी बनवलेल्या छोट्या फिल्म्स दाखवणारी वेबसाइट चालवतो.

"तुम्हाला किती पाहिजेत? आणि त्यावर मला किती मिळणार?"

डाल्टन जरा नर्व्हसपणे हसतो. "एक लाख. दहा टक्क्यांनी."

जेकच्या चेहऱ्यावरील भाव 'हे जमणार नाही,' असे दर्शवतात.

"वीस टक्के?"

जेक गप्प राहतो. त्याचे लक्ष डाल्टनच्या प्लेटमधील फ्राइड एगवर खिळलेले आहे.

"पंचवीस?" डाल्टन विनवतो. "तीस?"

आपण मीडियामध्ये आहोत असे सांगायची कल्पना जेकला आवडते. त्याची खेचण्याची क्षमता आणखी वाढेल यात शंका नाही. आपण फिल्म निर्माते आणि वितरकही आहोत, असेही सांगायला हरकत नसावी.

"आपल्याला करार करता येईल; शक्य आहे; पण एक लाख आणि तीस टक्क्यांवर नाही."

डाल्टन जरा हिरमुसला होतो.

जेकसाठी एक लाख म्हणजे काहीच नाही. तेवढे तो वडिलांकडून निश्चित मिळवू शकेल. त्यांनी नाही दिले, तरी 'क्रिस्टल'वरचा खर्च कमी करून, हिवाळ्यातील स्किइंगला फाटा देऊन आणि ओव्हरड्राफ्ट घेऊन तो ते उभे करू शकेल. "हे बघ मॅक्स. मी तुझ्या कंपनीत पन्नास हजार घालायला तयार आहे; पण त्या बदल्यात मला कंपनीचे ५१ टक्के शेअर मिळाले पाहिजेत."

"कन्ट्रोलिंग इन्टरेस्ट?"

"बरोबर"

अखेरीस चेहरा पडलेला डाल्टन बोलतो : "आय ॲम सॉरी. भांडवलाच्या बाबतीत मी जास्तीत जास्त ४९ टक्के द्यायला तयार आहे, तेही पंचाहत्तर हजाराला."

जेक स्मित करतो. "मला तुला मदत करायची इच्छा आहे. बरबाद करायची नाही; पण तेवढ्यासाठी पंचाहत्तर हजार जास्त आहेत. मी पन्नास हजार आणि एकोणपन्नास टक्क्याला तयार आहे. ही शेवटची बोली."

डाल्टन अडचणीत आहे. जागेचा मालक भाड्यासाठी रोज दार ठोठावतोय. "ठीक आहे."

करार झाला हे दर्शवण्यासाठी हस्तांदोलन करण्यासाठी जेक उभा राहतो, तेवढ्यात त्याचा आय फोन वाजतो. "एक्सक्यूज मी!" केटलिनचा फोन – तो ताबडतोब तिचा नंबर ओळखतो. तो टेक्स्ट उघडतो, फोटो ॲटॅचमेन्ट उघडतो आणि त्याची बुबुळेच बाहेर येतात. गोंदवलेल्या युनियन जॅकच्या खाली मजकूर आहे : 'माझ्याकडे फ्लॅग आहे. त्याला पुरेल एवढा दांडा तुझ्याकडे आहे? फोन कर.'

जेक टेबलापलीकडील डाल्टनला बघून स्मित करतो आणि हात पुढे करतो.

एका दिवसात दोघांना ठोकणार?

२८

सॅमी आता नर्सरीत जायला लागण्याइतपत बरी झाली आहे; पण मेगनच्या आईने – ग्लोरियाने – 'मी तिकडे येऊन तिच्याकडे बघीन,' असा आग्रह धरला आहे. कधी नव्हे ते मेगनला आईचे 'लेक्चर' ऐकावे लागले नाही. तिला हायसे वाटले आणि कृतज्ञही. जवळच असलेल्या डेविझेस पोलीस स्टेशनला पोहोचल्यावर ती सीआयडी खात्याच्या हॉलमध्ये काळ्या चहाचे घुटके घेत कॉन्स्टेबल फीदरबी आणि जोन्स यांचे सविस्तर अहवाल वाचतेय.

गिडियन चेस नशीबवान आहे. फारच नशीबवान. गिडियनचा ९९९वर फोन आला होता, तेव्हा जर ते दोघे पोलीस दूर असते, तर फार उशीर झाला असता. फीदरबीला गिडियन हॉलमध्ये बेशुद्धावस्थेत आढळला आणि त्याने त्याला ओढत बाहेर नेऊन मेडिकल टीमला आणि फायर ब्रिगेडला बोलावले.

ती गुन्ह्याच्या ठिकाणच्या फोटोंचे काळजीपूर्वक निरीक्षण करते. आगीमुळे काळ्या पडलेल्या विटांच्या भिंती आणि जळालेल्या खिडक्या, फायर ब्रिगेडचा अहवाल, चेसच्या जबानीशी जुळणारा आहे. घराच्या पश्चिम बाजूला असलेल्या तळमजल्यावरील स्टडीतील पडदे असलेल्या भागात आग सुरू झाली, त्याविषयी जराही शंका नाही. ती खोली, कॉरिडॉरचा जवळजवळ सर्व भाग आणि त्याला लागून असलेला स्वागतकक्ष जळून खाक झाले आहेत. ते पूर्ववत करायला बराच खर्च येणार.

ती वाचत असलेल्या अहवालात म्हटले होते की, वैद्यकीय पथकाने गिडियनला रुग्णवाहिकेत घालून त्याला ऑक्सिजन देईपर्यंत तो मधूनच शुद्धीवर येत होता आणि पुन्हा बेशुद्ध होत होता. म्हणजे तिची एक शंका – की त्याचा वडिलांच्या मृत्यूत हात होता आणि आग लावणारा त्याचा साथीदार होता ही – खोटी होती. अर्थात जर साथीदारालाच हाव सुटली असेल, तर गोष्ट वेगळी; कारण त्या शक्यतेमध्ये त्याने गिडियनला मारायचा प्रयत्न करणे शक्य होते.

पण तसेही दिसत नाही. यातील काहीच शक्य वाटत नाही. ती कागद खाली ठेवते आणि गिडियन तिच्याशी खोटे का बोलला, याचा विचार करते. तो तसा सभ्य दिसतोय. हुशार आहे, चांगले कपडे, बोलण्यात नम्र आहे. जरा चक्रम असेल; पण अनेक प्राध्यापक तसे असतात.

'मग तो खोटं का बोलला?'

तो त्या दुसऱ्या माणसाला ओळखत असेल का? तशी शक्यता दिसत नाही. तिला मिळालेल्या माहितीनुसार गिडियनचे बहुतेक सगळे लहानपण बोर्डिंग स्कूलमध्ये गेले आणि त्याचे वडील टोलार्ड रॉयलमध्ये थोड्या वर्षांपूर्वीच आले. तोपर्यंत विल्टशायरच्या पूर्वेला जरा लहान घरात ते राहत होते किंवा नाथानिएल केंब्रिजला 'डॉन' होते, तिथे राहत होते.

मग का? इतर थोड्या शक्यता आहेत. कदाचित त्याला भीती वाटतेय. हल्ला झालेले अनेक लोक भीतीमुळे हल्लेखोराची ओळख देत नाहीत. हल्लेखोर किंवा त्याचा एखादा साथीदार पुन्हा आपल्याला मारायला येतील, अशी त्यांना भीती वाटते आणि ते समजण्यासारखे आहे.

चेस काही इतक्या निधड्या छातीचा दिसत नाही; पण तो भेदरटही वाटत नाही. आणखी एक शक्यता आहे. कदाचित त्याच्या वडिलांचा कशात तरी सहभाग आहे, हे त्याला माहीत असेल. त्याचा आणि मारेकऱ्याचा काही संबंध असेल. कदाचित चेसने त्याला तिथे भेटायला बोलावलं असेल, त्यांच्यात बोलाचाली झाली असेल, त्या माणसाने त्याला मारायची धमकी दिली असेल आणि चेसने पोलिसांना बोलावले.

पण तेही योग्य वाटत नाही. ती अहवालांवरून पुन्हा नजर फिरवते. तो बेशुद्ध होता आणि मेला असे समजून त्याला तसेच सोडले यात शंका नाही. ज्याने पोलिसांना फोन केला तो शांत आणि व्यवस्थित वाटत होता – हल्ला झाल्यामुळे भेदरलेला किंवा छातीत धूर भरलेला असा नव्हता.

पण तिला सत्याच्या जवळ येत चालल्यासारखे वाटले. नाथानिएल चेसचं काहीतरी काळंबेरं होतं, याबद्दल तिला खात्री वाटू लागली.

'बेकर!'

मेगन वर बघते आणि तिचे अवसान गळते. डेप्युटी चीफ इन्स्पेक्टर ज्यूड टॉमकिन्स तिच्याकडे येत आहे. हल्ली ही चाळिशीतली बाई अगदी वेडी झाली आहे. एवढ्या तेवढ्यावरून चिडते. तिचे होणारे दुसरे लग्न हे त्या व्यक्तिमत्त्व बदलामागचे कारण आहे.

"तुझी ती आत्महत्येची केस संपली ना, बेकर?" ती तिचा विस्तृत पार्श्वभाग टेबलावर टेकवत मेगनच्या समोर बसते.

"नाही मॅडम." मेगन पोलिसांचे रिपोर्ट पसरवत म्हणते. "तेच रिपोर्ट मी आता बघतेय. मयताच्या घरी आग लागली."

"माझ्या कानावर आलं तसं. कोण होतं? चोर?"

बेकर उलगडा करते. "आपण मुलाला चौकशीसाठी बोलावलं होतं. त्यानंतर तो घरी गेला. त्याला स्टडीमध्ये कोणी बाहेरचा माणूस आग लावताना दिसला."

"कोण होता तो? कोणी ड्रग्सवाला?"

"ते कळलेलं नाही. त्यानं आपल्या माणसाला फटका मारून बेशुद्ध केलं आणि तो मेला असं त्याला वाटलं."

"त्या भागातलं एक पथक जवळपास नसतं, तर चेस घराणं अठ्ठेचाळीस तासात संपलं असतं."

टॉमकिन्स ते समजण्याचा प्रयत्न करते. तपास न लागलेली घरफोडी, आग लावणे आणि खुनाचा प्रयत्न करणे, अशा गोष्टी तिला तिच्या अहवालात नको होत्या. आकडेवारीत सुधारणा करण्यासाठी पूर्ण विभागावर दबाव आहे. "म्हणजे मला वाटलं होतं, त्यापेक्षा हे जास्त गुंतागुंतीचं आहे तर. दुसरी एक केस याच्याबरोबर तुला बघता येईल?"

खरं म्हणजे तो प्रश्न नव्हता. डीसीआय ती फाइल मेगनच्या टेबलावर ठेवते. "सॉरी. एक माणूस बेपत्ता आहे. जरा बघ काय आहे ते."

डीसीआय वळून जाताना ती बघते. कामाचे वाटप करणे, ही एक फार छान पद्धत आहे. तुम्ही तुमचा कचरा दुसऱ्याच्या डब्यात नेऊन टाकायचा आणि त्याने तो उपसायचा. "बॉस! कोणी मदतीला मिळणार का?" ती ओरडून विचारते.

टॉमकिन्स थांबते आणि वळते. तिच्या मोठ्या गोल चेहऱ्यावर छद्मी स्मित असते.

ऑफिसात सर्वांसमोर कोणी मदतीची विनंती केली, तर तिला नाही म्हणणे कठीण असते, हे मेगन जाणून आहे. ती अतिशय दीनवाणा चेहरा करून डीसीआयकडे बघते. "निदान एक-दोन दिवस तरी?" टॉमकिन्स प्रसन्न चेहऱ्याने म्हणते, "जिमी डॉकरी! तू सार्जंट डॉकरीचा अठ्ठेचाळीस तास उपयोग करू शकतेस. त्यानंतर तो पुन्हा 'रेडलाइट'वर जाईल."

मेगन डोळे मिटते. जिमी डॉकरी? ती तिचे हात कानांवर ठेवते; पण त्याने काही फरक पडत नाही. सबंध ऑफिस हसत असल्याचे तिला ऐकू येते.

२१

हेंजप्रमुख त्या कॉलची वाटच बघत आहे.

फक्त तो केव्हा येईल, हा प्रश्न होता. जमलेल्या प्रतिष्ठित लोकांकडे दिलगिरी व्यक्त करून तो फोन घ्यायला जातो. त्याच्या खिशात दोन फोन आहेत. चार-चौघांमध्ये असला की, तो 'ब्लॅकबेरी' वापरतो आणि दुसरा स्वस्तातला 'नोकिया', ज्याच्या नाव व पत्त्याची कुठेही नोंद नाही असा, तो कुठेही टॉप अप करता येतो.

तो नोकिया कानाला लावतो. सेटसचा फोन.

"तुम्ही आता बोलू शकता?"

"एक मिनिट!" मास्टर बाहेर खुल्या जागेत जातो. "हं, बोला!"

"चेसचा मुलगा वडिलांच्या मृत्युपत्रासाठी आताच आला होता." मास्टर सिगरेट पाकिटासाठी खिसे तपासतो. "मग?"

"नाथानिएलनी लाज वाटावी असं काय केलं होतं, असं विचारत होता."

"त्यानं या शब्दांत विचारलं? की तो बोलला ते तुम्ही तुमच्या शब्दांत सांगताय?"

"त्याचेच शब्द. तो लुपुसला म्हणाला की, वडिलांनी त्याच्यासाठी एक पत्र ठेवलंय. ते पोलिसांना तिथे मिळालं असं दिसतंय." सोनेरी अक्षरांत नाव घातलेल्या लायटरने मास्टर 'डनहिल' पेटवतो. "त्यात काय आहे? काही आरोप किंवा कबुली?"

सेटस त्याची भीती घालवायचा प्रयत्न करतो. "फार महत्त्वाचं काही नाही. तसंच काही स्पष्ट असतं, तर पोलीस माझ्या ऑफिसात आलेच असते, चौकशी करायला."

मास्टर तोंडाने धूर सोडत लांब नजर लावतो. "पण ते संपर्कात आहेत आणि ग्रस म्हणतो की, डीआयला केस करण्यासाठी काही धागेदोरे मिळाले आहेत."

"ते खरंय; पण ते नेहमीप्रमाणे आहे. त्यांना नाथानिएलच्या स्टडीमध्ये काही बिलं मिळाली आणि आम्ही अजून त्याचे वकील आहोत का, म्हणून त्यांनी विचारलं. आणि डीआयची काळजी करू नका."

"ठीक आहे." हेंजमास्टर बोलत फेऱ्या घालतो. "नाथानिएलनी मला जे सांगितलं होतं, त्याप्रमाणे त्यांचे संबंध तुटले होते. दुर्दैवानं त्याचा मुलगा आपला मित्र व्हायची शक्यता नाही."

"माझ्या ऑफिसमधल्या त्याच्या वागण्यावरूनसुद्धा तसंच वाटत होतं."

मास्टर काही क्षण विचार करतो. "दुर्दैव. त्याच्या वडिलांनी आपल्या पंथासाठी जे काही केलं ते लक्षात घेतलं, तर तो आपल्या फार उपयोगी पडला असता. पोलिसांनी मृत्युपत्राबद्दल काही विचारलं?"

"अर्थात!"

"आणि त्याला सगळं मिळणार?"

"हो सगळं."

"तुम्हाला फी चांगली मिळाली असेल."

सेटस नाराज होतो. "मी नाथानिएलला चांगल्या प्रकारे वागवलं, तो माझा मित्र होता. आठवतं?"

मास्टर स्वत:ला शिवी देतो. 'मूर्खासारखं बोललो आपण!' "क्षमा करा. या परिस्थितीत मी मस्करी करायला नको होती." दूर उभा असलेला एक कनिष्ठ सहकारी घड्याळाकडे बोट दाखवत त्याला खुणावतो. "मला आता जायला लागणार आहे."

"तुम्ही पुढे ढकलायचा विचार करताय?"

"ते शक्य नाही." प्रमुख सिगरेटचा एक शेवटचा दीर्घ झुरका घेऊन ती खाली वाळूत टाकतो आणि पायाखाली चिरडतो. 'शास्त्रात सांगितलेलं अगदी स्पष्ट आहे. अयनाच्या दिवशीच्या संध्याकाळचा शेवटचा किरण आणि दुसऱ्या दिवशीच्या सकाळचा पहिला किरण यांच्या मध्यबिंदूवर पूर्ण झालं पाहिजे. नाहीतर त्याला काही अर्थ नाही."

सेटस गप्प आहे. मास्टरच्या मनात शंका येते. "दुसऱ्या 'नैवेद्या'ची सोय होणार ना?"

"करू! करू! सगळं ठरल्याप्रमाणे होईल; पण चेसच्या मुलाचं काय?"

मास्टर त्याच्या दूर असलेल्या सहकाऱ्याकडे बघून मान डोलवतो आणि 'एक मिनिट' या अर्थी ओठांची हालचाल करतो. तो गेल्यावर मास्टर कॉल संपवतो. "मी मुलाची बाजू सांभाळीन. दुसरी व्यवस्था ठरल्याप्रमाणे होईल, असे मात्र पाहा."

३०

केटलिनच्या सूचना स्पष्ट होत्या. खोली भाड्याने घे. शॅम्पेनची बाटली बर्फात गार करून ठेव. बेन ॲन्ड जेरी आइस्क्रीमचे दोन डबे मिनिबारमध्ये ठेव – केक बॅटर सोडून दुसरा कोणताही स्वाद चालेल. बाथटबमध्ये पाणी भरून ठेव – पाऊण टब. वासाचं काही नको, नुसतं पाणी, गरम पाणी, 'प्रोटेक्शन' आण साधं. कमीत कमी पाच. भरपूर डोप आणि एक्स्टसी असेल, याची खात्री कर.

केटलिनला तिच्या इच्छेनुसार मिळायची सवय आहे, हे उघड आहे. त्याची काही हरकत नाही. निदान या भेटीत काय काय अपेक्षित आहे, ते तरी कळले. फालतू बडबडीत वेळ घालवणे नाही. आधी किस, मग पुढचे; मग आणखी पुढचे असा प्रकार नाही, त्याने त्या दिवशीचे सर्व कार्यक्रम रद्द केले.

हव्या असलेल्या सर्व गोष्टी मिळवायला त्याला काहीच अडचण येत नाही. लेबनीज ब्लॅकचा एक तुकडा आणि एक्स्टसी त्याच्याकडे आधीच आहेत. आइस्क्रीम आणि लुई रोडरर क्रिस्टलच्या दोन बाटल्या तो सेल्फ्रिजच्या फूड हॉलमधून घेतो. त्यानंतर हाईड पार्कला जाऊन फ्रेंच खाद्यपदार्थांसाठी प्रसिद्ध असलेल्या 'एटे' या

उच्चभ्रू बुटिक हॉटेलमध्ये एक सूट बुक करतो. त्याच्या एका दिवसाच्या एक हजार पौंड भाड्याबद्दल घासाघीस करायचे त्याच्या मनात येते; पण आता आपण मीडिया धंद्यात आहोत आणि आपण एका प्रसिद्ध तरुणीबरोबर रात्र घालवणार आहोत, हे लक्षात घेऊन तो विचार बदलतो.

सूट त्याच्या किमतीला साजेसा आहे. किंग साइज बेड, त्याच्यावर सोनेरी आच्छादन, त्याला शोभणारे नारिंगी रंगाचे अस्तर असणारे खिडक्यांना बांधून ठेवलेले जाड पडदे. त्यातून दिसणारी मागची छोटी गच्ची आणि तिच्यात पांढऱ्या खुर्च्या. तो पडदे ओढून घेतो आणि बेडच्या दोन्ही बाजूंना असलेले इजिप्शियन पद्धतीचे दिवे पेटवतो.

तो आयपॅड प्लगला लावून ठेवतो. संगीत कोणते लावावे, या अचानक मनात आलेल्या प्रश्नामुळे तो जरा काळजीत पडतो. एखाद्याला कोणत्या प्रकारचे संगीत आवडते यावरून त्या माणसाविषयी बरेच काही सांगता येते. तो नुकतीच डाउनलोड केलेली गाणी बघतो आणि 'प्लॅन बी'चे 'डिफेमेशन ऑफ स्ट्रिकलॅन्ड बँक्स' निवडतो. 'लव्ह गोज डाउन' संपत असतानाच दारावर थाप पडते.

दुपारचे बरोबर दोन वाजले आहेत. ती उशिरा येणार अशी त्याची खात्री होती. त्याचा अंदाज चुकीचा होता. तो दरवाजा उघडतो. तिच्या एका हातावर फिक्या क्रीम रंगाचा कोट आहे आणि अंगात चुणलेल्या बाह्यांचा अर्धपारदर्शक ड्रेस. ''नुसता बघत काय राहिलास? मला आत तर येऊ दे!''

तो बाजूला होतो. ''सॉरी; पण तू इतकी सुंदर दिसतेस.'' आपल्याला कोणी बघेल, अशी तिला काळजी असल्याचे त्याच्या लक्षात येते आणि तो पटकन दार बंद करतो. तो वळतो तेव्हा ती समोरच असते. ती कोट आणि एक छोटी मॅचिंग हॅन्डबॅग जमिनीवर टाकते आणि त्याला किस करते. अंगात क्रमाक्रमाने विजेच्या लहरींचा शिरकाव होत असल्याप्रमाणे त्याला वाटते. नंतर अपेक्षित असलेल्या थरारक सेक्सची ही त्याहूनही थरारक नांदी.

केटलिन श्वास घ्यायला थांबते आणि हसते. ''मला तासभर वेळ आहे. तेवढाच. साठ मिनिटं. चल सुरू करू या!''

३१

डेविझेस

डिटेक्टिव्ह सार्जंट जिमी डॉकरी म्हणजे विल्टशायरचा होराशियो केन आहे. असे निदान त्याला तरी वाटते. तो मरायला टेकलेल्या दमेकऱ्यापेक्षासुद्धा सावकाश बोलतो आणि ढग जमलेल्या दिवशीसुद्धा गॉगल लावतो – 'टॉप गन'बरोबर कालबाह्य झाले तसे.

लहानपणी बराच त्रास सहन करून पोलीस झाल्यावर तो आता हवेत वावरतो. अडचण एवढीच की, 'सीएसआय : मायामी' मधील लेफ्टनंटप्रमाणे तो पिस्तुलबाज नाहीये. खरं म्हणजे तो जरासुद्धा नेमबाज नाहीये; पण तो डेप्युटी चीफ कॉन्स्टेबलचा मुलगा आहे आणि त्या एकमेव गोष्टीमुळे इतर सर्व गोष्टी फिक्या आहेत.

"तुम्हाला मदत हवी आहे असं मी ऐकलं, डिटेक्टिव्ह इन्स्पेक्टर." तो तिच्या शेजारच्या खुर्चीत बसत स्मित करतो. "मी काय सेवा करू?"

मेगनला तिटकारा येऊन अंगावर काटा येतो. "थँक्स, जिमी!" ती स्टेपल केलेले काही रिपोर्ट आणि एक जाड फाइल काढते. "हे चेस आत्महत्या केसचे कागद आहेत. तुला ती माहीत आहे ना?"

तो निर्विकार.

ती ओरडायची इच्छा दाबते. "प्रा. नाथानिएल चेस. आंतरराष्ट्रीय लेखक, पुराणवस्तू संशोधक, जुन्या दुर्मिळ वस्तूंचा व्यापारी. कार्नबोर्न चेसच्या टोलार्ड रॉयल या श्रीमंत लोकांच्या वस्तीत तो राहतो."

"हो, हो मला माहीत आहे तो."

त्याला माहीत नाही, हे तिला माहीत आहे; पण ती पुढे बोलते, "त्याला 'गूगल' कर. त्याची माहिती या कागदांमध्ये आहे." फाइल उघडून ती टेलिफोन नंबरांची एक यादी त्याला दाखवते. "हा गिडियन चेसचा मोबाइल नंबर. नाथानिएलचा मुलगा. त्याला बॉडी बघायची आहे. त्याच्याशी जरा सहानुभूतीनं बोलायचं." ते जिमीला जमेल की नाही, याबद्दल तिला जरा शंका आहे.

"झालंच म्हणून समजा." तो रुंद स्मित करतो आणि डोळे मोठे करतो. हे तो नुकतेच शिकलाय. आपण काम करायला एका पायावर तयार आहोत, हे सांगण्याची त्याची ही पद्धत.

"तू कशासाठी थांबलायस, जिमी?" दगडाखालून बाहेर आलेला विचित्र किडा बघावा, त्याप्रमाणे ती तिची मान किंचित वाकडी करते. "तुझ्या सोबतीचा आनंद

मला फक्त दोनच दिवस मिळणार आहे, असं दिसतंय. तेव्हा कामाला लवकर सुरुवात कर.''

तो समजतो आणि पाठ फिरवून चालू लागतो.

मेगन वळलेल्या मुठी सोडते. तिने आता शांत राहायला शिकायला हवे. कोणाचाही मूर्खपणा न खपवून घेणे वेगळे आणि त्याच्या नाकावर ठोसा मारण्याची इच्छा होणे वेगळे. मुख्य ऑफिसला लागून असलेल्या छोट्या किचनमध्ये जाऊन ती कपभर काळा चहा बनवते आणि तिच्या टेबलाशी परतते, तो फोन वाजत असतो. तो घेण्याच्या गडबडीत थोडा चहा टेबलावरील कागदांवर सांडतो. ''डीआय बेकर. डॅम!''

फोनवरचा माणूस जरा घुटमळून बोलतो. ''शाफ्ट्सबरीहून मी कॉन्स्टेबल रॉब फीदरबी. माझ्या सार्जंटनी फोन करायला सांगितला.''

''सॉरी, रॉब. माझ्या हातून काहीतरी सांडलंय. जरा एक मिनिट थांब.'' ती टेबलावर पसरणाऱ्या काळ्या थारोळ्यापासून कागद दूर करते आणि बॅगेतले टिश्यू काढून थारोळे टिपते. ''हं, बोल. काय म्हणत होतास?''

''टोलार्डला घरफोडी झाली तिथे मी आणि कॉन्स्टेबल जोन्स गेलो होतो. मी कन्ट्रोल रूमला तुम्हाला फोन करायला सांगितला. त्यांनी केला. केला ना?''

''केला. थँक्स! तुझा जोडीदार कसा आहे?''

''ठीक आहे. थोडा वेळ त्याचा आवाज गेला होता, ते काही वाईट नाही झालं.''

ती हसते. पोलीस खात्यातील बहुतेक सगळ्यांप्रमाणे असे 'काळे विनोद' त्यांना वेड न लागायला मदत करतात. ''मी आताच तुमचा रिपोर्ट वाचला. छान लिहिला आहे. तो 'क्राइम वॉच'वर घालता आला, तर ते तुला ऑफर देतील.''

त्याला बरे वाटते. ''थँक्स! शक्य तेवढं सगळं मी आठवायचा प्रयत्न करतो.''

''मी काय मदत करू शकते तुम्हाला?''

''तुम्हाला त्या केसमध्ये अजून इन्टरेस्ट आहे का? म्हणजे चोरीबद्दल बोलतोय मी. आत्महत्येचा तपास तुम्ही करताय ते मला माहीत आहे.''

''काय मिळालंय?''

''क्राइमवाल्यांना सकाळी लॉनवर आणि बागेतल्या मातीत पावलांचे चांगले ठसे मिळालेत आणि ते घरातल्या ठशांशी जुळतात.''

''फारच छान.'' तिच्या बोलण्यातून उत्साह डोकावतो. ''कोणी संशयित?''

तो हसतो. ''मिळाला असता तर आम्हाला बरं वाटलं असतं; पण आणखीन आहे. गुन्हेगाराने एक कॅनव्हासची बॅग मागे सोडली आहे. घरफोडीची हत्यारे असलेली. तिच्यात बरीच हत्यारे आहेत.''

"रॉब, मी आत्ता चेसच्या घरापासून चाळीस मैलांवर आहे. तू मला तिथे दोन तासांनी भेटू शकशील का? कुठल्या वस्तू कुठे सापडल्या आणि तुमच्या मते काय आणि कसं घडलं, ते मला तुझ्याकडून समजावून घ्यायचं आहे."

"मला सार्जंटला विचारावं लागेल; पण अडचण दिसत नाही. जर काही अडचण असेल तर मी फोन करीन, ठीक आहे?"

"उत्तम. थँक यू!" ती फोन ठेवते. गिडियन चेसची पुन्हा भेट होईल, याचा तिला आनंद होतोय. तो खोटं का बोलला, ते शोधून काढायची संधी मिळेल.

३२

हाईड पार्क, लंडन

तास संपतो. केटलिन जाण्यासाठी कपडे करून दारात उभी आहे. तिला हवं ते सगळं मिळालंय. मुलगा छान आहे. आज्ञाधारक. छान व्यवस्था. त्याने थोडं सबुरीने घ्यायला हवं होतं, हे खरं; पण पहिल्या इयत्तेतले सर्व पुरुष हळूहळू तो धडा शिकतात.

जेक कपडे घालण्याच्या फंदात पडलेला नाही. त्याने टॉवेलचा पांढरा डगला अंगावर चढवला आहे. ती गेल्यावर मग तो शॉवर घेईल किंवा कदाचित दिवसभर तिचा गंध अंगावर वागवेल. तो तिच्याकडे जातो. डोळे अजून आसुसलेले. "मला निरोपाचा किस मिळणार?" तो एक 'एक्स्टसी' गोळी जिभेच्या टोकावर ठेवतो.

ती पुढे होऊन ती ओठांनी टिपते. पाहुणचाराचे पारितोषिक. ती गोळी गिळते आणि एक पाऊल मागे सरते. "या गोळ्या त्यांनी बेन अँड जेरीच्या चवीच्या बनवायला हव्या होत्या."

"तर मग प्रत्येक जण चोवीस तास हवेतच राहिला असता."

"अगदी बरोबर!"

"मग तुला चेरी आवडली?"

ती मध्येच बोलते, "न आवडण्यासारखं काहीच नव्हतं. तू सगळं छान केलंस."

तो स्मित करतो. "आणि आता पुन्हा सगळं छान करायची संधी मला केव्हा मिळणार?"

"असा चिकटू नकोस. मला तसं आवडत नाही."

त्याला जरा धक्का बसल्यासारखं दिसतं.

''याच वेळेला, याच ठिकाणी. पुढल्या आठवड्यात. तू बुक कर. सगळं आजच्यासारखंच. फक्त पैसे मी देणार. ठीक आहे?''

त्याला अपमान झाल्यासारखे वाटते. ''त्याची काही गरज नाही. रेग्युलर डेट का नाही? एखादा सिनेमा, क्लब, जेवण. तू तसं करतेस ना?''

ती खळखळून हसते. ''माझे वडील कसे आहेत तुला माहीत नाही. तुला नुसती कॉफी पाजायची परवानगी द्यायलासुद्धा ते तुला आगीतून काढतील.''

यावर तो काही बोलत नाही.

ती कोटाची बटने लावते. ''हे बघ, मला आता गेलं पाहिजे. पुढच्या आठवड्यात याच वेळी?''

तो मान डोलवतो.

''मला तू आवडतोस. पुढचा आठवडा कसा जातो बघू या. मग ठरवू आपण. डिनर किंवा कॉफीसाठी डॅडींचा राग ओढवून घ्यायचा की नाही ते.''

त्याच्या डोळ्यांच्या कोपऱ्यांत छानशा, बारीक सुरकुत्या आहेत आणि स्मित मधाळ आहे. ती क्षणभर भावपूर्ण होते, त्याच्या मानेभोवती हातांचा विळखा घालून आतापर्यंत दुसऱ्या कुणाचाही घेतला नसेल, अशा प्रकारे त्याचा किस घेते. संथ, समाधानी, मैत्रीपूर्ण असा.

तिचा तिलाच धक्का बसतो. ''मला गेलं पाहिजे.''

जेकने डोळे उघडायच्या आत दरवाजा उघडल्याचा आवाज होतो आणि ती कॉरिडॉरमध्ये पुढे गेलेली असते.

''ए!''

ती मागे वळून बघते.

''मी तुला चकित करणार आहे.'' तो अंगठा आणि करंगळीच्या साहाय्याने कानाला फोन लावल्यासारखे करतो. ''तुझ्या मोबाइलकडे लक्ष ठेव. माझा मेसेज येईल.''

३३

चेस बंगल्याच्या आवारात उभ्या असलेल्या पोलीस कारच्या शेजारी मेगन तिची 'फोर्ड' उभी करते आणि उजव्या बाजूची काच खाली करते. ''तू रॉब फीदरबी का?''

विशीतला, काळ्या केसांचा एक उमदा तरुण तिच्याकडे बघून स्मित करतो. ''हो! मीही आताच आलो. पुढे जाऊ या?''

ती घराकडे हात करते. ''हो पुढे!''

रॉब इंजीन सुरू करून पुढे जातो.

बंगल्याच्या ड्राइव्हवर उभ्या असलेल्या 'ऑडी'च्या मागे ते पार्क करतात आणि उबदार सूर्यप्रकाशात खाली उतरतात. फीदरबीकडे गुन्ह्याच्या ठिकाणी मिळालेल्या वस्तूंच्या फोटोंचे जाड पाकीट आहे.

मेगन बेल वाजवते. शिवाय दारावर थाप मारते. मिनिटभरानंतर ती 'ऑडी'कडे बघते. ''घरी असला पाहिजे. ही त्याचीच गाडी आहे.''

कॉन्स्टेबल पुन्हा बेल वाजवून ती बराच वेळ दाबून धरतो. तो बेलच्या बटनावरून बोट काढत असतानाच दार उघडते. गिडियन चेस दार फूटभर उघडतो. तो जरा फिकट आणि घाबरलेला वाटतो.

''तुम्हाला पुन्हा त्रास द्यावा लागतोय, याबद्दल माफ करा.'' मेगन बोलते. ''आम्हाला आणखी काही प्रश्न विचारायचे आहेत.'' गिडियनची इच्छा नाही. ''आत्ता सोयीचे नाही.'' तो दार बंद करू लागतो.

ती दाराला बुटाने थोपवते. ''हे कॉन्स्टेबल फीदरबी. तुमची भेट झाली आहे; पण तुम्हाला आठवत नाहीये. त्या रात्री यांनीच तुम्हाला आगीतून बाहेर ओढून काढलं होतं.''

गिडियनवर परिणाम होतो. तो हात पुढे करतो. ''थँक यू. मी आपला अतिशय ऋणी आहे.'' तो तिच्याकडे बघतो. आणि दार पूर्ण उघडतो. ''आतून सरळ मागे जा. मला आतापर्यंत फक्त किचनचीच माहिती झाली आहे.''

तो दरवाजा लावत असताना ते आत येतात. अनेक डायऱ्या डीकोड करून त्याचे डोके भणभणायला लागलेले आहे आणि त्याला ते तिथे खरोखरीच नको आहेत.

''मोठं आहे किचन.'' मेगन ओरडून वातावरणातील मूड बदलायचा प्रयत्न करते. ती एका जुन्या 'आगा'वरून हात फिरवते. कुठेही स्त्रीचा हात फिरलेला दिसत नाही. पडदे नाहीत, फुलदाण्या नाहीत, कॅसेरोल नाहीत, मसाल्यांच्या बाटल्या नाहीत. फक्त पुरुषी उपयुक्तता.(सगळा पुरुषी कारभार)

गिडियन त्यांच्या तिथे जातो. ''मला जरा लाजिरवाणं वाटतंय.'' तो फीदरबीकडे बघत बोलतो. ''माझा जीव वाचवणाऱ्याला मला कमीत कमी चहा किंवा कॉफी तरी देता यायला हवी; पण दूध नाहीये. मी काळी बनवू शकेन. चालेल का?''

''मला आता नको. थँक्स!'' कॉन्स्टेबल म्हणतो.

''मलाही नको.'' मेगन.

गिडियन संरक्षकपणे छातीवर हाताची घडी घालतो. कपाटांवर रेलून जरा आनंदी दिसायचा प्रयत्न करतो. ''मी तुम्हाला कशी मदत करू शकतो?''

त्याचे लाल झालेले डोळे तिच्या लक्षात येतात. तणावाचा परिणाम होऊ लागला आहे, असे ती गृहीत धरते. "रॉबच्या चौकीवरच्या शोध घेणाऱ्यांना घरफोडीच्या संदर्भात बराच पुरावा मिळाला आहे. तो मला जागेवर समजावून सांग म्हणून मी विनंती केली होती. तो समजला म्हणजे गुन्हेगाराचे बऱ्यापैकी वर्णन समजेल. ते करायला तुमची काही हरकत नाही ना?"

तो असहाय्य दिसतो. "अर्थात, मी काय करू म्हणता?"

"काहीच नाही." ती नरमाई दाखवायचा प्रयत्न करते. "आम्हाला फक्त स्टडी, घराची ती बाजू आणि बागेत जावं लागेल, तुमची परवानगी आहे ना?"

खरं म्हणजे ते त्या भागात आले नाहीत, तर बरे असे त्याला वाटते; पण हरकत घेणे अयोग्य दिसेल, असे त्याला वाटते. "अगदी जरूर. मी वडिलांच्या वस्तू जरा बघतोय वर. काही लागलं तर मला हाक मारा."

ती मान डोलवते. "थँक्स! आम्ही हाक मारू."

तो जातो, आपल्याला घालवले आहे असे त्याला वाटते. फीदरबी मेगनला जळालेल्या स्टडीकडे घेऊन जातो. मेगन काळ्या पडलेल्या भिंती, छत, जमिनीचे निरीक्षण करते. "काय वाट लागलीये!" हवेत अजून आगीचा वास आहे. "आग पडदे आणि टेबलापासून सुरू झाली असं तुम्ही म्हणालात ना?"

तो जमिनीवरील एका काळ्या भागाभोवती हात फिरवतो. "इथे! असं फायरब्रिगेडचा प्रमुख म्हणाला."

ती मनातल्या मनात नोंद करते. गुन्हेगाराने आग स्टडीमध्ये लावली, बाहेरच्या खोलीत नाही. आधी विचार करून लावली. तो काहीतरी शोधत असणार ते सापडलं आणि जाळून टाकलं किंवा सापडवायला वेळ पुरला नसेल. जर वेळेचे कारण असेल, तर त्याला जे सापडले नाही, ते दुसऱ्या कोणाच्या हाती पडू नये हा त्याचा हेतू असणार. "आग भडकवायला त्यानं काही वापरलं का? पेट्रोल, किचनमधलं तेल वगैरे?"

फीदरबी मान हलवतो. "मला काही तसं सांगितलं नाही." ती कॉरिडॉरमध्ये जाते आणि जिन्याच्या वरच्या बाजूला तोंड करून ओरडते, "गिडियन, जरा एक मिनिट वेळ आहे का?"

गिडियन वरच्या कठड्यापाशी येतो.

"तुमचे वडील सिगरेट ओढायचे का?"

तो क्षणभर विचार करतो. "नाही. मला नाही वाटत. मला आठवतं त्याप्रमाणे ते कट्टर धूम्रपानविरोधी होते." खांदे उडवून तो पुढे म्हणतो, "गेल्या काही वर्षांत त्यांनी सुरू केलं असेल, माझा-त्यांचा संबंध तुटल्यावर, तर मला माहीत नाही; पण ती शक्यता फार कमी. आणि काही?"

ती त्याच्याकडे बघून स्मित करते. "नाही. आता तरी नाही."

तो परत जातो आणि ती स्टडीकडे वळते. कॉन्स्टेबल तिच्याकडे प्रश्नार्थक नजरेने बघतो. ती त्याला समजावते. "गुन्हेगार सिगरेट ओढणारा आहे. त्याने त्याचा स्वत:चा लायटर वापरला. बीआयसी डिस्पोजेबल. गिडियन म्हणतो की, त्या घुसलेल्या माणसाने त्याला बघायच्या आधी त्याने तो त्याच्या हातात बघितला. हा माणूस आगलाव्या नाही. त्याने याआधी कधी आग लावलेली नाही. जर तो असता, तर त्याने आग पेटवायला आणि ती पसरवायला पेट्रोलसारखे काहीतरी वापरले असते. त्याची पूर्वीची गुन्हेगारी पार्श्वभूमी नसावी; पण ज्याप्रकारे त्याने तुझ्या साथीदाराला जायबंदी केले, त्यावरून तो पूर्वी लष्करात वगैरे असावा."

फीदरबीला आश्चर्य वाटते. "तुम्हाला इतकी खात्री कशावरून वाटते?"

"खात्री नाही. म्हणूनच मी 'असावा' म्हटलं; पण तूच जरा विचार करून बघ. त्यालाच तपासणीत 'मिश्र स्थिती' म्हणतात. कामाचा काही भाग अगदी सराईतपणे केला आहे आणि काही भागाची बिनडोकपणे वाट लावली आहे. तुम्ही कायदा मोडायला जाता तेव्हा तुमच्या मनातील योजनेनुसार सगळे घडायला नशीब लागते, नाहीतर तुमची गाडी रुळावरून घसरते आणि मग परिणाम काहीही होतो. या गुन्हेगाराचे नशीब चांगले नव्हते. तो आग लावत असतानाच घरातला माणूस आला. तो बेसावध होता. त्यानं पोलिसांना बोलावलं आणि त्याला जळणाऱ्या खोलीत डांबून ठेवलं. त्या क्षणी गुन्हेगारानं मूळ योजना सोडून दिली. आणि आपण वाचणार कसे आणि सुटणार कसे, याचाच विचार करायला लागला. म्हणून त्यानं कॉन्स्टेबल जोन्सला जिवे न मारता जायबंदी केला आणि हत्यारांची बॅग तिथेच विसरला."

फीदरबीने घरफोड्या आणि मोटारीतून चोरी केल्याच्या अनेक केसेस बघितल्या आहेत.

मेगनचे बोलणे अजून संपले नव्हते. "आग लावणं हा त्याचा मूळ हेतू नव्हता, तो नंतर सुचलेला विचार होता. तो काहीतरी शोधत होता; पण ते त्याला सापडलं नाही."

"मग आग का लावली?"

ती विचार करते. "ते दुसऱ्या कोणालासुद्धा मिळू नये म्हणून. त्याचा अर्थ तो जे शोधत होता त्यामुळे त्याला किंवा तो ज्याच्यासाठी हे करत होता, त्या व्यक्तीला धोका होता."

फीदरबी मानेनेच हॉल आणि जिन्याकडे निर्देश करतो. "त्यानं काही वर्णन दिलं का?"

तिच्या कपाळावर आठ्या पडतात, "ते विचारू नकोस. तो माणूस कसा

दिसतो, ते त्याला काहीच आठवत नाहीये.''

"अरेरे!''

"ते आतापुरतं विसरून जा. गुन्हेगारावर लक्ष केंद्रित कर. त्याचा जसा गुन्हेगारीचा इतिहास नाही, तसेच तो फार हुशार नसावा; पण धाडसी आहे. घर फोडून आत घुसायला, विशेषत: जिथे कोणाचा तरी नुकताच मृत्यू झाला आहे, अशा घरात घुसायला छाती पाहिजे. तर आपण असे धरून चालू या की, आपला माणूस धीट, शक्तिवान आणि जरा वयस्क आहे. मला वाटते तो तीस ते पंचेचाळीस वयाचा असेल आणि शारीरिक श्रमाचे काम करत असणार. विल्टशायरमध्ये गोरे सोडून इतरांची वस्ती जेमतेम सहा टक्के आहे, हे लक्षात घेतले, तर हा माणूस गोरा असावा.''

कॉन्स्टेबल उजळणी करतो. "गोरा पुरुष, श्रमाचे काम करणारा, वय तीस ते पंचेचाळीस, धूम्रपान करणारा, गुन्हेगारीचा इतिहास नसलेला. आश्चर्य आहे, नुसत्या एका जळक्या खोलीकडे बघून तुम्ही एवढं सांगू शकता.''

यात खोलीचा फार संबंध नाही, तर प्रत्येक गुन्हेगार त्याच्या वागणुकीतून काही अदृश्य 'क्लू' कसा सोडतो, हे त्याला समजावून सांगावे, असे तिच्या मनात फार येत होते.

"गुन्हेगाराचा आणि मयताचा काय संबंध असावा, असं तुम्हाला वाटतं?'' ती जरा विचार करते. "छान प्रश्न आणि तो जर आपल्याला सोडवता आला तर या केसमधलं सगळं रहस्य आपल्याला उलगडेल.''

"पण काहीतरी संबंध आहे. हो ना?''

"निदान एक! कदाचित अनेक!''

तो गोंधळात पडल्याचे दिसते.

मेगन उलगडा करते. गुन्हेगाराचा मयताशी व्यावसायिक संबंध असावा. तो कदाचित माळी असेल, खिडक्या पुसणारा असेल, कार मेकॅनिक असेल. त्याची आणि प्राध्यापकांची जुनी ओळख असावी; कारण तो नेहमी त्यांची कामे करायचा किंवा त्यांच्या घरी सामान पोहोचवायचा. त्यामुळेच त्याला इथे येण्याची किंवा घरात घुसण्याची भीती वाटली नसावी. "पण मला वाटते त्याची आणि नाथानिएल चेसची ओळख असावी; कारण चेस जे काही करत होता, त्यात गुन्हेगाराचाही सहभाग असावा असं मला वाटतं.''

"मला समजलं नाही.''

ती स्पष्ट करायचा प्रयत्न करते. "चेसकडे खूप पैसा होता. त्याच्यासारख्या माणसाच्या मानाने खूप जास्त होता आणि तो काही सरळ मार्गानं मिळवलेला नव्हता, असं मला निश्चित वाटतं. प्रश्न एवढाच की, नक्की काय भानगड होती.''

जिन्यात वर बसलेल्या गिडियनला कोणीतरी त्याच्या हृदयात तलवार खुपसली आहे, असे वाटते; पण तिचे म्हणणे खरे असल्याचे त्याला ठामपणे वाटते. त्याचे वडील काहीतरी अनिष्ट गोष्टीत गुंतलेले होते. ती गुप्त ठेवावी असे वाटण्याइतकी गैर!

३४

मध्यरात्रीच्या थोडे आधी ते त्याला न्यायला आले. ते न बोलता चपळपणे हालचाली करतात. आता परत फिरणे शक्य नाही. ली जॉन्स लवकरच 'लासर्टा' म्हणून ओळखला जाणार; पण हे 'बारसे' अतिशय वेदनापूर्ण होणार आहे. त्याच्या डोळ्यांवर पट्टी बांधली आहे आणि त्याला बऱ्याच अंतरावरून आणण्यात आले आहे. त्याला पंथात प्रवेश देण्याचा विधी होणार आहे.

सँक्चुअरीचे अस्तित्व समजण्याचा हक्क त्याने मिळवला आहे, ती कुठे आहे, हे गुपित माहीत होण्यासाठी थोडा काळ जावा लागेल. न दिसणाऱ्या माणसांचे मजबूत हात त्याला उतरत्या जिन्यातून एका स्वागतकक्षात घेऊन जात आहेत. डोळ्यांवरील पट्टी न काढताच त्याचे सर्व कपडे काढण्यात येतात, त्याला स्नान घालण्यात येते आणि विवस्त्रावस्थेतच त्याला मोठ्या कक्षात नेण्यात येते. कक्ष अतिशय मोठा आहे. आणि गुहेप्रमाणे आहे. हजार चौरस फुटांपेक्षाही मोठा. उंच इतका की, छत दिसत नाही. वर फक्त काळी पोकळी असल्याप्रमाणे वाटते.

थंड हवेत, जळणाऱ्या शेकडो मेणबत्त्यांचा गंध भरला आहे, भीती आणि नग्नावस्था यामुळे त्याची इंद्रियं अति संवेदनक्षम झाली आहेत. त्याच्या पायाखालच्या दगडाच्या लाद्या बर्फाप्रमाणे टणक आणि थंड वाटत आहेत.

हेंजमास्टर हातोडी उंचावतो. ती हातोडी पवित्र देवतांचे विश्रांतीस्थान आणि सँक्चुअरीची निर्मिती करणाऱ्या पूर्वजांच्या कलेचे प्रतीक होती. तो जमलेल्या लोकांवर एकदा दृष्टी टाकतो आणि हातोडी आपटतो. एक प्रचंड मोठा संगमरवरी दगड सरकून गुहेचे तोंड बंद होते.

"बालकाचे डोळे उघडण्यात यावेत."

जोन्सच्या डोळ्यांवरील पट्टी काढली जाते. दीक्षाविधी सुरू झाला आहे.

लीचे हृदय धडधडू लागते. तो गोलाकार कक्षात आहे. दिपलेल्या डोळ्यांची उघडझाप केल्यावर त्याला समोर स्टोनहेंजची पूर्ण आकाराची प्रतिकृती दिसते. ती पूर्ण आहे. अगदी जेव्हा बांधली तेव्हासारखी. मध्यावर डगला आणि टोपडे घातलेली एक (आच्छादित) आकृती आहे. तिचा चेहरा छायेमुळे दिसत नाहीये.

हेंजमास्टर बोलतो : 'पवित्र देवतांचे मूर्त रूप बघा. अनेक शतकांपूर्वी, आपल्या पूर्वजांनी, संस्थापक अनुयायांनी हे वैश्विक वर्तुळ आणि सँक्चुअरी बांधली. तेव्हा देवता इथे विश्राम करत असत. इथे त्यांच्या उपस्थितीत आपण आहोत. एकदा दीक्षा घेतली की, आदर दर्शवण्यासाठी आपले मस्तक नेहमी आच्छादित आणि नजर खाली ठेवायला हवी. समजलं?'

याला कसे उत्तर द्यायचे हे त्याला माहीत आहे. "होय, मास्टर!"

"तू आजीवन अनुयायी होण्यास पात्र आहेस, असे आमच्या सभासदांना वाटले म्हणून तुला आमच्यासमोर आणण्यात आले आहे. तुझी तशी इच्छा आहे?"

"होय, मास्टर!"

"आणि तू तुझे आयुष्य, तुझा आत्मा आणि तुझी निष्ठा देवता आणि त्यांचे रक्षक यांच्याठायी ठेवण्यास तयार आहेस?"

"होय, मास्टर!"

"आपण जोपर्यंत देवतांचे नूतनीकरण करू तोपर्यंतच देवता आपले नूतनीकरण करतील. आपण रक्त आणि मांस देऊन त्यांचा सन्मान करतो आणि त्याबदल्यात त्या आपल्या रक्त-मांसाचे रक्षण करतात. तू तुझे रक्त आणि मांस त्यांच्या अमर पावित्र्याला वाहशील?"

"होय, मास्टर!"

त्याच्या मागे हातात धरलेल्या, जाड साखळीला लोंबणाऱ्या, तांब्याच्या पात्रात धूप पेटवला जातो. हेंजमास्टर त्याचे बाहू पसरतो. "बली वेदीकडे जाण्याची इच्छा असलेल्या त्याला इकडे आणा."

ली जॉन्सला शिळांच्या वर्तुळातून आत नेले जाते. त्याला सभोवतीच्या लोकांवर नजर टाकण्याची इच्छा होते. असे करायचे नाही, मोठ्या कक्षात जमलेल्या लोकांच्या आणि विशेषत: हेंजमास्टरच्या चेहऱ्याकडे बघायचे नाही असा सीनने त्याला इशारा दिलेला असतो.

एक आवाज त्याला कानात गुडघे टेकायला सांगतो. जमीन अगदी टणक आहे. कोणाचेतरी हात त्याला जमिनीवर उताणा निजवतात. चार अनुयायी त्याचे हात आणि पाय फाकून ते बली वेदीच्या दगडावर बांधतात. हेंजमास्टर त्याच्याजवळ येतो. त्याच्यामागे पाच धूप जाळणारे आहेत. ते सगळे 'आतल्या वर्तुळा'चे सदस्य आहेत. "देवता आणि त्यांच्या अनुयायांच्या शक्तीवर तुझा विश्वास आहे?"

"होय, मास्टर!"

"त्यांच्या रक्षण करण्याच्या, तारण्याच्या आणि व्याधिमुक्त करण्याच्या सामर्थ्यावर तुझा नि:संशय विश्वास आहे?"

"होय, मास्टर!"

"तू तुझे आयुष्य त्यांच्या सेवेसाठी द्यायला तयार आहेस?"

"होय, मास्टर!"

"आणि परवानगी दिल्याशिवाय आपल्या पंथाबद्दल कोणतीही गोष्ट आपल्या बांधवांव्यतिरिक्त कोणाशीही कधीही न बोलण्याची शपथ तू स्वतः, तुझे सर्व कुटुंबीय आणि तुला प्रिय असणारे सर्व जण यांना स्मरून घेतोस?"

'होय, मास्टर!"

धूपवाले साखळ्यांना लोंबणाऱ्या धूपदाण्या त्याच्या हात, पाय आणि धडाभोवती वर्तुळाकार फिरवून मागे सरतात. हेंजमास्टर पहिल्या महाशिळेच्या दगडापासून बनवलेला सुरीसारखा एक धारदार दगड हातात घेतो. 'देवतांनो, तुम्ही तुमचा सेवक म्हणून याचा स्वीकार कराल आणि त्याला तुमचे संरक्षण आणि आशीर्वाद द्याल या आशेने मी हे मानवी रक्त, मांस आणि अस्थी काढत आहे. पवित्र देवतांनो! या आमच्या बांधवाला आपल्या प्रेमात सहभागी करावे, अशी मी नम्रपणे प्रार्थना करतो.' तो बली वेदीपाशी जाऊन हातातील दगडी सुरीने लीच्या मनगटांपासून खांद्यांपर्यंत, पावलांपासून कमरेपर्यंत आणि पाठीवर मानेपासून कमरेपर्यंत कापतो.

ली ताठ होतो. धक्क्याची लाट त्याच्यावर आपटते. न ओरडण्याचा तो आटोकाट प्रयत्न करतो. ॲड्रनलिनचा जोर वेदनांवर मात करतो. अंगावर गरम सुरीने कापताहेत असे त्याला जाणवते. नंतर आग होऊ लागते, आणि मग नुसत्या वेदना.

त्याच्या देहावरील रक्त ओघळणारे पाच काप, बघणाऱ्यांना लाल ताऱ्याप्रमाणे दिसतात. आज जमलेले सर्व प्रेक्षकही या दिव्यातून गेलेले आहेत. यानंतर ज्या वेदना त्याला सहन कराव्या लागणार आहेत, त्याचाही त्यांनी अनुभव घेतला आहे.

हेंजमास्टर गुडघे टेकून बसतो. त्याच्या डगल्यातून तो समारंभाची हातोडी काढतो. तो दगडी सुरीचे टोक लीच्या कवटीवर टेकवतो.

'देवतांनो, तुमच्यासाठी सांडलेल्या रक्ताबरोबर आम्ही मांस आणि अस्थीसुद्धा देऊन आमची एकनिष्ठा आणि भक्ती सिद्ध करत आहोत.'

हेंजमास्टर त्या जड हातोडीने दगडी सुरीच्या मुठीच्या टोकावर एकच ठोका मारतो. कवटीवरील आवरण आणि कवटीचा एक तुकडा निघतो.

आता ली किंचाळतो.

तो अंधारात तसाच पडून राहतो.

तो शुद्धीवर येतो तेव्हा कक्ष रिकामा झालेला असतो. तो, त्याला जसा बांधला होता, त्याच अवस्थेत, अजून बांधलेल्या स्थितीतच पालथा पडून आहे. संगमरवरी दगड लावून कक्षाचे दार बंद केले गेले आहे. त्याला आपले नशीब माहीत आहे.

३५

शुक्रवार, १८ जून

निरभ्र सकाळ. हवामान खात्याच्या भाकितानुसार आज आतापर्यंतचा सर्वांत गरम दिवस असणार आहे. मेगन सॅमीला सनस्क्रीम चोपडते. तिची ट्यूब लंच बॅगमध्ये ठेवते आणि तिला नर्सरीला घेऊन जाते.

ती ऑफिसमध्ये पोहोचून टोलार्ड रॉयलच्या घरफोड्याचे वर्णन लिहून काढायला उत्सुक आहे. कालच्या तिथल्या भेटीमुळे अनेक मानसशास्त्रीय 'क्लू' मिळाले आहेत. बहुतेक सगळे रॉब फीदरबी आणि शाफ्ट्‌सबरीच्या गुन्हेविभागाने गुन्ह्याच्या ठिकाणाहून गोळा केलेले. टेबलापाशी बसल्यावर पहिली गोष्ट ती करते, ती म्हणजे पुराव्यांच्या यादीचे पुनरवलोकन : १. बागेच्या मागच्या भिंतीपाशी सापडलेली हत्यारांची थैली. २. ग्रीन हाउसच्या फुटलेल्या काचेवर सापडलेले रक्त. ३. रानटी गुलाबांच्या झुडपांवर सापडलेला कापडाचा छोटा तुकडा. ४. वारुळाजवळ पडलेला डिस्पोजेबल सिगारेट लायटर. ५. मातीत, लॉनवर आणि घरात मिळालेले पावलांचे ठसे.

मेगन ते उलट्या क्रमाने घेते. पावलांचे ठसे दहा मापाच्या ट्रेनर शूचे आहेत. हा आकार सामान्य ब्रिटिश पुरुषाच्या मापापेक्षा एकने मोठा आहे. त्यावरून – निश्चित सांगता येत नसले तरी – ते घालणारा माणूस पाच फूट नऊ इंच या सरासरी उंचीपेक्षा जास्त उंच असावा. तिचा अंदाज – पाच फूट अकरा इंच. बागेतल्या मातीतले ठसेसुद्धा आहेत. त्यातील अनेक ठसे पूर्ण आहेत. ते खोल आहेत, तोल गेल्यावर यावेत तसे. अंधार असल्यामुळे तसे झाले असावे किंवा तो मोठे वजन घेऊन गेला असेल. पाच फूट अकरा इंच उंचीच्या सामान्य माणसाचे वजन साधारण तेरा स्टोन, म्हणजे ऐंशी किलो असते. ती त्याच्या वजनाचा अंदाज त्र्याऐंशी किलो करते. तेवढे वजन आणि उंची म्हणजे छाती साधारण बेचाळीस इंच आणि कंबर छत्तीस-सदतीस असेल. ही मापे महत्त्वाची आहेत; कारण त्याने वाटेत कुठेतरी कपडे टाकून दिले असण्याची किंवा अनेक जण करतात तसे, स्वस्त कपड्यांच्या दुकानांना देऊन टाकल्याची शक्यता आहे.

मेगन डिस्पोजेबल लायटरचा विचार करते. तो त्याचा स्वत:चा असण्याची शक्यता जास्त. कमीत कमी या मुद्द्यावर तरी तिला गिडियन चेसच्या निरीक्षणावर विश्वास ठेवणे भाग आहे, तसे न करण्यात काहीच फायदा नाही. तो बीआयसी ब्रॅन्डचा, बहुरंगी, ख्रिसमस आवृत्तीचा लायटर आहे. आता जून महिना चालू आहे

हे लक्षात घेतलं, तर हा माणूस फार धूम्रपान करणारा नाही, असे दिसते किंवा तो त्याने मल्टिपॅकमध्ये घेतला असण्याची शक्यता होती. अशा गोष्टी एका पॅकमध्ये तीन-चार असतात. तसे असेल तर तो नेमाने धूम्रपान करणारा असणार. त्याच्या बोटांचे ठसे लायटरवर मिळतील, अशी तिला आशा आहे. त्याने घरात जरी हातमोजे घातले, तरी लायटरच्या चाकावर आणि इतर जागी पूर्वीचे ठसे असू शकतील.

पुराव्यातील तिसरा पदार्थ म्हणजे गुलाबाच्या वेलीवर सापडलेला कापडाचा लहानसा तुकडा. तो शंभर टक्के सुती आहे; पण फीदरबीच्या म्हणण्यानुसार फॉरेन्सिक लॅबमधील तंत्रज्ञ त्याचा गडद काळा रंग बघून उत्तेजित झाले. त्यांच्या मते कपडा नवा असावा किंवा फार तर एक-दोनदा धुतलेला असावा. मेगन जास्त सावधगिरी बाळगते. तो अनेक महिन्यांपूर्वी विकत घेऊन मग कपाटात तसाच पडला असू शकेल; पण जर तो नवा असेल, तर त्याचा मालक शोधून काढता येण्याची शक्यता आहे.

ग्रीन हाउसच्या काचेवरील रक्ताचे परीक्षण अजून चालू आहे; पण रक्त $RH(D)$, O^+ गटाचे असल्याचे तिला लॅबकडून समजले आहे. देशातील पंचेचाळीस टक्के लोकांचा हा रक्तगट असतो. रक्तावरील रिपोर्टवरून त्याने मादक द्रव्य किंवा दारू घेतली होती का, हेही कळेल.

ती भुकेने एका एनर्जी बारचा लचका तोडते. तो चावताना त्याची चव कशासारखी असावी, असे तिच्या मनात येते. खडू आणि कोळशाची भुकटी? आश्चर्य म्हणजे त्याच्या वेष्टनावर चवीचे वर्णन 'चॉकलेटी स्वर्ग' असे केले आहे. ती अधाशीपणे पूर्ण बार संपवते आणि पुराव्यातील सर्वांत आकर्षक अशा पदार्थाकडे वळते. हत्यारांची थैली.

मेगनने तिच्या आतापर्यंतच्या कारकिर्दीत हत्यारांच्या अनेक पिशव्या बघितल्या आहेत. बहुतेक वेळा त्यात काच फोडायचे हत्यार, टेप आणि फोडलेल्या खिडकीतून आत शिरताना आवाज होऊ नये आणि दुखापत होऊ नये म्हणून एखादे छोटे ब्लँकेट असते. बरेचदा, चोरीचा माल भरण्यासाठी जादा पिशव्या आणि बोटांचे ठसे राहू नयेत म्हणून वापरायच्या रबरी किंवा प्लास्टिकच्या हातमोज्यांची एखादी जोडी असते. सराईत दरोडेखोरांबरोबर तिजोरी तोडण्यासाठी बोल्ट कटर, हातोडी, छिन्नी असे साहित्य असते, तर काही जणांकडे ब्लो टॉर्च आणि अगदी प्लॅस्टिक स्फोटकेसुद्धा असतात.

पण ती या माणसाकडे नव्हती. त्याच्या पिशवीत एक लहान गज, काही स्क्रू ड्रायव्हर, एक हातोडी, एक पटाशीसारखे हत्यार, प्लॅस्टिक टेप आणि एक जरा जड कुऱ्हाड एवढेच होते. यावरून हा माणूस सराईत गुन्हेगार नसावा, हा तिचा

अंदाज पक्का झाला. तिने असाही निष्कर्ष काढला की, या घरफोडीच्या कृत्याचे नियोजन करायला त्याला वेळ मिळाला नसावा. त्याने आयत्या वेळी टूलशेडमध्ये किंवा गॅरेजमध्ये जे हाताला लागले, ते घेतले असावे.

एवढी तातडी का असावी, असा विचार तिच्या मनात येतो. इतक्या घाईने आणि निष्काळजीपणे त्याने हे का केले असावे? कोणी त्याला सांगितले म्हणून? त्याच्यावर बळजबरी केली म्हणून? त्याच्याबरोबर रिकाम्या पिशव्या नव्हत्या, यावरून अनेक वस्तू चोरायचा त्याचा इरादा नसावा. त्याला एक किंवा दोनच विशिष्ट वस्तू हव्या असाव्यात.

रॉब फीदरबीने दिलेले फोटो ती पुन्हा बघते. कुऱ्हाडीचा फोटो तिचे लक्ष वेधतो. ती लाकूड तोडायची कुऱ्हाड नाही, हे निश्चित. स्वयंपाकघरात वापरतात त्या साधनांपैकी असू शकेल. प्रत्यक्ष बघितल्यावर कदाचित अंदाज करता येईल. खाटीक वापरतात तशी असू शकेल. कदाचित हा माणूस किचनमध्ये काम करणारा असू शकेल.

तो कसा निसटला, याच्याकडे ती विचार वळवते. ग्रीन हाउसमधले रॅक मागच्या भिंतीला टेकून ठेवलेले आढळते. भिंतीपलीकडे बाहेरची गवताळ जमीन आणि नंतर रस्ता होता. वाढलेले जाड गवत तुडवले गेल्याच्या खुणा होत्या. रस्त्यावरच्या चिखलात मोटारींच्या टायर्सचे अनेक ट्रॅक्स होते. या सगळ्यावरून त्याला या भागाची चांगली माहिती असावी. कार न दिसेल अशी कुठे पार्क करावी आणि त्या रस्त्यावर फार वाहतूक नसते, हे त्याला माहीत असावे.

मेगनच्या निष्कर्षांप्रमाणे तो सैन्यातून निवृत्त झालेला, साधारण हुशारीचा, उच्च शिक्षण न घेतलेला असावा. मिश्र दर्जाचा गुन्हेगार, थोडे नियोजन व तयारी करणारा; पण त्याची नीटपणे अंमलबजावणी करण्याची क्षमता नसलेला. ती त्याचे वर्णन सारांशरूपात असे लिहिते :

- गोरा, पुरुष
- ३०-४५
- अंगमेहनतीचे काम करणारा – कदाचित स्थानिक रेस्टॉरंट, पब, केटरिंगमध्ये
- निवृत्त सैनिक, कदाचित आर्मीत, खालच्या थरातला
- स्थानिक रहिवासी
- कार किंवा व्हॅन चालवणारा
- पाच फूट अकरा इंच
- ऐंशी ते पंचाऐंशी किलो
- छाती : किमान ४२ इंच
- कमर : कमान ३६ इंच

▶ पूर्वीची गुन्हेगारीची नोंद नसलेला

जरा घुटमळून मेगन आणखी एका ओळीची भर घालते :

▶ निर्दय

गुन्हेगार सराईत किंवा नेहमीचा चोर, दरोडेखोर नाही, असे तिला पक्के वाटते;
पण एका पोलिसाला गळा दाबून बेशुद्ध करायला आणि गिडियन चेसला आगीत
बेशुद्ध सोडून जायला त्याला काही वाटले नाही.

तो जो कोणी असेल तो, पकडला जाऊ नये म्हणून जीव घ्यायला मागे-पुढे
पाहणारा नव्हता.

३६

टोलार्ड रॉयल

जंगली बदकांच्या कर्कश ओरडण्याने त्याला जाग येते. त्याचे अंग आंबले आहे.
बाथरूमला जाताना त्याचे पाय लटपटतात. बागेतील लहान तळ्याभोवतीच्या
जागेवरून बदकांची झटापट सुरू आहे. पंख फडफडवत, उडत, चोचीला चोच
भिडवून झगडा सुरू आहे. कानठळ्या बसवणारा चीत्कार येतो आणि हरलेली
बदकांची जोडी सभोवारच्या मैदानाकडे वळते.

गंजाचे डाग पडलेल्या एनॅमलच्या बाथटबवर लटकणाऱ्या जुन्या शॉवरचे तो
निरीक्षण करतो. त्याच्या वर आणि आत क्षाराच्या खपल्या दिसत आहेत; पण पाणी
सोडल्यावर नळात खाकरल्यासारखे (खरखर) आवाज होऊन पाणी बऱ्यापैकी
जोरात येऊ लागते. शॅम्पू नाही; पण बेसिनवर साबणाची वडी आहे. ती घेऊन तो
टबात चढतो आणि पाण्याचा फवारा टबमध्ये समावून घेण्यासाठी टबच्या बाजूला
असलेला प्लॅस्टिकचा पडदा ओढून घेतो.

गरम पाणी अंगावर बरे वाटते. रात्री डायऱ्यांमध्ये लिहिलेले वाचल्यावर
त्याच्या खांद्यात आलेला तणाव (मानसिक तणाव) कमी होतो.

आईच्या मृत्यूनंतर १३ महिन्यांनी त्याचे वडील गुप्त पंथात अनुयायी म्हणून
सामील झाले. प्रथम हा पंथ म्हणजे स्थानिक इतिहास संशोधन मंडळ आहे, असे
गिडियनला वाटले होते; पण तसे नव्हते. तो अगदीच वेगळा प्रकार निघाला.
दुःखात किंवा संकटात असले की, काही लोकांना जसा चर्चमुळे दिलासा मिळतो,
तसे वडिलांना स्टोनहेंजच्या शिळांमुळे आध्यात्मिक समाधान मिळत असेल, असे

आधी त्याला वाटले होते. नाथानिएल त्यांना 'सेक्रेड्स' किंवा 'पवित्र शिळा' म्हणायचे. आणि एक शिळा आध्यात्मिक ऊर्जा कशी देते आणि नैराश्य कसे घालवते, दुसरी शिळा शारीरिक बळ आणि चिकाटी कशी देते, हे त्यांनी लिहून ठेवले हाते. तसेच इतर शिळांबद्दलसुद्धा!

स्टोनहेंज म्हणजे एखादे जादुई अरोमा थेरपी वर्तुळ असावे, या कल्पनेची गिडियनला गंमत वाटते. हुशार म्हणून मोठी प्रसिद्धी असलेल्या आपल्या वडिलांचा अशा गोष्टींवर विश्वास होता, हे कोणाला खरे वाटले असते? मेरीच्या मृत्यूमुळे कदाचित त्यांची मन:स्थिती बिघडली असावी. तसे असेल तर बऱ्याच गोष्टींचा उलगडा होतो.

गरम पाणी थांबून अचानक गार पाणी येऊ लागते. तो धडपडत टबच्या बाहेर येतो आणि एक कडक टॉवेल घेतो. अंग पुसून तो पुन्हा आधीचेच कपडे अंगावर चढवतो. त्यांना आगीच्या धुराचा वास येतोय; पण वडिलांचे कपाट धुंडाळून त्यांचे कपडे घालायचे – अगदी आतल्या कपड्यांसकट – ही कल्पनाच त्याला कशीतरी वाटते.

खाली त्याला ब्रॅन फ्लेक्सचे एक उघडलेले खोके दिसते; पण दूध नव्हते. तो ते एका कपात ओततो आणि किचनच्या खिडकीतून बाहेर बघत कोरडेच खाऊ लागतो. बाहेर अनेक कोंबडे, कोंबड्या ही जणू काही आपलीच जागा आहे अशा तोऱ्यात, मधून मधून त्याच्याकडे नजर टाकत इकडे-तिकडे फिरत आहेत. तो त्याची साधी न्याहारी संपवतो. आणि एका कपात पाणी घेऊन वर जातो.

सगळीकडे पुस्तके पसरलेली आहेत; पण तो ती आवरून ठेवायच्या मन:स्थितीत नाही. त्याला फक्त वाचण्यात रस आहे. अर्थ लागेपर्यंत वाचत जायचे. काल रात्री वाचायला घेतलेली डायरी तो उघडतो आणि वडिलांनी कोडमध्ये लिहिलेल्या ओळींच्या वर त्याने पेन्सिलने लिहिलेला डीकोड केलेला मजकूर वाचतो :

"पंथाच्या पद्धती आश्चर्य वाटावं इतक्या साध्या आहेत. अतिशय निर्मळ. आपले पूर्वज म्हणायचे ते बरोबर होतं. देव एक नाही. अनेक देव आहेत. प्रत्येक धर्माचे नेते आणि अनुयायी, देव फक्त त्यांनाच सापडला आहे, असा जो दावा करतात त्यात आश्चर्य नाही. त्यांनी एक देव शोधलेला असतो. त्यांना पवित्र देवतांचे – सेक्रेड्सचे – अस्तित्व, त्यांनी स्पर्श केलेले जीव, त्यांनी दिलेल्या देणग्या – योगायोगानं समजलं."

"अनुयायी आपापल्या देवांची इतक्या अविचारानं प्रार्थना करतात ही लाजिरवाणी गोष्ट आहे. त्यांची देवता फक्त एकच विशिष्ट वर देऊ शकते, हे त्यांना माहीत असायला हवे. धर्माची मालकी फक्त आपल्याकडेच

आहे, या भावनेमुळे त्यांना त्याच्या विविधरंगी उदारतेची कल्पनाच येत नाही.''

गिडियन मन खुले ठेवायचा प्रयत्न करतो. त्या शिळा म्हणजे देवतांचे घर होत्या असे आपले वडील मानायचे असे दिसते. लोक इतके वेडे असू शकतात? लाखो लोकांचा अशा गोष्टींवर विश्वास असतो. देव त्यांच्या देव्हाऱ्यात राहतो, चर्चमध्ये वेदीवर तो सोनेरी वाहनात तरंगतो किंवा तंत्र-मंत्र करून किंवा सामुदायिक प्रार्थना करून त्याचे दर्शन होते. आपल्या वडिलांच्या समजुतीसुद्धा अशाच असाव्यात, असे त्याला वाटते.

तो हातातील डायरीकडे आणि वडिलांच्या पेनमधील काळ्या शाईकडे बघतो. वडिलांचे आतले विचार त्या पानांनी शोषून घेतले आहेत. ते लिहिल्यानंतर अनेक दशके उलटली तरी ते शब्द जे सांगताहेत, ते त्याला समजत नाहीये. एक प्रकारे वडिलांशी भावनिक संपर्क प्रस्थापित होत आहे. जणूकाही ते त्याला स्पर्श करत आहेत.

त्या शिळांना स्पर्श केला की असेच होत असेल का, असे गिडियनच्या मनात येते. आपल्या फार पूर्वी होऊन गेलेल्या लोकांपैकी सर्वांत सुज्ञ अशा लोकांकडून – इतके महान की, त्यांना देव मानण्यात येत होते, अशा लोकांकडून – आपण विचार, भावना, ज्ञान ग्रहण करतो का?

आता, पवित्र देवतांची – सेक्रेड्सची – कल्पना इतकी वेडी आहे ही भावना बदलत चालल्यावर तो त्या शब्दांकडे – ज्यांनी आधी त्याला अस्वस्थ केले होते – पुन्हा वळतो.

ψNKKϕ.

BLOOD = रक्त.

ZΩXHΠTΠXϒ

SACRIFICE = बळी.

आता त्याला वरील उतारा पुढे वाचायचा धीर होतो :

'पवित्र देवतांना नूतनीकरणाची आवश्यकता असते. ते सतत करावे लागते, नाहीतर त्यांचा ऱ्हास आणि अस्त लवकर होतो. त्याचा पुरावा आधीच उपलब्ध आहे. आपण त्यांच्यापासून घ्यायचे; पण त्याची भरपाई करायची नाही, हे वेडेपणाचे आहे. देवतांचे मूळ आपल्या पूर्वजांच्या रक्त आणि अस्थी यात आहे. त्यांनी ते आपल्यासाठी दिले आणि आपणही ते त्यांना आपणहून दिले पाहिजे.

'बळी दिलाच पाहिजे. रक्त दिलेच पाहिजे. पुढील पिढ्यांसाठी, सर्वांसाठी, विशेषत: माझ्या लाडक्या मुलासाठी!'

गिडियन त्याच्याबद्दलचा उल्लेख वाचून चमकतो; पण खालील ओळी वाचल्यावर त्याला जे वाटले तितका नाही.

'मी खुशीने माझे रक्त, माझा जीव देईन. ते पात्र असेल एवढीच मी आशा करतो. परिस्थिती बदलण्यास पात्र. माझ्या गरीब, पोरक्या मुलाचे नशीब, ज्याची मला कल्पना आहे, ते बदलावे म्हणून.'

३७

"माझा बेपत्ता माणूस तुला सापडला की नाही अजून?" डीसीआय ज्यूड टॉमकिन्स कॉरिडॉरमधून मेगनला विचारते. मेगन पॅन्ट्रीमधून चहाचा कप घेऊन तिच्या टेबलाकडे जात असते. तिच्या हातातील चहा हिंदकळतो.

"नाही मॅडम. अजून नाही सापडला."

"पण तू ते करत्येस ना? मी दिलेली फाइल वाचलीस ना?" त्यातून काही धागेदोरे मिळताहेत का? आणि तू त्याच्या कुटुंबीयांशी बोलली असशील आणि त्याचा निदान एखादा तरी फोटो मिळवला असशील ना?"

प्रश्नांमागील खवचटपणाकडे मेगन दुर्लक्ष करते. "मॅडम, मी अजून नाथानिएल चेसच्या केसमध्ये गुंतले आहे."

"ते मला माहीत आहे. मला अजून अल्झायमर झालेला नाहीये. मला असं स्पष्टपणे आठवतं की, तू मी दिलेल्या बेपत्ता इसमाच्या केसवरसुद्धा काम करत्येस – तेव्हा ते कर." ती मेगनकडे एक जळजळीत कटाक्ष टाकून आपल्या ऑफिसकडे वळते.

मेगन मनातल्या मनात तिला एक शिवी हासडते. चहाचा प्लॅस्टिकचा कप टेबलावर आपटण्याच्या प्रयत्नात तिच्या बोटांवर गरम चहा सांडतो आणि ती पुन्हा एक शिवी हासडते. बोटे टिश्यूने पुसून ती बॉसने तिच्या टेबलावर टाकलेली बेपत्ता इसमाची फाइल उघडते. ती फाइल जिमी डॉकरीच्या बोडक्यावर घालायचा तिचा इरादा असतो; पण त्याने आज दांडी मारली आहे.

ती फाइलमध्ये दिलेला सारांश वाचते : टोनी नेलर नावाच्या माणसाच्या पंचवीस वर्षे वयाच्या जुळ्या बहिणीने तक्रार दिली आहे. तक्रार अनेकदा नोंदवली

आहे. नेलर बेकार आहे. दारूचे व्यसन आहे आणि बांधकामांच्या जागी फुटकळ कामे करतो.

भटक्या आहे; हातावर पोट असणारा. आई-वडील नाहीत. घर नाही. बेकार भत्ता घेतो आणि भरकटत असतो; भुतासारखा. ती पुढे वाचते. त्याचा त्यातल्या त्यात नियमित संपर्क फक्त बहिणीबरोबर – नाथालीबरोबर आहे. तो तिला आठवड्यातून एकदा फोन करतो – त्याचे पैसेही तिच्या बिलात जातात.

मेगन नंबर बघते, तो डायल करते. बेल वाजते.

"हॅलो!" आवाज जरा घाबरट वाटतो.

"मिस नेलर?"

"कोण बोलतंय?"

"मी डीआय बेकर. विल्टशायर पोलीस. तुम्ही तुमचा भाऊ बेपत्ता आहे म्हणून जी तक्रार दिली आहे, तिचा मी तपास करत्ये."

"सापडला का?"

"नाही अजून. मी सापडला म्हणून फोन करत नाहीये. तुम्हाला बोलायला थोडा वेळ आहे?"

पलीकडची मुलगी एक नि:श्वास सोडते. "मी सगळं बघितलंय. माझ्या इथल्या पोलीस स्टेशनात मी सगळी माहिती दिली आहे, त्यांच्याशीच का नाही बोलत?"

"मी सीआयडीमध्ये असते मिस नेलर. तुम्ही युनिफॉर्मवाल्या पोलिसांशी बोललात, मॅडम."

"ओह. अस्सं!" तिला तो फरक समजतो असं दिसत्ये. "बरं तुम्हाला काय हवंय?"

"तुमचं त्याच्याशी शेवटचं बोलणं केव्हा झालं?"

"तीन आठवड्यांपूर्वी."

मेगन तिच्या नोट्स तपासून बघते. "तो तुम्हाला बहुतेक प्रत्येक आठवड्याला फोन करतो असं मला समजलं."

नाथाली तिची गैरसमजूत दूर करते. "बहुतेक नाही, नेहमी. अगदी न चुकता."

"शेवटचा फोन आला तेव्हा तो कुठे होता आणि कोणतं काम करत होता?"

नाथाली घुटमळते. "हे बघा, मला टोनीला त्रासात टाकायचं नाहीये. त्याच्या भत्त्यावर परिणाम होणार नसेल, तर मी बोलेन."

सौदा करण्याचा उपयोग नाही, हे मेगनला माहीत आहे. "मिस नेलर, तुम्हाला काळजी वाटत्ये म्हणून तुम्ही आम्हाला फोन केला. तुम्ही खरं सांगितलं नाही तर मी कसं शोधणार?"

थोडा वेळ शांतता. मग नाथाली बोलते. "मी शेवटी त्याच्याशी बोलले तेव्हा

तो म्हणाला की, तो स्विडनमध्ये आहे. कोणीतरी आयरिश कॉन्ट्रॅक्टर असावा, मला वाटतं. खड्डे खणणं वगैरे. तो म्हणाला, काय... स्टोनहेंजच्या जवळ कुठेतरी होतं. त्यानं ते ठिकाण कधीही बघितलं नव्हतं म्हणून त्यानं ते काम घेतलं.''

''आणि त्यानंतर त्याचा फोन नाही आला?''

''नाही. एकदाही नाही.''

''त्या आयरिश लोकांपैकी कोणाची नावं सांगितली का त्यानं?''

''तो कोणा तरी 'मिक'बद्दल बोलला; पण तो 'मिख' की 'मिक' ते मला नक्की आठवत नाही. आयरिश उच्चार.''

''आणि त्याचा काही कॉन्टॅक्ट नंबरही तुमच्याकडे नाही?''

''त्याचा मोबाइल सोडून दुसरा कोणताही नंबर नाही आणि मोबाइल डेड आहे, सॉरी!''

मेगन पुढे बोलते. ''शेवटी जेव्हा तुमचं बोलणं झालं, तेव्हा तुमच्यात कशावरून काही वादावादी झाली का?''

''नाही.'' सुरावरून ती दुखावल्यासारखी वाटली.

''मिस नेलर, तुमच्यात आणि तुमच्या भावात पूर्वी किंवा आता कशावरूनही काही भांडण असेल, तर ते मला माहीत असणं आवश्यक आहे.''

बहीण एक छद्मी हास्य करते. ''टोनीचा आणि माझा स्वभाव अगदी वेगळा आहे; पण आमच्यात कधी भांडण होत नाही. उभ्या आयुष्यात आमच्यात कधी भांडण झालेलं नाही.''

तिने खोटे बोलायला काही कारण नाही, असे मेगनला वाटते. ''बरं, त्याला कोणी इतर मित्र, विशेषत: कोणी मैत्रिणी, तुम्हाला माहीत आहे?''

''नाही. खास मित्र असा कोणी नाही. मी असं म्हणेन की, त्याच्याबरोबर फार वेळ घालवावा असं वाटण्यासारखा तो मुलगा नाही.''

''ते का?''

ती एक दीर्घ श्वास सोडते. ''कुठून सुरुवात करू? तो त्याच्या आरोग्याच्या बाबतीत फारसा काळजी घेणारा नाही. टोनीला आठवड्यातून एक अंघोळ पुरते. आणि तो फारसा रोमॅन्टिक नाहीये. त्याला 'रोमॅन्टिक'चं स्पेलिंगसुद्धा माहीत नसेल.''

मेगन लिहिणे संपवते. ''मी कॉन्स्टेबलला पाठवलं, तर त्याचा एखादा फोटो देऊ शकाल? शक्य तेवढा आताचा.''

ती मिनिटभर विचार करते. ''आताचा म्हणजे पासपोर्टला लागतो तसा आहे, रेल्वेस्टेशनवर काढतात तसा.''

''किती जुना आहे?''

"जवळजवळ पाच वर्षांपूर्वीचा. तो पासपोर्टसाठीसुद्धा नव्हता. एकदा आम्ही ड्रिंक घेतल्यावर इकडे-तिकडे फिरत होतो, तेव्हा मी तो काढून घेतला."

"चालेल. पोलिसाला पाठवते, त्याला तो द्या. मग मी शोध सुरू करते आणि मग बघू या तो सापडतो का ते. ठीक आहे?"

"ठीक आहे. थँक्स!"

मेगन फोन ठेवते आणि उरलेला चहा पिऊन टाकते. तिच्या मनात टोनी नेलरबद्दल पाल चुकचुकते. त्याची बहीण त्याचा एकमेव आधार आहे, तरी तिच्याशी भांडण वगैरे न होता, त्याला भरकटायला काही कारण नव्हते. याचाच अर्थ त्याचा शोध लावणे कठीण जाऊ नये. तो एकतर जेलमध्ये असेल, नाहीतर शवागारात.

३८

टोलार्ड रॉयल ते शाफ्ट्सबरी हे कारने पंधरा मिनिटांचे अंतर. पण गिडियन चेस दुप्पट वेळ लावतो. तो पुनःपुन्हा नकाशा तपासत ॲशमोअर आणि ईस्ट मेलबरीतून कासवाच्या गतीने जातो.

कॅनकॉमन आल्यावर त्याची जुनी 'ऑडी' ॲश ट्री लेनजवळ तो रस्त्यावरून अलगद खाली घेतो, दणकन दरवाजा बंद करतो आणि पाच मिनिटं नुसता चालतो. बघण्यासारखे फारसे काही नसते. निवृत्त झालेल्या लोकांचे बंगले. एक पांढऱ्या रंगाचे झोपडीवजा घर. एका बागेतल्या आगीतून निघणारे काळ्या धुराचे लोट आणि दृष्टी पोहोचेपर्यंत हिरवी शेते.

सभोवती काय आहे याची खरे म्हणजे, गिडियनला फिकीर नाही. जे बघायची इच्छा नाही, ते बघण्याबद्दल त्याच्या मनात विचार येत आहेत. वडील वारलेले. जवळच्या अंत्यसंस्कारगृहात ठेवलेले. त्या माणसाचा मेंदू एका गोळीनं उडाला होता. हे, आपण केलेल्या बेमालूम 'कारागिरी'मुळे बघणाऱ्याला समजणार नाही, अशी आशा तो 'कारागीर' करत असणार.

गिडियनला एकाएकी ओकारी होते. फुटपाथवर सडा पडतो. तो पुन्हा भडभडून ओकतो. आपण रस्त्याच्या कडेपर्यंत किंवा एखाद्या ड्रेनपर्यंत पोहोचू शकलो नाही, या विचाराने तो खजील होतो. कोणी बघत असेल, तर त्याच्या मनात काय येईल, हे तो समजतो, हा एक अट्टल दारुड्या आहे म्हणून.

शरमेची गोष्ट म्हणजे त्याच्याकडे तोंड पुसण्यासाठी हातरुमालसुद्धा नाहीये. तो हाताने निपटतो आणि हात गवताला पुसतो. निसर्गाचे आभार. वळल्यावर वाकडे

तोंड केलेली एक म्हातारी तिच्या घरातून त्याच्याकडे बघताना दिसते. त्या क्षणी पोहोचायला उशीर होईल, असे काहीतरी करण्याचा निर्णय तो घेतो. होऊ दे उशीर.

मनात काहीतरी ठरवून तो कारमध्ये बसतो आणि कॅनकॉमनमधून वेगाने जातो. तो रस्त्यावरील एका सर्कलपाशी येतो आणि त्याला एक 'टेस्को' दुकान दिसते.

आत गेल्यावर एखाद्या शर्यतीत असल्याप्रमाणे ट्रॉली घेऊन एका मार्गिकेतून, दुसऱ्या मार्गिकेत असा जात – दूध, ब्रेड, बीन्स, नूडल्स, ऑरेंज ज्यूस, टूथपेस्ट, शॅम्पू, दाढीचा फोम, रेझर ब्लेड्स, एक अंडरवेअरचा पॅक, मोजे, डिओडरंट, केसांचा ब्रश असे काय काय ट्रॉलीत टाकत धावत सुटतो.

पैसे देऊन आल्यावर तो सफाई करण्यासाठी वॉशरूममध्ये जातो. घरी वडिलांकडे येऊन गेलेल्या कोण्या पाहुण्याचा राहिलेला टूथब्रश वापरण्याऐवजी स्वत:चा ब्रश वापरताना त्याला फार बरे वाटते. त्याला काहीतरी आठवते आणि तो पुन्हा स्टोअरमध्ये जाऊन चीज, बिस्किटे, काही चॉकलेट्स आणि फळे – वडिलांनी फ्रीजवर लावलेल्या आणायच्या सामानाची यादी घेतो. त्या यादीतील सामान घेण्याआधीच वडील गेलेले होते.

बाहेर पडताना जवळच्या छोट्या कॅफेकडे तो आसुसलेल्या नजरेने बघतो. पूर्ण इंग्लिश ब्रेकफास्ट घ्यायची त्याला फार इच्छा होते; पण तो नंतर घेऊ. रस्त्यात मोठ्या लाब्रॅडोर कुत्र्याला फिरायला घेऊन जाणाऱ्या एका माणसाला तो ब्लेक स्ट्रीटला कसे जायचे ते विचारतो.

काही मिनिटांतच तो तिथे पोहोचतो – अक्षरश: मृत्यूच्या दारात. वकिलांमध्ये जसे चेपस्टो, चेपस्टो ॲन्ड हॉक्स, तसे अंत्यविधी व्यवस्थापकांमध्ये अब्राहम्स ॲन्ड कनिंगहॅम. पारंपरिक जुन्या पद्धतीचे. गंभीर गिडियनला क्षणभर आपण एखाद्या जुन्या आजीच्या विचित्र घरात आहोत, असा भास होतो. ब्रश केलेला पट्टेदार मखमली वॉलपेपर आणि जाड, गडद हिरव्या रंगाचे गालिचे असलेल्या पॅसेजमधून तो एका जुन्या स्वागतकक्षात पोहोचतो.

कक्ष रिकामा आहे. भिंतीवर एक छोटी सूचना लावलेली आहे. 'कृपया बेल वाजवा.' त्या पाटीच्या खाली पितळ्याचा पट्टीमध्ये एक संगमरवरी बटन आहे. तो बेल वाजवत नाही. त्याऐवजी तो भटकतो. पॅसेजमध्ये पुढे जातो. 'का' ते त्याला समजत नाही. कोणीतरी आज्ञा केल्यासारखे. त्याला त्या गंभीर मुखवट्याच्या पलीकडे बघायचे असते. दहन आणि दफनाच्या काळ्या व्यवसायात उतरण्यापूर्वी तो अजून समजून घ्यायचा असतो.

पहिल्या दरवाज्यामागील खोली रिकाम्या शवपेटिकांनी भरलेली आहे. शोरूम! जिथे हळुवारपणे गिऱ्हाइकाचे मन वळवणे सुरू होत असणार – स्वस्तातील पाइन किंवा इतर लाकडापेक्षा ओक, चेडारची पेटी? पुढची खोली कर्मचाऱ्यांसाठी

असावी. काही खुर्च्या. एक मोठे टेबल, एक मायक्रोवेव्ह ओव्हन, बेसिन, कॉफी मशीन. मृत्यूभोवतीसुद्धा जीवन जगलेच पाहिजे.

तिसऱ्या खोलीपाशी आल्यावर त्याला धक्का बसतो. आधी तो वास! शवाला लावायची रसायने. लोखंडी बेसिन, ट्रॉल्या, हत्यारे. पांढऱ्या कोटातील एक तरुण करड्या रंगाच्या मांसाच्या लादीमागून वर बघतो. "हॅलो! माफ करा; पण तुम्ही इथे असता कामा नये." पुढ्यातील ट्रॉलीवरील शवाच्यामागून पुढे येत तो म्हणतो. "तुम्ही नातेवाईक आहात का? मी तुम्हाला काही मदत करू शकतो का?" तो माणूस, गिडियनला मागचे दृश्य दिसू नये अशा प्रकारे चालत त्याच्याकडे येतो. "तुम्ही स्वागतकक्षात गेलात तर मी फोन करून कोणालातरी तुम्हाला भेटायला पाठवतो. ठीक आहे?"

गिडियन मान डोलवतो. त्या माणसाने हातातील पांढऱ्या रबरी मोज्यांवरची लाल घाण दिसू नये यासाठी हात पाठीच्या मागे नेले आहेत, हे गिडियनच्या लक्षात येते.

"सॉरी!" असे म्हणून गिडियन वळून स्वागतकक्षाकडे जाऊ लागतो. आता तो बेल वाजवतो. काही क्षणांतच एक धिप्पाड, पंचेचाळिसीचा माणूस, कुरळे केस, बदामी रंगाच्या चौकोनी फ्रेमचा चष्मा लावलेला, गडद काळ्या सुटाचा कोट नीटनेटका करत येतो.

"मी क्रेग अब्राहम्स. मिस्टर चेस?"

तो हात पुढे करतो. "गिडियन चेस."

"मिस्टर चेस, तुमचे वडील गेल्याचे मला वाईट वाटतेय. तुम्हाला आधी त्यांना बघायचेय की, आधी आपण बसून व्यवस्थेविषयी बोलू या?"

"मला त्यांना बघायचंय."

"जशी तुमची इच्छा. या, माझ्यामागे!"

तो त्या माणसाच्या मागे जातो. खोलीच्या मागच्या बाजूला असलेल्या जरा अंधाऱ्या अशा एका पॅसेजमध्ये ते जातात. 'विश्रामस्थान' अशी पाटी असलेल्या एका खोलीसमोर अब्राहम्स थांबतो. तोंडावर रुमाल ठेवून तो आदबशीरपणे खोकतो. "आत जायच्या आधी मला दोन गोष्टी सांगाव्याशा वाटतात. तुमच्या वडिलांच्या अंगावर जे कपडे आहेत, ते आम्हाला पोलिसांनी दिलेले आहेत. ते तुम्हाला पसंत नसतील, तर अर्थात आम्ही ते बदलून तुमच्या आवडीचे घालू."

"थँक यू!"

तो गिडियनकडे जरा गंभीरपणे बघतो. "दुसरं म्हणजे आमच्या 'मेक अप' करणाऱ्या कारागिरानं खूप मेहनत घेतली आहे; पण तरीही तुम्ही त्यांना बघाल तेव्हा कदाचित जरा धक्का बसेल."

“मी समजू शकतो.”

“अनेक लोकांना त्याचं गेलेलं प्रेमाचं माणूस त्यांच्या आठवणीत ते जसं दिसायचं तसंच दिसायला हवं असतं; पण ते शक्य नसतं. तुमचा अपेक्षाभंग होऊ नये म्हणून मी सांगितलं.’

अब्राहम्स सहानुभूतीपूर्वक स्मित करतो आणि दार उघडतो. ताज्या फुलांच्या वासाचा एकदम भपका येतो. पडदे ओढलेले आहेत. नाथानिएल चेसला मॅहोगनीच्या पेटीत ठेवलेले आहे. पेटीच्या झाकणाचा वरचा भाग बिजागऱ्यांवर उघडून ठेवला आहे, त्यातून डोके दिसते. गिडियन हळूहळू पेटीकडे जातो. कलाकाराने फार चांगले काम केल्याचे दिसत आहे. प्रथमदर्शनी तरी वडिलांनी कानशिलाला पिस्तूल लावून चाप ओढला होता, हे ओळखू येत नाही.

हळूहळू त्याच्या लक्षात येऊ लागतं. त्वचा खूप नारिंगी रंगाची आहे. केस विचित्र प्रकारे विंचरले आहेत. डाव्या कानाजवळ जिथून गोळी बाहेर पडली असेल – डोक्याचा आकार वेगळा दिसतोय.

अब्राहम्स गिडियनच्या दंडाला हळूच स्पर्श करतो. “तुम्हाला काही वेळ एकटेच असायला आवडेल का?”

गिडियन उत्तर देत नाही. मनात वेगवेगळ्या भावनांची खळबळ उडाली आहे असे त्याला वाटते. दु:ख, प्रेम, राग सगळे खळबळून निर्माण झालेले घृणास्पद मिश्रण. आईचा अंत्यविधी त्याला अस्पष्टपणे आठवतो. ते अश्रू. ते काळे कपडे. त्या विचित्र लांबट गाडीतून आलेली माणसे. खड्ड्यात पडू की काय, या भीतीने आपण वडिलांचा हात घट्ट धरून कसे उभे होतो, ते सर्व त्याला आठवू लागते.

“मी पुरेसं बघितलं. थँक्स!” तो वडिलांकडे बघून स्मित करतो. आपल्या बोटांच्या टोकांना ओठानं स्पर्श करून ती त्या आकार गेलेल्या मस्तकावर ठेवतो. एवढा ओझरता स्पर्श पुरेसा नाही. त्याला तेवढ्यावर सोडवत नाही. तो पेटीवर ओणवा होऊन वडिलांच्या कपाळावर ओठ टेकतो. पूर्वी असे कधी केल्याचे त्याला आठवत नाही. त्याच्या अंतर्मनातील भिंती कोसळतात. डोळे अश्रूंनी भरून येतात. गिडियन त्याच्या जन्मदात्याच्या अंगाभोवती हातांचा विळखा घालतो आणि हुंदके देऊ लागतो.

क्रेग अब्राहम्स चोरपावलांनी खोलीच्या बाहेर जातो. सौजन्याने नव्हे. त्याला एक फोन करायचा आहे. अतिशय महत्त्वाचा.

३९

नऊ दिवस राहिले.

हेंजमास्टरने कुठेही बघितले, तरी तीच आठवण होते. त्याच्या जुन्या टेबलावरील कॅलेंडर त्याला तेच सांगते आहे. त्याच्या सहायकाने व्यवस्थित घडी घालून ठेवलेल्या 'टाइम्स'च्या मुखपृष्ठावर तेच दिसतेय. ते सर्वत्र आहे.

आठवडाभरात नूतनीकरणाच्या विधीचा दुसरा भाग त्याला पुरा करायलाच हवा. अनुयायांनी तयारी करणे जरुरीचे आहे आणि त्यांची काहीच तयारी नाहीये. चेसने सगळा बट्ट्याबोळ केला. त्याने जरा धारिष्ट्य दाखवून, त्याच्याकडून जी अपेक्षा होती त्याप्रमाणे केले असते, तर सगळे सुरळीत झाले असते; पण तसे झालेले नाही.

मास्टरची दृष्टी सोनेरी चौकटीतील त्याच्या पत्नीच्या कोमल चेहऱ्याकडे जाते. आज त्यांच्या विवाहाचा वाढदिवस. तिसावा; पण तिने डॉक्टरांच्या आणि त्यांच्या तथाकथित सुज्ञ सल्ल्याच्या विरुद्ध केले नसते तर. त्यांचे 'हायटेक' अचूक निदान : पी.एच. दोन अक्षरे, ज्यांचा वीस वर्षांपूर्वी दोघांनाही काहीही बोध झाला नव्हता. अशी ती उच्चारणाऱ्या कन्सलटन्टकडे ते दोघंही अविश्वासाने बघत राहिले होते. त्याच्या डोळ्यांच्या फडफडीवरून हे काहीतरी गंभीर आहे, हे त्यांनी ओळखले होते.

ते प्राणघातक होते.

'पी.एच.'

'पल्मोनरी हायपरटेन्शन.'

तिचे धाप लागणे आणि चक्कर येणे थकवा आल्यामुळे होत असेल, असे ते समजून चालले होते. अतिश्रमामुळे मेणबत्ती दोन्ही टोकांना जाळल्याप्रमाणे; काम आणि खासगी जीवन यांचा समतोल न राखल्यामुळे. कायद्याच्या क्षेत्रातील करिअर विरुद्ध लहान मुलांना वाढवणे. त्याचा जो परिणाम व्हायचा तो झालाच.

'पी.एच.'

'बरा न होणारा.'

त्याने डॉ. संजयची शब्दांची चूक सुधारण्याचा प्रयत्न केला. डॉक्टरांचे म्हणणे चूक होते, असे त्याला म्हणायचे नव्हते. फक्त इंग्लिश चांगले नसल्यामुळे झालेली चूक असेल. 'बरा न होण्यासारखा' की 'बरा न होणारा?' असे त्याला त्यांना विचारायचे होते. डॉ. संजयच्या दर्जाच्या माणसाला, तो कुठूनही आलेला असो, असा शब्दच अस्तित्वात नाही, हे माहीत असायला हवे होते; पण तो होता आणि त्याची गोड, सुंदर पत्नी त्याचा जप करू लागली.

'बरा न होणारा.'

'पी.एच.'

आणि त्याला चमत्कार सापडला – 'सेक्रेड्स!' पंथात प्रवेश केल्यापासून काही दिवसांतच 'बरा न होणारा' हा शब्दप्रयोगच अस्तित्वात राहिला नाही. पी.एच. गेला. तो जितक्या गूढपणे आणि झपाट्याने आला तसा गेलाही. हॉस्पिटलने तीन महिने चाचण्या करून शेवटी जवळजवळ नाखुशीनेच मान्य केले आणि तिला निरोगी असल्याचे प्रमाणपत्र दिले.

ते गोंधळात पडले होते. त्यांनी तिच्या छातीवर स्टेथस्कोप लावला. रक्त तपासले आणि तिच्या आलेखांची आणि नोंदींची तपासणी केली होती. त्या सर्वांचे एकमत झाले – रोगाचे निदान चुकीचे नव्हते आणि तरीही पी.एच. गेला होता. ती बरी झाली होती.

टेबलावरच्या चामड्याच्या ब्लॉटरवर पडलेला मोबाइल फोन वाजतो. तो क्षणभर त्याच्याकडे बघून उत्तर देतो.

"येस!"

"मी ड्रॅको. मुलगा अंत्यविधीगृहात आहे."

"काही वेगळं घडलं?"

"नाही. वडिलांना बघितल्यावर तो भावविवश झाला, असं मला सांगण्यात आलं."

हेंजमास्टर बोटे टेबलावर तबल्याप्रमाणे वाजवतो. "कदाचित इतका काळ गेल्यामुळे त्यांच्यातली दरी बुजली असेल."

"शक्य आहे."

"त्याच्यावर फार दबाव आणू नका. सगळ्या शक्यतांचा विचार करा."

"मी नेहमीच तसे करतो."

"आणि त्या दुसऱ्या गोष्टीचं?"

"काय?"

"सेक्रेड्स निवडतील."

ड्रॅको चिंतित होतो. "तुम्हाला खात्री आहे? – वेळ आहे म्हणून?"

"सेक्रेड्सना खात्री आहे. टेहळ्यांना सूचित करा."

४०

गिडियन घरी परत येईपर्यंत दुपार झालेली आहे. त्याला भावनिक थकवा आला आहे; पण तसे न वाटणे अनैसर्गिक झाले असते, याची त्याला जाणीव आहे.

विशेषत:, गेलेल्या वडिलांना शवपेटीत ठेवलेले आणि तेही गोळीने डोके फुटलेल्या अवस्थेत, ते पूर्ववत करायचा प्रयत्न केला असला तरी; पण तो दु:ख करत बसणार नाहीये. ते त्याच्या स्वभावात नाही. जीवनात तुम्हाला केव्हातरी धक्का बसतो; पण तुम्ही पुन्हा उभे राहून पुढे जायचे असते.

वडिलांनी दिलेला सल्लाच आपण आता अमलात आणत आहोत, याची त्याला जाणीव होते. इतका काळ त्याने त्यांना जीवनातून हद्दपार करण्याचा प्रयत्न केला; पण त्याला धक्का बसतो. त्यांचा त्याच्यावर त्याच्या कल्पनेपेक्षा बराच जास्त प्रभाव होता. गिडियनने काळी कॉफी बनवली आणि कप घेऊन पडवीत शून्य दृष्टीने बाहेरील हिरवळीकडे बघत बसला. त्याच्या वडिलांनी कधी बागकाम केल्याचे त्याला आठवत नव्हते. बागेची आणि लॉनची काळजी घ्यायला त्यांनी बहुतेक नोकर ठेवला असावा.

त्याला डुलकी लागणार एवढ्यात दारावरची बेल मोठ्याने वाजते. तो दरवाज्यापाशी जातो, दार उघडतो; साखळी न काढता. चाळिशीतला टक्कलवाला, जाडजूड, जीन्स आणि टी शर्ट घातलेला माणूस.

''नमस्कार. मी डेव्ह स्मिथसन.'' तो 'ऑडी'च्या शेजारी त्याचे नाव असलेल्या, पांढऱ्या व्हॅनकडे मानेने निर्देश करतो. ''माझी बिल्डिंग कंपनी आहे. गावात कोणाकडून तरी कळलं की, तुमच्या इथे आग लागली होती. तुम्हाला कदाचित मदतीची गरज असेल, असं वाटलं म्हणून आलो.''

गिडियन साखळी काढतो. ''मला मदत लागणार आहे; पण खरं म्हणजे आता या वेळी ते ठीक होणार नाही. माझे वडील नुकतेच वारलेत.''

स्मिथसन दाराच्या फटीतून हात पुढे करतो. ''मला माहीत आहे. मला वाईट वाटतं. मी त्यांच्यासाठी काही काम करणार होतो.'' ते हस्तांदोलन करतात आणि बिल्डर खिशातून नोटांचे एक पुडके काढतो. ''मिस्टर चेसनी मागची एक जुनी लोखंडी गटार दुरुस्त करण्यासाठी आणि एक फुटलेली टाइल बदलण्यासाठी पैसे दिले होते. मला फार वाईट वाटतं.''

गिडियन पैसे घेतो. त्यांच्याकडे बघतो. साधारण दोनशे पौंड असावेत. ते तो परत करतो. ''तुम्ही ठेवा. आगीची दुरुस्ती कराल त्या वेळी छपराची दुरुस्ती करा.''

''थँक्स!'' तो माणूस पैसे खिशात घालतो आणि सहानुभूतीपूर्वक स्मित करतो. ''मी तुम्हाला माझं कार्ड देऊन ठेवतो. तुम्हाला वाटेल तेव्हा मला फोन करा. माझे वडील एक वर्षापूर्वी गेले. कसं वाटतं त्याची मला कल्पना आहे. आई-वडील मजेशीर असतात. असतात तेव्हा सतावून सोडतात आणि ते गेले की, जग बुडाल्यासारखं वाटतं.''

गिडियनच्या मनात विचार येतो; काम पुढे ढकलण्यात काय फायदा? ''आय

ॲम सॉरी! माझं मन ठिकाणावर नाही. तुम्ही काय दुरुस्ती करावी लागेल, ते बघून खर्चाचा अंदाज द्या. काम होऊन जाईल तर बरं!''

स्मिथसन जरा शंकेने बघतो. ''नक्की? नाहीतर मी परत येऊ शकतो.''

''नाही. करा.'' तो बाहेर येतो. ''मी मागचं दार उघडतो. चहा घेणार? मी आताच पाणी (आधण) ठेवलंय!''

''फारच छान. घेईन मी चहा. साखर दोन क्यूब, प्लीज!'' गिडियन आत जातो. कोणीतरी घरात आलेय या भावनेनेसुद्धा त्याला जरा बरे वाटते. जीवन पूर्वपदावर येत आहे. जीवन पुढे चालू राहणार आहे, हे मान्य करणे. तो मागचा दरवाजा उघडतो.

बिल्डरला कामाचा अंदाज घ्यायला फार वेळ लागत नाही. भिंती जाड आणि दगडाच्या आहेत, त्यांना काहीही झालेले नाही. त्यांना फक्त आतून, बाहेरून प्रेशरवॉश केले की पुरे. कदाचित एक-दोन ठिकाणी थोडे सिमेंट लावावे लागेल. गिडियन त्याच्यासाठी मग ठेवतो. स्मिथसन त्याचे आभार मानतो आणि कागदावर पेन्सिलने टिपण करणे सुरू ठेवतो.

स्टडीचा आतला भाग फारच खराब झाला आहे. लाकडी पार्के फ्लोअरिंग नष्ट झालेय, ते नवे करावे लागेल. खिडक्या बदलाव्या लागतील. छताच्या प्लॅस्टरला भेगा पडल्या आहेत, बीम उघडे पडले आहेत आणि धुरामुळे काळे झाले आहेत. नंतर तो बघत बघत किचनमध्ये जातो. तिथे गिडियन टपाल बघत असतो. ''मी वरती जरा बघून येऊ का, स्टडीच्या वर? आगीमुळे कदाचित तिथलं फ्लोअर कमकुवत झालं असेल.''

''हो! जा ना.''

''थँक्स!''

वडिलांच्या नावाने किती पत्रं येत राहणार आहेत आणि किती दिवस पत्रं बघितले की, आपल्या छातीत कळ येणार आहे? गिडियनच्या मनात विचार येतो. आणखी एक विचार त्याच्या मनात येतो आणि तो चमकतोच. वरच्या खोलीचे दार उघडे आहे. तो पत्रं खाली टाकतो आणि धावत वर जातो.

तो माणूस कुठेच दिसत नाही.

तो घाईघाईने बेडरूममध्ये जातो. तिथेही नाही.

गिडियन धावत पॅसेजमध्ये आणि त्या गुप्त खोलीत जातो. बिल्डर कोपऱ्यात गुडघे टेकून बसलेला आहे. तो थोडे स्मित करून वर बघतो. ''मध्ये थोडीशी फट आहे; पण ठीक आहे. हा कार्पेट वर करून बघितलं तर चालेल ना?''

''नाही, नाही. नाही चालणार'' तो गडबडून गेल्यासारखा स्पष्ट दिसतो. ''हे पाहा, माझी चूक झाली. आय ॲम सॉरी! हे फार लवकर होतंय. तुम्ही आता निघावं

अशी मला विनंती करायची आहे.''

स्मिथसन उभा राहतो. ''मी समजू शकतो. काही हरकत नाही; पण तुमच्या जागी मी असेन, तर या जागेची नीट तपासणी करून घेतल्याशिवाय मी इथे राहणार नाही. आगीमुळे तुळयांचं नुकसान झालंय आणि फ्लोअर असुरक्षित असेल, तर तुम्हाला अपघात होऊ शकेल.''

''थँक्स! पण सध्यातरी तुम्ही जावं असं मला वाटतं.''

स्मिथसन पुन्हा एकदा त्याच्याकडे सहानुभूतीने बघतो. ''नक्कीच, मी ते कार्ड तुमच्या पत्राच्या पेटीत टाकीन. आता काम करता येईल असं नक्की झालं की मला फोन करा.''

गिडियन त्याच्या मागोमाग खाली जातो आणि मागच्या दारात निरोप देतो. त्याचे हृदय धडधडतेय. कदाचित आपण उगीचच घाबरतोय. काहीही कारण नसताना. तो माणूस तसा सरळ वाटला. अगदी 'चांगला' म्हटला तरी हरकत नाही. तो मदत करायचा प्रयत्न करतोय.

पण त्याच्या मनात काहीतरी टोचत राहतेय.

बिल्डरची व्हॅन जाताना दिसते. तो पुन्हा वर खोलीत जातो. वडिलांच्या डायऱ्या काढलेल्या दिसतात.

४१

केटलिन लॉकचा पुरुषांच्या बाबतीत एक साधा नियम आहे – एकच डेट आणि एकच मेसेज. इतका सरळ.

वडिलांच्या फ्लॅटमध्ये बसून त्या नियमाला चिकटून राहायचे असे ती स्वत:ला बजावते; पण जेक टिंबरलँडमध्ये असे काहीतरी आहे की, तिला सगळा सावधपणा विसरावासा वाटतोय.

तो दिसायला छान आहे, एवढंच कारण नाही. तसे सगळेच असतात किंवा तो श्रीमंत आहे हेही नाही. ते सगळे श्रीमंत असायलाच लागतात; कारण म्हणजे तो अगदी... अगदी 'ब्रिटिश' आहे हे. मुळात त्यासाठीच तर ती या देशात आली आहे. ब्रिटनचा नमुना चाखायला, आजीच्या घरापेक्षा जुने असे काहीतरी बघायला, ज्या संस्कृतीने जगाला घडवले, ज्या लोकांनी अर्ध्या जगावर राज्य केले ते, राणी, साम्राज्य वगैरे सगळे मजेशीर बघायला.

आणि त्याच्यासारखा माणूस भेटावा, हेही मनात खोल कुठेतरी होतेच. जो स्वप्नातल्याइतका वेगळा असेल, अथांग असेल असा. जरा धांदरटसुद्धा. प्रेमही

चालेल. तिच्या आई-वडिलांची फारकत झालेली असल्याने ती अपेक्षा तिने मनातून काढूनच टाकली होती; पण आताच त्याने पाठवलेल्या एसएमएसमुळे तिच्या मनात त्याचा पुन्हा शिरकाव झाला आहे. सुंदर पहाटेच्या चित्राबरोबर आलेला मेसेज. त्याच्या खाली शब्द आहेत : 'हे अनुभवत माझ्याबरोबर रात्रभर प्रवास कर. चेरीच्या रंगाच्या सूर्योदयात माझ्याबरोबर राहा आणि संध्याकाळ होईपर्यंत माझ्याबरोबर हस!''

प्रस्ताव अगदी भुरळ पाडणारा आहे. नाइट क्लब नाहीत. पेपरवाल्यांचा ससेमिरा नाही. वडिलांनी नेमलेल्या सुरक्षा रक्षकांचा पहारा नाही. नुसते शुद्ध स्वातंत्र्य. प्रस्ताव तिच्या मनाला भावतो. स्वातंत्र्याला आसुसलेल्या मनाला. ती साधे उत्तर टाइप करते; 'येस!'

डोळ्यात तेल घालून पाळतीवर असणाऱ्या सुटातल्या त्या रक्षकांच्या हातून कसे सुटणार, हे अजून तिला माहीत नाहीये; पण ती ते करणार. आज रात्री ती सोन्याचा पिंजरा तोडून उडून जाणार.

४२

बिल्डरची अनपेक्षित भेट आणि त्याचे घरातील 'संशोधन' यामुळे गिडियनला असुरक्षित वाटते. ते जुने मोठे घर वस्तीपासून दूर आहे. त्याच्यावर आधीच एक हल्ला झालेला आहे. तसे त्याला पुन्हा व्हायला नको आहे; वडिलांच्या डायऱ्या आणि त्यातील त्यांच्याबद्दलची गुपिते त्याला हरवायची नाहीत. त्याने सावधगिरी घ्यायची आवश्यकता आहे. फाटकांना कुलपे लावायला हवीत. अलार्म लावायला हवा.

अनेक फोन केल्यावर आपण बाहेरची व्यक्ती नसल्याचे पटवण्यात तासभर घालवल्यावर त्यांची एकदाची खात्री पटते आणि अलार्म यंत्रणा पुन्हा कशी सुरू करायची याची माहिती ते त्याला देतात. अलार्मचा मोठा आवाज ऐकून त्याला बरे वाटते. अर्थात प्रत्यक्षात त्याचा फार उपयोग होणार नाहीये. इथे एखादा छोटा अणुस्फोट झाला, तरी तो बहुतेक आसपासच्या लोकांपर्यंत पोहोचणार नाही.

त्यामुळे तो स्वसंरक्षणासाठी काही मिळते का, याचा घरात शोध घेतो. त्याला शेडमध्ये एक कुऱ्हाड मिळते आणि किचनमधील लाकडी ठोकळ्यावरची मोठी सुरी. जे काही उपलब्ध होते, त्यांपैकी सर्वांत चांगल्या वस्तू. त्या सगळीकडे घेऊन जायचे – उदा. किचनमध्ये, स्टडीमध्ये – म्हणजे जरा वेडेपणा वाटत होता; पण भीती वाटण्यापेक्षा वेडं वाटणं बरं!

नंतर बागेचे फाटक बंद करणारा रिमोट त्याला मिळतो. गिडियन तो चालू करतो. मग तळमजल्यावरचे सगळे अलार्म चालू करून तो एक कप चहा, पाण्याची बाटली आणि त्याची कुऱ्हाड, सुरी घेऊन वर वडिलांच्या गुप्त खोलीत जाऊन बसतो. अशा प्रकारे आयुष्य काढता येणार नाही, हे तो जाणतो; पण सध्या तरी त्याला भीतीपेक्षा सुरक्षित वाटणे महत्त्वाचे आहे. फ्लोअर कमकुवत असण्याबद्दल बिल्डर जे म्हणाला ते त्याला आठवते. ते खरे असेल तर? आगीमुळे खालच्या लाकडी तुळया जळाल्या असतील आणि कोणत्याही क्षणी त्या तुटल्या तर? तर आपण खालच्या मजल्यावर पडू, कदाचित पाठ मोडेल. आपल्याला वेड लागत आहे की काय, अशी त्याला शंका येते. आपल्यावर भीतीचा पगडा बसतोय. तो दूर केलाच पाहिजे.

पद्धतशीरपणे आणि भावनाविवश न होता, डायऱ्या डीकोड करायला लागून तो डोक्यातली जळमटे काढून टाकतो. संध्याकाळपर्यंत त्याला कोड आधी पेन्सिलने न लिहिता, थेट वाचतानाच डीकोड करता येऊ लागले. १८८९मध्ये रशियन फ्लूमुळे लाखो लोक मेले; पण सेक्रेड्सचे अनुयायी वाचले, अशी नाथानिएलची धारणा कशी बनली, हेही त्याच्या वाचण्यात आले. तसेच १९१८मध्येसुद्धा तसेच झाले – एशियन फ्लू जगभर पसरला आणि त्यात वीस लाख लोकांचा बळी पडला. १९६८मध्ये हाँगकाँग फ्लूमुळे दहा लाख लोक मेले तेव्हा आणि २००९मध्ये स्वाइन फ्लूच्या वेळीसुद्धा असेच घडले. एकही अनुयायी दगावला नाही.

गिडियन याबद्दल जरा साशंक होता; पण त्या दाव्यांचा त्याच्यावर थोडा प्रभाव पडलाच. हे शक्य असेल, असे त्याला वाटू लागले. गाढ विश्वासामुळे शिळांबद्दल तयार झालेले मत. त्याच्या डोळ्यांपुढे लुईस येते. त्याच्या आठवणीप्रमाणे वीस कोटींपेक्षा जास्त लोकांनी ती यात्रा केली आहे. त्याचे नास्तिक मन दोन्ही समान लेखते. शिळांची बरे करण्याची शक्ती विरुद्ध पिरनीज पर्वताच्या पायथ्याशी असलेल्या गुहेतील पाण्याची शक्ती. दोन्ही सारखेच अविश्वसनीय.

तो घड्याळ बघतो. पहाटेचा एक वाजत आला आहे. त्याला भूक लागली आहे आणि थकवा आला आहे; पण खाली जाऊन खायला काहीतरी करायचा त्याला कंटाळा आला आहे. आता आणखी एक पान वाचून झोपायचे असे तो ठरवतो.

पण तसे ठरवले नसते तर बरे झाले असते, असे त्याला वाटते. आता वाचत असलेल्या परिच्छेदाने त्याचे रक्त गोठते :

"आपल्या आईला कोणतातरी असाध्य आजार होता, एवढेच गिडियनला माहीत होते. 'कॅन्सर' या शब्दाचे एकमेव चांगले वैशिष्ट्य म्हणजे तो उच्चारताच पुढचे प्रश्न बंद होतात. विशेषतः मुलांचे. तो आजार सीएलएल

होता. आणि तो अनुवंशिक आहे, हे त्याला आयुष्यात कधीही समजणार नाही, अशी मला आशा आहे. मी सेक्रेड्सवर, त्यांच्याशी असलेल्या नात्यावर, माझ्या शुद्ध रक्तावर श्रद्धा ठेवून निश्चय करतो की, मी माझ्या मुलाचे रक्त शुद्ध करीन.''

तो परिच्छेद पुन्हा वाचतो. त्याचा अर्थ लक्षात घेताना मेंदू ताणला जातो. फक्त कळीचे शब्द कॅन्सर, अनुवंशिक, सीएलएल – त्याच्या मनावर ठसतात.

सीएलएल!

काय आहे हे? ते मला झालं आहे का?

ते मला मारणार का?

४३

हेंजमास्टर पवित्र शिळांच्या परिचित अंधाऱ्या वर्तुळात चालतोय. त्याची दृष्टी आकाशातील बिंदुवत ताऱ्यांकडे आहे. रात्रीचे आकाश म्हणजे झोपी जाणाऱ्या अज्ञानी माणसांवर कोसळणारा काळ्या भुकटीचा धबधबा. एक अमर्याद गूढ. एक काळे चक्रीवादळच. त्यांना शोधून काढणे, त्यांच्या दोषांपासून त्यांचा बचाव करणे, हे त्याचे कर्तव्य आहे.

वरच्या अदृश्य काळ्या प्रवाहामध्ये होणारे बदल, चक्रासारखे फिरणारे तारकापुंज, उल्का समूहांचा सुस्तपणा, येऊ घातलेला भयंकर असा उल्कापात या सर्वांचा माग तो ठेवत आहे. भरतीची ओढ, साता सुमद्रावरील वाऱ्यांच्या बदलणाऱ्या दिशा, पृथ्वीच्या गाभ्यात वाढणाऱ्या भेगा, हे सर्व त्याला जाणता येते.

नेहमीप्रमाणे निष्पाप लोक उत्तरायणान्ताच्या वेळी डोक्यात मण्यांच्या माळा घालून, हात हातांत गुंफून धावत येतील. रतिक्रीडेबद्दल त्यांच्या उंचावलेल्या आशा, अपेक्षा, ड्रग्समुळे आलेली धुंदी. त्यांच्या भाबडेपणाचा कळस होईल. अगदी प्रत्येकाच्या त्यातल्या स्वत:ला हुशार समजणाऱ्यांनासुद्धा हे माहीत नसते की, उत्तरायण आणि सूर्य या इतक्या महत्त्वाच्या गोष्टी नाहीत. महत्त्वाचा असतो, ते त्यानंतर येणारा पौर्णिमेचा चंद्र.

समतोल! सतत समतोल! इतक्या जणांना जे साहजिक आहे ते दिसते. महान जादूगार जसे आपले लक्ष दुसरीकडे वळवून आपल्याला फसवतात तसेच देवही करतात. फक्त मोजकेच लोक अंतरिक्षातील भासांच्या पलीकडे बघू शकतात. अंधश्रद्धाळू लोक भले सूर्याच्या तळपत्या प्रकाशापुढे लोटांगण घालोत, खरी मुक्ती

संधिप्रकाशातच आहे. चंद्र त्याच्या सर्वांत भव्य अशा शिखराकडे वाटचाल करण्यासाठी वर येत आहे.

अदृश्य गोष्टींचे महत्त्व मास्टर जाणतो. अनंत काळापासून शेतकरी हा प्राथमिक धडा शिकले आहेत. आपल्याला जे पीक दिसते; ते आपल्याला जे दिसत नाही, त्यावर अवलंबून असते. पृथ्वीवरील अंधाराला मान दिलाच पाहिजे, त्याच्यावर आकाशातील झगमगाटाइतकेच प्रेम केले पाहिजे. पूर्वजांना हे माहीत होते – आणि त्यांच्या मुलांना माहीत आहे की, पृथ्वीच्या वाढण्याच्या अदृश्य शक्तीची जोपासना केली पाहिजे. त्यांना रक्ताचे जेवण, हाडांचा कठीणपणा आणि थडग्याचा थंडावा यांची आवश्यकता असते. शास्त्रज्ञ म्हणतात की, मातीवर पडलेले रक्त महत्त्वाचा असा नायट्रोजन पुरवतेच; पण रासायनिक तत्त्वांशिवाय आणखी बरेच काही देते. रक्तात आणखी काहीतरी असते. आत्मा! आणि मातीत ते जेवढे जास्त तेवढे तिला ते आणखी हवे असते.

अठ्ठेचाळीस तासांत उत्तरायणामुळे हजारो लोक स्टोनहेंजला जमतील. अज्ञानी लोक उगीच काहीतरी बडबड करतील. ते पूर्वीच्या गुहेत राहणाऱ्या माणसांप्रमाणे शिळांवर चढतील. तसे केल्यामुळे त्यांना हवी असणारी आध्यात्मिक ऊर्जा मिळते, असा दावा ते करतील; पण त्यांना सत्य माहीत नाही. कठोर सत्य; कारण तोपर्यंत वर्तुळ रिकामे झाले असेल. सेक्रेड्स सँक्चुअरीत असतील.

मास्टरच्या चेहऱ्यावर जाता जाता स्मित झळकते. तो उद्या परतेल आणि त्याची पूजा सुरू करेल. तो प्रत्येक देवापुढे नतमस्तक होऊन त्यांच्यातील दैवी शक्ती आत्मसात करेल. खाली असलेल्या प्राचीन मंदिरात पोहोचण्यासाठी तो त्यांचे माध्यम बनेल.

४४

गेली वीस वर्षं एरिक डेन्व्हर हा लॉक कुटुंबीयांच्या सुरक्षा व्यवस्थेचा प्रमुख आहे – पती, पत्नी आणि आता मुलीच्याही. त्या सर्वांचा रक्षणकर्ता. थॉम लॉक हा स्वकर्तृत्वाने कोट्यधीश झालेला माणूस. तो अमेरिकेचा उपराष्ट्राध्यक्ष झाला तेव्हा त्याला स्वत:साठी सिक्रेट सर्व्हिसचे संरक्षण स्वीकारण्याशिवाय पर्यायच नव्हता; पण केटलिनच्या बाबतीत त्याने ते मान्य केले नाही. आपल्या एकुलत्या एका मुलीला व्यक्तिगत आणि खासगी सुरक्षा असावी, असे त्याला ठामपणे वाटत होते; म्हणून एरिक. केटलिनची स्वच्छंदी वागणूक लक्षात घेता, त्यांनी ते काम एरिकवरच सोपवले, हे योग्य होते. इंग्लंडमध्ये शिक्षण पुरे करण्याच्या सबबीखाली ती जे काही

उद्योग तिथे करते, ते वॉशिंग्टनच्या लोकांना समजले असते, तर गहजब झाला असता.

एरिक उपराष्ट्राध्यक्षांना रोज रिपोर्ट पाठवतो; पण त्यात काही गोष्टींचा समावेश तो करत नाही. सततचे माध्यमांचे लक्ष आणि खासगी सुरक्षा यामुळे तिलाही फार बांधल्याप्रमाणे, घुसमटल्याप्रमाणे होत असेल, हे एरिकसुद्धा जाणून आहे. मुलीला थोडातरी मोकळेपणा हवा. त्यामुळे कधी कधी – आतासारखी – तो डोळेझाक करतो.

मध्यरात्रीच्या थोडे आधी केटलिनच्या सहा मैत्रिणी दंगामस्ती करत आल्या आणि तिच्या अपार्टमेन्टच्या बाहेरील पॅसेजमध्ये त्यांनी एकमेकींवर लोळण घेणेच बाकी ठेवले. हातात हॅन्डबॅगा आणि शॅम्पेनच्या बाटल्या आणि प्रत्येकीच्या दंडाला विळखा घालून एक-एक पिळदार अंगाचा आर्मी, पोस्टरमध्ये शोभेल असा टग्याही. धिप्पाड, टणक डोके, रग्बी बॉलसारखे दंडातील गोळे, मद्य आणि 'डोप'मुळे तारवटलेले डोळे.

एरिक आणि लिओ – त्याचा सहायक, पुढे आले आणि त्या नशेत असलेल्या बारा जणांच्या टोळक्याची वाट रोखली. ''मुलांनो, होमवर्क क्लबचा कार्यक्रम रद्द झालाय. तुम्ही आता परत गेलेलं बरं.'' काही मुलींचे चेहरे त्याला ओळखीचे वाटतात.

मुलांपैकी सर्वांत उंच आणि धिप्पाड असणारा गोरा तरुण डुलत डुलत पुढे येतो. ''ए भाई, आम्हाला काही गडबड करायची नाहीये. आम्ही फक्त केटलिनबरोबर पार्टी करायला आलो आहोत.''

एरिक एक भुवई वर करतो. गोऱ्या माणसानं 'भाई' म्हटलेले त्याला फार आवडत नाही. ''मित्रा, आज रात्री पार्टीबिर्टी नाही. मिस लॉकची आधीच एक महत्त्वाची 'डेट' आहे – कोकोचा कप आणि टीव्हीबरोबर.''

तो तरुण पुढे यायच्या बेतात असतो, तेवढ्यात केटलिन पुढचे दार उघडते. चार मुली आनंदाने किंचाळत तिच्याकडे धावतात. मुले त्यांच्यामागून आत जायच्या प्रयत्नात असतात; पण दोघे अंगरक्षक दरवाजा अडवतात. भिंतीत बसवलेल्या 'बोस' सिस्टिममधून संगीताचा स्फोट होत असतो. 'ब्लॅक आईड पीज'चे 'रॉक दॅट बॉडी.'

टग्यांचे आणि अंगरक्षकांचे दृष्टियुद्ध सुरू असते, तेवढ्यात दोन मुली फ्लॅट-मधून क्षणभर डोकावतात. त्यातील एक एरिकच्या गळ्यात पडून त्याला किस करायचा प्रयत्न करते. तो तिला ओढून खाली ठेवतो. ती तिचा चमकदार निळा कॉकटेल ड्रेस हाताने सारखा करते. ''प्लीज एरिक. आम्हाला सगळ्यांना आत जाऊ दे ना, प्लीज. तू केटलिनला असं डांबून नाही ठेवू शकत. तिलाही थोडी मजा

पाहिजे.''

त्या मुलीला मद्य, परफ्यूम, माउथ फ्रेशनर आणि डिओडरंट यांचा मिश्रवास येतोय. ''कमॉन जेनी, तू आणि तुझ्या या मित्रांनी घरी जायला पाहिजे. केटलिनची मजा करून झालीये.''

परिस्थिती एका सेकंदात बदलते. टग्यांपैकी एक जण वळून ओरडतो. ''जेनी, त्याला मसणात जाऊ दे. आपण जाऊ या!'' तो आणि इतर टगे आणि दोन मुली असा घोळका लिफ्टकडे जातो. ''चला, आपण 'चायना'मध्ये जाऊ या.'' ती आरोळी ऐकून फ्लॅटमधून इतर मुलीही बाहेर येतात. त्यातली एक खिदळते, अडखळते आणि तिच्या सॅन्डलची टाच तुटते. लिओ तिला उभी राहायला मदत करतो आणि ती सॅन्डल हातात घेऊन लंगडत जाते.

फ्लॅटचे दार दणकन आपटून बंद होते आणि 'थँक्स अ लॉट' म्हणून केटलिन ओरडल्याचे ऐकू येते.

एरिक स्मित करतो. त्याला लिफ्टची 'टिंग' ऐकू येते. तो फ्लॅटच्या दारापाशी जाऊन हलकेच टकटक करतो. ''केटलिन, आम्ही फक्त तुझी काळजी घेतोय.''

''मसणात जा. मी झोपते आता.'' फ्लॅटच्या अगदी आत दुसरे एक दार बंद केल्याचा आवाज येतो. तो लिओकडे बघतो. ''वैतागलीये, काय झालं?''

एरिक हसतो. ''आपण त्यांना आत सोडू शकलो असतो; पण मग खरी डोकेदुखी झाली असती.''

४५

केटलिनच्या फ्लॅटच्या बाहेर ते टॅक्सी थांबवतात आणि नदीच्या उत्तरेकडे जल्लोषाच्या दुनियेत निघून जातात. एरिक आणि लिओ त्यांच्या शेजारच्या फ्लॅटमध्ये कॉफी बनवतात आणि पॅसेज, लिफ्टचे लॅन्डिंग, बाहेरच्या भागात बसवलेल्या कॅमेऱ्यांना जोडलेल्या मॉनिटर्समध्ये ठेवलेला टीव्ही बघत बसतात. आता केटलिन तिच्या खोलीत आहे आणि ते तिच्यामागे सोहो किंवा वेस्टएन्डमध्ये फिरत नाहीयेत, त्यामुळे ते जरा आराम करतात. आणखी एका रात्रीचे जागरण दोघांनाही नको असते. उद्या त्यांना वेगळं वाटेल. उद्या त्यांना समजेल की, रात्रीच्या त्या आरडाओरड्यात, येणे-जाणे, किस करणे वगैरे गदारोळात एक गोष्ट त्यांच्या लक्षात आली नाही. महत्त्वाची!

केटलीन!

फ्लॅटमधून आलेला रागावलेला आवाज तिचा नव्हता. तो ॲबी रिश्टरचा होता.

ती आता केटलिनच्या किंग साइज बेडमध्ये गुरगुटून झोपायच्या तयारीत आहे. आणि सकाळी जेव्हा एरिकला कळेल की, त्यांनी जागांची अदलाबदल केली, तेव्हा तो जे बोलेल त्याला तिची तयारी आहे.

केटलिन आता जेक टिंबरलॅन्डने या खास प्रसंगासाठी भाड्याने घेतलेल्या 'फाऊवे' कॅम्परव्हॅनच्या पुढच्या सीटमध्ये आहे. केटलिनकडे दृष्टिक्षेप करत जेक बोलतो, "जुनी टाइप २ची व्हॅन आहे. मोठ्ठं १.४ लिटरचं इंजीन. ते तुला जायचंय त्या गुप्त ठिकाणी साठ मैल वेगानं घेऊन जाणार आणि मागच्या 'रॉक एन रोल' सीटवर बसून बघ!"

ती लहान मुलीसारखी पुढून उठून व्हॅनची मागची बाजू बघायला जाते. स्नॅक्सनी भरलेली कपाटे, डीव्हीडी प्लेअर, फ्लॅट स्क्रीन टीव्ही, ओव्हन, शॅम्पेनने भरलेला फ्रीज, स्ट्रॉबेरीज आणि तीन वेगवेगळ्या स्वादाचे आइस्क्रीम. "य्ये ऽऽऽ!" आइस्क्रीमची चव बघत ती किंचाळते. डबलबेडमध्ये रूपांतर होणारा मागचा कोच तिला दिसतो.

केटलिन पुन्हा पुढे येते. जेकच्या गालांवर ओठ टेकवून पुढच्या सीटवर बसते. "मला आवडली. फार आवडली."

"तू खूश झाल्यानं बरं वाटलं."

"मी इतकी खूश झाले आहे! बरं, मला सांग, आपण कुठे जातोय?"

"तू कधी गेली नसशील अशा ठिकाणी. जिथे जायची इच्छा अनेकांना असते; पण थोडेच जातात."

ती त्याच्या दंडावर बुक्के मारते. "उगीच पाल्हाळ लावू नकोस. सांग मला."

तो हसतो. "नाही, ते सरप्राइज आहे."

ते नदी ओलांडून पश्चिमेला हॅमरस्मिथच्या दिशेने, ब्रेंटफोर्ड मागे टाकून हीथ्रोच्या उत्तरेला आणि मग दक्षिणेला वळून अखंड दिसणाऱ्या काळ्या पट्ट्यावरून जाऊ लागतात. फ्लीटजवळ एका पेट्रोल पंपावर ते जरा पाय मोकळे करतात आणि पुन्हा पुढे जाऊ लागतात. केटलिनला लवकरच झोप लागते.

कंटाळा येऊ नये म्हणून रेडिओ ऐकत, शेजारच्या सीटमधील झोपलेल्या स्वप्नसुंदरीकडे मधून मधून कटाक्ष टाकत जेक आणखी एक तास ड्राइव्ह करतो. मध्येच तो केटलिनचा हात हातात धरण्यासाठी उचलतो. व्हॅनबरोबर त्याचं मनही धावू लागतं. त्यांचे संबंध वास्तवात आहेत, त्यापेक्षा जुने आहेत, असे त्याला वाटते. शेवटी त्याला हवी असलेली नावाची पाटी दिसते. आणि तो व्हॅन रस्त्यावरून खाली घेतो आणि पार्क करतो. इंजीन बंद करतो आणि मागच्या बाजूला जाऊन कोचाचा डबल बेड करतो.

एकदम सगळे शांत झाल्यामुळे केटलिनची झोप चाळवते. तो वाकून तिच्या

केसांवरून हात फिरवतो. "आपण पोहोचलो."

ती पुटपुटते. तिचे डोळे फडफडत उघडतात; पण झोपेचा अंमल झुगारणे तिला कठीण जाते.

"मागे येऊन बेडवर झोप. थोडा वेळ छान झोप काढ."

ती धडपडत मागे जाते. बेडवर अंगाचे वेटोळे करून झोपते. तो तिच्या शेजारी पडतो. दोघांच्या अंगावर पांघरूण घेतो. बंद डोळ्यांनीच ती विचारते, "कुठे आहोत आपण?"

"सूर्य उगवेपर्यंत थांब." तिचे हलकेच चुंबन घेत तो म्हणतो.

४६

ली जॉन्सला वेळेचे भान राहिलेले नव्हते. किती काळ शुद्ध येत होती आणि जात होती, हे त्याला माहीत नाही. काही तास झाले असतील किंवा दिवसही. त्याला फक्त हाता-पायांतून वेदना होत होत्या, किंकाळी घशात अडकली होती, ते क्षण आठवतात.

मोठ्या कक्षामध्ये दगडावर नग्नावस्थेत उताणा पडलेला तो मृत्यूच्या जवळ आहे; खूप रक्त गेले आहे. अंगाखालच्या थंडगार वेदीच्या दगडामुळे शरीर धोक्याच्या पातळीपर्यंत गार झाले आहे.

त्याला जाग येत आहे. डोक्यात तालबद्ध गतीने ठोके पडत आहेत, असे त्याला वाटते; पण जिवंत असल्याचा त्याला आनंद होतो आहे. तो हात हलवू शकतोय. हात आणि पायांना बांधलेल्या दोऱ्या कापून टाकल्या आहेत. डगला आणि टोपडे घातलेले मदतनीस त्याची हालचाल बघतात आणि पुढे होतात. ते त्याला काळजीपूर्वक उचलतात आणि ब्लँकेटमध्ये गुंडाळतात.

संपलं...!

जॉन्सचे अंग कडक झाले आहे. तो कसाबसा चालतोय. त्याची संवेदक इंद्रिये विचित्र अशी तीक्ष्ण झाली आहेत. त्याच्या पावलांना स्पर्शाची जाणीव नाहीये; पण त्याला स्वत:च्या पावलांचे नगाऱ्यावर चालल्याप्रमाणे मोठे प्रतिध्वनी ऐकू येतात. त्या गार आणि अंधाऱ्या पॅसेजमधून जाताना त्याच्या झोकांड्या जात आहेत; परंतु मदतनीस त्याला आधार देताहेत. "आम्ही तुला साफ करायला घेऊन जात आहोत." दुरून आवाज आल्याप्रमाणे त्याला वाटते. "तुला स्नान घातलं जाईल. कपडे घातले जातील आणि पुढे काय ते सांगतील."

ध्वनिलहरींचा रेकॉर्डवर उठतो तसा त्या शब्दांचा हवेत ठसा उमटतो आहे,

असे त्याला वाटते, जॉन्स प्रयत्नपूर्वक मान वळवून मागे बघतो. पतंगाच्या शेपटीप्रमाणे शब्द आपल्या मागोमाग येत आहेत, असे त्याला वाटते.

त्यांनी त्याला औषधे पाजली असणार. त्याला भास होताहेत, दुसरे काही नाही.

ते त्याला एका खोल दगडी खंदकात घेऊन जातात. त्यात एका धबधब्याचे पाणी मोठा आवाज करत पडत आहे. ते लाल आहे. रक्तासारखे लाल आणि टोमॅटो सूप जमिनीवर पडल्यावर त्यातून जमिनीवर सांडल्यावर याव्यात तशा वाफा येताहेत. जॉन्स घाबरलेल्या आणि विवस्त्र स्थितीत थिजल्याप्रमाणे उभा राहतो.

''घाबरू नकोस. आमच्यावर विश्वास ठेव.'' एक मदतनीस त्याचा हात त्या रक्ताच्या धबधब्याखाली धरतो आणि ते त्वचेला लागल्याबरोबर पारदर्शक होते. डोंगरातल्या झऱ्यासारखं, अगदी स्वच्छ.

जॉन्स आत पाय टाकतो आणि डोळे मिटतो. पाण्यातून येणाऱ्या वाफेला गंजलेल्या लोखंडासारखा वास येतो. डोक्यात हजारो सुया टोचल्याप्रमाणे त्याला वाटते. तो गरम झरा त्याच्या डोक्यावर काटे टोचल्याप्रमाणे बोचतो. त्याचे हृदय धडधडू लागते.

हळूहळू त्या उबदार पाण्यामुळे त्याच्या गारठलेल्या नसा पुन्हा वळवळू लागतात. शेवटी तो डोळे उघडतो. आपल्या हातांकडे, अंगाकडे बघतो. पाणी स्वच्छ आहे. रक्त नाहीये. सगळं पूर्वीसारखं झालंय.

मदतनीस खंदकाच्या कडेवर त्याला पुसण्यासाठी टॉवेल घेऊन उभे आहेत. तो बाहेर येतो. जमिनीवर पावलांचे ओले ठसे उमटवत पुढे जातोय. मागे वाफांचे धुके उसळत आहे, त्याच्या समोर त्याचे स्वतःचे कपडे आणि एक जाडाभरडा डगला आहे. तोही त्याच्यासाठीच आहे. तो आता पंथाचा सदस्य झाला आहे. त्याला स्वीकारण्यात आले आहे.

कोपऱ्यात एक पूर्ण उंचीचा आरसा आहे. मास्टरने केलेल्या जखमा किती मोठ्या आहेत, हे बघण्यासाठी तो वळून आरशात बघतो. चमत्कार! तो उजवा हात आणि नंतर डावा हात पिळून कापल्याच्या खुणा दिसतात का, ते बघतो. तो पुन्हा आरशाला हात लावून बघतो.

''हे काय झालं?''

त्याच्या भोवतीचे कोणी काही बोलत नाही.

''माझ्या अंगातून रक्त येत होतं; पण मला कोणतेही वण दिसत नाहीयेत.'' तो शरीर आरशापुढे पुन्हा वळवून बघतो.

''काहीच नाही. एकही खूण नाही.''

दरवाज्यात एक डगलाधारी उभा असतो.

जॉन्स त्याच्याकडे बघतो आणि टोपड्याखालील ओबडधोबड चेहरा ओळखतो.

सीन ग्रॅब सर्पन्स. त्याच्या पंथातला बंधू. अभिमान वाटलेला गुरू शिष्याकडे बघून स्मित करतो. "कपडे घाल, लासर्टा. आपल्याला महत्त्वाची कामं करायची आहेत."

४७

शनिवार, १९ जून

पहाटे चार वाजल्यानंतर आकाशातील काळोख किंचित कमी व्हायला लागतो. जेक हळूच केटलिनला उठवतो.

ती उभी राहू शकत नाही. तो तिला कँपरव्हॅनमधून बाहेर घेऊन येतो. पहाटेच्या थंड हवेमुळे ती कापू लागते. ब्लँकेट्स आणि फ्रीजमधील काही पदार्थ पिशवीत भरून आणण्यासाठी तो व्हॅनमध्ये जातो.

"कुठे आहोत आपण?" तो तिला जवळ घेऊन ब्लँकेट लपेटताना ती विचारते. "मला अजून काहीच दिसत नाहीये."

"एका मिनिटात दिसेल. हा जुना इंग्लंड आहे. उद्या ही जागा तुझ्यासारख्या हजारो हिप्पींनी भरलेली असेल; पण आज ही फक्त आपली आहे. फक्त तुझी आणि माझी. मी ती बुक केली आहे."

"बुक केलीय?"

"आजकाल कोणतीही वस्तू विकत घेता येते. दुसऱ्यांनी या जागेसाठी पैसे भरले होते; पण मी त्यांना पैसे देऊन टाकले. फक्त तुझ्यासाठी!" ती भारावून गेली आहे आणि थकलेली आहे. ती काहीच बोलत नाही. हलक्या होत जाणाऱ्या अंधारात ओलसर गवतावरून ते चालू लागतात, आणि हळूहळू तिला ते दिसू लागते, काहीतरी प्रचंड फुटणाऱ्या पहाटेच्या गुलाबी उबेतून प्रकट होणारे. त्या भव्य वास्तूकडे बघून तिचे डोळे विस्फारतात.

"जीझस! हे काय आहे? विचित्र अंतराळयानासारखं?"

आणि ते तसेच आहे. ती एक प्रचंड उडती तबकडी जमिनीवर येऊन आदळली आहे. जेक स्वगत केल्याप्रमाणे बाहू पसरतो. "स्टोनहेंजला स्वागत असो!"

"हे प्रचंड आहे." ती ते दृश्य डोळे भरून बघते आणि त्याच्या बाहुपाशात जाऊन त्याचे खोल चुंबन घेते. पुसट होत जाणाऱ्या आकाशातील तारकापुंजांच्या खाली ते एकमेकांना बिलगतात आणि स्वत:शिवाय इतर सर्व विचार मनातून काढून टाकतात.

"चल, आपण मध्ये जाऊ या." तो तिचा हात हातात घेऊन चालू लागतो.

ते पळू लागतात. पूर्वी कधी असे वाटले होते, ते तिला आठवत नाही. इतके मुक्त. इतके चैतन्यमय. जेक फोटो घेण्यासाठी मागे होतो. जुन्या 'निकॉन'ने फोटो काढतो. हे फोटो आपण कधीच पुसणार नाही आहोत, हे त्याला माहीत आहे. वृद्ध झाल्यावर तो हे फोटो पाहील आणि ते त्यांना आजच्या दिवसाची आठवण देतील. इतिहास घडतोय.

केटलिन थाबंते. श्वास रोखून एका शिळेला मिठी मारते. ते एखाद्या राक्षसाच्या पायाला लहान मुलाने मिठी मारावी, तसे दिसतेय. हसून ती त्याला फोटोसाठी पोझ देते.

क्लिकऽऽ

ती एक हात केसांमागे नेते आणि ओठांचा चंबू करते.

क्लिकऽऽ

ती शिळेचे चुंबन घेते आणि तिला थोपटते.

क्लिकऽऽ क्लिकऽऽ क्लिकऽऽ

"अजून एक!" तो ओरडतो. ती शिळेला टेकून उभी राहते आणि त्याच्या दिशेने 'हवाई' किस देते. तो फोटो काढणे थांबवतो. त्याला तिचे चुंबन घ्यायची उत्कट इच्छा होते. ते एकमेकांना घट्ट मिठी मारतात. तिची पाठ त्या प्रचंड शिळेला टेकलेली आणि तो तिच्या मऊ मुलायम आणि उबदार देहावर चिकटलेला. दोघांच्याही देहातून कामभावनेचा गरम प्रवाह सळसळू लागतो.

ती डोळे मिटून घेते आणि स्वत:ला त्याच्या स्वाधीन करते. वस्त्राखालील त्याच्या हाताच्या अतिक्रमणाला, तिच्या देहावर मिळवलेल्या विजयाला ती शरण जाते. त्याने दिलेल्या 'सरप्राइज'च्या अद्भुतपणामुळे आणि जादूमुळे ती भारावून जाते.

तो तिला धडक देतो. तिची अपेक्षा असते, त्याप्रमाणे त्यात उत्कटता नसते. खरेतर त्यामुळे मूड जरा खराबच झालाय. त्यात समागमातील अत्युच्च आनंद नव्हता. अचानक त्याचे डोके तिच्या डोक्यावर आपटते. केटलिन विव्हळते आणि तिचे ओरखडे आलेले डोके दाबून धरते. जेक तिच्यापासून दूर होतो.

"ऑ!" त्या क्षणाच्या आनंदावर विरजण पडल्यामुळे ती वैतागते. एवढ्यात एक हात तिच्या तोंडावर येतो आणि तिचे तोंड बंद होते. कोणातरी परक्या माणसाचा हात. तिच्या बेशुद्ध झालेल्या प्रियकराकडे ती एक भयचकित नजर टाकते; इतक्यात तिच्या डोक्यावर एक बुरखा ओढला जातो आणि तोंडाभोवती चिकटपट्टी गुंडाळली जाते.

साठ सेकंदांच्या आत मैदान रिकामे आणि शांत होते. फक्त नव्या दिवसाचे

पक्ष्यांचे चिवचविणे ऐकू येऊ लागते. सूर्य स्टोनहेंजवरील आकाशात वर येऊ लागतो.

४८

सर्पन्स कँपरव्हॅन चालवतोय. मागच्या बाजूला डोळे आणि हात-पाय बांधलेला जेक टिंबरलँड खाली पडला आहे. लासर्टा मित्राच्या जुन्या मित्सुबिशी 'वॉरियर'मधून त्यांच्या मागे आहे. त्याच्या गाडीत मागे केटलिन लॉक हात, पाय, तोंड बांधलेल्या स्थितीत आहे.

टेहळ्यांना दिल्या गेलेल्या सूचना अगदी स्पष्ट होत्या. जागेवर नजर ठेवा आणि सेक्रेड्सनी निवड करेपर्यंत थांबा. संयम बाळगा. आधीच्या बळीप्रमाणेच त्या वेळीसुद्धा निवड त्यांचीच. आणि तसेच झाले. ते जोडपे पहाटे आले. त्यांनी वर्तुळात अतिक्रमण केले आणि मास्टर म्हणाला, त्याच शिळेला त्यांनी स्पर्श केला. त्यांना तशी बुद्धी झाली. अगदी मास्टर म्हणाला तसेच.

त्या विशिष्ट शिळेला पंथाचे अनुयायी 'शोध खडक' म्हणतात. आणि या दोघा प्रेमिकांनी तो शोधून काढला होता, याबद्दल सर्पन्सच्या मनात जराही शंका नव्हती. त्यांनी त्यांचे नशीब निवडले. ड्रॅको खूश होईल. इनर सर्कलमधील सर्व जणच. त्याने आणि लासर्टाने चांगले काम केले होते.

सर्पन्स त्यांना सहसा वर्तुळात पकडत नाही. एकदा त्यांची निवड झाली की, त्यांचा पाठलाग केला जातो. कधी कधी कित्येक आठवडेसुद्धा. कधी तर महिनेसुद्धा; पण पळवून आणताना जास्त काळजी घेतली जाते; पण आता वेळ कमी आहे. ग्रह बदलत आहेत. चंद्राचा पक्ष बदलायला आता एक आठवडाच राहिला आहे. नूतनीकरण तर झालेच पाहिजे. बळीला शुद्ध करून घ्यायला जेमतेम हा काळ पुरणार आहे.

मागे टाकलेला तरुण लहान मुलाप्रमाणे हात-पाय आपटू लागला आहे. तो लवकरच गप्प राहायला शिकेल. सर्पन्स रेडिओ मोठा करतो. थोड्याच वेळात तो व्हॅन रस्त्यावरून बाजूला घेतो आणि पंथाच्या मालकीच्या जमिनीवरून जाऊ लागतो. मेसोलिथिक, निओलिथिक आणि ब्राँझ युगातील मानव राहत होता, त्या जंगलातून, दऱ्याखोऱ्यांतून.

सर्पन्स एका शांत जागी गाडी उभी करतो. सँक्चुअरीच्या गुप्त दरवाज्यापासून जवळच.

लासर्टा 'वॉरियर' कँपरव्हॅनच्या मागे उभी करतो, आणि त्याच्या गुरूच्या

आज्ञेची वाट बघत थांबतो. त्याला फक्त एवढेच माहीत आहे की, बळींना इथे सोडून व्हॅन एका गोठ्यात नेऊन लपवायची आहे. नंतर ती स्क्रॅप-यार्डात नेऊन नष्ट केली जाईल.

सर्पन्स इंजीन बंद करतो आणि व्हॅनच्या मागच्या बाजूला जातो. त्या तरुणाने निदान लाथा झाडणे तरी बंद केले आहे. धडा शिकला, बळजबरी करायचा उपयोग नसतो. जे होणार आहे, त्याला विरोध करायचे कारण नाही.

४९

लासर्टा भटकत कॅंपरकडे जातो. सर्पन्स अजून आत का आहे, असा त्याला प्रश्न पडतो. काहीच घडत नाहीये. खिडकीतून बघितल्यावर तो व्हॅनमध्ये मागच्या बाजूला उकिडवा बसलेला दिसतो. तो दार उघडून आत डोकावतो.

"सगळं ठीक आहे ना?"

'नाही." सर्पन्स वळतो. "अजिबात ठीक नाहीये." लासर्टा आत चढून दार बंद करतो. "का? काय झालं?"

सर्पन्स मागे सरकतो. पलीकडे खाली पडलेली बॉडी दिसतेय.

"तो मेलाय!"

"मेला?"

हमखास दोनदा बोलावे असे जे शब्द आहेत, त्यांपैकी हा एक "मेला!" मनावर ठसण्यासाठी तो जेकचा हात वर करतो आणि सोडतो.

"च्यायला."

"खरंच, च्यायला."

लासर्टाला एकदम शॉक बसतो. तो जवळ जातो आणि खाली पडलेल्या न हलणाऱ्या आकृतीकडे बघतो. "काय झालं त्याला?"

"त्याचं हृदय बंद पडलंय आणि नाडी लागत नाहीये, हे सोडून, असं तुला म्हणायचंय का?"

"मला म्हणायचं होतं की, तो कशानं मेला?"

सर्पन्स मान हलवतो. "माहीत नाही. माझा फटका फार जोरात बसला असेल. नाहीतर तू त्याला फार घट्ट बांधलं असशील आणि तो गुदमरला असेल."

मिनिटभर दोघेही प्रेताकडे अपराधीपणे बघत राहतात आणि याला त्यांच्यापैकी जबाबदार कोण, असा विचार करतात.

त्या दोघांचाही बळी दिला जाणार होता, हे त्यांना माहीत आहे.

ते तर या मुलाच्या दृष्टीने भयंकरच झाले असते; पण ते देवतांच्या देखत झाले असते. त्यांच्या आशीर्वादाने, त्यांचा सन्मान करण्यासाठी आणि त्यांचे संरक्षण मिळाले असते. नियमित प्रकारे सर्वांचे संरक्षण व्हावे, यासाठी काळजीपूर्वक नियोजन करून झाले असते. हे तसे नाही. हा घोटाळा आहे.

लासर्टा शांततेचा भंग करतो. "आता काय करायचं?" सर्पन्स खाली बसतो, डोके दोन्ही हातात घेतो. "मी विचार करतोय, काहीतरी मार्ग काढायचा."

"आपण दोघांनाही कुठेतरी टाकून जाऊ." तो पिकअपकडे मानेने निर्देश करतो आणि म्हणतो. "त्या मुलीबद्दल किंवा याच्याबद्दल कोणालाही माहिती नाही. आपण त्यांना इथून कुठेतरी दूर घेऊन जाऊ आणि टाकून देऊ."

सर्पन्स विचार करतो. "तिनं तुझा चेहरा बघितला?"

"नाही. मला नाही वाटत." तो पुन्हा विचार करतो. "असेलही कदाचित; पण बघितला असला तरी फार फार तर अर्धा सेकंद!"

सर्पन्स तोंड वाकडे करतो. "तेवढं पुरतं. अर्ध्या सेकंदात खूप दिसतं." त्याला दुसरा विचार सुचतो. "ती कुठे होती, किती वाजता हे तिला माहीत असणार. फार धोक्याचं आहे."

"मग आपण तिला मारून टाकू." लासर्टा खांदे उडवत बोलतो. "नाहीतरी ती मरणारच होती. त्या मुलानं तिला मारलं असं करायचं. शिळांच्या तिथे तो तिला ढोसत होता. रात्री आधीही केलं असेलच. तिच्या अंगावर सगळीकडे त्याचा डीएनए असणार. त्यानंच केलं असं पोलिसांना वाटणार."

त्याचा गुरू मान हलवतो. "तिची निवड झाली आहे. ती शिळांना शिवली आहे. तिला त्यांना देणं आपलं कर्तव्य आहे."

लासर्टा घाबरतो. "तुरुंगापासून दूर राहणं हे आपलं कर्तव्य आहे."

सर्पन्स शांत राहतो. विचार करतो. "आपण हा कँपर कुठेतरी लपवला पाहिजे. मग मी 'इतर सर्कल'मधल्या माझ्या ओळखीच्या माणसाला फोन करीन. काय करायचं ते मास्टर ठरवेल."

"मुलीचं काय?"

"तू इथे त्याच्याबरोबर राहा. मी तिला सँक्चुअरीत घेऊन जातो."

लासर्टाला ते आवडत नाही. ही जागा कोणत्याही रस्त्यापासून किंवा घरांपासून दूर असली, तरी एखाद्या प्रेताबरोबर एकट्याने असायला त्याला नको आहे. "लवकर! लवकर!"

सर्पन्स 'वॉरियर'कडे पळतो. मागे मुलगी धडपडते आहे. तिचा चेहरा लाल झाला आहे. निदान ती जिवंत आहे.

केटलिनला त्याच्या चेहऱ्यावरची भीती जाणवते. भीती 'संसर्गजन्य' असते. ती

आणखी जोराने सोडवून घ्यायचा प्रयत्न करू लागते.

सर्पन्सच्या मनात एकदा विचार येतो की, तिच्या तोंडाला बांधलेला चिकट टेप काढावा आणि तिला शांत करावे; पण तो तसे न करायचे ठरवतो. तिला शक्य तितक्या लवकर आत नेलेले बरे. तिला बंद करावी आणि मग ड्रॅकोला फोन करून सगळा घोटाळा सांगावा.

५०

काल सापडलेल्या स्वत:विषयीच्या माहितीमुळे गिडियन रात्रभर अस्वस्थ होता.

सीएलएल!

सीएलएल म्हणजे 'क्रॉनिक लिंफोसायटिक ल्युकेमिया' ही एक भयंकर व्याधी असून लिंफोसाइट पेशींच्या डीएनएमध्ये बदल झाला की ती होते. जशी वर्षं जातात तशी बदललेल्या पेशींची संख्या वाढत जाते आणि त्या लिंफनोड आणि बोनमॅरोमधील निरोगी पेशींना मारून टाकतात. रक्त निर्माण करणाऱ्या पेशी मरतात आणि शरीराची प्रतिकारशक्ती कमी होते, शरीर जंतुसंसर्गापासून स्वत:चे रक्षण करू शकत नाही.

त्याची आई अशाच प्रकारे गेली होती.

तो याबद्दल रात्रभर इंटरनेटवर वाचत होता. त्यावरून ही व्याधी अनुवंशिक आहे; पण नेहमी नाही, हेही त्याला समजले. तो लॉटरीसारखा खेळ आहे. त्याला ही व्याधी असू शकेल किंवा असणारही नाही. ते काळ गेला की कळेल.

त्याच्या आठवणींमध्ये खोल कुठेतरी वळवळते. विसरलेल्या भयंकर स्वप्नांच्या वाळूतून वर येते. लहान असताना तो निरोगी नव्हता. त्याला सर्दी, खोकला, ताप, चक्कर येणे हे वरचेवर होत असे. एकदा तो फारच आजारी पडला. खूप ताप यायचा आणि खूप घाम यायचा. ते इतके झाले की, वडिलांनी शाळेतून त्याचे नाव काढून घेतले. त्याला हॉस्पिटलात दाखल केले. विशेषज्ञ डॉक्टरांकडून तपासून घेतले. त्याच्या भोवती वेगवेगळी यंत्रे होती, मॉनिटर होते, हातात सुया टोचलेल्या होत्या. सगळ्यांचे चेहरे गंभीर. सगळे जण त्याला ऐकू येणार नाही, अशा प्रकारे बोलायचे. मग त्यांनी त्याला घरी जाऊ दिले. वडिलांचे डोळे रडल्यावर होतात तसे लाल झाले होते.

आणि त्याला आणखी एक आठवले. क्षणभर तो स्वत:ला थांबवतो. हा मनाचा खेळ तर नाही ना, याची तो खात्री करून घेतो. डायऱ्यांनी त्याच्या मनात खळबळ माजवली आहे. त्याला थकवा आला आहे आणि तो भावुक झाला आहे. कदाचित

खोट्या आठवणींची बाधा त्याला झाली असेल, न घडलेल्या गोष्टी पूर्वी झाल्या असे वाटत असेल.

पण त्याला तसे वाटत नाही.

त्याच्या वडिलांनी जुन्या घरात असताना त्याला पत्र्याच्या टबात आडवे केले होते. त्याला ते स्पष्टपणे आठवते; कारण त्याला अतिशय लाजिरवाणे वाटले होते. तो नागडा होता आणि टब रिकामा होता. मग नाथानिएलने त्याच्या अंगावर धुरकट रंगाचे गार पाणी ओतले होते. त्याला डोक्यापासून पायापर्यंत त्या पाण्याने धुतले. ते चेहऱ्यावर घे, केसांत ओत असे सांगितले. एक थेंबही वाया जाऊ देऊ नको म्हणून सांगितले.

तो टबमधून बाहेर आला तेव्हा थंडीने आणि भीतीने कापत होता. वडिलांनी त्याला टॉवेलमध्ये गुंडाळले आणि घट्ट धरले. ते म्हणाले, ''हे विशेष प्रकारचं पाणी आहे. त्यांनी आजार नाहीसा होईल. तेव्हा आता काळजी करू नकोस,'' आणि त्याप्रमाणे झाले. जवळ जवळ ताबडतोब. काही दिवसांनी तो पुन्हा शाळेत जाऊ लागला आणि त्याला एकदम छान वाटू लागले.

लहानपणच्या आठवणींच्या जिगसॉमध्ये आणखी एक तुकडा बसतो. त्या दिवसानंतर तो कधीही आजारी पडलेला नाही. अगदी शिंकसुद्धा आली नाही. कधी जखम झालीच, तर ती लवकर भरायची.

गिडियन वडिलांच्या पूर्वीच्या बेडरूममध्ये जातो आणि ड्रेसिंग टेबलावरच्या आरशात बघतो. परवा खालच्या मजल्यावर चोराशी झालेल्या झटापटीत झालेल्या जखमा आता नाहीशा झाल्या आहेत. तो चेहऱ्यावरून हात फिरवतो. त्वचा एकदम मुलायम आहे. ओठ फाटला होता आणि गालावर जखम झाली होती, त्याची पुसटसुद्धा खूण नाही. जणूकाही ते झालेच नव्हते.

५१

गेल्या वीस वर्षांत कोणी लक्ष दिले नसेल, असा तो गोठा. वाढलेल्या गवतातून मस्काबरोबर फिरताना ड्रॅको छपरावर बसलेल्या कावळ्यांच्या रांगेकडे बोट दाखवतो.

तो दरवाज्याच्या काळ्या लाकडावर जोरात काठी आपटतो. कावळे उडून त्या विस्तीर्ण शेताच्या कडेवर असणाऱ्या झाडांवर जाऊन बसतात.

आतमध्ये काहीतरी गडबड चालल्याचा आवाज. लोखंडावर लोखंडाचा. सामानाची हलवाहलवी चालली आहे. सर्पन्सने दरवाज्याच्या फटींमधून त्या दोघांना आधीच बघितलेले आहे, त्यामुळे तो दार उघडतो. त्याचा चेहरा पडला आहे. ''या

सगळ्याबद्दल सॉरी!''

ड्रॅको काहीच बोलत नाही. त्यालाही खेद होतोय. झालेल्या घोटाळ्याबद्दल. इथे येऊन सगळे निस्तरावे लागतेय म्हणून. दोघेही सर्पन्सला ओलांडून पुढे जातात. तो दरवाजा बंद करून लॉक करतो. काही लोखंडी वस्तू दाराला लावून ठेवतो. आणखी संरक्षण.

''आल्याबद्दल थँक्स!''

ड्रॅको सभोवती नजर टाकतो. ''फक्त आपणच आहोत ना?''

सर्पन्स मान डोलवतो. ''मी लासर्टाला घरी पाठवलं.''

''छान!'' मस्का म्हणतो. ''आपण एकतरी गोष्ट बरोबर केली.''

ड्रॅको मुद्द्यावर येतो. ''बॉडी कुठाय?''

सीन कँपरव्हॅनकडे बोट दाखवतो. ''व्हॅनमध्ये.''

''आणि मुलगी?'''

''सँक्चुअरी. सुरक्षित. एका ध्यानधारणा खोलीत.''

'खोली' म्हणजे दगडी भिंतीत खोदून काढलेली कपाटाएवढी जागा तिच्यात माणसाला बसणे किंवा झोपणे सोडा, गुडघेसुद्धा टेकता येणार नाहीत. पायापाशी आणि डोक्यापाशी असलेल्या फटीतून हवा आत यायची सोय. ''ती काही बोलली?''

''समजेल असं काही नाही. किंचाळत होती.''

सर्पन्स कँपरचा दरवाजा सरकवतो. आणि ते दोघे आत जातात. ड्रॅको प्रेताचे वाकून निरीक्षण करतो. ''त्याच्या अंगावर काय आहे बघितलं का?''

सर्पन्स मान हलवतो. मस्का डॅशबोर्डमधील कप्पा उघडतो आणि त्यातील व्हॅन भाड्याने घेतल्याचे कागद, एक ड्रायव्हिंग लायसेन्स आणि एक कशाचीतरी पिशवी काढतो. पिशवी काचेसमोर धरतो. ''एक्स्टसी. छान साठा आहे.'' तो पिशवी ड्रायव्हरच्या सीटवर टाकतो. ''इथे नाव दिसतंय.'' तो कागद चाळतो. ''एडवर्ड जेकब टिंबरलँड.'' पत्ता : न्यू कॅव्हेंडिश स्ट्रीट, मेरिलेबोन.'' तो ड्रायव्हिंग लायसेन्स उचलून त्याच्यावरचा फोटो बघतो. ''त्याच्या नावावर सहा पॉइंट्स आहेत.''

''आता त्याला त्याची काळजी करायचं कारण नाही.'' ड्रॅको म्हणतो. तो एक खोल श्वास घेतो. ''म्हणजे हा आणि त्याची मैत्रीण स्टोनहेंजला हिप्पी ट्रिप करण्यासाठी व्हॅन भाड्यानं घेतात. म्हणजे ते नसले तरी एक-दोन दिवस कोणाच्या लक्षात येणार नाही.'' तो स्मित करतो. ''वाटलं तेवढं गंभीर नाही. सेक्रेड्सनी अगदी योग्य असे बळी निवडले. मोकळे जीव, मजा करणारे.''

सर्पन्सला जरा धीर येतो. ''मग आता 'त्याचं' काय करायचं?''

''काही नाही. आपला समारंभ होऊन जाईपर्यंत व्हॅन इथेच ठेवायची आणि मग दोन्ही बॉडीजची एकाच वेळी विल्हेवाट लावायची. जा, छानपैकी ब्रेकफास्ट कर

आणि काही टेन्शन घेऊ नकोस. त्या मुलीचे काय ते आम्ही बघतो.''

५२

डीसीआय ज्यूड टॉमकिन्स पाय आपटत आणि भयंकर संतापलेला चेहरा करून सीआयडी ऑफिसात येते. ''बेकर, डॉकरी. कॉन्फरन्स रूम. पाच मिनिटांत. उशीर करू नका.''

आली तितक्याच झपाट्याने ती गेलीसुद्धा. काही टेबलांच्या पलीकडून जिमी मेगनकडे बघतो. ''कशाबद्दल? मला दहा मिनिटांत एका खबऱ्याला भेटायचंय.''

''जिम, मला वाटतं हे जास्त महत्त्वाचं आहे. तू तुझ्या माणसाला फोन करून भेट रद्द कर.''

''शिट!'' तो डेस्क फोन पिंजऱ्यातून खेचून काढतो आणि त्याच्यावर नंबर दाबतो.

मेगन जी कागदपत्रे कॉम्प्युटरवर बघत होती, ते शांतपणे संपवते, सेव्ह करते आणि कॉम्प्युटर लॉक करते. ती पॅन्ट्रीमधून प्लॅस्टिकच्या कपात पाणी घेऊन कॉन्फरन्स रूमकडे जाते.

रूम भरली आहे. बरेच वरिष्ठ अधिकारी आहेत. ती त्यांची नावे, पदे व चेहरे यांचा मेळ घालण्याचा प्रयत्न करते. पाच-सहा सार्जंट आहेत, कमीत कमी तीन इन्स्पेक्टर, दोन डीसीआय, डिटेक्टिव्ह चीफ सुपर जॉन रोलँड्स आणि टेबलाच्या प्रमुख जागी जिमीचे वडील डेप्युटी चीफ कॉन्स्टेबल ग्रेग डॉकरी. त्याच्या दोन्ही बाजूला स्मार्ट कपडे घातलेले दोन नागरी अधिकारी आहेत; पण ती त्यांना ओळखत नाही.

''किती झाले?'' इन्स्पेक्टर चार्ली लॅनिंग तिच्या शेजारी बसत विचारतो. ''अयनाशी संबंधित काही? आधीच तिथे गर्दुल्यांची गर्दी झाली आहे. कधी नाही इतकं बेकार होणार आहे.''

''मलाही तुमच्याइतकीच माहिती आहे.'' मेगन टेबलाच्या टोकाकडे निर्देश करत म्हणते. ''सूटवाले जरा गंभीर दिसताहेत. अयनाचा संबंध नसावा. कदाचित गृहखात्याची तपासणी किंवा खर्चात आणखी कपात.''

''माझ्या युनिटमध्ये तर आणखी कपात करायला जागाच नाहीये.''

त्यांना जास्त वाट पाहावी लागत नाही.

डेप्युटी चीफ मोठ्या आवाजात सुरू करतो. ''इकडे लक्ष द्या.'' आवाज बंद होण्याची वाट बघत, तो काही क्षण थांबतो. ''एका तातडीच्या गोष्टीकरता तुम्हाला

इथे बोलावले आहे. माझ्या डाव्या बाजूला अमेरिकन वकिलातीचे ड्र्यू ब्लेक आहेत. आणि उजव्या बाजूला गृहखात्याचे सेबास्टियन इनग्रॅम.'' तो टेबलावर पालथा ठेवलेला एक मोठा फोटो उंचावून दाखवतो. ''ही आहे केटलिन लॉक. ती बावीस वर्षांची आहे. ती लंडन विद्यापीठाची अमेरिकन विद्यार्थिनी आहे आणि ती बेपत्ता आहे.'' फोटो सर्वांना दिसावा म्हणून तो डावीकडे आणि उजवीकडे वळवतो. ''तुमच्यापैकी काही जण कदाचित या तरुणीला ओळखाल. मिस लॉक प्रसिद्ध आहे. ती अमेरिकेतील रिॲलिटी टीव्ही शो 'सर्व्हायवर'मध्ये जिंकली होती. आणि ती हॉलीवूड फिल्मस्टार कायली लॉक आणि अमेरिकेचे उपराष्ट्राध्यक्ष थॉम लॉक यांची मुलगी.'' खोलीतील बहुतेक जण लिहीत आहेत. डॉकरी थोडे थांबून पुढे बोलू लागतो. ''आतापर्यंत तरी केटलिन लॉकला काही इजा झाल्याचे समजायला आधार नाही. खंडणीची मागणी आलेली नाही. ती जरा स्वच्छंदी असल्याचे माहीत आहे. त्यामुळे आतासुद्धा ती एखाद्या नव्या मित्राबरोबर कुठेतरी गेली असण्याची शक्यता आहे; पण कालच्या मध्यरात्रीपासून ती दिसलेली नाही आणि तिला आपण शोधून काढणे अतिशय महत्त्वाचे आहे.''

तो टेबलाभोवती बसलेल्या लोकांचे चेहरे न्याहाळतो, आपण बोललेले लोकांनी ग्रहण करायला वेळ देतो आणि डिटेक्टिव्ह चीफ सुपरिंटेंडन्टला खूण करतो.

जॉन रोलँड्स उभा राहतो. तो सीआयडीचा प्रमुख. पन्नासच्या आसपासचा, सडपातळ, गंभीर चेहऱ्याचा आहे. 'मेट'मध्ये खून, अपहरण आणि दहशतवाद या तिन्ही क्षेत्रांत काम केलेला तो एकमेव अधिकारी आहे. ''मध्यरात्रीच्या थोडे आधी केटलिन लॉकने तिच्या खासगी सुरक्षा रक्षकांना गुंगारा दिला. आपण झोपलेलो आहोत, असा त्यांचा समज करून देऊन ती मध्य लंडनमधल्या तिच्या फ्लॅटमधून बाहेर सटकली. तिला तिचा मित्र, ज्याला फक्त 'जेक' म्हणून ओळखतात, त्या तरुणाकडे जायचे होते. नंतर फ्लीटच्या एका पेट्रोलपंपावरून तिने तिच्या एका मैत्रिणीला फोन करून, आपण पश्चिमेकडे जात आहोत, निश्चित कुठे ते माहीत नाही – असा फोन केला. तिचा मित्र तिला 'सरप्राइज' देणार होता. जिला फोन आला ती मैत्रीण म्हणाली की, ती आनंदात आणि उत्साहात वाटली. आणि तिने एका जुन्या कँपरव्हॅनचा उल्लेख केला; पण कोणत्या बनावटीची किंवा रंगाची वगैरे इतर माहिती दिली नाही.'' आतापर्यंत सांगितलेले श्रोत्यांनी 'पचवण्या'साठी तो थोडा वेळ थांबतो. ''आता दक्षिणायन आहे. व्हॅन आणि वेळ यांचा विचार करता ती मुलगी आपल्या हद्दीत असण्याची शक्यता आहे. जर ती असेल तर, तिच्या नोकरांनी तिच्या बेडवरील चादरी बदलायच्या आत, तिला शोधून लंडनला परत पाठवायची आहे.'' तो त्याच्या डाव्या बाजूला वळतो. ''मी तपासाचा प्रमुख राहीन. डीसीआय टॉमकिन्स माझी साहायक राहील. या मीटिंगनंतर लगेच ती तुम्हाला

कारवाईबद्दलच्या सूचना आणि तुमच्या जबाबदाऱ्या सांगेल. आजूबाजूचे पोलीसदल त्यांच्यापरीनं तपास करत आहेत आणि केटलिन बेपत्ता असल्याबद्दल वृत्तपत्रांना कळवण्यात येत आहे.''

त्याला खोलीतून उसासे ऐकू येतात.

''स्मार्ट व्हा, मित्रांनो! लोकांकडे आणि वृत्तपत्रांकडे आपल्याही आधी ही मुलगी शोधून काढायची क्षमता आहे. ते आपले डोळे आणि कान होऊ शकतात. त्यांचा वापर करा, गैरवापर नाही. आणि बुद्दूसारखे करू नका. वृत्तपत्रांना संपर्क अधिकाऱ्याकडे पाठवा. आता जाऊन काहीतरी खा. पुढचे जेवण केव्हा घेता येईल सांगता येणार नाही.''

५३

ड्रॅको ते रेडिओवर ऐकतो. संपूर्ण नाही; पण बरेचसे. हॉलीवूड नटी आणि अमेरिकन राजकारण्याची मुलगी तिच्या बॉयफ्रेंडबरोबर बेपत्ता आहे, असे काहीतरी. कॅंपरव्हॅनमध्ये तो मस्काला फोन करतो. ''तू गेल्या तासाभरात बातम्या ऐकल्यास का?''

''नाही. मी टीव्ही किंवा रेडिओजवळ नव्हतो.''

ड्रॅको विचार करू लागतो. ''थांब!'' तो फोनचा ब्राउझर उघडतो आणि बीबीसीच्या बातम्यांचे पान काढतो. ती 'लीड स्टोरी' असते. खाली मुलीचा फोटो. ''ऐक,'' तो वाचून दाखवतो, ''अमेरिकन रिॲलिटी शोमधील तारका, उपराष्ट्राध्यक्ष थॉम लॉक आणि सिनेतारका कायली लॉक यांची मुलगी केटलिन लॉक. तिच्या वडिलांच्या दक्षिण लंडनमधील फ्लॅटमधून एका अज्ञात माणसाबरोबर बेपत्ता आहे. ती देशाच्या नैर्ऋत्य भागात असावी, असा अंदाज आहे. ती दिसल्यास पोलिसांना ताबडतोब खालील नंबरवर फोन करावा. ती सडपातळ, पाच फूट नऊ इंच उंच, खांद्यापर्यंत येणारे काळे केस, बदामी डोळे...'' तो फोन खिशात ठेवतो. ''सकाळी आपण वेगळे झाल्यावर तू सॅंक्चुअरीत गेला होतास. तीच ही मुलगी वाटते का?''

मस्का डळमळीतपणे म्हणतो, ''असं वाटतं.''

ड्रॅको चमकतो. ''का? का वाटतं तसं?''

''ती अमेरिकन आहे, त्याबद्दल शंकाच नको. सडपातळ आणि तरुण आहे.''

ड्रॅको डोळे बंद करतो आणि तसे नसेल अशी इच्छा करतो.

''आता तिथे जा. मी मास्टरला फोन करतो.'' तो फोन ठेवतो. तो काय करावे, अशा संभ्रमात पडतो. ती जर अमेरिकन उपराष्ट्रपतीची मुलगी असेल, तर तिला परत

मिळवण्यासाठी अमेरिका आकाश-पाताळ एक करणार. कोणी सांगावे, ते कदाचित हेरगिरीच्या तंत्रज्ञानाचा वापर करत असतील, जगभरातले फोन कॉल ऐकत असतील.

तो आकाशाकडे नजर टाकतो. जणूकाही त्या क्षणी एखादे ड्रोन वर दिसते की, काय हे बघायलाच. जर ते तसे करत असतील, तर तो आधीच खूप बोलला आहे. तो नंबर दाबतो. ''ड्रॅको! तुम्हाला भेटायचंय. ताबडतोब.''

''मला समजलं. मी शक्य तितक्या लवकर येतो.''

अशा आणीबाणीच्यावेळी कुठे भेटायचे ते दोघांनाही माहीत आहे. शिष्टाचार पाळण्याची वेळ नाहीये. ''फोन झाला की कुठेतरी बाहेर टाकून दे. आपण सापडू कदाचित.''

फोन डेड होतो. तो फोनच्या मागचे झाकण काढतो, बॅटरी आणि सिमकार्ड काढतो. त्या तिन्ही वस्तू तो वेगवेगळ्या ठिकाणी टाकणार आहे. वेळ न दवडता तो कारमध्ये बसतो. वेगाने; पण वेगमर्यादेच्या आत चालवत सँक्चुअरीकडे निघतो. वाटेत त्या तीन वस्तू टाकून देण्यासाठी तीनदा रस्ता बदलतो. प्रत्येक वेळेस तो आपल्यावर पाळत नाहीये ना, याची आरशात बघून खात्री करतो.

५४

हेंजमास्टर येतो आणि त्याला सँक्चुअरीत प्रवेश करण्यासाठी असलेल्या खास दरवाज्याने कुणालाही न दिसता आत जातो. त्याला त्याच्या वडिलांकडून मिळालेल्या पवित्र ग्रंथांमध्ये त्या दरवाज्याबद्दलची माहिती होती.

तो रखवालदार नसलेल्या पॅसेजमधून त्याच्या कक्षात जातो आणि ड्रॅकोची वाट बघत थांबतो. थोड्याच वेळात कक्षाच्या जड दरवाजावर 'टकऽऽटकऽऽ' ऐकू येते. ''ये आत!'' तो ओरडतो.

ड्रॅको जरा बिचकतच प्रवेश करतो.

''बस!'' इतक्या तातडीने बोलावल्याबद्दलची नाराजी जाणवते. तो समोर अर्धवर्तुळात मांडलेल्या दगडी खुर्च्यांकडे हात करतो. ड्रॅको त्याचा डगला नीट करत खाली बसतो. तो दबलेल्या आणि नरमाईच्या सुरात बोलतो. ''सेक्रेड्सनी निवडलेली मुलगी अमेरिकन उपराष्ट्राध्यक्षाची मुलगी निघाली. बातम्यांत येतंय.''

मास्टरच्या चेहऱ्यावर धक्का बसल्याचे भाव उमटतात आणि लगेच नाहीसे होतात. ''असेल तसं; पण तू म्हणालास तसं सेक्रेड्सनी निवडलंय.''

ड्रॅकोच्या डोळ्यांत भीती दिसते. ''मास्टर, आपण आपल्याला तिच्यापासून दूर नको का ठेवायला? अमेरिकेची सुरक्षा यंत्रणा आणि ब्रिटनमधला प्रत्येक पोलीस

अधिकारी तिच्या शोधाला लागणार.''

''आपण ज्यांचे अनुयायी आहोत, त्यांच्यापेक्षा ते जास्त महत्त्वाचे आहेत?''

''नाही, मास्टर!''

''मी पुन्हा म्हणतो - तिला निवडलंय. खरं की नाही?''

''होय, मास्टर, पण - ''

''पुरे!'' मास्टरचा तीव्र आवाज त्याच्या आरपार जातो.

''आपली श्रद्धा, आपले कार्यक्रम पोलिसांचा अडथळा न येता अनेक शतके चालत आले आहेत. आपले अस्तित्व हजारो वर्षं गुप्त राहिलं आहे. ते काही केवळ नशीब चांगलं म्हणून नाही. आपण सेक्रेड्सच्या इच्छेप्रमाणे करतो आणि जगातल्या कोणत्याही पोलीसदलापेक्षा किंवा सरकारपेक्षा ती शक्ती मोठी आहे.''

ड्रॅकोला पटते. ''आय ॲम सॉरी! खबरदारी घेणे सुज्ञपणाचे होईल, असं मला वाटतं.''

मास्टर मान डोलवतो. ''तू त्याचा विचार केलास आणि मला सावध केलंस हे योग्यच केलंस.'' तो त्याच्या लांब बोटांचे निरीक्षण करतो. ''रेडिओवर जिचं नाव येतंय तीच ही मुलगी का, केटलिन लॉक?''

''हो!''

''आणि तिचा बॉयफ्रेंड... त्याचं काय?''

ड्रॅको आवंढा गिळतो. त्या घोडचुकीला आपणच जबाबदार धरले जाऊ अशी त्याला भीती वाटते. ''बॉयफ्रेंड मेला. टेहळ्यांनी त्या दोघांना पकडलं तेव्हा तो गेला. तो अपघात होता.''

मास्टरला फार काळजी वाटलेली दिसली नाही. ''किंवा सेक्रेड्सचीच तशी इच्छा होती. कदाचित तो योग्य नव्हता. त्याची बॉडी आणि पेपरात आलंय त्या व्हॅनचं काय?''

''एका गोठ्यात आहेत. आपल्या जागेत. इथून फार लांब नाही.''

''दोन्हींची विल्हेवाट लावा. लवकरात लवकर.'' मास्टर दगडी आसनावरून उठतो. ''चला! माझी कोणी वाट बघतंय. इतर सर्कलला बोलाव. त्यांना आपल्या भेटीविषयी आणि माझ्या इच्छेविषयी सांग. तारे अपेक्षित स्थितीत येत आहेत. चंद्र बदलतोय. आपण ठरल्याप्रमाणे पुढे जायचं.''

५५

कँपरव्हॅनच्या तपासाचे काम मेगनला देण्यात आले असून तिने थेट टॉमकिन्सला अहवाल द्यायचा आहे. जिमी डॉकरी व्यतिरिक्त आणखी दोन डिटेक्टिव्ह सार्जंट तिच्या मदतीला देण्यात आले आहेत – टिना वॉरन आणि जॅक जॅकिन्स. वॉरन नुसती वेळकाढू आहे. ते तिला आधीच दिसतेय. फक्त चहा करणे, निरोप पोहोचवणे, कारमध्ये पेट्रोल भरणे, अशा कामाच्या योग्यतेची. जॅकिन्स जास्त होतकरू आहे. नुकतेच प्रमोशन मिळालेला. अनुभव नाही, पण हुशार.

मेगन कामाची विभागणी करते. ''जॅक, केटलिनच्या या मैत्रिणीची जबानी घे – जिच्याशी ती शेवटी बोलली तिची. तिला पुन्हा व्हॅनबद्दल विचार. तिला जास्त माहिती दिसत नाही; पण तरीही. कदाचित काहीतरी आठवेल तिला.''

''जिम, एम ३वरच्या पेट्रोल पंपावर टीम घेऊन जा. आपल्याला पंपाच्या परिसरातलं आणि कार पार्कचं सीसीटीव्ही रेकॉर्डिंग बघायचंय, त्यांनी कदाचित टॉयलेटचाही वापर केला असेल. दुकानांमध्ये, रेस्टॉरंटमध्ये चौकशी कर. त्यांना जरा आठवायला लाव. त्यांनी तिथे कदाचित काही खरेदी केली असेल. त्यांनी काय घेतलं, कोणत्या दुकानात घेतलं ते शोधून काढ. आपलं नशीब असेल, तर त्यांनी एखाद्या ठिकाणाचा रस्ता विचारला असेल किंवा नकाशा घेतला असेल. सुरक्षावाल्यांना विचारा. कुठल्यातरी कॅमेऱ्यावर त्या दोघांचे फोटो असतील. टिना, फ्लीटच्या आधीच्या आणि नंतरच्या पेट्रोल पंपावरही टीम घेऊन जा. त्यांच्या तिथे ते थांबले का, ते विचार.''

ते सगळे आणखी सूचनांसाठी तिच्याकडे बघत होते. ''ताबडतोब निघा, प्लीज! त्या मुलीचा जीव यावर अवलंबून आहे.''

ते जायच्याही आधी मेगन वाहतूक खात्यातील एका मित्राला फोन करून कँपरव्हॅन्सची यादी मागवते. तिचे उत्तर येईपर्यंत ती इंटरनेटवर वाहनांचा शोध सुरू करते. कँपर्सचे डझनावारी प्रकार आहेत. फियाट चेने, डकॅटो, कॉमेट, फोर्ड ट्रान्झिट, ऑटो स्लीपर, विनेबॅगो, फाऊवे ट्रान्स्पोर्टर, टोयोटा हायेसे, हायमर, बेडफर्ड, मर्स वगैरे. मग ती थांबते. ती विचार करू लागते – वाहनाबद्दल नाही, त्यातील व्यक्तींबद्दल. लहरी लोक. श्रीमंत. केटलिन काही दरिद्री माणसाबरोबर फिरणार नाही. तिचा मित्र श्रीमंतच असणार. त्याला तिच्यावर इम्प्रेशन मारायची इच्छा असणारच. तिला 'सरप्राइज' द्यायची.

तिच्या मॉनिटरवर दिसणारी कोणतीही व्हॅन तशी वाटत नव्हती. ती टाइप करते : 'सेलेब्रिटी कँपरव्हॅन्स' आणि एका सेकंदात त्रेपन्न हजार एन्ट्रीज पडद्यावर येतात. एकशे पन्नास पाने. तिच्या मनात पहिले नाव येते फाऊवे. तिला 'फाऊवे

कॅंपरव्हॅन्स फॉर हायर’ अशी एक लिंक मिळते.

तिच्या चेहऱ्यावर स्मित झळकते. ‘मिस्टरी मशीन!’ स्कूबी डू आणि शॅगी ज्या व्हॅनमधून फिरायचे ती. ती टाइप करते, ‘फाऊवे कॅंपरव्हॅन्स टु हायर इन लंडन’ ती कपाळाला हात लावते. लाखो एन्ट्रीज. ती काही बघते आणि तिला जरा धीर येतो. तिने टाइप केलेला शब्द ‘कॅंपरव्हॅन्स’ जास्त समावेशक असावा. तो ‘कॅंपरव्हॅन’ हवा होता. तिला आता एक ‘फाऊवे कॅंपरव्हॅन असोसिएशन’ मिळते आणि त्यावरून ती लंडन भागातील विक्रेत्यांची त्रोटक यादी बनवते. आणखी दोन तास खर्ची घातल्यावर यादी आणखी लहान होते. गेल्या चोवीस तासांत अनेक लोकांनी कॅंपरव्हॅन भाड्याने घेतल्या, त्यातील एक तिचे लक्ष वेधून घेते. त्याने अॅमेक्स गोल्ड कार्डने पैसे भरले आणि त्याचे नाव जॅक टिंबरलॅंड. तिच्या हृदयाचा ठोका चुकतो. योग्य माणूस मिळाला की तिला जसे नेहमी होते तसे. डीसीआयला सांगायच्या आधी तिला एक फोन करायचा आहे. असा की ज्याची तिला भीती वाटते. सॅमीला पुन्हा देखभालीची गरज लागणार आहे.

५६

केटलिनला हालचाल करता येत नाही. ती बघू शकत नाही आणि श्वासोच्छ्वाससुद्धा नीट करू शकत नाहीये. उभ्या स्थितीत तिला पुरल्यासारखे वाटतेय. दगडात चिणल्याप्रमाणे. भीतीमुळे तिच्या चेहऱ्यावरून घाम निथळतोय; पण तो पुसायला हात वर करण्याइतकीसुद्धा जागा नाहीये.

“जेक!” ती किंचाळते; पण हाकेला उत्तर येणार नाही, हे तिला माहीत आहे. त्या विचित्र दगडी वर्तुळात तो जमिनीवर लोळागोळा होऊन खाली पडलेला आहे, ही आठवण तिच्या मनात कोरली गेली आहे. तो ज्या प्रकारे हालचाल न करता पडला होता, ते बघून तिच्या पोटात ढवळले होते. “जेक!” त्याला हाका मारल्या की तो जिवंत राहील असे वाटे. निदान तिच्या मनात तरी.

ती बोटांनी समोरच्या खडबडीत दगडाला स्पर्श करते. बोटाला एक बारीक फट लागते. तिच्यातून तिला जिवंत ठेवणारा हवेचा थोडा प्रवाह आत येत आहे. ती ज्यांच्या ताब्यात आहे, ते लोक सराईत व्यावसायिक आहेत – अपहरण करणारे; ज्यांना आपण काय करतोय याची जाणीव आहे. कोणी बलात्कार करणारे किंवा एकापाठोपाठ एक खून करणारे नाहीत, अशी ती आशा करते. ते जर धंदेवाईक अपहरण करणारे असतील, तर त्यांना पैसा हवा असणार आणि आपल्या जिवाला धोका नाही. निदान आत्ताच नाही. लवकरच ते येतील, आपल्याला साफ करतील.

खायला-प्यायला देतील, आपली व्हिडिओ फिल्म बनवतील, आई-वडिलांना संदेश पाठवतील आणि मग तो डाव सुरू होईल. त्याचे प्रशिक्षण तिला देण्यात आले आहे. एरिकने तिला डझनभरवेळा तालीम दिली आहे आणि तिच्या वडिलांनीसुद्धा. अगदी तिची दुष्ट आईसुद्धा तिच्याशी याबद्दल बोलली आहे.

आपण जेकबरोबर जाण्यात वेडेपणा केला असे आता तिला वाटतेय. स्वत:च्या सुरक्षा कवचाच्या बाहेर पडण्यात. एक वाईट विचार तिच्या मनात येतो, ज्यामुळे तिचा उरलासुरला स्वाभिमानसुद्धा गळून पडतो. कदाचित जेकनेच आपल्याला अडकवले असेल. कदाचित अगदी पहिल्या भेटीपासून त्याने हा कट रचला असेल. हा पर्याय तर आणखी वाईट आहे. त्याने कट रचला असेल, तर तो आता बेपत्ता का आहे? अपहरण करणारे सहसा एकाच वेळी दोघांना पळवत नाहीत. त्यात फार गुंतागुंत होते आणि आता तिला ओकारीची भावना होते.

"जेक!" तिच्या हाकेतला जोर कमी होतोय. तिला इथे बंद करून तिच्याशी कोणी बोलल्याला अनेक तास होऊन गेले आहेत. तिची पाठ दुखायला लागली आहे. तिचे खांदे, डोक्याचा मागचा भाग, गुडघे, दगडांवर घासून त्यांची आग होऊ लागली आहे आणि आपले अंतर्वस्त्र ओले झाले आहे अशी तिला शंका येऊ लागली आहे.

असे असूनही केटलिनला मधूनमधून झोप लागते. तिचा वेडा, धावणारा मेंदू आपले काम बंद करतो आणि तिचे मनही थंड, दमट कोठडी सोडून दूर भरकटू लागते. तिला अशीच एक डुलकी लागली असतानाच तिच्या समोरचा दार वजा दगड सरकतो आणि ती पुढे पडू लागते. बदामी रंगाचा डगला आणि लोकरीचे आणि कापडाचे बुरखे घातलेले काही जण तिला धरतात आणि जमिनीवर ठेवतात.

पाठीवर पडलेली असताना तिला शुद्ध येते. डोके भिरभिरत असते, डोळे निर्जीवपणे वरचे उंच काळे छत आणि पेटलेल्या जाड मेणबत्त्या असलेले झुंबर यांच्याकडे लागलेले असतात.

चार बुरखाधारी चेहरे तिच्या दृष्टीच्या टप्प्यात येतात आणि एक हळू पण कठोर आवाज आज्ञा करतो, 'सगळे कपडे काढा आणि तिला साफ करा. समारंभ पुढे चालू राहील.'

५७

कसा कोणास ठाऊक, पण मेगनचा माजी नवरा रात्रभर सॅमीची काळजी घ्यायला तयार होतो. तो तिला बाजारातील 'हॅपी मील' न देता तिच्यासाठी घरीच काहीतरी बनवायचे आश्वासन देतो. कामात गुंतलेल्या आईच्या छातीवरचे ओझे दूर होते.

ती पुन्हा ऑफिसात जाऊन कॅंपरव्हॅन केसचे टेबलभर पसरलेले कागद आणि फेसबुकवरील जॅक टिंबरलॅंडचा फोटो, जो तिला ॲमेक्स बिलावर मिळालेल्या माहितीवरून मिळाला होता, तो बघत बसते. एकदा एखादा धागा सापडला की गोष्टी भराभर घडत जातात. लंडनच्या पोलिसांनी तो तरुण इंग्लिशमन मेरिलेबोन येथील घरी नाही, असं कळवलं. तर दुसरा एक जण त्याचा फोटो केटलिनच्या रक्षकांना दाखवतोय आणि तिसरा जेकचे आई-वडील लॉर्ड आणि लेडी टिंबरलॅंड यांना भेटतोय. दरम्यान, मोबाइल आणि लॅन्डलाइनच्या बिलांचा अभ्यास केला जात आहे. तपासाचे चक्र वेगाने फिरू लागले आहे.

जेक टिंबरलॅंड आणि केटलिन लॉकचे फोटो मेगन एकमेकांच्या शेजारी ठेवते. जोडी शोभून दिसतेय. या केसमध्ये वृत्तपत्रवाल्यांना खूप मसाला मिळणार आहे. ती त्यांच्या चेहऱ्यांकडे बघते. त्यांचा संबंध नवा असावा, असे तिला वाटते. जुना असता तर आतापर्यंत त्यांचे फोटो 'पेज ३'वर आधीच झळकू लागले असते. मध्येच एक शंका निर्माण होते. कदाचित हा चुकीचा मुलगा तर नसेल? केटलिनबरोबरचा मुलगा जेकऐवजी दुसरा कोणीसुद्धा असू शकेल. केटलिन नाहीशी झाली, त्याच दिवशी त्याने कॅंपरव्हॅन तीन दिवसांसाठी भाड्याने घेतली हा केवळ योगायोगही असू शकेल. ती कदाचित अजूनही दुसऱ्या कोणाबरोबर एखाद्या डोंगरात एखाद्या विनेबॅगोत असेल आणि तिला जॅक टिंबरलॅंड माहीतही नसेल.

सगळाच योगायोगही असू शकेल.

मेगनला योगायोग आवडत नाहीत. ते म्हणजे पोलीस त्यांचे काम करू शकतात की नाहीत, हे पडताळण्याची देवाची युक्ती आहे. हायवेवर तपास करणारी पोलिसांची टीम त्या युगुलाचा आणि कॅंपरचा फोटो घेऊन येईल या आशेवर ती आहे. तो मिळाला म्हणजे पूर्ण साखळी लागेल.

ती पुन्हा केटलिनच्या फोटोकडे बघते आणि तिचे फेसबुक पान तपासते. त्यावरील मजकूर प्रसिद्धी क्षेत्रातील व्यावसायिकाने बनवला असावा आणि वडिलांनी तपासून संमती दिलेला असावा. त्यात अगदी खासगी असे काही नाही – केवळ फॅशन, संगीत, मुलींची नेहमीची बडबड एवढेच! सगळे सपक!

ती ट्विटर बघते. ते तर अधिकच निराशाजनक. मग ती जेकचा ट्विटर अकाउंट तपासते. केटलिन लॉकसारख्या मुलीबरोबर डेटिंग करत असताना त्याबद्दल

काहीच वाच्यता न करण्याइतका संयम बाळगणे कोणाही तरुणाला कठीण जाणार; पण त्यावरही तिला काही मिळत नाही. शेवटच्या दिवशी विल्टशायरच्या ट्रिपबद्दल कोणताही उल्लेख नाही. ती चोवीस तास मागे जाऊन बघते आणि तिचे हृदय धडकते. सांकेतिक भाषेतील बढाईवर तिची नजर खिळते. 'माझ्या नव्या मैत्रिणीचं हृदय जिंकणार. तिच्या साखळ्या तोडणार आणि तिला माझी करणार.'

चांगले आहे, अगदी मोहकसुद्धा; पण अजून पुरेसे पक्के नाही. ती आणखी मागे जाऊन बघते आणि तिला आणखी एक बहुमोल वाक्य मिळते. 'मला ही अमेरिकन मुलगी भेटली आणि मी वेडाच झालो आहे. माझ्या स्वप्नसुंदरीत मला जे-जे हवं होतं, ते सगळं तिच्यात आहे.'

या आणि अशा नोंदींवरून त्याचा केटलिनबरोबर, तिच्या रक्षकांच्या नजरेबाहेर, स्टोनहेंजला काही रम्य काळ घालवण्याचा बेत होता, असे दिसत होते. कामदेवाचे 'भूत' डोक्यावर बसले की, माणूस वेडा होतो – मग तो इंग्लिश लॉर्डचा मुलगा असो, नाहीतर अमेरिकन सिनेतारकेची मुलगी असो. आणि हे दोघे तर विशेषच. ते दोघे बरोबर पळून गेले असावेत. 'रडार'च्या बाहेर. कोणाला माग लागणार नाही असे. त्यांनी लग्नही केले असेल.

नाही, ती फार वाहवत जातेय. त्यांनी लग्न केलेले नाही हे निश्चित. त्यांनी कँपर फक्त तीन दिवसांसाठीच भाड्याने घेतली; पण 'रडार'च्या बाहेर हे नक्की. त्यांनी मुलीच्या रक्षकांना फसवून काही काळ बाहेर मजा करायचा डाव केला असावा.

पण कशाचेतरी स्पष्टीकरण मिळत नाहीये. निश्चित कोणत्या गोष्टीचे ते तिला सांगता येत नाहीये. आणि तिच्या डोक्यात उलगडा होतो. केटलिनचा तिच्या रक्षकांना 'आपण कुठे आहोत, हे आपण बेपत्ता आहोत हे त्यांच्या लक्षात यायच्या आधी, फोन करून कळवायचा इरादा असावा. मग तिने फोन का नाही केला? तिच्या वडिलांनी आणि इतरांनी ही गोष्ट तिच्या मनावर निश्चित ठसवली असणार – नेहमी फोन कर, काहीही केलेस तरी नेहमी फोन करत जा. आणि तिने केला असता. ती करणारच!

पण तिने केलेला नाही. म्हणजे काहीतरी गडबड आहे. मोठी गडबड!

५८

हृदयात एकाएकी गरम सुरी घुसावी, तसा केटलिनच्या मनात भीतीने एकदम शिरकाव केला आहे. काही बुरखाधारी लोकांनी तिला जमिनीला खिळवून ठेवले आहे. आता तिच्यावर बलात्कार होणार, तिला खात्री आहे. ते होऊ देण्यापेक्षा ती

त्यांच्या गळ्याचा घोट घेईल.

एक जण तिचे डावे मनगट पकडतो, एक जण उजवे. ती लाथा झाडते कोणाला तरी लाथ लागल्याचे तिला जाणवते, "सोडा मला." ती ओरडते. ओरडण्याचा आणि झगडण्याचा काही उपयोग नाही, हे ती मनात समजते; पण ती मुकाट्याने त्यांच्या हवाली होणार नाहीये. "सोडा मला."

अदृश्य हात तिचे घोटे पकडतात. ते तिचा ब्लाउज आणि जीन ओढून काढतात, तिला वळून पालथे करतात, ब्राचा हूक काढतात, निकर ओढून काढतात. ती लाथा झाडते, ओरडते. ते तिला धरून ठेवतात. काही वेळाने तिची शक्ती संपते. आता ती प्रतिकार करू शकत नाही.

आता ते आळीपाळीने तिच्यावर अत्याचार करणार – तिला खात्री आहे. कोणीतरी तिचे केस ओढतो आणि तिच्या चेहऱ्यावर बुरखा घालतो. ते तिला उभी करतात. हात बांधतात. आता ते काय करणार तिला कळत नाही; पण बलात्कार झाला नाही, त्यामुळे तिला हायसे वाटते. भक्कम बोटे तिचे हात आणि खांदे धरतात. तिला पाठीमागून ढकलतात आणि चालायला लावतात. केटलिनचे हृदय इतके जोरात धडधडत आहे की आपण मरणार असे तिला वाटू लागते. 'घाबरू नकोस, शांत राहा!' एरिकने दिलेल्या सूचनांप्रमाणे करायचा ती प्रयत्न करते. 'काहीही झालं तरी धीर सोडू नकोस. एक एक क्षण जगत जा. नाहीतर मरशील.'

ते तिला अंधाऱ्या पॅसेजमधून घेऊन जातात आणि मग एका खड्ड्यात उतरवतात. ते तिच्या डोक्यावरचा बुरखा काढतात आणि वरच्या काळ्या पोकळीतून गरम पाण्याचा धबधबा तिच्या डोक्यावर कोसळू लागतो. त्या धक्क्याने क्षणभर तिचा श्वास कोंडतो. ती कोणत्यातरी प्रकारच्या शॉवरखाली उभी आहे. होय ना! आणि मग केटलिनच्या लक्षात येते. ते पाणी नसून रक्त आहे.

ते तिला रक्ताचे स्नान घालत आहेत.

५१

ड्रॅको आणि मस्का स्टोनहेंजच्या कारपार्कमध्ये पोहोचतात तेव्हा दक्षिणायनाच्या निमित्ताने कर्मचाऱ्यांची धांदल चाललेली असते. जिकडेतिकडे माणसेच माणसे आहेत. जादा प्रसाधनगृहे उभारण्यात येत आहेत; कचऱ्याची पिंपे ठेवण्यात येत आहेत; कारण कचऱ्याचे ढीग जमा होणार आहेत.

सर्पन्स त्याच्या हाताखालच्या लोकांपासून दूर जात मर्सिडिसचे मागचे दार उघडून आत बसतो. ड्रॅको तो बसेपर्यंतसुद्धा थांबत नाही. "कँपर आणि बॉडीची आज

रात्री विल्हेवाट लावलीच पाहिजे.''

सर्पन्सची स्वसंरक्षणबुद्धी जागृत होते. ''मी नाही ती ड्राइव्ह करणार. प्रत्येक रस्त्यावर पोलीस आहेत.''

''तुझा तो नवा मुलगा? तो चालवेल?'' मस्का विचारतो.

''लासर्टा तरुण आहे, पण बुद्दू आहे. त्याला नक्की थांबवतील.''

''पोलिसांना केव्हातरी व्हॅन सापडणारच.'' ड्रॅको म्हणतो. ''ते सगळे रस्ते, कारपार्क, जिथे जिथे ड्रगवाले असू शकतील, त्या सगळ्या जागा तपासताहेत. वेळेचाच प्रश्न आहे.''

''ग्लोव्ह बॉक्समध्ये सापडलेल्या 'एक्स्टसी' गोळ्या वापरल्या तर?'' मस्का सुचवतो. ''त्यानं आणि मुलीनं जास्त घेतल्या असं दाखवायचं?''

ड्रॅको मान हलवतो. ''त्या त्याच्या घशाखाली कशा जाणार? तो काही गिळू शकणार नाही. त्या त्याच्या शरीरात शोषल्या जाणार नाहीत. प्रेताच्या तपासणीत त्या नंतर घातल्या हे कळून येईल.''

''तपासणी करायला प्रेतच नसेल तर?'' मस्का म्हणतो. ''बॉडीसकट व्हॅनला आग लावायची. अपघात झाला असं वाटेल असं करायचं.''

ड्रॅकोची उत्सुकता जागी होते. ''कसं करणार?''

''ते दमले होते. व्हॅन रस्त्यावरून खाली घेतली, रात्रीसाठी शेतात थांबवली.'' चित्र कसे पुरे करावे, याचा विचार करत मस्का पुढे बोलतो ''मुलगा चहा बनवत होता. स्टोव्ह भडकला. गॅस सिलिंडरचा स्फोट झाला. त्या साइजच्या सिलिंडरचा बऱ्यापैकी मोठा स्फोट होईल.''

''असं काही करता येईल?''

सर्पन्स मान डोलवतो. ''करता येईल; पण त्यांना फक्त मुलाचीच बॉडी मिळेल. मुलीचं काय?''

मस्का उपाय सुचवतो. ''त्यांचं भांडण झालं. ती निघून गेली. वाटेत लिफ्ट घेऊन गेली. रेल्वे स्टेशनवर गेली आणि गेली कुठेतरी.'' त्याला एवढेच सुचते.

''ती इथून गेली म्हणजे इथल्या पोलिसांची जबाबदारी संपली. त्यांचा तपास थांबेल.''

''तू बॉडीची व्यवस्था करू शकशील?'' ड्रॅको सर्पन्सच्या डोळ्यांत बघत विचारतो. ''ते तुला करावं लागेल.''

आपल्याला पर्याय नाही, हे सर्पन्सला जाणवते. त्याच्याच टोल्यामुळे तो मेला. त्याला ड्रिंकची गरज भासते. अगदी जोरात.अखेरीस तो मानेने होकार देतो.

''मी तुला मदत करेन.'' मस्का म्हणतो. ''तुला हे एकट्यानं करायची गरज नाही.''

६०

केटलिन डोळे उघडते आणि श्वास घेते. काळोख. ती पुन्हा पूर्वीच्याच दगडी 'कपाटा'त उभी आहे – तिच्या व्यक्तिगत तुरुंगात. ते तिला या ठिकाणी पुन्हा घेऊन आल्याचे तिला आठवत नाही. शॉवरमध्ये असताना तिची शुद्ध गेली असावी. रक्ताचा शॉवर!

समोरच्या दगडाच्या फटीतून प्रकाशाचे काही किरण येत होते. तो दगड बहुतेक काढता येण्याजोगा असावा, तिच्यावर लक्ष ठेवता यावे म्हणून किंवा तिला अन्न देण्यासाठी. आता तिच्या लक्षात येते की, ती त्या आधीच्या 'कपाटा'त नाहीये. हे 'कपाट' वेगळे आहे. यात थोडी जास्त जागा आहे. थोडीशीच जास्त.

हळूहळू इतर फरकसुद्धा तिच्या लक्षात येऊ लागतात. हातात बेड्या नाहीत. ती हात बाजूने उंचावत वर करू शकते. ती भिंती चाचपून बघते. समोर, बाजूला, मागे दगड. ती नक्कीच दुसऱ्या कोठडीत आहे, त्यात शंका नाही. ती बाजूला हात शक्य तेवढे ताणते. बहुतेक एक मीटरपेक्षा जरा कमीच. कोपरांपलीकडे हात पसरता येत नाहीत.

पायांना मागून काहीतरी लागतेय, गुडघ्यांच्या मागे. आडवा दगड? ती बसायचा प्रयत्न करते. दगड तिचे वजन पेलतोय असे तिच्या लक्षात येते. तिला खूपच बरे वाटते. तिचे पाय अनवाणी आहेत; अंगावर एक डगला आहे आणि त्याला वर एक टोपडे आहे. ती डोके, खांदे, कंबर हलवून कपड्याला घासते. कापड जाडेभरडे आहे. स्तनांवर तर सॅन्डपेपर घासल्याप्रमाणे वाटते आहे.

आदल्या रात्रीच्या घटना ती पुन्हा आठवू लागते. त्यांनी तिचे सगळे कपडे काढले. रक्ताने अंघोळ घातली. नंतर अंगावर डगला चढवला. काही शब्दसुद्धा तिला आठवू लागले. त्यांच्यावरून काही अर्थ काढावा असे नव्हते, पण पुरेसे होते.

"विधी!"

हा शब्द कोणीतरी उच्चारला होता. "विधी पुढे चालू राहणार."

"कोणत्या प्रकारचा विधी? आणि त्यात ते आपलं काय करणार?"

६१

डीसीएस जॉन रोलँड्सला आताच आपण आठवडाभरात झोपलेलो नाही, असे वाटत आहे. घड्याळाचा काटा वेगाने पुढे सरकतो आहे आणि धागेदोरे त्याच्या अपेक्षेपेक्षा सावकाश येत आहेत. त्याच्यावर सतत दबाव आहे. चीफ कॉन्स्टेबल, गृहखाते, डेप्युटी चीफ कॉन्स्टेबल, उपराष्ट्राध्यक्षांचा खासगी सचिव, सगळे त्याच्या मागे लागले आहेत.

डीसीआय आणि डीआयच्या तुकड्या जी काही लहान-मोठी माहिती मिळाली असेल, ती त्याच्या मोडक्या टेबलावर टाकायला त्याच्या ऑफिसात ये-जा करीत आहेत. ज्यूड टॉमकिन्स आणि मेगन बेकर आताच आल्या आहेत. तो त्याच्या उरल्यासुरल्या प्रसन्नतेने त्यांचे स्वागत करतो. ''महिलांनो! या आनंदमठात तुमचे स्वागत आहे! काय आणलंय तुम्ही माझ्यासाठी?''

''थोडी चांगली बातमी.'' टॉमकिन्स खुर्चीवर पडलेली पिझ्झाचा तुकडा असलेली प्लेट दुसरीकडे ठेवून बसायला जागा करते. ''डीआय बेकरला व्हॅनच्या बाबतीत आणि बॉयफ्रेंडबद्दल एक निश्चित माहिती मिळाली आहे.''

त्याचे निळे डोळे मोठे होतात. ''बोला! बोला!''

मेगन एक डीव्हीडी त्याच्या टेबलावर ठेवते. ''सीसीटीव्ही रेकॉर्डिंगचे संकलन. सर, पहिली क्लिप फ्लीटच्या पेट्रोल पंपावरची आहे. ती रंगीत आहे. तिच्यात लॉक आणि ज्याने कॅंपरव्हॅनचे पैसे भरले, तो तरुण जेक टिंबरलँड स्पष्ट दिसत आहेत.''

रोलँडला त्याच्या टिपणाची गरज लागत नाही. ''लॉर्ड जोसेफ टिंबरलँडचा मुलगा.''

''बरोबर!''

तो डिस्क त्याच्या मागे टीव्हीच्या खाली असलेल्या प्लेअरमध्ये घालतो. तो रिमोट कन्ट्रोलने योग्य तो चॅनेल निवडेपर्यंत मेगन बोलत राहते. ''सर, तुम्हाला आता जे वाहन दिसेल, ते परदेशी बनावटीचे राइट-हॅन्ड-ड्राइव्ह, टाइप २ व्हिंटेज, निळ्या रंगाचं, क्रोमची व्हील हब आणि आतील सर्व सामान, उपकरणं लावलेलं आहे.'' व्हॅनचे चित्र पडद्यावर येते. कॅंपरव्हॅन पेट्रोल पंपात येते. दोन व्यक्ती उतरतात. त्या स्पष्ट दिसायला लागतात. जेक, केटलिनला पंप दाखवतो आणि पेट्रोल भरणे सुरू करून देतो. ती तिथे उभी राहते, तो दुकानात पैसे भरायला जातो.

''सर, जरा थांबवा!''

रोलँड्स रिमोटने चित्र थांबवतो.

''त्याच्या उजव्या हाताला पाहा.'' मेगन स्मित करते. ''गोल्ड क्रेडिट कार्ड ॲमेक्स. हे कार्ड त्याने कॅंपरच्या भाड्याचे पैसे भरायला वापरले.''

रोलँड्स मान डोलवतो, डीव्हीडी आणि टीव्ही बंद करतो. ''मला एवढं बास आहे. ज्यूड, तपास तुकडीसाठी आणि प्रेससाठी फुटेजच्या प्रती काढायला कोणाला-तरी सांग. संपर्क खात्याला फोन करून सकाळी आठ वाजता पत्रकार परिषद बोलवायला सांग.'' तो मेगनकडे वळतो. ''छान काम. तुझी टीम फार छान काम करत्ये असं आम्हाला वाटतंय, हे कळव.''

''मी कळवीन. थँक यू सर!'' ती जाण्यासाठी उठते; पण थांबते.

रोलँड्स तिच्याकडे बघतो. ''आणि काही?''

''सर, सकाळी पत्रकार परिषद असेल तर मला तिथे असायला आवडेल. मला तो अनुभव मिळाला तर बरे वाटेल.''

तो स्मित करून टॉमकिन्सकडे वळतो. ''ओह! ही एकदम महत्त्वाकांक्षी आहे!''

टॉमकिन्स मान डोलवते. ''हो, ती एकदम जोरात आहे.''

तो मेगनकडे बघतो. ''नाही. डिटेक्टिव्ह इन्स्पेक्टर, नको!''

''का नको, सर?''

आता स्मित करायची पाळी टॉमकिन्सची आहे. ''दोन कारणं आहेत, मेगन.'' ती म्हणते, ''पहिलं म्हणजे तू फार चांगलं काम करत्येस आणि कॅमेऱ्यापुढे येण्यात तुझा वेळ वाया जाईल. आणि दुसरं म्हणजे त्या कुत्र्यांच्या पुढे जाण्याइतका अजून तुला अनुभव नाही. आता उशीर झालाय. तू घरी जा आणि जरा विश्रांती घे. आणि तुझ्या मुलीला भेट.''

मेगन प्रयासाने राग लपवते. ''थँक यू, मॅडम – आपल्या काळजीबद्दल आणि कनवाळूपणाबद्दल; पण माझा नवरा माझ्या मुलीची फार चांगल्या प्रकारे काळजी घेतोय, त्यामुळे तुमची हरकत नसेल, तर मी ऑफिसला परत जाऊन काम करते – जे मी फार चांगले करत आहे, असे डिटेक्टिव्ह चीफ सुपर म्हणाले ते.''

मुद्द्याचं बोलून झाल्यावर ती गर्रकन वळते आणि त्या दोघांना काहीही बोलायची संधी न देता निघून जाते.

६२

सर्पन्स घड्याळ बघतो. मध्यरात्र! वेळ झाली आहे!

तो त्या जुन्या गोठ्याच्या बाहेर उभा राहून वाट बघतोय. रात्रीच्या आकाशासारखेच काळे विचार त्याच्या मनात येत आहेत. त्याच्यावरचा मानसिक ताण वाढतो आहे.

त्या ओझ्याखाली तो दाबला जात आहे. त्याला क्षणाचीही मोकळीक मिळत नाहीये.

काही दिवसांपूर्वी दिलेल्या पहिल्या बळीच्या बॉडीची विल्हेवाट पाहिल्यापासूनच त्याचे मन अस्वस्थ झाले होते. त्या आधी बळीच्या निवडीत तो सहभागी असायचा; पण नंतरच्या भागात कधीच नव्हता. आणि आता तर तो त्या रेषेच्या आणखी पुढे गेला होता. त्याने कोणाचातरी जीव घेतला होता.

आपल्या हातून तो कँपरमधला मुलगा मेला, ही जाणीव त्याला सतत खात होती. तसा तो 'टग्या' आहे. तरुणपणी अनेकदा त्याचा मारामाऱ्यांमध्ये भाग असायचा, त्याची गुन्हेगारांच्या यादीत नोंदही होती; पण खुनासारख्या गुन्ह्यासाठी नाही.

आपणहून पोलिसांच्या स्वाधीन झाला, तर कदाचित 'अपघाती मृत्यूला कारणीभूत' एवढ्याच आरोपावर निभावेल. आताच सगळे सांगितले, कबूल केले, तर काही समझोता करण्याची शक्यताही आहे. अगदी खटला न करण्याचीसुद्धा; पण मग पंथ त्याला सोडणार नाही. ते त्याला शोधून काढून मारून टाकतील, त्याबद्दल शंकाच नाही. त्यांचे लोक पोलिसांत आहेत, कोर्टात आहेत, तुरुंगातसुद्धा आहेत. त्याच्यापर्यंत पोहोचायला त्यांना काहीच अडचण येणार नाही.

सर्पन्सची मान खाली जाते. सद्बुद्धीची परीक्षा. प्रत्येकावर अशी वेळ येत असणार. ढगातून झिरपणाऱ्या मंद चंद्रप्रकाशातून मस्का अवतरतो. त्याच्या उजव्या हातात प्लॅस्टिकची कॅरिबॅग आहे. "सगळं ठीक आहे?" असे म्हणत तो सर्पन्सच्या खांद्याभोवती हात घालतो आणि ते आत जाऊ लागतात. "काही काळजी करू नकोस. हे सगळं अर्ध्या-एक तासात आटपेल. मग आपण सरळ ऑक्टनकडे जाऊ. तो आपण तिथे होतो, अशी साक्ष देईल. आपण रात्रभर तिथेच पत्ते खेळत होतो म्हणून सांगेल. सगळं सुरळीत होईल."

मस्का नेहमीच 'सगळं सुरळीत होईल' असे म्हणतो. ड्रॅकोसुद्धा. आणि त्यांच्याबाबतीत नेहमी तसे होतेही. सद्सदविवेकबुद्धी 'सुरळीत' असली की सगळे सुरळीत होते. त्यांच्या डोक्यात अपराधीपणाची भावना कधीच येत नाही.

कँपरपासून दोनेक मीटर अंतरावर उलट्या ठेवलेल्या एका खोक्यावर ठेवलेल्या मेणबत्तीचा प्रकाश गोठ्यात आहे. त्यात छताच्या लाकडी तुळयांमधील कोळ्यांची जाळी उठून दिसत आहेत. त्या दोघांच्या कँपरकडे जाण्यामुळे वटवाघुळांचा एक थवा बिथरतो. मस्का हसत त्या फडफडणाऱ्या प्राण्यांकडे बोट दाखवतो. "घाणेरडे लेकाचे. गन पाहिजे होती माझ्याकडे त्यांना मारायला."

सर्पन्स व्हॅनचा सरकता दरवाजा उघडतो. आत एक बारीक दिवा लागतो. त्याच्या अंधूक प्रकाशात माश्यांनी आच्छादलेले प्रेत दिसते. पुढच्या कार्यवाहीसाठी तो मनाची तयारी करतो. "काय करायचं?"

"थांब! हे घाल!" मस्का त्याला पातळ रबरी हातमोज्यांचा जोड देतो. "नंतर पस्तावण्यापेक्षा आताच काळजी घेतलेली बरी."

सर्पन्स मोजे ताणतो आणि कसेतरी ओढत हातांवर चढवतो.

"ठीक आहे. आता बघ आणि शीक!" मस्का म्हणतो. छोट्याशा किचनमधून व्हॅन भाड्याने देणाऱ्या कंपनीने भेट म्हणून दिलेला खाद्यपदार्थांचा हँपर तो काढतो आणि स्मित करतो. "अगदी आपल्याला हवे तेच. कपाटांमधून तो प्लेट, सुरी, काटा, सॉसपॅन आणि टोस्टर काढून ठेवतो. हँपरमधला बीन्सचा कॅन उघडून ते पॅनमध्ये ओततो आणि ते गॅसवर ठेवतो. तो ब्रेडचे दोन स्लाइस टोस्टरमध्ये घालतो आणि त्याने आणलेल्या कॅरिबॅगेतून व्होडकाची बाटली काढतो. त्यातील थोडी व्होडका मगमध्ये ओततो "झालंच, मित्रा, जवळजवळ झालंच!"

मस्का कुकरच्या खालचे कपाट उघडून गॅस चालू करतो. सर्पन्स ते सगळे भारावल्याप्रमाणे बघत राहतो. तो काड्याच्या पेटीतली एक काडी पेटवतो. तिने गॅस पेटवतो. थोड्या वेळाने तो बंद करतो आणि समाधानाने हसतो. "चला, आपली सगळी तयारी झाली." तो प्रेताकडे बोट दाखवतो. "सीन सेट झाला आहे. आपला माणूस त्याच्या गर्लफ्रेंडबरोबर भांडण झाल्यामुळे कँपरमध्ये एकटाच आहे." तो व्होडकाकडे बोट दाखवतो. "तो भरपूर दारू पितो. एक रोमॅन्टिक ब्रेक मध्येच फिस्कटल्याची साहजिक प्रतिक्रिया बरोबर?" तो हँपरकडे बोट दाखवतो. "नंतर दमल्यामुळे त्याला भूक लागते आणि तो काहीतरी खायला बनवू लागतो." मस्का व्होडकाची बाटली उचलतो आणि व्होडका आजूबाजूला शिंपडतो. "दुर्दैवानं, आपल्या प्रेमभंग झालेल्या मुलाच्या हातून ड्रिंक सांडते – त्याच्या अंगावर, जमिनीवर, कुकरवर." मस्का त्याचे हात जोरात वर फेकतो. "व्हूम! एकाएकी तो आगीचा बोळा बनतो. तो घाबरतो. पडतो आणि बेशुद्ध होतो. काही सेकंदांत कँपरला आग लागते. गोठ्यालाही आग लागते. आणि तो दुर्दैवाने जळून मरतो." मस्का तोंड वाकडे करून, वेंगाडून दुःख वाटल्याचा अभिनय करतो. "कधी कधी प्रेमाचा शेवट दुःखात होतो."

सर्पन्स या कथेत कोणतीही चूक काढण्याच्या मनःस्थितीत नसतो. "म्हणजे आगीमुळे पुरावा नष्ट होणार?"

"बरोबर!" तो बोट उभे करतो. "पण आपल्याला काळजी घेतली पाहिजे." तो बॉडीकडे बोट दाखवतो. "आधी आपल्याला अर्धी बाटली मिस्टर हार्टब्रेकच्या घशात ओतली पाहिजे. मग तो पडला असे केले पाहिजे. आपण त्याचे डोके कशावर तरी आपटू – जिथे तू त्याला मारलेस त्याच ठिकाणी. तसे केले म्हणजे शव तपासणीमध्ये 'पडल्यामुळे झालेली जखम' अशी नोंद होईल, तुझ्या फटक्यामुळे नाही." तो हसतो. "शेवटी आपण उरलेली व्होडका त्याच्यावर ओतायची, काडी

पेटवायची आणि पळायचं.''

सर्पन्स विमनस्क दिसतो; पण मान डोलवतो.

''ठीक आहे. चल! पुरे करू या! त्याला बसतं करायला मला मदत कर.''

टिंबरलँडची बॉडी अवजड आणि पोत्यासारखी झाली आहे. तिला बसल्या स्थितीत आणताना कडकड असे आणि गॅसचे घाणेरडे आवाज येतात. मस्का प्रेताचे डोके मागे वळवतो, ओठ अलग करतो आणि व्होडका घशात ओततो. सर्पन्सला ओकारी होण्याच्या बेतात असते.

''पण त्यातली थोडी खाली जाऊ द्यायला मिनिटभर थांबू!'' मस्का म्हणतो. ''नाहीतर ती परत वर येईल.'' तो सर्पन्सला बॉडी धरलेल्या स्थितीत सोडून गॅस पेटवतो, बीन्स गरम करतो आणि टोस्ट बनवतो. ''सगळं तयार! त्याला आता तिकडे कुकरच्या समोरच्या भिंतीतल्या ड्रॉवर्सपाशी हलवू या. खालचा ड्रॉवर उघड. त्याचा पाय घसरला आणि पडला. त्यात डोक्याला लागलं.''

सर्पन्स ड्रॉवर उघडतो आणि एक दीर्घ श्वास घेतो. दोघे मोठ्या प्रयासाने बॉडी उचलतात. टिंबरलँड त्यांच्याहून लहान असला, तरी त्याची बॉडी फडक्याच्या बाहुलीसारखी झाली आहे, त्यामुळे टनभर वजनाची वाटते आहे. शेवटी मस्का त्याच्या काखेत हात घालून मागे सरकवतो आणि डोक्याची मागची बाजू ड्रॉवरवर जोरात आपटतो.

तो बॉडी पडू देतो आणि जरा मागे सरून आपल्या कामाकडे कौतुकाने बघतो. टिंबरलँडच्या तोंडातून थोडी व्होडका त्याच्या शर्टावर आणि जमिनीवर सांडते. ते एक सोडलं, तर काम अगदी बेमालूम झाले.

''शेवटाची वेळ. तू तयार?''

''असं वाटतं!''

मस्का व्होडकाची उघडी बाटली घेतो आणि प्रेताच्या डोक्यावर आणि छातीवर ओततो. रिकामी बाटली प्रेताच्या हाताजवळ ठेवतो. बीन्सखालचा गॅस बंद करतो. तो विझला आहे, याची खात्री करून तो गॅस पुन्हा चालू करतो आणि एकदम मोठा करतो.

तो सर्पन्सकडे बघतो, बरोबर आणलेली कॅरिबॅग घेतो आणि दुसऱ्या बाटलीचे बूच उघडतो; उरलेली दारू बॉडी आणि कुकरवर ओततो आणि दरवाज्याकडे बोट दाखवतो. ''बाहेर उभं राहिलेलं बरं.''

ते कँपरमधून उतरून थंडगार गोठ्यात, मेणबत्तीच्या पिवळ्या उजेडात येतात. सर्पन्स मस्काला उरलेली व्होडका व्हॅनच्या जमिनीवर ओतून रिकामी बाटली त्याच्या बॅगेत ठेवताना बघतो. ''तीन... दोन... एक...'' तो काडी पेटवतो, ती जरा पेटू देतो आणि ती व्हॅनच्या आत बॉडीजवळ टाकतो. ''पळ!''

ते घाबरलेल्या मुलांसारखे धावत गोठ्यातून बाहेरच्या शेतात पळतात. अंधाराच्या सुरक्षिततेतून ते आग पेटताना बघतात. आगीत जुने लाकूड जळाल्याचा आवाज येऊ लागतो. मग एकदम एक दबलेला स्फोट ऐकू येतो. सिलिंडरचा स्फोट असावा. गोठ्याचे लाकडी बीम पेटून खाली पडतात. प्रचंड कलकलाट करत वटवाघुळे आकाशात झेपावणाऱ्या नारिंगी ज्वाळांच्या वर जातात.

६३

रविवार, २० जून

केटलिनला अनेक वर्षे कैदेत ठेवलेल्या बायका माहीत आहेत. तळघरात, बंदिस्त. लाकडी पेटाऱ्यांमध्येसुद्धा. त्यांचे झालेले हालसुद्धा माहीत आहेत; कारण एरिकने ते सगळे तिला सांगितले होते. म्हणजे ती काळजी घेईल, सुरक्षित राहायला शिकेल. त्या विसरलेल्या धड्यामुळे आताची पाळी आली. इतर कोणीसुद्धा असे दगडी 'कपाटात' बंदिस्त केले गेले नसतील, जिथे तुम्ही कितीही जोरात ओरडलात, तरी बाहेर कोणालाही ऐकू जाणार नाही.

एरिकने दिलेले इशारे तिला आठवू लागतात. तशा भयंकर कथा सांगितल्या की, ती सुरक्षित राहायला शिकेल, अशी त्याची अपेक्षा होती. कनेटिकटची विशीच्या आतील डॅनिएला क्रेमर – तिला जिन्याखालच्या गुप्त खोलीत एक वर्ष डांबून ठेवले होते. निना व्होन गॉलविट्झ – तिच्या आई-वडिलांनी दहा लाख डॉयशमार्क देईपर्यंत तिला १४९ दिवस अडकवून ठेवले होते. जपानमधली फुसाको सानो – तिला तर दहा वर्षे बंद करून ठेवले होते. पूर्ण एक दशक!

तिला त्या सगळ्या आठवतात. त्यांचे चेहरे आठवतात आणि त्या नशीबवान होत्या. एरिकने तिला अनेक डच, अमेरिकन, इंग्लिश, इटालियन स्त्रियांची यादी दाखवली होती, ज्या तेवढ्या नशीबवान नव्हत्या; ज्यांना खंडणी देऊनसुद्धा मारून टाकले गेले.

त्याचे शब्द तिला आठवले; 'ते बायकांना लैंगिक अत्याचार करण्यासाठी, पैशांसाठी, नुसतेच हाल करण्यासाठी किंवा त्यांच्यावर किंवा त्यांच्या आई-वडिलांवर सूड उगवण्यासाठी पळवतात. ते फार धोकेबाज लोक असतात. केटलिन, काही जण फक्त प्रसिद्धीसाठीसुद्धा हे करतात. म्हणून तू काय वाटेल ते कर; पण आमच्या सुरक्षा व्यवस्थेशी खेळू नकोस.'

आणि तिने नेमके तेच केले होते. तिने घोटाळा केला आणि आता तो निस्तरता येत नाहीये. तिला रडावेसे वाटते, अगदी ओक्साबोक्शी रडावेसे वाटतेय; पण ती तसे करत नाही. करणार नाही. ती स्वत:ला बजावते की, तू 'सरव्हायवर'च्या एकोणचाळीस दिवसांत रडली नाहीस आणि आताही ते करणार नाहीस.

केटलीन विचार दुसरीकडे वळवायचा प्रयत्न करते. ती रिॲलिटी शोमधील काळाची आठवण करते. ती वेलकम पार्टी. पहिली कामे. तिच्यामागे लागलेली पोरं – एकोणचाळीस दिवस, वीस स्पर्धक, पंधरा एपिसोड, ज्यामुळे तिचे नाव घराघरात माहीत झाले. एका लाइव्ह चित्रीकरणात ती कोणतेही कपडे न घालता पोहली. सेन्सॉरला चक्कर आली, सबंध मालिकाच नापास होणार होती; पण रेटिंगमध्ये ब्लॉकबस्टर निघाली.

ती पुन्हा तसे करायला तयार आहे. केव्हाही, केटलिन म्हणजे शॉक आणि ग्लॅमर असे समीकरणच झालेय. तिच्या चेहऱ्यावर स्मित दिसतेय. तुरुंगातल्या या धुळकट खाचेतसुद्धा तिला तिच्या गोड गतायुष्याची चव आठवते – पैसा, प्रसिद्धी, तिच्या स्वच्छंदी वागण्यामुळे निर्माण होणारे वाद; पण किती काळ? ती स्वत:ला विचारते; पण किती काळ?

६४

गिडियनचे आता शेवटचे दोन टेपच उरले आहेत.

त्याने आतापर्यंत जवळजवळ चाळीस पाहिले आणि डोक्यात विचारांचे वादळ निर्माण झालेले असले, तरी झोपायच्या आधी उरलेले दोन टेप बघायचा त्याचा निर्धार आहे.

तो एक टेप प्लेअरमध्ये घालतो आणि पडद्यावर आलेली वडिलांची प्रतिमा बघतो. तो तरुण प्रोफेसर, गिडियन आता आहे त्यापेक्षा फार जास्त वयाचा नाही. काही सेकंदांनंतर कॅमेऱ्यामागून मेरी चेसचा आवाज ऐकू येतो, "हा चालतोय, मला वाटतं, नेट. हो! हो! लाल दिवा दिसतोय. आता तू हवं तेव्हा सुरू कर."

नाथानिएल श्वास घेऊन तयार होतात. वाऱ्याने कपाळावर आलेली केसांची बट मागे करून नीट बसवतात. त्यांच्या अंगावर एक जाड, निळे, लोकरीचे जाकीट, काळी पॅन्ट आणि चालण्याचे बूट आहेत. जमिनीवर बर्फ पडलेय आणि तो आता चांगलाच परिचित झालेला बॅकड्रॉप – स्टोनहेंज. "मी तुम्हाला जवळजवळ पाच हजार वर्षे मागे घेऊन जातो." ते हाताने सभोवारचा परिसर दाखवत बोलतात. "जेव्हा आपल्या पूर्वजांनी हा वर्तुळाकार खंदक खणला. जवळजवळ तीनशे फूट

द स्टोनहेंज लेगसी । १३५

व्यास, वीस फूट रुंद आणि सात फुटांपर्यंत खोल.'' ते जमिनीवर उकिडवे बसतात आणि जिथे खंदक होता त्या जमिनीतील खोलगट भागाला स्पर्श करतात. ''या जागेच्या खाली, पुरातत्त्व शास्त्रज्ञांना, हा खंदक खणताना दोनशे वर्षे आधी मेलेल्या जनावरांची हाडं सापडली. आपल्या पूर्वजांनी ती इथे का पुरली असतील? नव्या खंदकात जुनी हाडं का घातली? याचं उत्तर हे की, ही हाडं पूर्वीच्या देवतांना अर्पण केलेल्या विशेष बळींची होती.''

गिडियनच्या चेहऱ्यावर स्मित झळकते. स्वत:ची प्रसिद्धी करणारे त्याचे वडील, विद्यापीठातील कंटाळवाणी लेक्चर्स स्वत: बनवलेले माहितीपट दाखवून चटकदार बनवण्यासाठी प्रसिद्ध होते. पडद्यावर ते तरुण प्राध्यापक खंदकातून बाहेर येतात आणि खंदकाच्या परिघावरून चालत, तिथे सापडलेल्या दोनशेपेक्षा जास्त मानवी सांगाड्यांबद्दल आता माहीत झालेली संकल्पना सांगतात. ''सतराव्या शतकातील इतिहासकार जॉन ऑब्रे याला ही जळालेली मानवी हाडे वेगवेगळ्या छप्पन्न खड्ड्यांमध्ये मिळाली. तीसुद्धा देवाला वाहिलेल्या बळींची होती का? स्टोनहेंज हे स्मशान आणि देऊळ, अंतराळातील देवतांना प्रसन्न करण्यासाठीच्या विधीचे वधस्थान होते का?'' तेव्हापासून दहा वर्षांपर्यंतच्या डायऱ्या नुकत्याच वाचल्या असल्याने वडिलांनी हे प्रश्न जरा संभ्रमाच्या भूमिकेतून विचारावेत, याचे गिडियनला आश्चर्य वाटते, आणि सत्य काही वेगळेच आणि विचित्र असेल का, असा विचार त्याच्या मनात येतो. ''साधारण तीन हजार वर्षांपूर्वी अज्ञात लोकांनी या निळ्या शिळा प्रेसली डोंगरावरून इथे आणल्या. त्यांनी ते अचाट काम कसं केलं असेल हे अजून कोणालाही सांगता येत नाही. या शिळा वर्तुळात उभ्या केल्या गेल्या, त्यांचा प्रवेश उन्हाळ्यातील दक्षिणायनाच्या दिवशी जिथून सूर्य उगवतो, त्या दिशेला ठेवला.'' नाथानिएल मोठ्या सॅन्डस्टोनच्या शिळांकडे जातात आणि आकाशाकडे हात करत बोलतात, ''या महाकाय शिळा; त्यातील काही तर माझ्या तिप्पट उंच आणि चाळीस टनांपर्यंत वजनाच्या आहेत. हुशार प्राचीन वास्तुकारांनी त्या उभ्या केल्या आणि त्यांच्यावर तशाच शिळा आडव्या ठेवून त्या मॉर्टिस आणि टेनन प्रकारच्या सांध्यांनी पक्क्या बसवल्या.'' ते वर्तुळाच्या मध्याकडे जाऊ लागतात. ''इथे, हेंजच्या मध्यावर घोड्याच्या नालाच्या आकारात उभ्या दगडांच्या पाच जोड्या आणि त्यांच्यावर प्रचंड आडव्या लाद्या – त्यांना 'ट्रायलिथॉन' म्हणतात.''

गिडियन टेपचा उरलेला भाग दुप्पट-चौपट वेगाने बघतो. त्याचे वडील विनोदी चित्रपटातल्याप्रमाणे झटके देत चौफेर धावत 'हील स्टोन,' 'बळीची वेदी' किंवा 'स्लॉटर स्टोन' आणि आग्नेयेकडील प्रवेशद्वार दाखवतात.

तो थोडा वेळ ब्रेक घेतो, चहा बनवतो आणि यादीत नसलेला शेवटचा व्हिडिओ बघायला परत येतो. तो टेप पुठ्ठ्याच्या खोक्यातून काढतो. त्याच्या

मध्यावर एक लेबल दिसते. त्यावर त्याच्या वडिलांव्यतिरिक्त दुसऱ्या कोणाच्या-तरी हस्ताक्षरात लिहिलेले आहे : ''माझा अभिमान आणि आनंद असलेल्या प्रिय मुलास – गिडियन यास'' त्यानं ते हस्ताक्षर अनेक वर्षांत बघितलेलं नाही; पण तो ते ताबडतोब ओळखतो. ते त्याच्या आईचं हस्ताक्षर!

६५

जिमी डॉकरी टायवेक सूट चढवतो आणि मध्यरात्री त्यालाच का बोलावले म्हणून चडफडतो. बेकार कामे असली – स्मशानातल्या सारखी – की, नेहमी त्याला बोलावले जाते. कुठेही घाण असली की जिमीला बोलवा. ती साफ करायला. आधी एक बेपत्ता माणूस, नंतर कोणा म्हाताऱ्याची आत्महत्या – तिथे सगळे साफ करा आणि आता कुठलातरी जळालेला गोठा. त्याच्या मते तो याहून जास्त लायकीचा तपासक आहे. त्याच्या डेप्युटी चीफ वडिलांना त्याला कोणत्या प्रकारचे काम देतात, हे कळले तर ते त्या सगळ्यांना काढून टाकतील.

डॉकरी त्याचे ओळखपत्र दाखवतो आणि फडफडणाऱ्या पिवळ्या टेपच्या खालून आत जातो. एक थकलेला पोलीस त्याचे नाव लिहून घेतो आणि तो गोठ्याच्या काळ्या पडलेल्या सांगाड्यात हिंडू लागतो. 'सोको' आर्क लासट्सच्या उजेडात जळालेली कॅंपरव्हॅन दिसते. पेट्रोल पंपावरील सीसीटीव्ही फुटेजमध्ये त्यानं बघितली होती, तिचीच जळालेली प्रतिकृती. पोलीस शोधात असलेल्या दोन गोष्टींपैकी एक. जिमी खूण केलेली प्रतिबंधित मर्यादा ओलांडून व्हॅनपाशी पोहोचतो. आत एक पुरुष आणि एक स्त्री गुडघ्यांवर बसून एका बॉडीचे निरीक्षण करत असतात.

''ही ती मुलगी आहे का?'' जिमी विचारतो. ''बेपत्ता आहे ती?'' जिमीकडे पाठ करून बसलेली मुलगी गृहखात्याची पॅथॉलॉजिस्ट लिसा हॅमिल्टन आहे.

ती त्याचा आवाज ओळखते. ''नाही. पुरुष आहे आणि सार्जंट, फक्त एक इशारा. माझ्या इथे गर्दी करू नका, माझ्यामागे लागू नका, मला सतावू नका आणि कोणत्याही कारणानं माझ्या या गुन्ह्याच्या जागेवर गोंधळ करू नका.''

''समजलं.'' असं बोलणं म्हणजे जिमीच्या बाबतीत बदकाच्या पाठीवरचं पाणी. प्रत्येक जण त्याला काय करू नकोस, याची यादी देतो. शिवाय त्याच्या हृदयात लिसाविषयी जरा 'सॉफ्ट कॉर्नर' आहे. अगदी रात्रीच्या दोन वाजतासुद्धा तिला बघून त्याच्या हृदयाची तार छेडली जाते.

तिच्या खांद्यावरून त्याला प्रेत दिसते – जास्त बार्बेक्यू केलेल्या मांसासारखे

– गुलाबी आणि काळ्याचे भयानक मिश्रण. जळालेल्या हाडांना कपड्याचे काही अवशेष चिकटले आहेत आणि व्हॅनच्या बाकी फ्लोअरवर मानवी चरबीची डामरासारखी थारोळी. व्हॅनची फ्रेम काही ठिकाणी वरच्या बाजूला वाकलेली असल्याचे जिमीच्या लक्षात येते. "काही स्फोट झाला का?"

"गॅस सिलिंडरचा, जे दिसतंय त्यावरून. व्रण असलेला चेहरा आणि टोकदार केस असलेला एक तरुण SOCO उत्तरतो. "ज्या प्रकारे स्फोट झालाय त्यावरून तो कुकिंग रिंगच्या खाली झाला असावा."

जिमी त्यांच्या आजूबाजूला फिरत जळालेल्या व्हॅनचे निरीक्षण करतो. "मुलीची काही खूण नाही?" तो मागे बघत विचारतो. "तिचे काही तुकडे इथे नाहीत, हे नक्की?"

लिसा हॅमिल्टन मान वर करते. "मला एक आख्खी मुलगी दिसली नसेल, असं तुला म्हणायचंय का?"

तो जरा वरमतो. "नाही! नाही! तसं नाही, आम्ही सगळे तिला वेड्यासारखं शोधतोय म्हणून विचारलं."

पॅथॉलॉजिस्ट अजून त्याच्यावर वैतागलेलीच. "इथे कोणी बेपत्ता मुलगी वगैरे नाहीये. आता माझं लक्ष या जळालेल्या माणसावर आहे. आणि मी त्याच्या मृत्यूचा नीट तपास करून त्याला योग्य तो मान देण्याचा प्रयत्न करते."

जिमी समजतो आणि तिथून काढता पाय घेतो. इतर कर्मचारीसुद्धा तिथे जिथून जे काही मिळेल किंवा खरडून काढता येईल ते काढून, प्लॅस्टिकच्या पिशव्यांमध्ये घालून त्यावर लेबले लावण्यात गुंतलेले आहेत. त्याला विविध वस्तू घातलेल्या कागदी पिशव्यांचा ढीग दिसतो – फुटका मग, जळके सॉस पॅन, व्होडकाची रिकामी बाटली, काळी झालेली कटलरी आणि क्रोकरी.

एक मुलगी त्याच्या मागून एक प्लॅस्टिकची बॅग दाखवते. "ग्लोव्ह कप्प्यातून ड्रायव्हिंग लायसन्स आणि व्हॅन भाड्यानं घेतल्याचे कागद मिळाले. धुरानं जरा खराब झालेत; पण तसे चांगल्या स्थितीत आहेत."

जिमी ती बॅग दिव्यापुढे धरतो आणि आतल्या कागदांवरचे काही वाचता येते का, ते बघतो. अक्षर जेमतेम वाचता येतेय. "एडवर्ड जेकब टिंबरलँड." ते वाचतानाच त्याला जरा वाईट वाटते. बॉडीचे नाव मिळाले की गोष्टी बदलतात. तो पॅथॉलॉजिस्टला उद्देशून बोलतो, "प्रोफेसर, मी स्टेशनला परत जातोय. तुमचा रिपोर्ट केव्हा तयार होईल?"

ती तिच्या कामातून डोके वर काढत नाही. "ब्रेकफास्टच्या नंतर मी मेल करीन. आणि तुम्हाला काही विचारायचं असेल तर १०-११च्या सुमारास मी असेन."

"थँक्स!" त्याला फोन करायला आवडेल. कॉफी घेत छान गप्पा मारता

येतील. कोणी सांगावं काय निष्पन्न होईल ते? "सगळ्यांना गुडनाइट!" हात वर करून जिमी सगळ्यांचा निरोप घेतो.

"गुड मॉर्निंग!" प्रोफेसर मिश्किलपणे ओरडतो, "नीट बघा. सकाळ झालीये."

६६

ती जुनी व्हीएचएस टेप कॅसेट-प्लेअरमध्ये घालत असताना गिडियनला त्याचे हृदय धडधडत असल्याचे जाणवते.

पडद्यावर आलेली स्त्री ही आपण जिच्यावर प्रेम करत होतो, ती आपली आई आहे, हे एकदम ओळखताही आले नाही. व्हेनिसच्या व्हिडिओमधल्याप्रमाणे ती सुंदर दिसेल, अशी त्याची अपेक्षा होती. हसणारी, बडबडी, उत्साही; पण तसे नव्हते.

ती बेडवर बसलेली असून आजारी वाटते. पांढऱ्याशुभ्र उशांच्या डोंगराला टेकून बसलेली आणि कॅमेऱ्याच्या कोनावरून तिने स्वतःच चित्रीकरण केले असावे असे वाटत होते. तो गालफडे बसलेला चेहरा, अकाली पांढरे झालेले केस, खोल गेलेले लाल डोळे बघून त्याच्या हृदयात वेदना होतात.

मुलाकडे टीव्ही मॉनिटरमधून बघणारी मेरी चेस, मरणाच्या दारात आहे. "गिडी, माझ्या लाडक्या. मला तुझी उणीव खूप भासणार आहे. तुला दीर्घ आणि सुखी आयुष्य लाभेल आणि पिता होण्यातला आनंद अनुभवायला मिळेल अशी मला आशा आहे. तुझा जन्म झाला आणि मला माझं जीवन परिपूर्ण झालं असं वाटलं. तू, मी आणि तुझे वडील आपण एकत्र आणि आनंदात असावं, यापेक्षा दुसरं काही मला कधीच नको होतं." ती भावनावेग आवरते. "पण लाडक्या, तसं होणार नाहीये. मी आता फार दिवसांची सोबती नाही. मला तुला काही सांगायचंय. तू जरा मोठा झालास, मला या अवस्थेत बघून घाबरणार नाहीस, इतका मोठा होशील तेव्हासाठी मी हा निरोप ठेवत आहे."

गिडियन डोळ्यांतून येणारे अश्रू पुसतो. त्याला पहिल्यांदाच जाणवते की, त्याला आईच्या शेवटच्या दिवसांमध्ये जेव्हा ती खंगत चालली होती, तेव्हा त्याला तिला भेटू दिले नव्हते. मेरी चेससुद्धा तिच्या एकुलत्या एका मुलाशी बोलताना रडत होती. "गिडी, हे रेकॉर्डिंग फक्त तुझ्यासाठी आहे. ते दुसऱ्या कोणीही बघायचं नाही. तुझ्या वडिलांनीसुद्धा नाही किंवा दुसऱ्या कोणीसुद्धा नाही. फक्त तू बघावेस. मला तुला एक गोष्ट स्वतः सांगायची आहे. आणि त्याला तुझ्या वडिलांची संमती आहे. ते फार चांगले आहेत आणि त्यांचे तुझ्यावर तुला वाटतं त्यापेक्षा खूप जास्त प्रेम

आहे. मी गेल्यावर तुम्ही एकमेकांची काळजी घ्याल अशी मला आशा आहे.'' ती बेडजवळच्या कपाटावरील पाण्याचा ग्लास उचलून तोंडाला लावते आणि पुन्हा बळे बळे स्मित करते. गिडियनसुद्धा तिच्याकडे बघून स्मित करतो. त्याला तिची उणीव फार जाणवते. स्वत:शी केव्हाही कबूल केल्यापेक्षा जास्त.

मेरी थडग्यापलीकडून तिचा संदेश पुरा करते. तिने ज्याला वाढताना, मोठा होताना कधीही बघितले नाही त्याच्यासाठीचा संदेश. मग, ती रोज रात्री झोपायच्या वेळी त्याच्या बेडजवळचा दिवा बंद करून त्याच्या मस्तकाचे चुंबन घेऊन म्हणायची तेच आज म्हणते, ''सोनुल्या, जगात घाबरण्यासारखं काहीही नसतं. माझं तुझ्यावर खूप प्रेम आहे आणि मी नेहमी तुझ्यासाठी असेन.''

आता पडद्यावर बर्फाचे वादळ व्हावे तसा आवाज आणि तसे दृश्य दिसू लागते. गिडियन त्या कोऱ्या पडद्याकडे बघत राहतो. आईने त्याला शेवटी जे गुपित सांगितले, त्यामुळे त्याला त्याच्या मेंदूला मुंग्या आल्यासारखे वाटतेय.

६७

जिमी डॉकरी टवके उडालेल्या मगात वाफाळणारी कॉफी घेऊन मेगन बेकरच्या टेबलापाशी येतो. तेव्हा पहाटेचे तीन वाजलेले असतात. ''जरा वेळ आहे, बॉस?''

''नक्कीच.'' ती खुर्चीकडे हात दाखवते. ''काय आहे?''

तो अतिशय थकल्यासारखा बसतो. ''हा मुलगा – जो कँपरमध्ये मेला तो.''

''टिंबरलँड?''

''हो''

''काळजी करू नको. मी तुला त्याच्या आई-वडिलांशी बोलायला सांगणार नाहीये. ते काम 'मेट' करतील. त्यांच्या मुलाची ॲमेक्स बिले मिळाल्यावर त्यांनी संपर्क साधला होता.''

''ते नाही.''

''मग काय?''

तो एक दीर्घ श्वास सोडून कॉफीचा मोठा घोट घेतो. ''आगीच्या ठिकाणी अगदी गोंधळ होता. बॉडीचे काही भाग नव्हते; बहुतेक स्फोटात उडाले असावेत. भाजलेली त्वचा आणि त्याचं डोकं म्हणजे नुसता मोठा काळा बॉल. अगदी भयंकर.''

ती समजू शकते. तो हादरला आहे आणि त्याविषयी त्याला त्याच्या पुरुष सहकाऱ्यांशी बोलायचं नाहीये. ''तुझ्यासाठी मानसोपचार तज्ज्ञाची मुलाखत ठरवू का?''

त्याला धक्का बसल्यासारखा दिसतो.

"जिमी, माझं जेव्हा ट्रेनिंग चालू होतं तेव्हा ट्रेननं धडक दिलेला एक माणूस मी बघितला. आत्महत्या. मला अनेक दिवस झोप आली नाही. शेवटी एका मानसोपचार तज्ज्ञाशी मी बोलले आणि त्याचा खूप उपयोग झाला."

"थँक्स! पण मला तसं नव्हतं सुचवायचं. मला म्हणायचं होतं की, ते दृश्य बरोबर नव्हतं. म्हणजे जे काही घडलं असावं, असं म्हणतात त्या दृष्टीनं बरोबर नव्हतं."

ती गोंधळते. "ते कसं?" आपल्याला या वेड्यात तर काढणार नाहीत ना, असे त्याला एकदम वाटून जाते.

"प्रोफेसरचा रिपोर्ट येईलच आता. तो येईपर्यंत थांबलेलं बरं!"

"नाही जिम. बोल, तुला जर काही वाटत असेल तर सांग."

"ठीक आहे." तो तिच्या टेबलावर कोपरे टेकवतो. "ते ठिकाण... ठिकाण... ठिकाण – बरोबर?"

ती गोंधळलेली दिसते.

"ते सर्वांत महत्त्वाचं, असं इस्टेट एजंट म्हणतात."

ती मान डोलवते; पण अजून तिला समजलेले नाही.

तो समजवायचा प्रयत्न करतो. "तुमच्याकडे कँपरव्हॅन आहे. एक छोटंसं मजबूत घरच. तुम्ही त्यातून कुठेही जाऊ शकता. हवा कशीही असली तरी त्याच्यावर परिणाम होत नाही; पण तुम्ही ते गोठ्याच्या आत उभे करता. तो गोठा रस्त्यापासून इतका दूर आहे की, अगदी तिथल्या लोकांनासुद्धा तो तिथे आहे हे माहीत नसेल."

त्याचा मुद्दा थोडा थोडा तिच्या लक्षात येतो. "हे विचित्र आहे. मान्य. गोठा हे कँपरव्हॅनसाठी योग्य ठिकाण नाही."

त्याला जरा बरे वाटते. "तो पहिला मुद्दा. ठीक आहे? आता हा टिंबरलँड मुलगा खूप श्रीमंत होता. लॉर्डचा मुलगा. बरोबर?"

"बरोबर!"

"अशा मुलानं त्याच्या गर्लफ्रेंडला फिरवायला एक जुना कँपर भाड्यानं घेतला, तर त्या ट्रिपसाठी तो आणखी काय काय बरोबर घेईल?" ती विचार करते. 'सॉफ्ट ड्रिंक्स, काही स्नॅक्स. खायचे पदार्थ. शॅम्पेन, कदाचित 'रोज'ची बाटली, काही सुंदर ग्लास... तिला सुचू लागते. "पिकनिक ब्लँकेट्स, हँपर, गॉगल्स, कदाचित तिच्यासाठी एखादं सरप्राइज प्रेझेंट."

जिमी स्मित करतो. "उत्तम! मला तुमच्याइतक्या गोष्टी आठवल्या नाहीत; पण त्यांना कोणत्या गोष्टी मिळाल्या त्याची यादी पाहा. तो आताच प्रिंट केलेला एक

ए-४ कागद तिच्यापुढे सरकवतो अणि ती वाचत असताना बघतो. तुम्हाला त्या यादीत दिसेल पोचे आलेला कॅन, आत थोडे बीन्स, सिल्व्हर टिन फॉइलचे तुकडे – कदाचित एखाद्या चॉकलेट बारचे असतील, व्होडकाच्या दोन रिकाम्या बाटल्या आणि थोडे खाद्यपदार्थ – ब्रेड, बटरसारखे. तुम्ही अपेक्षा करणार नाही असं काही नाही. त्यातलं काही त्यानं खरेदी केले असतील; पण बहुतेक कॅंपर भाड्यानं घेतला की, त्याच्याबरोबर फुकट गिफ्ट हॅंपर येतो त्यातले असणार.'' तो कागदाच्या खालच्या बाजूला बोट ठेवतो. ''व्हॅनमध्ये जो छोटा फ्रीज होता, त्याला स्फोटात काही झालं नाही. त्यामुळे इथे आम्हाला सापडलं महागडं आइस्क्रीम आणि बॉलिंजर शॅम्पेनची मोठी बाटली.''

''तुला काय म्हणायचंय?''

''व्होडका. त्या दोन बाटल्या. शॅम्पेन न उघडता त्या संपवल्या याचा अर्थ हा अस्सल दारुड्या असला पाहिजे. जर तुमच्याकडे बॉली असेल, तर तुम्ही व्होडका आधी उघडाल का?''

मेगन तिचा निष्कर्ष सांगते. ''शॅम्पेनमुळे आग लागणं कठीण असतं; पण व्होडकानं नाही. व्होडका आग लावायला वापरली असं तुला वाटतं?''

''शॅम्पेनला आग लावता येते की नाही हेही मला माहीत नाही. तुम्हाला माहीत आहे?''

''मला माहीत नाही.'' ती दुसऱ्या जगात गेल्याप्रमाणे शून्यात बघते. तिला तिच्या लग्नाची आठवण येते. तेव्हा तिने शॅम्पेन घेतली होती आणि ती शेवटचीच. ''पण ते बघण्यासाठी शॅम्पेन कोणी वाया घालवणार नाही.'' ती त्याच्या मुद्द्याचा विचार करते. ''तू म्हणतोस ते बरोबर आहे. व्होडकाच्या बाटल्या आणि शॅम्पेनचा मेळ बसत नाही. तसंच, कॅंपरव्हॅन गोठ्याच्या आत पार्क करणंसुद्धा. आणि ती मुलगी अजून बेपत्ता आहे. त्यामुळे माझा संशय वाढतोय.''

जिमी खुर्ची फिरवून खुर्चीची पुढची बाजू टेबलाकडे आणतो. ''असं असेल का की, दोघांचं कशावरून तरी भांडण झालं. तिनं त्याला एक फटका मारला, हवा त्यापेक्षा तो जास्त जोरात बसला आणि मग ती घाबरली?''

मेगन मान हलवते. ''ही मुलगी तसं नाही करणार. ती कोण आहे, हे आठव. ती उपराष्ट्राध्यक्षाची मुलगी आहे. ती अशी वेड्यासारखं वागून कॅंपरला आग लावणार नाही. तिनं वडिलांना फोन केला असता.''

त्याला तिचे म्हणणे पटते. ''आणि मला वाटतं, व्होडका बाटल्यांचंही गूढ आहेच.''

''बरोबर! पण मला प्रश्न पडलाय की, ती त्याच्याबरोबर कॅंपरमध्ये कशी नव्हती?''

"त्यांचं भांडण झालं आणि ती निघून गेली?"

"नाही पटत. तसं झालं असतं, तर तिनं घरी फोन केला असता, ती काही ट्रेननं लंडनला परत गेली नसती."

ते शांत बसतात. दोघांच्याही डोक्यात तेच विचार घोंघावताहेत – "जेक टिंबरलँड मेला; कारण त्याला कोणीतरी मारलं. केटलिन लॉक बेपत्ता आहे; कारण तिला कोणीतरी पळवून नेलंय. केटलिनला शोधून काढलं की, मारेकरी मिळेल. त्यानं आणखी कोणाला मारायच्या आत."

६८

सर्पन्स आणि मस्का वेगवेगळे ऑक्टनच्या हॉटेलात जातात. ते शॉवर घेईपर्यंत वोलन्स त्यांचे कपडे आणि बूट दोन वेगवेगळ्या पिशव्यांत घालून ठेवतो. ते थोड्या वेळाने जाळून टाकायचे आहेत. ते त्यांच्यासाठी ठेवलेले नवे कपडे आणि बूट घालतात.

पत्त्यांच्या टेबलावर त्यांच्यासाठी चार पिझ्झा आणि थंडगार बिअरचे कॅन ठेवलेले आहेत. काय घडले याबद्दल कोणीही शब्दही उच्चारत नाही. मागच्या खोलीतील खिडकीतून सकाळचे सूर्यकिरण आत येईपर्यंत ते पोकर, जिन, रमी आणि क्रिब खेळतात. चार जुने मित्र रात्रभर मजा करतात.

ग्रॅबने एक तुकडाही खाल्लेला नाही; पण तो व्हायकिंगप्रमाणे पीत मात्र आहे. बॉडीची विल्हेवाट लावल्यामुळे त्याचा हत्येशी संबंध पक्का झाला आहे. त्याने हातात मावेल एवढ्याच मोठ्या दगडाने त्या मुलाला फटका मारला होता. तेवढ्याने तो मरायला नको होता. मुलाच्या कवटीत किंवा मेंदूत काहीतरी दोष असला पाहिजे.

पण सर्पन्सची काही सुटका नाही. तो खुनी आहे आणि ती जाणीव त्याला अस्वस्थ करतेय. तो पकडला गेला तर त्याच्या आई-वडिलांना धक्काच बसेल. ते दोघेही ऐंशीच्या पुढे आहेत. त्यांना जेमतेम चालता येतेय. आणि ते संस्थेत आश्रित म्हणून राहत आहेत. तो तुरुंगात गेला तेव्हाही त्यांनी त्याला आधार दिला होता. त्यानंतर त्याने काहीही वाकडे केलेले नाही आणि आता तो सरळमार्गी आहे. अभिमान वाटावा असा आहे, असे चित्र त्याच्या आईच्या मनात आहे.

"तुला दुसरा पत्ता हवा की आहेत त्यावर खेळणार?" सर्पन्स मस्काकडे बघतो आणि हात खाली टाकतो. "मला जाऊन जरा आराम केला पाहिजे." तो इतर दोघांकडे वळतो. "याच्याबद्दल थँक्स! जेवणाबद्दल... सगळ्याबद्दल!"

मस्का उठून त्याच्यामागोमाग दाराकडे जातो. "ड्राइव्ह करू शकशील का?

की पोहोचवू तुझ्या घरी?''

तो मान हलवतो. ''मी ठीक आहे.''

त्यांच्यात काहीतरी तुटले आहे. मस्काला जे जाणवतं. ''तू परत येऊन माझ्याबरोबर दिवसभर राहा ना. बरं वाटेल तुला.''

''मी ठीक आहे. सांगितलं ना?'' त्याच्या आवाजात तणाव आहे. ते क्षणभर एकमेकांकडे बघतात. सर्पन्स पुढचे दार उघडतो आणि पहाटेच्या गार हवेत निघून जातो.

मस्का त्याच्या मागे जातो. ''थांब जरा!'' सर्पन्स थांबण्याच्या मन:स्थितीत नाही. तो त्याच्या 'वॉरियर'चे दार झपकन उघडतो. मस्का भक्कम हाताने त्याचा खांदा पकडून त्याला थांबवतो. ''थांब जरा! आपल्याला –''

सर्पन्सने फेकलेला हात विजेच्या वेगाने येतो. गेले तीन महिने हे त्याच्या मनात होते. वैफल्यातून निर्माण झालेला, द्वेषातून वाढलेला संतापून मारलेला फटका; तो मस्काच्या तोंडावर बसतो. मस्का मागे फेकला जाऊन जमिनीवर पडतो.

मस्काने ओठाला हात लावून रक्त बघेपर्यंत 'वारियर' निघून गेली आहे.

ऑक्टन्स आणि वोलान्स दरवाज्यात चिंताग्रस्त होऊन बघत आहेत. आवाज, बोलाचाली कोणी बघितले असल्याची शक्यता; पण मस्काला वाटणाऱ्या काळजीपुढे त्यांची काळजी काहीच नाही. सर्पन्स ही एक डोकेदुखी होणार आहे. मोठी डोकेदुखी!

६१

चीफ कॉन्स्टेबल ॲलन हंटला त्याचे टेबल नीट आवरलेले लागते. व्यवस्थित टेबल म्हणजे व्यवस्थित मन. दिवस संपायच्या वेळी टेबल आवरलेले असावे आणि काम संपलेले असावे. त्याच्या समोर बसणारा जॉन रोलँड्स म्हणेल की, तो आधुनिक पद्धतीने वाढला म्हणून तसा आहे. कायद्यात मास्टर्स डिग्री. खालून झपाट्याने वर चढला. असोसिएशन ऑफ चीफ पोलीस ऑफिसर्सचा अध्यक्ष. गृहखात्याचा 'सोनेरी मुलगा', बजेट वाढवण्यात पटाईत.

चीफ सुपरच्या शेजारी आणि हंटच्या समोर डेप्युटी चीफ कॉन्स्टेबल ग्रेग डॉकरीची मरगळलेली आकृती आहे. सकाळचे सहा वाजले आहेत आणि आता फक्त एकच गोष्ट हातावेगळी करायची राहिली आहे. त्यांच्यासमोर केटलिन लॉकचा मोठा केलेला फोटो आहे.

हंट त्याच्या लहान आणि सुबक हातांनी फोटोला स्पर्श करतो. ''मग, जॉन,

कुठे आहे ती? ती ज्याच्याकडे आहे त्याच्याकडून अजून काही संपर्क कसा नाही?''

रोलँड्स हनुवटीवरील किंचित वाढलेले दाढीचे खुंट खाजवतो. ''तिला पळवून नेणारे आज संध्याकाळपर्यंत संपर्क साधतील अशी माझी अपेक्षा आहे. ते अगदी सराईत दिसताहेत. तिला पळवण्यासाठी तिच्या बॉयफ्रेंडलाही त्यांनी मारून टाकलं. आता ती त्यांच्या ताब्यात आहे. ते खंडणीची मागणी करतील असं मला निश्चित वाटतं.''

''मलाही तसंच वाटतं.'' डॉकरी म्हणतो. ''अजून कॉन्टॅक्ट नाही याचा अर्थ ते व्यग्र असतील. कदाचित परिस्थितीचा अंदाज घेत असतील. आपण काय कारवाई करतो, ते बघत असतील. त्यांनी मुलीला दुसऱ्या वाहनातून सुरक्षित ठिकाणी नेलं असावं.''

रोलँड्स त्याच्या घड्याळावर बोटाने 'टॅप' करतो. ''पहिल्या अठ्ठेचाळीसचा नियम अपहरणाला सर्वांत जास्त लागू पडतो.''

डॉकरी बॉसच्या चेहऱ्यावरील प्रश्नचिन्ह बघतो. भराभर वरच्या जागा पटकवण्याच्या नादात तो पोलीस दलाची विशेष भाषा शिकलेला दिसत नाहीये. ''जॉनला पहिले अठ्ठेचाळीस तास असं म्हणायचंय, सर! आकडेशास्त्रानुसार गुन्हेगाराला आपण पहिल्या दोन दिवसांत पकडू शकलो नाही, तर कोणताही मोठा गुन्हा – विशेषत: अपहरण किंवा खून हा उलगडण्याची शक्यता अर्धी होते.''

हंट स्मित करतो. ''माझा फक्त चांगल्या आकडेवारीवरच विश्वास आहे हे, ग्रेगरी, तुम्हाला माहीत पाहिजे.'' टेबलाभोवती सौजन्यपूर्ण हशा. तो पुढे म्हणतो, ''टिंबरलँड मुलाबद्दल तुमचा कॉल आल्यानंतर मी गृहखात्यात सेबास्टियन इनग्रॅमशी बोललो. ते एसएएसला सज्ज ठेवताहेत आणि स्कॉटलंड यार्डला त्यांच्या स्पेशालिस्ट क्राइम डिरेक्टरेटमधून एक टीम पाठवायला सांगताहेत.''

या कृतीच्या सुज्ञपणाविषयी शंका व्यक्त न करणे शहाणपणाचे होईल, हे डॉकरी जाणून आहे. रोलँड्स तितका धूर्त नाही. ''सर, ही आपली केस आहे. ती हाताळायला आपण समर्थ आहोत. अपहरणवाल्यांबरोबर वाटाघाटी करायचा मला प्रत्यक्ष अनुभव आहे.''

चीफ त्याला शांत करायचा प्रयत्न करतो. ''समर्थपणाचा प्रश्न नाहीये जॉन. याचा संबंध राजकीय जबाबदारी आणि बजेटशी आहे. ट्रॅफिक कार्स रस्त्यावर ठेवायलासुद्धा आपल्याला बजेट पुरत नाही. या प्रकारच्या केसची जबाबदारी अंगावर घेतली, तर उरलेल्या वर्षाचा खर्च चालवायला पैसे कुठून येणार?''

डॉकरी गोळी जरा गोड करायचा प्रयत्न करतो. ''चौकशीत तुमचा सहभाग राहील, असे आपण नक्की करू. ते ज्या कोणाला आपल्या डोक्यावर मारतील त्याला तुम्ही आणि तुमच्या टीमइतकेच कसून आणि रात्रं-दिवस एक करून काम

करायला लागणार आहे.''

टेबलावरचा फोन वाजतो. इतक्या सकाळी फोन येणे, हे चांगले लक्षण नाही, हे ते ओळखून आहेत. हंट फोन उचलतो आणि त्याच्या सेक्रेटरीशी बोलून फोन घेतो. तो ताठ बसून तणावपूर्ण होतो, इतकी पलीकडली व्यक्ती महत्त्वाची असावी.

एका मिनिटाच्या आतच तो फोन ठेवतो आणि बोलतो. ''उपराष्ट्राध्यक्ष लॉक आणि त्यांची पूर्वीची पत्नी नुकतेच न्यू यॉर्कहून एका खासगी विमानाने निघाले आहेत आणि थोड्याच वेळात इथे पोहोचतील.''

७०

ड्रॅको त्याच्या आलिशान कन्ट्रीहोमच्या सुसज्ज 'जिम'मध्ये अंगात फक्त काळ्या ट्रॅकसूटची पॅन्ट घालून व्यायाम करत आहे. भिंतीवरच्या लांब आरशांमध्ये त्याने मेहनतपूर्वक कमावलेल्या स्नायूंचे तो मधूनमधून निरीक्षण करत आहे. त्याच्या पन्नास वर्षांच्या खऱ्या वयापेक्षा तो पाच-दहा वर्षे तरुण दिसतो. त्याच्या मनात सर्पन्सचे विचार आहेत. सर्पन्स त्याला कधीच आवडला नव्हता. तो त्याच्या खगोलशास्त्रीय नावाप्रमाणे – सापाप्रमाणे – आहे याविषयी त्याला शंका नाही.

काही अंतरावर असलेला त्याचा फोन वाजतो. तो ज्याची वाट बघत होता, तो हा फोन. पुढची बातमी देणारा. तो ट्रेडमिलवरील सहावा मैल सोडून देतो, सहा इंची प्लाझ्मा टीव्हीवरील संगीत बंद करतो आणि फोन घेतो. ''सगळं ठाकठीक झालं?''

''सगळं नाही.'' मस्काच्या आवाजात तणाव जाणवतो. ''कामगिरी ठरल्याप्रमाणे पार पडली; पण आपला माणूस आजारी पडलाय.'' ड्रॅकोला ही सांकेतिक भाषा समजते. ''आपण काही विशेष काळजी करण्यासारखं?'' तो बाकावरून एक पांढरा टॉवेल उचलतो आणि चेहऱ्यावरील घाम पुसतो.

''शक्य आहे.''

ड्रॅको टॉवेल टाकतो आणि पाण्याची बाटली उचलतो.

''आता कुठे आहे तो?''

''घरी.''

''त्याची चौकशी कर. आता बरं वाटतंय का पाहा.''

सर्पन्सचा ठोसा जिथे लागला तो जबड्याचा भाग मस्का चोळतो. ''मी लंचपर्यंत थांबतो. त्याला थोडं झोपू दे. मग मी जाऊन त्याच्याशी बोलतो.''

''फार वेळ जाऊ देऊ नको.'' ड्रॅको एक क्षण विचार करतो. ''आता उगीचच चान्स न घेतलेला बरा. तो जर खरंच आजारी असेल, तर आपल्याला काही उपाय

शोधावा लागेल. कायमचा...!''

७१

गिडियन इतका दमलाय की, त्याला अंथरुणातून उठावेसेच वाटत नाही. त्याच्या आईचा व्हिडिओ संदेश आणि शेवटी तिने सांगितलेले गुपित ही शेवटची काडी. दुःख, जागरण आणि भावनांचा कल्लोळ यांचा परिणाम आता जाणवतोय. आधी वडिलांची गुपिते : सेक्रेड्स, अनुयायी, बळी वगैरे. नंतर कॅन्सर, ज्याने आईचा जीव घेतला तो सीएलएल. मग तिचे खासगी गुपित. त्याला हृदयात बाण लागल्या-सारखे वाटले.

तो खाली जाऊ लागला आणि एकाएकी कर्कश आवाजात अलार्म वाजला. रात्री चालू केलेला सुरक्षा अलार्म त्याने बंद केला. तो अजून धक्क्यातून सावरलेला नाही. हृदय अजून धडधडतेय.

तो काळा चहा बनवतो आणि मग घेऊन उरलेला सूर्योदय बघत किचनच्या खिडकीपाशी बसतो.

झाडांवर आणि फुलझाडांच्या ताटव्यांवर पडलेले सोनेरी किरण बघून क्षणभर तो त्याच्या आयुष्यातील भयंकर गोष्टी विसरतो. चहा संपल्यावर काळज्या पुन्हा त्याच्या मनाचा ताबा घेतात. आपले जीन्स केव्हाही स्फोट होणारे टाइमबॉम्ब आहेत का? आईच्या बाबतीत झाले तसे? की लहानपणी वडिलांनी त्या शिळांवरील पाण्याने घातलेल्या अंघोळीमुळे त्या व्याधीपासून आपली मुक्तता झाली? त्याला वडिलांच्या डायरीमधले शब्द आठवतात. 'मी आनंदानं माझं रक्त देईन, माझा जीव देईन. ते सार्थकी लागेल. त्यामुळे परिस्थितीत बदल होईल. आईविना पोरक्या झालेल्या माझ्या मुलाच्या नशिबात जे वाढून ठेवले आहे ते बदलेल, अशी मी आशा करतो. मी महाशिळांवर, त्यांच्याबरोबरच्या माझ्या अतूट नात्यावर श्रद्धा ठेवतो आणि माझे शुद्ध रक्त माझ्या मुलाचं रक्त शुद्ध करण्यास मदत करेल, असा विश्वास बाळगतो.'

गिडियन कसाबसा पुन्हा वर जाऊन डायऱ्यांकडे वळतो. त्या त्याने ठेवल्या तिथेच आणि त्याला महत्त्वाच्या वाटलेल्या पानांवर उघडलेल्या अशा विखुरलेल्या आहेत. स्टोनहेंजबद्दल, ज्याच्यावर वडिलांनी अनेक पुस्तके लिहिली, त्याच्या सम दिन-रात्र दिवसाशी असलेल्या संबंधाबद्दल, पृथ्वीचे संपात चलन, तिच्या नाक्षत्रीय विषुववृत्त, प्लॅटो, 'द ग्रेट स्फिंक्स' यांच्याशी असलेल्या संबंधांबद्दल... निरर्थक शब्द. त्याला ते नेहमी तसेच वाटत आले होते. तरीही त्याला जे काही थोडे तुकडे

सापडले होते, ते आता एकत्र येऊन त्यातून त्याला त्याच्या विचित्र आणि अशांत बालपणाचे कोडे उलगडू लागले होते. त्याच्या वडिलांनी त्याला सक्तीनं ग्रीक शिकायला लावले. त्या भाषेत ते त्याच्यासाठी सांकेतिक शब्द लिहायचे आणि कोणाही दहा वर्षांच्या मुलाला आतापर्यंत कोणीही दिली नसेल, अशी भेट त्यांनी त्याला दिली होती – प्लेटोच्या 'रिपब्लिक'ची प्रत. त्याने मागितलेली रेसची सायकल नाही, तर आनंद, न्याय आणि लोकांची राज्यकर्ते बनण्याची पात्रता यांच्याबद्दलचे अगाध तत्त्वज्ञान.

डायऱ्यांकडे बघताना त्याला त्याच्या वडिलांमध्ये त्या प्राचीन तत्त्ववेत्त्याची सावली दिसते. अनेक परिच्छेदांमध्ये खगोलशास्त्रीय घटना आणि प्लॅटॉनिक वर्ष – अयनचलनाच्या एका पूर्ण आवर्तनाला लागणारा कालावधी, जवळजवळ २५,८०० वर्षे – यांतील स्टोनहेंजची भूमिका. वडिलांनी लिहून ठेवलेल्या सर्व डायऱ्या डिकोड करायला आणि समजायलासुद्धा तेवढाच काळ लागेल, असे गिडियनच्या मनात येते.

७२

सकाळी आठच्या पत्रकार परिषदेचे नेतृत्व चीफ कॉन्स्टेबल हंट करतोय. जेक टिंबरलँडचा मृत्यू आणि मुलीच्या आई-वडिलांचे अपेक्षित आगमन या घटनांमुळे दबाव वाढलेला आहे. त्यामुळे कोणतीही चूक त्याला परवडणारी नाही – विशेषतः, 'मेट' कमिशनरच्या पदासाठी तो स्पर्धेत असताना. ते पद त्याला मिळणार की नाही हे, या केसचा तपास तो कसा हाताळतो, यावर अवलंबून असेल, हे तो जाणून आहे. मोक्याच्या ठिकाणी ठेवलेले टीव्ही कॅमेरे आणि रेडिओ मायक्रोफोन्सच्या भोवती पत्रकार जागा पकडतात. हंटच्या एका बाजूला डॉकरी आणि दुसऱ्या बाजूला रोलँड्स आहे. हंट मायक्रोफोनवर बोटाने टकऽटकऽ करतो, त्याचा मोठा प्रतिध्वनी हॉलमध्ये घुमतो. बोलायला सुरुवात करण्यापूर्वी आवाजाची पातळी तपासून बघण्याचे महत्त्व ते इतक्या वर्षांच्या अनुभवाने जाणतात. "नमस्कार. इतका कमी अवधी असूनसुद्धा आपण सगळे आलात याबद्दल धन्यवाद! आज पहाटे दोन वाजता आमच्या लोकांना एका जळालेल्या व्हॅनमध्ये एका एकतीसवर्षीय तरुणाची बॉडी सापडली. अमेरिकेचे उपराष्ट्राध्यक्ष थॉम लॉक आणि कायली लॉक यांची कन्या केटलिन लॉक हिच्या बेपत्ता होण्याच्या तपासात आम्ही ज्याच्या शोधात होतो, ते हे वाहन." पत्रकारांचे लिहिणे पुरे होण्यासाठी हंट थोडा वेळ थांबतो. "ही घटना लक्षात घेऊन आम्ही मेट्रोपोलिटन पोलिसांची मदत मागितली आहे." प्रश्न थोपवण्यासाठी

तो हात वर करतो. "मला असं आवर्जून सांगायचं आहे की, हे प्रतिबंधक आणि सावधगिरीचे उपाय आहेत. मिस लॉकच्या ठावठिकाण्याबद्दल या क्षणी तरी आमच्याकडे माहिती नाही, तसेच तिच्या जिवाला धोका आहे, असे सूचित करणारे कोणतेही पत्र तिच्याकडून किंवा दुसऱ्या कोणाकडूनही आम्हाला अजून तरी मिळालेले नाही. या प्रकरणाच्या तपासाची सूत्रं सध्या चीफ सुपरिंटेन्डन्ट रोलँड्स यांच्या हातात आहेत आणि ते थेट डेप्युटी चीफ कॉन्स्टेबल डॉकरी यांच्या हाताखाली असतील. आपल्या वाजवी प्रश्नांना उत्तरे द्यायला ते तयार आहेत; पण त्याआधी त्यांना तुम्हाला मदतीची विनंती करायची आहे."

डीसीएस रोलँड्स घसा साफ करतात, पुढ्यातील केटलिनचा फोटो, उंचावून सर्वांना दाखवतात. "तुम्हाला ही फाइल देण्यात येणार आहे. तिच्यात मिस लॉक आणि तिच्याबरोबर लंडनपासून ज्या तरुणाने प्रवास केला, तो जॅक टिंबरलँड याचा तसेच त्यांनी ज्या वाहनातून प्रवास केला, त्या कँपरव्हॅनचं व्हिडिओ फूटेज दाखवणारी डीव्हीडी आहे. या व्यक्ती किंवा ती व्हॅन कोणाला गेल्या चोवीस तासांत दिसली असेल, तर ती माहिती आम्हाला हवी आहे. याबद्दल कितीही बारीकसारीक माहिती जर कोणाला मिळाली, तर ती आम्हाला उपयोगी पडेल. म्हणून लोकांनी पुढे येऊन त्यांना जे काही दिसले असेल, त्याची माहिती द्यावी, असे आम्ही आवाहन करतो."

एक वार्ताहर मध्येच बोलतो, "मृत व्यक्ती लॉर्ड आणि लेडी टिंबरलँड यांचा मुलगाच आहे हे निश्चित का?"

रोलँड्स उत्तरतो : "मृताच्या कुटुंबीयांनी बॉडी अजून बघितलेली नाही. त्यामुळे मला तसं म्हणता येत नाही."

"मृत व्यक्तीचा खून झाला, हे निश्चितपणे सांगू शकता का?"

ते पुन्हा सावधपणे उत्तर देतात. "ज्यानं शवचिकित्सा केली, त्या गृहखात्याच्या पॅथॉलॉजिस्टचा संपूर्ण रिपोर्ट अजून हातात यायचा आहे. त्या अहवालावर मी आधीच टिप्पणी करू शकणार नाही."

"मेलेला माणूस कुठे सापडला?"

रोलँड्स जरा घुटमळतो. "निश्चित ठिकाण आम्ही आता सांगू शकणार नाही. या केससंबंधीची काही माहिती आम्हाला कार्यवाहीच्या कारणासाठी इतक्यात देता येणार नाही, हे आपण समजून घ्याल अशी मला आशा आहे."

एक वयस्क बाई ही संधी साधत विचारते, "याचं कारण केटलिनचं अपहरण केलं आहे आणि तिच्या मित्राचा अपहरण करणाऱ्यांनी कुठे खून केला हे फक्त त्यांनाच माहीत आहे, हे आहे का?"

प्रश्न फार मुत्सद्देगिरीपूर्ण होता आणि विचलित व्हावे, इतका वस्तुस्थितीच्या जवळ होता. ग्रेग डॉकरी उत्तर द्यायला पुढे झाला. "डीसीएस रोलँड्स मघाशी जे

म्हणाले, त्याच्यावरच मला भर द्यावासा वाटतो. तपास अजून प्राथमिक स्थितीत आहे, त्यामुळे काही माहिती आम्ही आपल्याला देऊ शकत नाही हे आपण समजून घ्यावे आणि आम्हाला केटलिनच्या शोधात मदत करावी. उगीच अंदाज करून तिला, आम्हाला आणि तुम्हाला स्वत:लासुद्धा काहीच फायदा होणार नाही.'' काहीतरी 'मसालेदार' बातमी मिळाली नाहीतर वार्ताहर टोकत राहणार याची हंटला जाणीव होते. ''मित्रांनो! या तपासात आपली भूमिका फार महत्त्वाची आहे. जबाबदारीनं बातमी देणं अतिशय आवश्यक आहे. मिस लॉकच्या बेपत्ता होण्यामागे एखादे साधे कारणसुद्धा असू शकेल किंवा नसेलही. तिला जर अपहरणकर्त्यांनी तिच्या इच्छेविरुद्ध डांबून ठेवले असेल, तर तुम्ही काय लिहिता ते सर्व ते वाचणार आहेत आणि काय बोलता ते सर्व ऐकणार आहेत. म्हणूनच आपल्याला जरा संयम बाळगावा लागेल. या क्षणी आम्हाला फक्त एवढेच सांगायचे आहे. आपण आल्याबद्दल धन्यवाद!'' जरा थांबून तो त्यांच्यातील अस्वस्थता जरा वाढू देतो, आणि मग त्यांना शीर्षकाची ओळ देतो. ''उपराष्ट्राध्यक्ष लॉक आणि कायली लॉक न्यू यॉर्कहून यायला निघाले आहेत आणि काही तासांतच आमची त्यांच्याशी भेट होईल. त्यांना चांगली बातमी देता येईल, अशी मला आशा आहे. तोपर्यंत त्यांच्या मुलीचा ठावठिकाणा आम्हाला कळेल, अशी मला आशा आहे आणि नाही कळाला तर पोलीसदल, विल्टशायरचे रहिवासी, सरकार आणि इंग्लंडचे लोक तिला शोधून घरी आणण्यासाठी शक्य ते सर्व प्रयत्न करीत आहेत, असं आश्वासन त्यांना देऊ. पुन्हा एकदा इथे आल्याबद्दल मन:पूर्वक धन्यवाद!'' तो उठतो, त्याचे सर्व कागद गोळा करतो आणि परिषदेच्या व्यासपीठावरून निघून जातो.

७३

मेट पोलिसांना पाचारण करण्यात आले आहे, या बातमीचे पत्रकार परिषदेनंतर झालेल्या अंतर्गत बैठकीत स्वागत होत नाही.

ज्यूड टॉमकिन्स शेवटी मेगनला बाजूला घेऊन जाते. ''चीफ सुपर आताच स्पेशालिस्ट क्राइम डिरेक्टरेटच्या बीर्नी गिब्सनशी बोलले. ते आणखी एक-दोघांबरोबर इथे तासाभरात पोहोचतील आणि तपासाची सूत्रे हाती घेतील. जॉन त्यांच्या हाताखाली काम करेल आणि मी जॉनच्या. दरम्यान तू जरा पॅथॉलॉजिस्टला जाऊन भेट आणि टिंबरलँडच्या मृत्यूबद्दल तिच्याकडून माहिती घे. ती तू इथे पोहोचवलीस की तुला या केसमधून सुट्टी.''

मेगन आश्चर्यचकित होते. ''काय?''

"काय म्हणालात, असं म्हणायचं होतं का तुला?"

"मी चांगलं काम करतेय असं रोलँड्स म्हणाले असं मला वाटलं."

"तू करत होतीस! तुला प्रकाशझोतात यायचं होतं तोपर्यंत. आता तू माझ्या आज्ञेचं पालन करावं, प्रश्न विचारू नये. वॉरन आणि जेंकिन्स यांना आधीच दुसरं काम देण्यात आलं आहे."

मेगन कशीबशी नम्रपणे मान तुकवते आणि मनातल्या मनात शिव्यांची लाखोली वाहत सीआयडीमध्ये परत जाते.

जिमी डॉकरी त्याच्या टेबलावरून तिला हाक मारतो, "बॉस –!"

ती त्याला वाक्य पुरे करू देत नाही. "जिमी, तुझा कोट घाल. तुला या केसवरून काढलं आहे." ती एका खुर्चीवरून तिचे जॅकेट आणि ड्रॉवरमधून कारच्या चाव्या घेते.

७४

सर्पन्स आता ढेपाळू लागला आहे.

अपराधीपणाची भावना असह्य होत आहे. त्याच्या डोळ्यांपुढे ती दृश्ये सतत येतात. युवकाची बॉडी कत्तलखान्यात तोडण्यात आली आणि तिचे खिम्याप्रमाणे बारीक तुकडे करण्यात आले, ते दृश्य. गोठ्यातील कँपरव्हॅनमधील व्होडका ओतून जाळून टाकलेली बॉडी. त्यांच्यापासून आता सुटका नाही.

तो ज्या सुरक्षा कंपनीत काम करतो, त्यांचा हा कामाचा हंगाम असूनसुद्धा तो फोन करून आजारी असल्याचे कळवतो. डोके ठणकत असतानाच तो त्याची जुनी मित्सुबिशी सुरू करतो. "कुठेतरी दूर जाऊन मनाला जरा शांती मिळेल का, ते बघितलं पाहिजे"

तासभर ड्राइव्ह केल्यावर तो बाथला पोहोचतो. पर्यटकांचे आकर्षण असलेल्या या सुंदर शहरात तो लहान असताना एकदा आला होता. चांगल्या आठवणी असलेले शहर. इथे कदाचित मन शांत होऊ शकेल.

तो गाडी साउथगेट सेंटरला पार्क करतो आणि बिअरच्या सहा बाटल्यांचा पॅक आणि स्कॉचची अर्ध्या लिटरची बाटली खरेदी करतो. दारू पीत फिरत असताना स्थानिक वृद्ध लोक त्याला शांतपणे बघत असतात. ग्रॅन्ड परेड आणि बोट स्टॉल लेनची प्रदक्षिणा पुरी होईपर्यंत बिअर संपते. ऑरेंज ग्रोव्हच्या झुडपांमध्ये तो मूत्रपिंड रिकामा करतो आणि पूर्वेला नदीच्या पात्राकडे जाऊ लागतो.

नदीच्या काठी एका झाडाच्या शीतल छायेत तो बुंध्याला टेकून बसतो आणि

जड झालेले त्याचे डोळे मिटतात. त्याच्या मिटलेल्या डोळ्यांपुढे वेगवेगळ्या दृश्यांचे आणि आवाजांचे एक भयंकर 'मोझाइक' तयार होते – मस्काने कॅंपरमध्ये फेकलेली रिकामी बाटली घरंगळत गेल्याचा आवाज, आगकाडी पेटवल्याचा खर्ऽखर्ऽऽ आवाज, कॅंपरमधील गॅस सिलिंडरच्या स्फोटाचा दबलेला आवाज, पेटलेल्या कॅंपरचे गोठ्याचे छत भेदून आकाशात गेलेले आगीचे लोळ.

सर्पन्स स्कॉचची बाटली उघडून एक घोट घेतो. डोळ्यांना दिसणाऱ्या जाळाप्रमाणेच ती घसा जाळत पोटात जाते. जेवढी जास्त जळजळ होईल तेवढे आणखी बरे. तो व्हिस्कीचे दाहक घोट घशाखाली उतरवत बाटली रिकामी करतो. "आपण त्या पोराला मारलं. दगडानं त्याचं डोकं फोडलं. एका क्षणी तो त्या पोरीबरोबर 'इष्क' करत जगाच्या शिखरावर असतो आणि मग 'थॉक!' तो मरतो आणि त्याचं प्रेत जळून राख होणार असतं."

सर्पन्सचा फोन वाजतो. तो दचकत नाही; कारण फोन सकाळपासून सारखाच वाजत होता. तो कोणाचा आहे आणि त्यांना काय हवे असणार, हे त्याला माहीत होते. तो फोन खिशातून ओढून काढतो आणि नदीत फेकून देतो. प्लॉश! अनेक दिवसांनी त्याच्या चेहऱ्यावर स्मित झळकते. तो व्हिस्कीचा आणखी एक घोट घेतो आणि खोकतो. व्हिस्की बहुतेक चुकीच्या मार्गाने खाली गेली असावी. त्याला जवळजवळ बुडाल्यासारखेच वाटते. व्हिस्कीत बुडल्यासारखे. आता तसा शेवटच योग्य नाही का?

आरडाओरड करत मुले त्याच्या जवळून जातात. एक लाल चेहऱ्याचा लहान मुलगा त्याला चिडवणाऱ्या मोठ्या मुलीच्या मागे धावत असतो. नवे जीवन मोहरत असते. तो झोकांड्या खात उभा राहतो. ती मुले एका झाडाच्या बुंध्याभोवती खिदळत पळून त्यांच्या आईने जवळच गवतावर पसरलेल्या सतरंजीवर ठेवलेल्या सॅंडविच आणि पॉपकॉर्नच्या डब्यांवर हल्ला चढवतात. आनंद! त्याला आता पारखे झालेले जग.

सर्पन्स व्हिस्कीचा आणखी एक घोट घेतो. मग बाटली घशात रिकामी करतो. तुंबलेल्या ड्रेनमध्ये ओतलेल्या पाण्याप्रमाणे व्हिस्की पुन्हा उचंबळून घशाशी येते. तो बाटली गवतावरच टाकतो, हात पसरतो आणि एखादे झाड उन्मळून पडावे, तसा ॲव्हॉन नदीच्या प्रवाहात पडतो.

७५

शवविच्छेदन टेबलावरील दिव्यांच्या प्रखर उजेडात जेक टिंबरलँडची बॉडी जिमी डॉकरीला आठवते त्यापेक्षाही भयानक दिसत आहे. आगीमुळे काळे पडलेले आणि स्फोटामुळे आधीच विच्छिन्न झालेले प्रेत उघडून ठेवले होते आणि त्याच्या आतील इंद्रिये काढून त्याचे वजन करत होते.

प्रा. लिसा हॅमिल्टन समोर उभ्या असलेल्या त्या दोघा डिटेक्टिव्ह पोलिसांच्या मनातले ओळखते. "आग किंवा स्फोट यांच्यामुळे त्याचा मृत्यू झालेला नाही. स्फोटामुळे व्हॅनमधील काही आग विझली होती आणि त्यामुळे याच्या शरीरात बरेचसे टिश्यू, इंद्रिये आणि द्राव शिल्लक राहिले होते. त्यांच्या परीक्षणावरून असं सिद्ध होतं की, बॉडी जळायच्या आधी अंदाजे दहा तास मृत्यू होऊन बॉडी डाव्या अंगावर पडली होती."

मेगन खात्री करून घेते. "दहा तास आधी?"

"जवळजवळ!" लिसा तिच्या अंदाजाचे स्पष्टीकरण देते. "मृत्यूनंतर गुरुत्वाकर्षण ताबा घेतं. हृदय रक्ताभिसरणाचं काम थांबवतं आणि रक्त शरीरात जिथं असेल, तिथं साठतं आणि तिथल्या टिश्यूवर त्याचा परिणाम होतो." ती टेबलावर पडलेल्या देहाकडे निर्देश करीत बोलते. "ह्याचं हृदय बंद पडल्यावर बऱ्याच वेळानं त्याला हलवण्यात आलं आहे. त्वचेवर रक्तामुळे जे डाग पडले आहेत, त्यावरून हे समजतं. मेल्याबरोबर तो ज्या स्थितीत पडला होता, त्यातून हलवून कोणीतरी त्याला अपघात झाला, असं वाटावं म्हणून कँपरमध्ये ठेवलं. दुर्दैवानं त्यांनी त्याला चुकीच्या, म्हणजे उजव्या बाजूवर ठेवलं आणि त्याची पाठ जरा उंच राहिली. मरणोत्तर डाग जे दर्शवतात त्याच्याशी हे अगदी विसंगत आहे."

ती टेबलाच्या दुसऱ्या बाजूला जाते आणि जेकच्या करड्या रंगाच्या बॉडीवरून अधांतरी हात फिरवते. "मृत्यूचे कारण : कोणत्यातरी हत्यारानं कवटीच्या मागल्या भागावर एक जोरदार फटका मारल्यामुळे हार्ट ॲटॅक आला – हृदय बंद पडलं. कवटीच्या हाडांत काही मातीचे कण आणि दगडाचे काही तुकडे सापडले."

जिमी चित्र उभे करायचा प्रयत्न करतो. "म्हणजे याच्या डोक्यावर बाहेर कुठेतरी फटका मारण्यात आला, नंतर त्याला व्हॅनमध्ये आणून गॅसच्या शेगडीजवळ ठेवण्यात आलं. मग गुन्हेगारानं कँपरला आग लावली. आणि जणूकाही हा दारूच्या नशेत पडला आणि त्यामुळे आग लागली, असं भासवण्याचा प्रयत्न केला?"

लिसा मान डोलवते. "जवळजवळ तसंच. लक्षात ठेवा, मृत्यूनंतरचे त्वचेवरील डाग त्याच्या डाव्या बाजूला आहेत; कारण तो दहा तास त्या स्थितीत पडला होता."

मेगन तिचा मुद्दा समजते. ''तू असं म्हणत्येस की, ज्यांनी कोणी याला मारलं त्यांनी पुढे काय करावं, हे ठरवण्यात दहा तास घालवले. शेवटी त्यांनी असं ठरवलं की, कॅंपर गोठ्यात आणून ठेवायची, बॉडी हलवून अशा प्रकारे ठेवायची की, जणूकाही तो पडला, आणि मग सगळ्याला आग लावायची.''

''बरोबर. आणखी एक गोष्ट. शास्त्रज्ञांना बॉडीजवळ व्होडकाच्या दोन रिकाम्या बाटल्या सापडल्या, तरी त्याच्या शरीरात कुठेही प्रक्रिया झालेला मद्यार्काचा अंश नव्हता. त्याच्या रक्तात अगदी सूक्ष्म प्रमाणात इथेनॉल सापडलं; पण यकृत स्वच्छ होतं. त्यानं बरंच मद्य घेतलं असण्याशी हे विसंगत आहे. जिमी एक प्रश्न विचारण्याच्या बेतात आहे; पण लिसा त्याला थांबवते. ''फुप्फुसाच्या टिश्यूच्या परीक्षणावरून फुप्फुसात धूर गेल्याच्या खुणा नाहीत. कण नाहीत, टिश्यूला इजा नाही, काही नाही. त्याचं श्वसन आग लागायच्या आधी थांबलं होतं.''

''म्हणजे हा सगळा देखावा केला गेला आहे.'' मेगन म्हणते.

''योग्य त्याला श्रेय दिलेच पाहिजे. जिमी, तू अंदाज केलास तसंच हे झालं आहे.''

''खरंच?'' लिसाला खरोखरीच धक्का बसला होता.

''खरंच!'' जिमी अभिमानाने म्हणतो.

७६

हेंजमास्टर ड्रॅकोबरोबरचे फोनवरील बोलणे शक्य तेवढे त्रोटक ठेवतो. ''आपली कामातली समस्या तू सोडवलीस की नाही?''

''दुर्दैवानं नाही. आपला माणूस भेटला नाही.''

''संपर्क शक्य नाही?''

''हो, तसंच वाटतंय. त्याचा कोणताच नंबर लागत नाहीये. मी निरोप ठेवले; पण त्यानं उत्तर दिलं नाही आणि कामाच्या जागी त्यानं आजारी आहे म्हणून कळवलंय.''

''आणि तसं असेल असं तुला वाटतं?''

''नाही. मी त्याच्या घरी गेलो; पण तो नव्हता. त्याची गाडीसुद्धा दिसली नाही.'' मास्टर आशेचा किरण दाखवायचा प्रयत्न करतो. ''गेले काही दिवस तो तणावाखाली आहे. कुठेतरी जाऊन मन शांत करावं, असं वाटलं असेल. तो तशा स्वभावाचा आहे का?''

''शोधून काढू आम्ही त्याला.'' ड्रॅकोला त्याच्या वरिष्ठाला दिलासा देण्याची

गरज वाटली.

“मी तुमच्या भरवशावर आहे. जरा थांब!” त्याचा एक सहायक काही कागदपत्र सह्या करण्यासाठी त्याच्यापुढे ठेवतो आणि दबलेल्या आवाजात त्याला काउंटी न्यायाधीशाबरोबर जेवणाची अपॉइन्टमेन्ट आहे, याची आठवण करतो. सहायक खोलीतून बाहेर गेल्यावर तो पुढे बोलतो. “आणि त्या दुसऱ्या प्रकरणाच्या बाबतीत आपल्याला थोडा वेळ मिळेल, अशी योजना आहे. मला जरा भेटशील?”

“अर्थात! किती वाजता?”

मास्टर टेबलावरचं कॅलेंडर बघतो. “दुपारी तीन वाजता. जवळजवळ तास लागेल. उशीर करू नकोस.”

७७

मेगन आणि जिमी जळालेल्या गोठ्यापासून मैलभर अंतरावर गाडी पार्क करतात. तो भाग वायव्य युरोपातील सर्वांत विस्तीर्ण गवताळ प्रदेशाच्या मधोमध आहे. क्षितिजापर्यंत पसरलेली भकास, सपाट जमीन.

जंगली फुलांनी व्यापलेल्या एका खोलगट भागात तो जळालेला सांगाडा दिसतो. सॉल्झबेरी पठाराच्या हिरव्या त्वचेवर काळी जखम असल्यासारखा. मेगन गवतात दिसणाऱ्या चाकांच्या खुणा दाखवते. गोठ्याकडे जाणाऱ्या आणि गोठ्यातून बाहेर पडणाऱ्या वाहनांच्या आणि पावलांच्या खुणा. “आपल्याला टायर्सचे ठसे मिळाले आहेत?”

“मिळाले आहेत असं वाटतं.”

ती नापसंतीदर्शक चेहऱ्याने त्याच्याकडे बघते. “तू डीएस आहेस. तुला ‘मिळाले आहेत’ किंवा ‘मिळाले नाहीत’ हे निश्चितपणे माहीत पाहिजे. मिळाले असल्याची खात्री कर.” ते काही पावले पुढे जातात. आपल्या तुटक बोलण्यामुळे तो दुखावला गेला आहे, हे तिच्या लक्षात येते. ती थांबते. थोडा अनुभव आला आणि चिकाटी धरली, तर तो चांगला पोलीस होईल हे ती जाणते. “जिमी, सभोवती बघ. हे गवत तुला काय काय सांगेल. कोण कोण आलं आणि गेलं हे सांगेल.” ती त्याच्या बाजूला कलून समोर बोट दाखवते. “ते तिकडे बघ!” ते खोल ठसे आहेत, ते आगीच्या बंबाचे असणार. ती त्याला फिरवून पुन्हा दाखवते. “हे पाहा! कमीत कमी तीन वेगवेगळ्या वाहनांचे हे ठसे दिसताहेत, त्या ठशांपेक्षा बरेच हलके आहेत. माझा असा अंदाज आहे की, यांपैकी एक कॅंपरचा आहे आणि दोन वेगळ्या वाहनांचे आहेत.”

''दोन वाहने का?''

ते समजावून सांगण्यासाठी टेप असता, तर बरे झाले असते असे तिला वाटून जाते. ''प्रत्येक ट्रॅकची रुंदी आणि खोली बघ. त्यावरून टायरची रुंदी आणि वाहनाच्या व्हील बेसच्या लांबी-रुंदीचा अंदाज करता येतो. आता तुला त्यांचं वेगळेपण दिसतंय?''

त्याला दिसतंय. ''म्हणजे दोन गाड्या. म्हणजे कमीत कमी दोन माणसं.''

''बरोबर. ट्रॅफिकवाल्यांना नीट तपासणी करायला सांग. SOCOच्या लोकांनी आतापर्यंत बघितले असतीलच; पण अशा तपासणीला ट्रॅफिकवाले जास्त चांगले असतात.''

ती खाली बसून दूरपर्यंत गवतातील चाकोऱ्या बघते. ''एक प्रश्न. ही माणसे एका वाहनातून न येता दोन वेगळ्या वाहनांतून का आली असतील?''

तो चाकोऱ्यांचे निरीक्षण करतो आणि त्याचा अंदाज सांगतो, ''एक जण कँपरवर आणि बॉडीवर लक्ष ठेवण्यासाठी गोठ्यात थांबतो आणि दुसरा काहीतरी करायला परत जातो. कदाचित व्होडका आणायला आणि नंतर येतो.''

''छान!'' ती आपल्यावर छाप पडली, अशा अर्थी मान डोलवते आणि उभी राहते. ''पुढे जाऊ या. यावरून काय वाटतं?''

तो गोंधळतो. ''म्हणजे?''

''त्यावरून त्या दोन माणसांच्या परस्पर संबंधांविषयी, नात्याविषयी काही कळतं का?''

जिमी अजून गोंधळलेलाच. 'वर्तणूक शास्त्र' हा त्याचा विषय नव्हता.

मेगन मदत करते. ''त्यातला एक जण 'सांगणारा' आहे आणि दुसरा 'करणारा' आहे. जो माणूस बॉडीजवळ थांबला तो करणारा असणार. ते सगळ्यात घाण आणि धोक्याचं काम. 'सांगणाऱ्यानं त्याला ते करायचा आदेश दिला. हा त्यांच्या स्थानांतील फरक. त्या संबंधानुसार ते दोघे वागतात.'' तिचे लक्ष जमिनीतील मोठ्या, काळ्या खड्ड्याकडे आणि गोठ्याच्या जळालेल्या लाकडांकडे जाते. ''अर्थात इथे दोन 'करणारे' असू शकतील आणि दोघे 'सांगणारे' नंतर आले असेही असू शकेल.''

''टोळीनं केलेला गुन्हा?''

ती खांदे उडवते. ''तसंच काहीतरी. फक्त तो किती नियोजित होता, ते आपल्याला अजून शोधावं लागेल.''

७८

सकाळचे दोन-तीन तास होऊन गेल्यावर आता गिडियनला जरा बदलाची गरज आहे. तो जवळच्या दुकानात जाऊन वर्तमानपत्र, दोन लिटर दूध आणि काहीतरी खाद्यपदार्थ घेऊन येतो. तो एक लसान्या मायक्रोव्हमध्ये गरम करून फस्त करतो आणि डायऱ्या 'डीकोड' करायचे काम पुढे चालू करतो.

लवकरच त्याच्या लक्षात येते की, जसजसे त्याचे वडील पंथाच्या अनुयायांबद्दल माहिती मिळवत गेले, तसे ते पंथाकडे आकर्षू लागले. ''मी माझे घड्याळ टाकून दिले आहे. किती ढोबळ यंत्र! मी आता जुन्या पद्धतीप्रमाणे जाणार! आध्यात्मिक मार्गावर आधारलेल्या, नक्षत्रांवर आधारलेल्या महान खगोलशास्त्रज्ञांनी बनवलेल्या नियमांवर आधारित! नक्षत्रांचा माग ठेवण्यासाठी, संशोधन करण्यासाठी जी नैसर्गिक उपकरणे ते वापरत, त्यांचा उपयोग करणार. मला आता नक्षत्र राशिचक्राचे खरे महत्त्व समजले आहे.''

हे शब्दसुद्धा लसान्याइतकेच 'पचायला' कठीण आहेत. त्याचे मन बालपणात जाते. त्याचे वडील त्याला रात्री बागेत घेऊन गेले होते आणि त्यांनी त्याला वेगवेगळ्या नक्षत्रांची ओळख करून दिली होती. त्यांनी वेगवेगळ्या तारकापुंजांची नावे सांगितली, सूर्य आणि चंद्राच्या कक्षांविषयी माहिती दिली होती. जादुई मामला!

खोलीत समोरच्या कोपऱ्यात त्याला प्लॅस्टिकच्या कापडाखाली झाकलेली जुनी दुर्बीण दिसते. ही आधी आपल्या कशी लक्षात आली नाही? तिच्यावरचे प्लॅस्टिकचे आच्छादन आता पिवळे पडले होते. कोणी दिलेले 'सरप्राइज प्रेझेंट' उघडावे, तशी ती त्याने उघडली.

दुर्बीण 'मीड' बनावटीची आहे. ती इतकी महागडी आणि दुर्मिळ आहे की, वडील स्वत: त्याच्याजवळ असल्याशिवाय त्याला तिला हातसुद्धा लावू देत नसत. मेरीनं त्या खर्चीक शौकाला कधीच परवानगी दिली नसती – हजारो पौंड किमतीची भिंगे, जवळजवळ वेधशाळेच्या दर्जाची अचूक आणि स्पष्ट प्रतिमा दाखवणारी कॅमेऱ्याची साधने.

उभा राहताना त्याच्या डोक्याचा मागचा भाग वरच्या कमी उंचीच्या छतावर आपटतो. तो डोके चोळतो आणि त्रासिक मुद्रेने छतावर जिथे डोके आपटले तिथे बघतो. छताचा तो भाग त्याला जरा विचित्र वाटतो. तो त्याच्यावर दाब देतो आणि तो भाग दरवाज्याप्रमाणे खाली येतो. त्यातून गिडियनला एक सरकत्या दाराची खिडकी आणि तिच्या पलीकडे एक लांब, सपाट छज्जा दिसतो.

गिडियन खिडकीचे दार सरकवतो आणि छज्जावर स्वच्छ सूर्यप्रकाशात उतरतो.

छज्जा सपाट असतो आणि त्याच्यावर डांबराचा थर असतो. तो पुढे कोपऱ्यावर वळतो. गिडियन त्याच्यावर सावधपणे चालत गुप्त खोलीच्या भोवती फिरतो. पुढे त्याला एक रुंद मोकळी जागा दिसते.

घराच्या मध्यावर, छपराच्या वर आलेल्या दोन सुळक्यांच्या मधोमध एक छोटी लाकडी खोली असते – साधारण दहा फूट लांब, सहा फूट रुंद आणि पाच फूट उंच. तिच्या आकारामुळे त्याला ती ताबडतोब ओळखू येते. त्याच्या वडिलांनी स्वत: तयार केलेली वेधशाळा. वारा आणि पावसापासून सुरक्षित आणि बिजागऱ्यांवर उघडणारे छप्पर असलेली.

तिच्यात त्याला वडिलांच्या काही वस्तू दिसतात, इतस्तत: विखुरलेल्या. जुनी कँपची किटली, कप, टी बॅग्स, पेन्स, कागद, खगोलशास्त्रीय नकाशे, खगोलशास्त्रावरील पुस्तके आणि भिंतीवर व जमिनीवर अनेक फोटो.

वडील आकाशाचे निरीक्षण करत बसले आहेत, असे चित्र त्याच्या डोळ्यांपुढे येते. स्वत:च्याच जगात हरवलेले. ते नकाशे बनवीत आहेत. गिडियन नकाशांचे एक भेंडोळे सोडतो. त्यात अयनारंभाच्या वेळी सूर्य गांगेय विषुववृत्ताच्या रेषेत येताना दाखवलेले असते. तो दुसरा नकाशा उघडतो. त्यात उत्तरायणान्ताच्या वेळीची ग्रहांची स्थिती दाखवलेली आहे.

तो भिंतीवरील फोटोंकडे बघतो. ज्याला पुसटच माहीत असलेल्या कलाकाराचे त्याने कधीही न बघितलेले प्रदर्शन. डझनभर पोलॅरिस बघून वडील त्याला ध्रुव ताऱ्याचे महत्त्व समजावून सांगायचे ते आठवले – खगोलशास्त्रज्ञांना आणि नाविकांना दिशा दाखवणारा तारा हे त्याचे स्थान गेल्या काही युगात एका ताऱ्याकडून दुसऱ्या ताऱ्याकडे कसे गेले ते.

तो दुसऱ्या एका तारकासमूहाचे चित्र न्याहाळतो : सप्तर्षी. त्याला बायरनची एक ओळ आठवते. 'अनेक रात्री मी सप्तर्षी बघितले, मंद आकाशातून चांदीच्या धाग्याने बांधलेला काजव्यांचा थवा चमकावा तसे.'

भारावलेल्या मन:स्थितीत तो खाली बसतो आणि फोटो आणि नकाशांचा ढीग सावकाश चाळू लागतो. आणि मग त्याला तो दिसतो. आनंदाचा विध्वंस करणारा एकच फोटो : स्टोनहेंज!

वरून एका बाजूने घेतलेला फोटो – आता आहे तसे नाही, प्रथम बांधले तेव्हा जसे असेल ते दाखवणारा. गिडियन जरा काळजीपूर्वक बघतो. धूसर पांढऱ्या रेषा महाशिळांपासून निघून वर आकाशात जाताना दाखवल्या होत्या. ते काय असावे याचा त्याला हळूहळू उलगडा होतो. तारे आणि तारकापुंज शिळा, तारे आणि ग्रहांच्या गतीशी संलग्न आहेत. बारीक रेषांनी नकाशाची चार भागांत विभागणी केली होती. पूर्व, पश्चिम, उत्तर, दक्षिण अशी दिशांची नावे बारीक अक्षरांत लिहिलेली

होती. आणखी दोन शब्द पुसट दिसत होते – एक वर आणि एक खाली – पृथ्वी, स्वर्ग!

गिडियनला थंड हवेचा बारीक झोत मानेवर जाणवतो. स्टोनहेंज हा आपल्या संपूर्ण जीवनाचा केंद्रबिंदू आहे, एवढाच अनुयायांचा विश्वास नव्हता, तर ते त्याहूनही काहीतरी जास्त आहे, अशी त्यांची धारणा होती.

नक्षत्र राशीचक्राचे केंद्रस्थान...!

पूर्ण विश्वाचे केंद्रस्थान...!

७९

मेगन आणि जिमी जळालेल्या गोठ्यातून परत जायला निघेपर्यंत स्टोनहेंजकडे जाणाऱ्या वाहनांमुळे रस्ता गजबजून गेलेला आहे. मेगन दक्षिणायनाच्या ट्रॅफिकच्या नावाने चडफडते आहे. तिला वाटले होते, त्यापेक्षा ते एक तास उशिराने पोहोचतात. तिथे पोहोचताच ती तिच्या माजी नवऱ्याला फोन करून सॅमीची चौकशी करते.

"काय, कसं चाललंय काम?" ॲडम चक्क गप्पा मारण्याच्या मूडमध्ये आहे, याचे तिला आश्चर्य वाटते.

"ठीक आहे." ती फोनच्या वायरशी खेळत उत्तर देते.

"निदान काही काळापूर्वी तरी होतं असं म्हणावं लागेल. मला तपासावरून काढलं आहे."

"का?"

"महाराणी ज्यूड टॉमकिन्स."

"खरंच?" तो सहानुभूतीपूर्ण वाटतो. "काय झालं? ते या केसला कमी महत्त्वाच्या केसेसमध्ये घालतायंत की काय?"

"नाही. त्याच्या उलट. ते 'मेट'मधल्या बड्या धेंडांना आणताहेत. माझ्यासारखे आज्ञाधारक बाहेर आणि तेही आता त्या केसला जरा रंग चढत असताना."

"काही धागा मिळाला?"

"मुलीच्या बाबतीत नाही; पण बॉयफ्रेंडचा मृत्यू म्हणजे खून होता, असं अधिकृतपणे मान्य झालं आहे. पॅथॉलॉजिस्टनं त्याला दुजोरा दिला आहे."

ॲडम मदत करण्याचा प्रयत्न करतो. "हे बघ, मेग, सॅमीला रात्रभर सांभाळायचं असेल, तर मी तयार आहे. कामाला जास्त वेळ दिला, तर तुला पुन्हा केसवर घेतील, असं असेल तर मी तिला आनंदानं सांभाळेन."

"खरंच?"

"अगदी. ती इतर दिवशीसुद्धा माझ्याकडे असली, तर मला आवडेल."

सॅमी ॲडमकडे दर दोन आठवड्यांनी येणाऱ्या शनिवार-रविवारी असते. तसा करार आहे. हा दुसऱ्या काही हेतूने तर एवढे प्रेम दाखवत नाहीये ना, असे तिच्या मनात येऊन जाते. "यात काय गोम आहे? असं करून तिला भेटायची आणि घरी न्यायची आताची व्यवस्था बदलायला मी तयार होईन, असं तुला वाटत असेल तर ते विसर."

"उगीच संशय घेऊ नकोस." तो डाफरतो. "मी केवळ मदत करायला बघतोय."

संधी जाते आहे, असे तिला वाटते. "मग ठीक आहे. थँक्स! आज रात्री तू तिला सांभाळलंस तर मला फार मदत होईल."

"ठीक आहे. मी तिला केएफसीला घेऊन जाईन."

"अजिबात नाही."

फोन ठेवताना दोघांच्याही चेहऱ्यावर स्मित असते.

जिमी काळ्या चहाचा मग तिच्यापुढे ठेवतो. "तुम्ही हा दुधाशिवाय कसा पिता समजत नाही."

"इतर सगळ्याप्रमाणे याचीसुद्धा सवय होते." ती खुर्चीत मागे रेलून बसते आणि केसबद्दल ताजी माहिती काय आली आहे, ते कॉम्प्युटरवर बघते. ती एका चिन्हावर क्लिक करते आणि आलेला संदेश वाचते.

"हो! हो! हो! देवा, तुझे किती आभार मानू!"

"काय झालं?" जिमी वाकून तिच्या स्क्रीनवरचा मजकूर वाचू लागतो.

"SOCOने कँपरमध्ये घेतलेल्या बोटांच्या ठशांशी जुळणारे ठसे रेकॉर्डमध्ये मिळाले." ती मॉनिटरवर बोट आपटत म्हणते, "व्हॅनच्या बाजूच्या दरवाज्यावरचे आणि एका खिडकीच्या आतले ठसे सीन इलियट ग्रॅब या माणसाचे आहेत. त्यानं घरफोडी आणि हल्ला करण्यासाठी शिक्षा भोगली आहे."

"आणि त्याला बऱ्याच गोष्टींचा खुलासा करावा लागणार आहे!" जिमी म्हणतो.

८०

मेगनला एखाद्या राक्षसाबरोबरच हस्तांदोलन करत आहोत की काय, असे वाटते. तिची बोटे चिरडून टाकणारी पकड होती नव्या प्रमुखाची, म्हणजे बार्नी गिब्सन या नव्याने निर्माण केलेल्या स्पेशालिस्ट क्राइम डिरेक्टरेटमधील मेट्रोपोलिटन पोलीस

कमांडरची.

"बस!" फसवे स्मित करत तो म्हणतो, "आणि शवचिकित्सेबद्दल आम्हाला सांग." टेबलाभोवती मेगनशिवाय ज्यूड टॉमकिन्स, सीआयडीचा प्रमुख जॉन रोलँड्स आणि गिब्सनचा नंबर २ स्टिवर्ट विलिस आहेत. या केसवर पुन्हा नेमणूक व्हायची ही शेवटची संधी आहे, हे ती जाणून आहे. "सर, शवचिकित्सा प्रा. लिसा हॅमिल्टन यांनी केली. तिच्या मते जेक टिंबरलँडचा मृत्यू त्याची बॉडी कँपरमध्ये जळाल्याच्या दहा तास आधी झाला असावा. याचा अर्थ तो दारूशी संबंधित अपघातामुळे मेला असं भासवण्यासाठी आग लावली गेली असावी; पण तो तशा प्रकारे मेला नाही. शवचिकित्सा अहवालाची पूर्ण प्रत ती टेबलावरून गिब्सनकडे सरकवते. अहवालावरून टिंबरलँडचा खून झाला, हे स्पष्ट दिसतेय?"

गिब्सन अहवालाचे पहिले पान झपाट्याने वाचतो. "मृत्यूचे कारण?"

"ते दुसऱ्या पानावर आहे. सर! बोथट हत्यारानं आघात आणि हार्ट ॲटॅक. त्याला दगडासारख्या कोणत्यातरी जड वस्तूनं डोक्याच्या मागे मारण्यात आलं आहे."

"दगडानं नाही, 'दगडासारख्या वस्तूनं' का?" तो मेगनकडे बघत विचारतो.

"तो दगड असू शकेल, सर! वीट किंवा हातोडी निश्चित नव्हती; पण दगड किंवा खडक असू शकेल."

"अस्सं!" अहवाल आणखी थोडा पुढे वाचून तो वर बघतो. "माती आणि खडे कवटीत रुतून बसले होते, असे अहवाल म्हणतो. ते कुठले असतील असं लॅबकडून कळलंय का?"

"नाही सर! पण ते स्टोनहेंजकडचे असावेत, असा मला विश्वास आहे."

गिब्सनच्या चेहऱ्यावर आश्चर्य. "का?"

"दक्षिणायन सर! टिंबरलँडनी लॉकला तिथला सूर्योदय दाखवण्यासाठी व्हॅन घेतली असावी, असं गृहीत धरणं अवास्तव होणार नाही, असं मला वाटतं. ते तिथे पहाटे पोहोचले असावेत आणि तिथे त्यांच्यावर हल्ला झाला असावा. प्रा. हॅमिल्टननं दिलेली मृत्यूची वेळ तीच येते. हल्लेखोरांनी लॉकला पळवून नेण्याचा प्रयत्न केला आणि टिंबरलँडनं प्रतिकार केला आणि त्या झटापटीत त्याला मारण्यात आलं, अशी शक्यता आहे."

"अनेक शक्यता आहेत, डिटेक्टिव्ह इन्स्पेक्टर." गिब्सन त्याच्या डेप्युटीकडे वळतो. "स्टिवर्ट?"

विलिस बारीक बदामी डोळ्यांनी मेगनला अजमावतो. "केटलिन लॉकसारख्या मुलीला पळवून न्यायचं असेल, तर काळजीपूर्वक आखणी, तिच्यावर दीर्घ काळ पाळत आणि योजनेची चोख अंमलबजावणी आवश्यक आहे. ती उपराष्ट्राध्यक्षांची

मुलगी आहे. तशा प्रकारचे झडप घालून पळवून नेण्याचे काम करणारे लोक लष्करी प्रशिक्षण आणि स्वयंचलित शस्त्रे असल्याशिवाय असे धाडस करणार नाहीत. ते रिकाम्या हातानं येऊन कोणाला 'दगडासारख्या ' कशानं तरी' मारणार नाहीत.''

गिब्सन मेगनकडे निर्णायक दृष्टिक्षेप करत विचारतो, ''आणि काही, डीआय बेकर?''

मेगन वरमल्यासारखी होते आणि दबते. आपल्याविषयीचे मत बदलण्याची ही शेवटची संधी आहे, हे ती जाणते. ''होय, सर! SOCOना कँपरच्या दरवाज्याच्या हॅन्डलवर आणि खिडकीवर बोटांचे ठसे मिळाले. ते एका स्थानिक गुन्हेगाराच्या ठशांशी जुळतात.'' ती थेट विलिसकडे बघते. ''विंटरबोर्न स्टोकचा एक भुरटा गुन्हेगार सीन ग्रॅब. त्याचं घर हेंजच्या जवळच आहे.''

गिब्सन रोलँड्सकडे बघतो. ''तुम्ही कोणालातरी या ग्रॅबचा तपास करायला सांगाल? जर डीआय सुचवते त्याप्रमाणे तो असेल, तर त्याला हा कँपर चुकीनं भेटला असण्याची शक्यता आहे.'' कमांडर मेगनकडे बघतात. ''अशी शक्यता आहे की, तुमचा हा भुरटा चोर गोठ्यांमधून आणि घरातून हत्यारं वगैरे, भुरट्या चोऱ्या करत असेल, त्यानं उत्सुकतेपोटी कँपर उघडला आणि आत अनपेक्षितपणे हे लोक दिसले.''

''अनेक शक्यता आहेत.'' रोलँड्स म्हणतो. त्यांच्या चकमकीत मेगनला आपली संधी दिसते. ''सर, मी या ग्रॅबचा तपास करू शकेन.''

गिब्सन पॅथॉलॉजिस्टचा अहवाल टॉमकिन्सकडे सरकवतो. ''तुला आणि डीएस डॉकरीला दुसरी महत्त्वाची कामे आहेत, असं मला सांगण्यात आलंय.''

मेगन बाहेर पडायची इच्छा दाबून टाकते. ''सर – ''

''बेकर, तू गेलीस तरी चालेल.'' कमांडर दाराकडे मानेने निर्देश करत म्हणतो. ''तू केलेल्या कामाबद्दल धन्यवाद!''

मेगन बाहेर पडेपर्यंत श्वास घेत नाही. ती लेडिज-रूममध्ये जाते आणि भिंतीवर बुक्के मारत किंचाळते. तिने शोधून काढलेले धागेदोरे वापरून ते लोक पुढे जाणार.

८१

केटलिनला तिच्या नरकातून हलवणारे बुरखाधारी वेगळे वाटतात. ते वैतागलेले वाटतात. तिला धरताना ते नेहमीपेक्षा जास्त काळजी घेत आहेत. अगदी हळू. तिच्या मनात आशा पालवते. त्यांनी आपल्याला सोडायचे ठरवलेले दिसतेय. मग तिची आशा पुन्हा मावळते. ते नुसते आपल्याला दुसऱ्या ठिकाणी हलवत असतील.

अपहरण करणारे असे करतात. एरिककडून मिळालेले निरुपयोगी ज्ञान.

तिचे डोळे उजेडाला जरा सरावतात तोच त्यांच्यावर पुन्हा पट्टी बांधण्यात येते. ती हात चेहऱ्याकडे न्यायचा प्रयत्न करते; पण कोणीतरी तिची मनगटे धरून ठेवतो. तिला बेड्या घातल्या जातात. थंड लोखंडाच्या कडा तिला बोचतात.

ते तिला एका पॅसेजमधून नेतात. दिसत नसल्यामुळे, चालताना ती जहाजाप्रमाणे डोलते. अदृश्य हात तिला अनेक कोपऱ्यांवरून वळवत पुढे नेतात आणि एका उबदार खोलीत आणून उभे करतात.

''तिला खाली बसवा!''

पुरुषाचा आवाज. सुशिक्षित इंग्लिश. अधिकारयुक्त!

तिला खुर्चीवर बसवतात. बरे वाटते. लाकूड आणि चामडे. थंडगार दगड नाही.

''केटलिन!'' शांत आणि नियंत्रित आवाज. ''आम्ही तुला काही प्रश्न विचारणार आहोत. सोपे प्रश्न. तू त्यांची प्रामाणिकपणे उत्तरं देणं महत्त्वाचं आहे. समजलं?''

एरिकने सांगितलेले ती आठवते. तुला पकडून ठेवणाऱ्यांशी संपर्क प्रस्थापित कर – कोणत्याही प्रकारचा. त्याने जीवन-मरणाचा फरक पडू शकेल. ''समजलं!''

''छान.'' आवाज सुखावल्याप्रमाणे वाटतो.

''मला काही प्यायला मिळेल का? खूप तहान लागली आहे.''

''नक्की!'' तो एका मदतनिसाला खूण करतो.

''पाणी नको.'' ती विनवते. 'पाणी सोडून काहीही. बुडेन इतके पाणी प्यायलेय मी. कोक किंवा ज्यूस मिळेल?''

''आमच्याकडे फक्त पाणी आहे.''

केटलिनच्या हातात ग्लास देण्यात येतो. ती तो तोंडाकडे नेते, पिताना थोडे पाणी सांडते. कोणीतरी ग्लास तिच्या हातातून घेतो.

''तुझं नाव काय?''

वेगळा आवाज. तरुण, बारीक, थोडा हेल. बोलणारा फार शिकलेला नसावा.

''केटलिन लॉक.'' ती अभिमानाने सांगते.

''तुझं वय काय?''

''बावीस.''

''जन्म कुठला?''

''पर्चेस, न्यू यॉर्क''

''वडिलांशी संबंधित सर्वांत जास्त आनंद देणारी, अशी तुझी आठवण कोणती?''

ती गोंधळते... ''पुन्हा बोला!''

''तुझे वडील. त्यांच्याशी संबंधित सर्वांत जास्त आनंद देणारी आठवण

कोणती?''

नुसता विचार मनात आणूनसुद्धा यातना होतात. काय सांगायचे ते ठरवेपर्यंत दीर्घ शांतता. ''माझे वडील मला वाचून दाखवायचे. रोज रात्री झोपायच्या वेळी ते माझ्या पांघरुणात यायचे आणि मला झोप लागेपर्यंत वाचून दाखवायचे.'' ती दु:खपूर्ण हसते. ''ते गोष्टी रचायचे. 'के' नावाची राजकन्या परी आणि तिचे उद्योग. आणि मग...'' ती महत्प्रयासाने रडू दाबते. ''मग मी डॅडींचा हात पकडून झोपायचे.''

''आणि आई? तिची सर्वांत चांगली आठवण?''

तिला वेदना होतात. वडिलांची प्रतिमा तिच्या डोळ्यांपुढे स्पष्ट आहे. त्यांची तिला आठवण येते. त्यांच्या हातात आपला हात द्यावा म्हणजे सुरक्षित वाटेल असे खूप वाटते.

''आईचं फार आठवत नाही.''

''प्रयत्न कर!''

ती मिनिटभर विचार करते. आईबद्दल तिच्या मनात इतका दीर्घ काळ राग आहे की, प्रयत्न करूनसुद्धा चांगल्या गोष्टी आठवत नाहीत. ''माझ्या शाळेच्या पहिल्या दिवशी तिनं माझ्या केसांना पिवळा बो बांधला होता; कारण मला निळा गणवेश अजिबात आवडायचा नाही. आम्ही आजीच्या घरी गेलो, तेव्हा मी तिच्याबरोबर वॉफल्स बनवल्याचं आठवतं. गेलो की जवळजवळ प्रत्येक वेळी ती मला तिच्या खोलीत उशीवर बसवायची, तिच्या स्वत:च्या कारागिराला मला सजवायला सांगायची.''

आता आठवून बघितल्यावर आईच्यासुद्धा अनेक सुखद आठवणी आठवतात. फक्त तिने त्यांना फसवायला नको होते. सोडून जायला नको होते.

''ठीक आहे. एवढे पुरे!'' हा पुन्हा त्या मोठ्या माणसाचा आवाज. तिला 'क्लिक' असा आणि नंतर चालू यंत्र थांबल्याचा आवाज ऐकू येतो, एखादे विजेचे यंत्र बंद केल्याप्रमाणे. तिच्याकडे येणाऱ्या पावलांचे आवाज येतात.

''तुम्ही हे मला का विचारताय?''

उत्तर नाही. हात तिला खुर्चीतून उचलू लागतात.

''जेक. जेकचं काय झालं?'' तिच्या आवाजात अगतिकता आहे. ''तो कुठे आहे? मला त्याच्याशी बोलता येईल का?''

ते तिला वळवतात आणि चालायला भाग पाडतात.

''सांगा! सांगा! त्याचं काय झालं?''

ती चालायला विरोध करते. पाय उचलत नाही. मागे झुकते. बळकट हात तिला उचलून घेतात.

''सोडा रांडिच्यांनो!'' ती सुटायचा प्रयत्न करते; लाथा झाडते; पण कमीत

कमी चार जण तिला नेत असतात. ''माझे वडील तुम्हाला याबद्दल मारून टाकतील. त्यांची माणसं तुम्हाला प्रत्येकाला शोधून मारतील.''

८२

ते खासगी सायटेशन जेट विमान जवळजवळ ताशी हजार वेगाने अॅटलांटिक महासागर ओलांडते. सहा तासांपेक्षाही कमी वेळात – नेहमीच्या फ्लाइट्सपेक्षा जवळजवळ दोन तास कमी वेळात.

जेट इंग्लंडच्या हवाई हद्दीत येताच उपराष्ट्राध्यक्ष लॉक आणि त्यांची सोडून गेलेली पत्नी कायली खुर्चीचे पट्टे बांधतात. प्रवासभर ते एकमेकांशी क्वचितच बोलले आणि हीथ्रो विमानतळावरून बाहेर पडल्यावर सुरक्षा रक्षकांच्या ताफ्यातून बुलेटप्रूफ मर्सिडिसमधून मुक्कामाच्या ठिकाणी जातानासुद्धा त्यांच्यातील दुःखपूर्ण शांततेचा भंग होत नाही.

मोटरसायकलवर सहा पोलीस त्यांच्या कारच्यापुढे सायरन वाजवत जात आहेत. विल्टशायरमध्ये स्टोनहेंजकडे जाणाऱ्या गाड्या आणि कॅंपर्सच्या तुफान गर्दीमुळे त्यांना थांबावे लागते. त्यांच्यातून वाट काढत ते डेविझेस येथील पोलीस मुख्यालयात पोहोचतात. थॉम आणि कायली लॉकना हंटच्या ऑफिसात नेण्यात येते. हस्तांदोलन आणि अभिवादन झाल्यावर सर्व जण मोठ्या कॉन्फरन्स टेबलाभोवती बसतात. त्यांच्यासमोर कमांडर बार्नी गिब्सन आणि गृहखात्याच्या मंत्री सेलिया अॅशबोर्न आहेत. पन्नाशीकडे झुकलेल्या, लहानसर पण कणखर अशा अॅशबोर्न बैठक सुरू करतात. ''गृहमंत्र्यांनी दिलगिरी व्यक्त केली आहे. ते ऑस्ट्रेलियात आहेत आणि दुर्दैवाने त्यांना दौरा अर्धवट सोडून परतणे शक्य नव्हते. मी इथे आपल्या मदतीसाठी आहे आणि आपल्याला खात्री देते की, ब्रिटिश सरकार आणि आमच्या सर्व यंत्रणा आपल्या कन्येला शोधून काढण्यासाठी जे जे शक्य आहे, ते ते सर्व करत आहेत.''

''आम्ही चांगली प्रगती करत आहोत.'' हंट म्हणतो. ''केटलिननं ज्या वाहनातून प्रवास केला, ते शोधून काढण्यात आलं आहे आणि ते जळले असले, तरी फॉरेन्सिक तंत्रज्ञ त्याची पूर्ण तपासणी करत आहेत.'' त्याच्या चेहऱ्यावर जरा दुःखी भाव येतो. ''मला वाटतं की, आपल्याला माहीत असेलच की, ती ज्या तरुणाबरोबर प्रवास करत होती, त्याची बॉडीसुद्धा मिळाली आहे.''

कायली लॉक पर्समध्ये टिश्यू शोधू लागते.

हंट पुढे बोलतात : ''आपल्यापैकी कोणाला त्यांच्या संबंधांविषयी काही

माहिती आहे का?''

ती मान हलवते.

''नवी मैत्री असली पाहिजे.'' थॉम लॉक म्हणतात. ''तसंच त्यांचं नातं जवळचं असतं, तर केटलिनच्या संरक्षणासाठी मी जे सुरक्षापथक ठेवलं आहे त्यांनी मला कळवलं असतं.'' त्यांना पत्नीच्या ढासळू पाहणाऱ्या मन:स्थितीचा अंदाज येतो आणि ते तिचा हात धरतात. त्यांच्यातील ओलाव्यातली पहिली खूण.

''ज्यांनी कोणी आमच्या मुलीला पळवलं आहे, त्यांनी तुमच्याशी संपर्क साधला आहे का?''

''नाही. अजिबात नाही.''

''ते कोण असावेत याची तुमच्या लोकांना काही कल्पना आहे?''

'' 'मेट'च्या स्पेशलिस्ट क्राइम डिरेक्टरेटमधील सर्वांत अनुभवी डिटेक्टिव्ह या केसवर काम करत आहेत.''

''एमआय – सिक्स?''

''त्या स्पेशल इंटेलिजन्स सर्व्हिसला कळवलेलं आहे.''

ॲशबोन मध्येच म्हणतात. ''त्यांना या क्षणीच यात ओढून काही फायदा होईल, असं वाटत नाही. त्यात परदेशी किंवा दहशतवाद्यांचा संबंध आहे, असं दिसलं तर फेरविचार करू.''

उपराष्ट्रपती एक नि:श्वास सोडतात. ''मिसेस ॲशबोर्न, तुम्ही आणि तुमचे पोलीस खाते ज्या निकरानं शोध करत आहेत, त्याबद्दल माझी माजी पत्नी आणि मी ऋणी आहोत; पण – आपली हरकत नसेल तर – मी काही लोक पाठवीन त्यांना या कामात सहभागी करून घेता आलं, तर आम्हाला बरं वाटेल. एफबीआयला या क्षेत्रात विशेष अनुभव आहे.''

ॲशबोर्न सहानुभूतीपूर्वक स्मित करतात. ''उपराष्ट्राध्यक्ष महाशय, मी आपल्या भावना समजू शकते; मलाही त्याच वयाची एक मुलगी आहे. आम्ही एफबीआय-बरोबर माहितीची देवाण-घेवाण करू. त्यांना आणि आपल्याला शोधातल्या प्रगतीबद्दल वेळोवेळी माहिती देण्यात पूर्ण सहकार्य करू; पण तपासाचे नियंत्रण स्पष्ट असणे, अतिशय महत्त्वाचे आहे. त्यामुळे कारवाईच्या बाबतीत दोन यंत्रणा एकत्र करणे, इष्ट होणार नाही.'' उपराष्ट्रपती पत्नीचा हात सोडतात आणि पुढे झुकतात. त्यांच्या डोळ्यांत निवडणूक प्रचारात तावूनसुलाखून तयार झालेल्या पोलादाची चमक आहे. ''मंत्री महोदया, चीफ कॉन्स्टेबल, मी विमानात बसायच्या आधी अमेरिकेच्या राष्ट्राध्यक्षांशी बोललो. उशीर झाला होता तरीही व्यक्तिगत मित्र म्हणून आणि अमेरिकन नागरिकांचे अंतिम पालक म्हणून त्यांनी मला फोन केला. आपण याबाबतीत दोनपैकी एका मार्गानं पुढे जाऊ शकतो. तुम्ही माझी विनंती मान्य केली,

तर कायली, मी आणि राष्ट्राध्यक्ष आपले ऋणी राहू. तसं आपण करावं अशी मी शिफारस करतो किंवा काही तासांत राष्ट्राध्यक्ष तुमच्या पंतप्रधानांना फोन करून हा तपास ज्या प्रकारे चालला आहे, त्याबद्दल काळजी व्यक्त करतील. त्यानंतर व्हाइट हाउसच्या हिरवळीवर ते पत्रकार परिषद घेऊन त्यांच्या काळजीत अमेरिकेच्या जनतेला सहभागी करून घेतील.''

हंट समजूतदारपणे मान डोलवतात. ''उपराष्ट्राध्यक्ष महोदय, आम्ही एफबीआयच्या मदतीचं स्वागतच करू. मी माझ्या स्टाफ ऑफिसरला एफबीआयच्या डायरेक्टर जनरलशी संपर्क साधायला सांगतो.''

कायली लॉक प्रथमच बोलते. तिला फक्त एक प्रश्न विचारायचा आहे आणि तिच्या आवाजातील सुरावरून ती त्या प्रश्नाच्या उत्तराला किती भीत आहे, ते दिसते. ''मिस्टर हंट, मला प्लीज खरं, खरं सांगा की, माझी मुलगी जिवंत आहे, असं तुम्हाला वाटतं का?''

चीफ कॉन्स्टेबल न घुटमळता सांगतो : ''ती जिवंत आहे याबद्दल माझी खात्री आहे आणि ती लवकरच सापडेल, असा मला विश्वास आहे.''

कायलीची काळजी दूर होऊन तिच्या चेहऱ्यावर स्मित झळकते. थॉम लॉकच्या डोळ्यांत वेगळा भाव आहे. चीफच्या जागी ते असते, तर त्यांनीसुद्धा हेच उत्तर दिले असते. ते सत्य जाणून आहेत. या संकटातून त्यांची मुलगी सुखरूप बाहेर पडणे असंभव आहे.

८३

मेगनची आता एक मिनिटसुद्धा ऑफिसमध्ये बसायची इच्छा नाहीये. ती कॉम्प्युटर बंद करते, बॅग उचलते आणि बाहेर कार पार्कमध्ये जाते. दुःखात सुख इतकंच की, आता सॅमीला ॲडमजवळ ठेवावे लागणार नाही.

केसवरून काढल्यामुळे ती एवढी बिथरली होती की, समोरून गिडियन चेस रिसेप्शनमध्ये जात असताना तिला जवळजवळ दिसलाही नाही. त्याची मान खाली होती आणि तिच्यापेक्षाही जास्त उद्वेगकारक विचारात तो बुडला आहे, असे वाटत होते. ''गिडियन,'' ती ओरडते.

तो डोकं वर करतो, कसेबसे स्मित करतो आणि तिच्या गाडीकडे येतो. ''इन्स्पेक्टर, मी तुम्हालाच भेटायला आलो होतो.''

मेगन घड्याळाकडे बघते. ''तुम्ही फोन करायचा होता. मला माझ्या मुलीला घ्यायला जायचंय. उद्या सकाळपर्यंत थांबता येईल का?''

त्याचा चेहरा पडतो. ''अर्थात. काही हरकत नाही.'' पण तो वरवरचे तसे म्हणतोय हे ती ओळखते. ''काय झालंय? मला कशासाठी भेटायला आलात?''

काय आणि कसं बोलायचं, याची तो गेला तासभर मनात उजळणी करत होता; पण आता नक्की सुरुवात कशी करावी, हे त्याला समजत नव्हतं. ''तुम्ही म्हणालात ते खरं होतं. मी तुम्हाला प्रत्येक गोष्टीबद्दल खरं सांगितलं नव्हतं.''

''मी समजले नाही.'' थोडा वेळ तिला तो कशाबद्दल खोटं बोलला होता ते आठवलं नाही.

''मी त्या माणसाला बघितलं – जो माझ्या वडिलांच्या घरात घुसला होता त्याला.'' तो त्याचा मोबाइल फोन तिच्या पुढे धरतो. ''मी त्याचा फोटो काढला होता.''

ती त्याच्या हातातून फोन घेते. फोटो अगदी स्पष्ट नव्हता. हलला होता. फ्लॅशमुळे थोडी चकाकी आली होती आणि व्यवस्थितपणे चौकटीत आला नव्हता. फोटो चांगला येण्यासाठी ज्या गोष्टी टाळाव्यात त्या सगळ्या झाल्या होत्या; पण पुढे जायला पुरेसा होता. तिने बनवलेल्या वर्णनात चेहऱ्याची भर पडली होती. मेगन तो बारीक सोनेरी केस, गोल खांदेवाल्या माणसाचा चेहरा निरखून बघते. तिने कल्पना केली होती, तसाच तो आहे. गोरा, पुरुष, पस्तिशीतला, साधारण ८५ किलो वजन, रुंद बांधा, बेचाळीस ते चव्वेचाळीस इंच छाती.

''मी त्याला कोंडण्यासाठी दरवाजा बंद केला, त्या आधी हा फोटो काढला.'' गिडियन खुलासा करतो. ''तुम्ही नीट बघितलं, तर त्याच्या हातात पेटलेले कागद दिसतील.'' मेगन डोळे बारीक करून त्या छोट्या स्क्रीनकडे बघते; आणि तो म्हणतो त्याप्रमाणे दिसते. प्रथम वाटलं त्यापेक्षा हा फोटो महत्त्वाचा आहे. तो पुरावा आहे. ''तुम्हाला हे आम्हाला का कळू द्यायचं नव्हतं?''

तो खांदे उडवतो. ''कठीण आहे सांगणं. तुमच्या आधी मीच त्याला शोधून काढू शकेन असं वाटलं होतं.''

''तसं करावंसं तुम्हाला का वाटावं?''

''त्याला माझ्या वडिलांबद्दल विचारायचं होतं. त्यांनी काय केलं म्हणून त्यानं असं केलं, ते.''

वैयक्तिक सुडाच्या पलीकडे यात काहीतरी असावे, असे मेगनला वाटले. ''तुम्हाला नक्की काय म्हणायचंय?''

गिडियन थिजतो. त्याला तिला सांगावेसे वाटते, तिची मदत घ्यावी असे वाटते; पण आपण वेडे तर नाही ना वाटणार, अशी भीती त्याला वाटते. ''माझे वडील आयुष्यभर रोजनिशी – डायरी – लिहीत होते. ते अठरा वर्षांचे झाले तेव्हापासून.''

मेगनला कोणत्याही अहवालात घरात डायऱ्या सापडल्याचा उल्लेख असल्याचे आठवत नाही. “बरं मग?”

“त्या महत्त्वाच्या आहेत असं मला वाटतं.” तिची काय प्रतिक्रिया दिसते, हे तो तिच्या चेहऱ्याकडे बघून न्याहाळतो. “तुम्हाला महाशिळा आणि सेक्रेड्सचे अनुयायी याबद्दल काही माहीत आहे?”

“कुठल्या महाशिळा?”

“स्टोनहेंज.”

ती हसते. “हे बघा, माझा दिवस अगदी वाईट गेलाय आणि मला कोडी सोडवता येत नाहीत. तुम्ही कशाबद्दल बोलताय?”

“माझे वडील एका गुप्त पंथाचे सभासद होते. त्याचं नाव, ‘सेक्रेड्सचे अनुयायी.’”

मेगन त्याच्याकडे जरा संशयाने बघते. “बरं मग? तुझ्या वडिलांचा गुप्त क्लब होता. तसे ते काही पहिलेच नाहीत. पोलीस दल ‘फ्रीमॅसन’ आणि त्यासारख्या लोकांनी भरलंय. आय ॲम सॉरी! मला खरंच निघालं पाहिजे.”

“तो पंथ फ्रीमॅसनसारखा नाही.” गिडियन म्हणतो.

“ही संस्था, हा पंथ भयंकर आहे. ते बऱ्याच प्रकारच्या गोष्टी करतात – वेगवेगळे विधी आणि कदाचित बळी देणेसुद्धा.”

मेगन त्याच्याकडे निरखून बघते. तो स्पष्टपणे थकलेला दिसतो. निराशसुद्धा. कदाचित मनावर झालेल्या आघातामुळे तणावाखाली असलेला. “गिडियन, तुम्हाला हल्ली झोपबिप नीट आली होती का?”

तो मान हलवतो. “फारशी नाही.”

आता तिला अर्थ लागतो. वडिलांचा मृत्यू, घरफोडी आणि त्याच्यावर झालेला हल्ला यांचा परिणाम असावा. “कदाचित तुम्ही एखाद्या डॉक्टरकडे गेलात, तर बरं होईल. ते तुम्हाला नीट विश्रांती मिळावी म्हणून काहीतरी औषधे देतील.”

“मला औषधांची किंवा डॉक्टरी साह्याची गरज नाहीये, इन्स्पेक्टर. माझं बोलणं तुम्ही गंभीरपणे घ्या. माझ्या वडिलांनी या पंथामुळेच आत्महत्या केली. सेक्रेड्सच्या अनुयायांमुळे. का ते मला निश्चितपणे माहीत नाही; पण त्या सगळ्याचा माझ्याशी काहीतरी संबंध आहे असं मला वाटतं.”

ती कारमधून पोलीस स्टेशनच्या दाराकडे बघते आणि तिला मुलीची आठवण येते.

“आपल्याला उद्यापर्यंत थांबावं लागेल.” ती म्हणते. ती त्याचा फोन हातात धरते. “तुम्ही दाखवलेल्या फोटोची कॉपी काढेपर्यंत हा मला ठेवायला लागेल. आपण भेटू तेव्हा मी परत देईन.”

गिडियन हिरमुसलेपणे मान डोलवतो. ''प्लीज घरी या. मी तुम्हाला त्या डायऱ्या दाखवतो. मग तुमचे मत वेगळे होईल.''

मेगन घुटमळते. स्वतःच्या सुरक्षिततेचा विचार नेहमीच तिच्या मनाचा पाठलाग करत असतो आणि आता चेस अस्थिर होत असल्याची चिन्हे दिसत आहेत.

''माझा डीएस आणि मी सकाळी दहाच्या सुमारास येतो. ठीक आहे?''

''दहा वाजता, ठीक आहे!''

ते निरोप घेतात. त्याने दिलेल्या मोबाइलमधील सोनेरी केसांच्या आणि मुठीत जळता कागद असलेल्या माणसाकडे बघत ती तिच्या कारकडे जाते.

भाग ३

८४

सोमवार, २१ जून, उत्तरायण
स्टोनहेंज

स्टोनहेंजच्या सभोवारच्या टेकड्यांवरून टेहळे महाशिळांभोवती मुंग्यांप्रमाणे फिरणाऱ्या यात्रेकरूंवर लक्ष ठेवून आहेत. यात्रेकरूंनी एकमेकांचे हात धरून मोठी वर्तुळाकार साखळी बनवली आहे. पंथाचे लोक येणाऱ्या लोकांवर रात्रभर लक्ष ठेवून होते.

हजारो अनोळखी लोक विविध देशांतून आलेले, वेगवेगळ्या वयांचे, वेगवेगळ्या धर्मांचे; पॅगन्स, ड्रुइड्स, विकन्स, हीथ्रन्स, ख्रिश्चन, कॅथॉलिक, ज्यू. काही जण पूजा करण्यासाठी आलेले. काही नुसतेच बघायलापण आले आहेत. दरवर्षी येतात तसेच.

विल्टशायरच्या विस्तीर्ण शेतांमध्ये अंधारात काही जणांनी बेकायदा मुक्काम केलेला आहे. प्राचीन काळी solstice झाल्याच्या निमित्ताने करायचे तशा छोट्या शेकोट्या पेटवल्या आहेत. महाशिळांच्या प्रांगणात रात्रीचा प्रवेश खुला केल्यामुळे तिथे तर प्रचंड गर्दी आहे.

अयनासंबंधीचे गूढ, प्राचीन प्रथा आणि रीतीरिवाज यांची आणि आधुनिक संघटन तंत्राची सांगड घातली गेली आहे. गर्दीचे नियंत्रण, स्वच्छता, वाहतूक व्यवस्था आणि सर्वांत जुन्या अशा देवतांपैकी एक – 'लक्ष्मी' – तिची 'आराधना.' मादक द्रव्ये आणि दारूप्रमाणेच अगदी सांबा वाद्यवृंदसुद्धा त्यांच्या नाच-गाण्यांच्या सीडी विकत आहेत.

या दिवसांसाठी जगभरातून ते इथे आले आहेत आणि स्टोनहेंजच्या जवळ आल्यावर तिथला प्रचंड पोलीस बंदोबस्त फक्त आपल्यासाठी नाही, याची त्यांना जाणीव होते. बेपत्ता असलेली अमेरिकन मुलगी आणि हत्या झालेला तिचा प्रियकर यांच्याविषयी त्यांच्या कानावर येते आणि काही जण त्यांच्याविषयी आदर व्यक्त करण्यासाठी गुडघे टेकतात.

रात्रभर येत असलेला ढोलांचा आवाज आणि त्याची लय वाढत आहे. हवेत उत्साह आहे. पांढरा डगला घातलेले ड्रुइड्स त्यांच्या प्रार्थनांची उजळणी करत आहेत. उघड्या छातीचे मूर्तिपूजक पॅगन्स जाकिटे घातलेल्या पेन्शनरांबरोबर आणि

केसांत फुले आणि मणी माळलेल्या हिप्पी स्त्रियांबरोबर नाचत आहेत.

प्राचीन पद्धतीची शिंगे वाजू लागतात आणि त्यांचा आवाज आधुनिक वुवुझेलाच्या आवाजात मिसळून वाद्यवृंदाचा भास होतो. जनसागरातून आरोळ्या, टाळ्या, गाणी यांच्या लाटा उमटू लागतात. निरागस नजरा, मादक द्रव्यांच्या सेवनामुळे काही तारवटलेल्या नजरासुद्धा, काही उत्सुकतापूर्ण. उगवत्या सूर्याचा पहिला किरण जगातील सर्वांत प्रसिद्ध अशा महाशिळांच्या वर्तुळात केव्हा प्रवेश करतो, हे बघण्यासाठी गुलाबी छटा येत चाललेल्या आकाशाकडे एकटक लागल्या आहेत.

सूर्य उगवतो आणि त्याचे किरण शिळांच्या वर्तुळात प्रवेश करतात. कानठळ्या बसवणारी आनंदाची सामूहिक आरोळी वातावरण भेदते.

टेहळे सोडले, तर स्टोनहेंजच्या परिसरात कोणीही अनुयायी उपस्थित नाहीत. त्याचे कारण त्यांना माहीत आहे. ते काही मैलांवर असलेल्या सँक्चुअरीमध्ये जमले आहेत. महाकक्षाच्या थंडगार जमिनीवर गुडघे टेकून बसले आहेत. त्यांचे देव तिथे आहेत.

८५

गिडियनला जाग येऊन तो घड्याळाकडे बघतो आणि आपण पुन्हा पोलिसांकडे गेलो, ते बरे केले असे त्याला वाटते. वर्षातील सर्वांत मोठा दिवस. सकाळचे दहा वाजत आले आहेत. खूप दिवसांनी त्याला एवढी गाढ झोप लागली होती. छातीवरचे दडपण दूर झाले होते.

घाईघाईने दाढी, अंघोळ करून तो खाली आला. तो किटली भरत असतानाच सुरक्षा अलार्म वाजला. तो बटन दाबतो. मॉनिटरवर त्याला मेगनची कार मोठ्या गेटमधून आत येताना दिसते.

तो पुढचा दरवाजा उघडतो. ''गुड मॉर्निंग!'' तो उत्साहाने स्वागत करतो.

''मॉर्निंग!'' जरा अनुत्साहानेच मेगन उत्तरते. ''हे डिटेक्टिव्ह सार्जंट डॉकरी.''

डॉकरी काळ्या गॉगलच्या मागून स्मित करत हात पुढे करतो.

''आपल्याला भेटून आनंद झाला.'' उत्साहाने हस्तांदोलन करत गिडियन उत्तरतो. ''या आत! आपण मागे जाऊ या.''

ते दोघे गिडियनच्या पाठोपाठ आत किचनमध्ये जातात आणि चौकोनी पाइन टेबलाभोवती बसतात. गिडियन किरकोळ गप्पा करत त्यांच्यासाठी चहा बनवतो. ''तुम्ही आता solsticeमुळे एकदम व्यग्र असाल ना?''

''अगदी!'' मेगन बोलते. ''रस्ते वेड्यासारखे भरले आहेत. माझा माजी नवरा

करतो तसंच मीही करायला हवं, या दिवसांत रजा घ्यायची. वेड लागायची पाळी येते.''

''आणि काय होतं!'' जिमी म्हणतो, ''एका वर्षी लोक चांगले वागतात, तर दुसऱ्या वर्षी अगदी जंगली जनावरांप्रमाणे धुमाकूळ घालतात.''

गिडियन चहा, कॉफी, दूध, साखर टेबलावर ठेवून बसतो. मेगन कामाकडे वळते. ''काल रात्री तुम्ही तुमच्या वडिलांच्या डायऱ्यांबद्दल बोललात आणि त्या वडिलांच्या मृत्यूवर प्रकाश टाकतील, असं सुचवलं, त्या आपण पाहू या का?''

गिडियन कप ठेवून उठतो. ''हो! हो! बघा ना! पण त्याआधी तुम्हाला काही गोष्टी माहीत असायला हव्यात.''

''कोणत्या?''

तो जिन्यापाशी जातो. ''त्या समजायला सोप्या नाहीत. जरा थांबा. मला काय म्हणायचंय ते मी दाखवतोच.''

तो गुप्त खोलीत जाऊन त्याने 'डीकोड' केलेल्या डायऱ्यांपैकी एक घेऊन येतो. त्याला जरा धापच लागलेली असते. तो डायरी मेगनला देतो.

''ही कोणती भाषा आहे?'' ती हात लांब करून डायरी डोळ्यांसमोर धरते. जणू काही तसे केल्याने उलगडा होणार आहे.

''कोड! सांकेतिक भाषा!'' तो बोलतो, ''माझ्या वडिलांनी सगळ्या डायऱ्या सांकेतिक भाषेत लिहिल्या आहेत. मी लहान असताना त्यांनी ती भाषा तयार केली, मला ग्रीक शिकवायची एक पद्धत म्हणून.''

ती डोळे बारीक करून एका पानाकडे बघते. ''हे ग्रीक आहे?'' खरं म्हणजे नाही. ते उलट्या बाजूनं ग्रीक आहे. ती अक्षरं उलट क्रमानं इंग्रजी अक्षरे आहेत. उदाहरणार्थ, ग्रीक ओमेगा म्हणजे इंग्रजी 'ए', असं!'' तो पेननं जुन्या वर्तमानपत्रावर लिहितो; ΜΥΣΩΑ ψΩ≡ΥΗ. तो कागद तो मेगनच्या हातात देतो. ''याचा काय अर्थ असेल?''

''मेगन बेकर.''

तो आश्चर्यचकित होतो. ''तुम्ही कसं ओळखलंत? तुम्ही फार वेळ बघितलंही नाही.''

ती स्मित करते. ''तुम्ही दुसरं काय लिहिणार? तुम्ही मला ती भाषा समजवायचा प्रयत्न करताय. एक व्यक्ती म्हणून मला त्यात रस निर्माण होईल, असा प्रयत्न करताय. मग तुम्ही माझ्याशी संबंधित काहीतरी लिहिणार हे उघड आहे आणि माझ्याबद्दल माझं नाव सोडून दुसरं काय माहीत आहे तुम्हाला?'' ती डायरीची पानं उलटते. ''तुमच्या वडिलांनी असं का केलं? फक्त तुम्हाला आणि त्यांनाच समजेल, अशा कोडमध्ये लिहायची गरज त्यांना का वाटली?''

गिडियनला पूर्ण खात्री नाही. "तिसऱ्या कोणालाही समजू नये म्हणून?"

ती विचार करते. "तुम्ही डायरी लिहिता; ती नंतर कोणीतरी ती वाचावी या इच्छेनं लिहिता. लोकांना हे पटत नाही; पण हे सत्य आहे. तुमच्या वडिलांनी लिहिलेलं जर महत्त्वाचं असेल, तर ते तुम्ही वाचावं आणि त्यावरून काहीतरी करावं, असं त्यांना वाटत असणार. असं काहीतरी की, जे फक्त तुम्हीच करू शकाल. कदाचित तुम्ही त्याचं भाषांतर करून त्या प्रकाशित कराव्यात असं असेल?"

गिडियनच्या मते डायऱ्या प्रकाशित कराव्यात अशी त्यांची इच्छा अजिबात नसणार; पण तिच्या शब्दांनी तो प्रभावित होतो. "या सगळ्याला मी मान्यता द्यावी, संमती द्यावी अशी त्यांची इच्छा होती, असं तुम्हाला वाटतं? त्यात मी सामील व्हावं असं वाटत होतं?"

"मी कसं सांगणार? तुम्ही कशाबद्दल बोलताय? आम्हाला सांगत का नाही?"

तो दोन-एक तास तिला सगळे समजवण्याचा प्रयत्न करतो. त्यानं 'डीकोड' केलेल्यातील काही महत्त्वाचे परिच्छेद तो वाचून दाखवतो – सेक्रेड्सचे अनुयायी, शिळांमधली दैवी शक्ती, सर्व व्याधी बऱ्या करणारे देव, अशी त्यांची भूमिका. तो त्याच्या आईचा मृत्यू. तिला जडलेली दुर्धर व्याधी आणि ती माझ्यातही उतरली असेल, अशी वडिलांना वाटलेली भीती याबद्दलही तिला काही माहिती देतो.

मेगनला त्याचे मन न दुखावता, आपल्याला काय वाटतं ते कसं सांगावं, असा जरा प्रश्न पडतो. शेवटी ती बोलून टाकते. "तुमचे वडील मनोरुग्ण होते अशी शक्यता आहे." ती आघात जरा सौम्य करायचा प्रयत्न करते. "ते अतिशय बुद्धिमान होते. त्यांनी ते लपवून ठेवलं असतं."

"ते वेडे नव्हते." गिडियन ठामपणे म्हणतो. "त्यांनी जे लिहिलं आहे त्यात बरंच सत्य आहे."

"सिद्ध करता येईल असं सत्य?" जिमी विचारतो.

गिडियन उठून खिडकीपाशी जातो. त्याचे वडील ज्याच्यावर फिरायचे त्या हिरवळी त्याला दिसतात. वडील आणि त्यांचे खासगी आयुष्य यांच्याबद्दल आपल्या घरात आपण पोलिसांबरोबर चर्चा करीत आहोत, याचा त्याला जरा विषाद वाटतो; पण त्याचा नाइलाज होतो. "मी लहान होतो, तेव्हा आजारी पडलो खूप गंभीर आजारानं. ज्या व्याधीनं माझ्या आईचा मृत्यू झाला त्याचीच बहुतेक ती सुरुवात होती." तो नजर बागेवरून काढून पोलिसांकडे वळवतो. "माझ्या वडिलांनी काय केलं माहीत आहे? त्यांनी मला हॉस्पिटलमधून घरी आणलं, गार पाण्यानं अंघोळ घातली. त्या खास अंघोळीनं मी बरा झालो. ज्या पाण्यात त्यांनी मला बसवलं आणि

ज्यानं अंघोळ घातली, ते पाणी स्टोनहेंजहून आणलं होतं. मी जेव्हा पुन्हा चालायला लागलो, तेव्हा ते मला तिथे घेऊन गेले आणि त्यांनी मला सर्व शिळांना स्पर्श करायला लावला. महाशिळांना तसंच लहान, निळ्या शिळांनासुद्धा. तेव्हापासून मला त्या व्याधीचा स्पर्शही झालेला नाही. कुठल्याच आजाराचा नाही. माझी तब्येत उत्तम असते. माझ्या अंगावर जखम झाली किंवा ओरखडे आले, तर ते इतर लोकांपेक्षा लवकर भरून येतात.''

जिमी मेगनकडे एक अर्थपूर्ण कटाक्ष टाकतो.

गिडियनच्या ते लक्षात येतं. ''मीही वेडा आहे असं तुम्हाला वाटतंय, हे मी ओळखलंय; पण मी तसा नाहीये.'' तो टेबलापाशी येतो आणि मेगनचा उजवा हात हातात घेतो. ''तुमच्या बोटाला कापलं. बरोबर? आता किती दिवस तुम्ही त्यावर चिकटपट्टी लावताय?''

ती मळलेल्या चिकटपट्टीकडे बघते. ''लक्षात नाही. आठवडा झाला असेल. खूप खोल जखम होती.''

''माझ्या चेहऱ्याकडे पाहा.'' गिडियन चेहरा वळवून त्याचा जबडा तिला दाखवतो. ''माझ्यावर हल्ला झाल्यावर मी हॉस्पिटलमध्ये होतो. तेव्हा तुम्ही मला भेटायला आला होता. त्या वेळी माझ्या चेहऱ्यावरचे ओरखडे आणि कापलेलं तुम्ही बघितलं होतं. आता तुम्हाला ते दिसताहेत?''

तिला ते दिसत नाहीत.

''माझ्या जबड्याला जखम झाली होती आणि तिला टाके घालावे लागले होते. ती जखम कुठे आहे?'' त्याला तिच्या डोळ्यांत थोडी शंका दिसते. तो हनुवटी खाली करतो. ''आणि फाटलेला ओठ? त्याची काही खूण दिसतेय? थोडी-सुद्धा?''

मेगनचे हृदय धडधडते. तिला कोणत्याच जखमांच्या खुणा दिसत नाहीयेत. त्याची त्वचा कोरी आहे. एखादा ओरखडाही नाही.

गिडियनच्या डोळ्यांत विजयाचा आनंद दिसतो. ''तुमच्या आठवड्यापूर्वीच्या छोट्याशा जखमेवर अजून पट्टी आहे. आता सांगा माझे वडील वेडे होते का? त्यांनी लिहिलेलं सगळं फसवं आहे, असं आता म्हणाल?''

८६

पोलीस खात्यातील सर्व बड्या अधिकाऱ्यांची रात्र झोपेविनाच गेली. पहाटेच्या वेळी आलेल्या एका फोनकॉलने तपास करणाऱ्या अधिकाऱ्यांचे जग उलटे केले. केटलिनच्या अपहरणकर्त्यांचा कॉल.

चीफ कॉन्स्टेबल आणि त्यांचे सहकारी त्यांच्या ऑफिसमध्ये जमेपर्यंत बातमी बाहेर फुटलीही आहे. पोलीस दलातीलच कोणाचेतरी काम यात शंकाच नाही. जगभरातल्या वृत्तपत्रांचे वार्ताहर पोलीस मुख्यालयाच्या बाहेर जमले आहेत.

कमांडर बार्नी गिब्सन त्या आपत्कालीन बैठकीची सुरुवात करतात. ''पहाटे दोन वाजता कन्ट्रोलरूममध्ये फोन आला. तो नेहमीच्या पद्धतीप्रमाणे रेकॉर्ड केला गेला. मी थोड्याच वेळात तो तुम्हाला ऐकवतो. तो कॉल एका सार्वजनिक बूथवरून केला गेला. त्याचे आश्चर्य वाटायचे कारण नाही. फक्त तो फोनबूथ इंग्लंडमध्ये नाही, तो फ्रान्समध्ये आहे.'' याचा अर्थ उपस्थितांच्या लक्षात येण्यासाठी ते जरा थांबले. ''तो कॉल पॅरिसच्या मध्यभागातील रू लाफायेत जवळच्या सार्वजनिक बूथवरून केला होता. फ्रेंच पोलीस तिथे हजर झाले असून, सीसीटीव्हीचे चित्रण तपासत आहेत; पण त्यातून त्यांना काही मिळाले नाही तर मला आश्चर्य वाटणार नाही. बोटांचे ठसे किंवा इतर काही पुरावे मिळाले, तर ते आपल्या ठशांच्या आणि डीएनए डेटाबेसबरोबर ताडून बघितले जातील.''

हंट जरा घाई करायला बघतो. थॉम लॉकना कळवण्यात आले असून, ते हॉटेलमधून इकडे यायच्या वाटेवर आहेत. ''बार्नी, जरा तो टेप लावा ना!''

टेबलावर मधोमध ठेवलेल्या डिजिटल रेकॉर्डरचे बटन गिब्सन दाबतात. एक आवाज ऐकू येतो. पुरुषाचा. इंग्रजीत. आवाजाचा दर्जा खराब आहे. ''तुम्ही या कॉलची वाट बघत आहात, हे आम्हाला माहीत आहे. केटलिन लॉक आमच्या ताब्यात आहे आणि आमच्या मागण्या आम्ही लवकरच कळवू.'' एक पॉझ आणि क्लिक. मुलीचा आवाज खोलीत घुमतो. तो जरा क्षीण आणि दुःखी वाटतो. ''माझे वडील मला वाचून दाखवायचे. रोज रात्री झोपायच्या वेळी ते माझ्या पांघरुणात यायचे आणि मला झोप येईपर्यंत वाचून दाखवायचे.'' ती दुःखपूर्णपणे हसते. ''ते गोष्टी रचायचे. 'के' नावाची परी राजकन्या आणि तिचे उद्योग आणि मग...'' तिला रडू येत आहे, असं स्पष्ट कळतं. ''मग मी डॅडींचा हात पकडून झोपायचे.''

बैठकीसाठी जमलेल्यांपैकी प्रत्येक जण आई किंवा बाप आहे आणि टेप ऐकून ते हेलावल्याचे दिसते. केटलिनचा आवाज त्यांच्या हृदयाची तार छेडतो. ''आईचं फार आठवत नाही... माझ्या शाळेच्या पहिल्या दिवशी तिनं माझ्या केसांना पिवळा

बो बांधला होता; कारण मला निळा युनिफॉर्म अजिबात आवडायचा नाही. आम्ही आजीच्या घरी गेलो, तेव्हा मी तिच्याबरोबर वॉफल्स बनवल्याचं आठवतं. गेलो की, जवळजवळ प्रत्येक वेळी ती मला तिच्या खोलीत उशीवर बसवायची आणि तिच्या स्वत:च्या कारागिराला मला सजवायला सांगायची.''

गिब्सन टेप बंद करतो. ''तंत्रज्ञ टेपचा अभ्यास करून त्याचा खरेपणा तपासत आहेत. आणि चीफ कॉन्स्टेबल, आज सकाळी तुम्ही उपराष्ट्राध्यक्ष लॉकबरोबर त्याची सत्यता बघणार आहात.''

''होय, मी ते करणार आहे. थँक यू बार्नी!'' हंट त्याची प्रसिद्धी अधिकारी केट मॅलरी हिच्याकडे वळतो. ''बातमी किती प्रमाणात फुटली आहे, केट?''

''खूप, सर!'' ती पस्तिशीची, फुग्यासारख्या चेहऱ्याची, गोल काचांचा चष्मा, काळे-कुरळे केस, अशी स्त्री. राष्ट्रीय वर्तमानपत्रांच्या प्रती ती टेबलावर सरकवते; त्यांची शाई लागून तिची बोटे काळी झाली आहेत.

''सगळ्या महत्त्वाच्या पेपरांमध्ये बातमी आहे.'' 'मिरर'च्या पहिल्या पानावरील मोठ्या अक्षरांतील मथळा : ''लॉक केसची चावी आता फ्रान्सकडे.' 'सन'च्या पहिल्या पानावर केटलिनचा बिकिनीमधला मोठा फोटो आणि एकच शब्द :

''वाचणार!''

– केट मॅलरी

'मिरर'मधील बातमीच्या पहिल्या काही ओळी अपहरण केलेली अमेरिकन सुंदरी आणि अमेरिकेचे उपराष्ट्राध्यक्ष थॉम यांची मुलगी केटलिन लॉक हिचा शोध काल रात्री खळबळजनक रीतीने पॅरिसला पोहोचला आणि तिच्या अपहरणकर्त्यांकडून आखातापलीकडून आलेल्या फोनकॉलचा तपास करण्यासाठी वरिष्ठ ब्रिटिश पोलीस अधिकारी धावले आहेत. जनतेला माहिती देण्यासाठी पोलिसांनी प्रस्थापित केलेल्या खास टेलिफोन लाइनवर अपहरणकर्त्यांनी संपर्क साधला. टोळीने अल कायदाप्रमाणे, केटलिनचे एक ध्वनिमुद्रण ऐकवले असे समजते. त्यात तिने स्वत:बद्दल, वडील व आई यांच्याबद्दल काही वैयक्तिक आठवणी सांगितल्या असं कळतं.''

''बस! बस!'' हंट म्हणतो. ''कितपत उपयोग होईल माहीत नाही; पण मी तक्रार करण्यासाठी संपादकाला फोन केला.'' तो खांदे उडवतो. ''मला वाटतं पत्रकार परिषद बोलवून त्यांच्या प्रश्नांची उत्तरं देणं याशिवाय आपल्यापुढे दुसरा पर्याय नाही.''

हंट त्याच्या हातातले वर्तमानपत्र टेबलावर फेकतो. ''तसं करून काय साध्य होईल? बातमी आधीच बाहेर पडली आहे.'' तो प्रत्येकाकडे बघून शेवटी मॅलरीकडे वळतो. ''केट, आपल्या अधिकाऱ्यांच्या आधी वर्तमानपत्रांना बातम्या कळायला लागल्या, तर अशा प्रकारचा तपास करताच येणार नाही. ही बातमी कोणी फोडली

हे शोधून काढ. मला या ढिसाळपणाची पूर्ण चौकशी व्हायला हवी आहे.''

चीफ कॉन्स्टेबलची वैयक्तिक सहायक बैठकीच्या खोलीचे दार उघडते आणि आत डोकावते. ''सर, उपराष्ट्राध्यक्ष लॉक इथे आले आहेत. त्यांच्या बरोबर दोन माणसं आहेत. आपण एफबीआयचे आहोत, असं ते सांगताहेत.''

८७

एकीकडे चीफ कॉन्स्टेबल हंट उपराष्ट्राध्यक्ष लॉक यांना माहिती देत आहे, तर जवळच्याच एका खोलीत दुसरी एक तणावपूर्ण बैठक चालू आहे. टॉड बर्जेस आणि डॅनी अल्वेझ हे एफबीआय एजंट जॉन रोलँड्स आणि बार्नी गिब्सन यांच्यासमोर आहेत.

''तुम्हा लोकांना आम्ही मदत करू शकू असं मला खरोखर वाटतं.'' सीनिअर सुपरवायझरी एजंट बर्जेस म्हणतो. उन्हामुळे सावळा झालेला आणि तगडा असा बर्जेस त्याच्या खऱ्या पंचेचाळीस वयाच्या अर्ध्या वयाचा वाटतो. ''डॅन आणि मी, आम्ही दोघेही थॉम लॉक आणि राष्ट्राध्यक्षांना चांगले ओळखतो आणि त्यांच्या ससेमिऱ्यापासून आम्ही तुम्हाला वाचवू शकू – अर्थात जर तुम्ही कोणताही आडपडदा न ठेवता आणि सच्चेपणे आम्हाला माहिती देत राहिलात तर!''

गिब्सनला अमेरिकन बोलणे बरोबर समजते. तुम्ही आम्हाला सगळे काही सांगा, आम्ही तुम्हाला काहीही सांगणार नाही. ''अपहरण करणाऱ्या टोळ्यांच्या यादीत या प्रकरणात तुमच्या मते सर्वांत वर कोणाचा नंबर असेल? थॉम लॉकनी कोणाचं काही वाकडं केलंय का?''

दोघेही अमेरिकन हसतात.

''थॉमनी सर्वांचंच वाकडं केलंय.'' बर्जेस म्हणतो. ''न्यू यॉर्कच्या संघटित गुन्हेगारी फॅमिलीज, शिकागोचे प्राणीमुक्ती गट, पश्चिम किनाऱ्यावरचे पर्यावरणवादी आणि अगदी ब्रूकलिनमधले रशियनसुद्धा.''

''त्याशिवाय दहशतवादी गट,'' अल्वेज पुस्ती जोडतो. दहशतवादाविरुद्ध युद्ध पुकारणारे रिपब्लिकन आहेत ते. परराष्ट्र धोरणाच्या बाबतीत जहाल. अल् कायदा, द कोलंबियन्स एफपीएम, पीएलएफ, एएनओ, सगळे जण त्यांच्या फोटोवर थुंकतात.'' तो पुन्हा गिब्सनकडे बघतो. ''तुम्हाला आतापर्यंत काय माहिती मिळाली आहे?''

''फार नाही'' गिब्सन कबूल करतो. शक्य ती सर्व माहिती गोळा करण्यासाठी आम्ही आमच्या हेर यंत्रणांबरोबर काम करत आहोत. डेटा, ई-मेल्स, व्हॉइस

मेसेजेस. केटलिनबद्दल जे काय मिळेल ते.

डॅनी अल्वेज पस्तिशीचा आहे. हिस्पॅनिक, काळे डोळे, आखूड काळे केस. त्याच्या मनातला महत्त्वाचा प्रश्न विचारायच्या संधीची तो वाट बघतोय. ''तुमचं त्या टेप्सबद्दल काय मत आहे?''

रोलँड्स त्याला प्रामाणिकपणे सांगतो. ''तंत्रज्ञांचा अहवाल अजून आलेला नाही. मला स्वत:ला टेप अस्सल वाटली. शंका इतकीच येतेय की, त्यांनी व्हिडिओ ऐवजी ऑडिओ टेप का वापरली?''

''मान्य आहे.'' अल्वेज म्हणतो. ''पण ती केटलिनच आहे, हे निश्चित. आम्ही थॉम आणि कायलीशी बोललो आणि ते रिबिन आणि पुस्तकांबद्दल ती जे म्हणते ते खरं आहे आणि त्यांच्या आठवणीप्रमाणे ते पूर्वी कधीही जाहीर केलं नव्हतं.''

''आम्ही तो टेप सिक्युअर अपलोड करून कँटिकोला पाठवला.'' बर्जेस म्हणतो. ''आमची लॅब म्हणते तो अनेकदा एडिट केला आहे; ध्वनीच्या अनेक डिजिटल थरांवर. त्यांच्या मते मूळ टेपिंग केटलिनबरोबर केलं असावं, मग ते दुसऱ्या रेकॉर्डिंग यंत्रावर ड्रॉप एडिट केलं असावं आणि मग तो पूर्ण संदेश पॅरिसहून ऐकवला असावा.''

''का?'' गिब्सन विचारतो. ''तिलाच थेट फोनवर बोलायला सांगण्याऐवजी असा द्राविडी प्राणायाम का केला असावा?''

''ते खरे व्यावसायिक आहेत.'' बर्जेस म्हणतो. ''सर्व रेकॉर्डिंग यंत्रे, अगदी डिजिटलसुद्धा, एक प्रकारचा ध्वनिरूप डीएनए मागे ठेवतात, हे त्यांना बहुतेक माहीत असावं. अशा प्रकारचं एकावर एक रेकॉर्डिंग करून पुराव्याची शुद्धता नष्ट होते आणि यंत्राचा माग काढणं कठीण होतं.''

''तुम्ही म्हणता त्यापेक्षा कारण जास्त साधे असेल की काय, अशी मला शंका येते.'' रोलँड्स म्हणतो. ''केटलिनचं बोलणं इथे इंग्लंडमध्येच ध्वनिमुद्रित केलं, पॅरिसला पाठवलं आणि तिथून फोनवर ऐकवलं, असं कशावरून नसेल?''

अल्वेज मान हलवतो. ''आमचे तंत्रज्ञ म्हणतात की, फोन फ्रान्समधून केला गेला. त्यांनी पार्श्वभूमीचे आवाज तपासले आणि त्यावरून कॉल पॅरिसहूनच केला, अशी त्यांना खात्री वाटते.'' रोलँड्सचा अंदाजसुद्धा त्याला शक्य वाटतो. ''किंवा समजा, पार्श्वभूमीवरचे आवाज फ्रेंच बाजूनं त्यात मिसळले असतील; पण ती शक्यता फार ताणल्यासारखी वाटते.''

गिब्सनची खात्री पटलेली नाही. ''काय हो! अपहरण केल्यावर टनेलमधून जाऊन ते चार तासांत पॅरिसला पोहोचू शकले असते. दर वर्षी हजारो बेकायदा परदेशी लोक चॅनेल क्रॉस करतात. राजकीय पुढाऱ्याच्या मुलीला पळवणाऱ्या

सराईत टोळीला त्यात काहीच कठीण नाही.''

बर्जेस सहमती व्यक्त करतो. ''किंवा खासगी विमानानं या किनाऱ्यावरून अर्ध्या तासात, त्या किनाऱ्यावर मी असतो, तर तसं केलं असतं.''

अल्वेज मान डोलावतो. ''मीसुद्धा!''

जॉन रोनाल्ड्स तीन विरुद्ध एक अल्पमतात आहे; पण त्याची त्याला फिकीर नाही. ''ती इथेच आहे. मला अगदी खात्री आहे. माझा आतला आवाज सांगतो की, हा टेप म्हणजे दिशाभूल आहे. केटलिन लॉक अजून आपल्याच क्षेत्रात आहे.''

८८

कायली लॉकने तिच्या मुलीच्या बेपत्ता होण्याबद्दल जाहीरपणे काहीही निवेदन केलेले नाही. तिने तिच्या नवऱ्याला ब्रिटिश पोलीस, सिक्रेट सर्व्हिस, एफबीआय आणि राष्ट्राध्यक्षांचे कार्यालय यांच्याबरोबर संपर्क साधू दिला. तो तशा कामात वाकबगार आहे. त्यांच्यात मतभेद असले, तरी केटलिनबद्दल त्यालाही आपल्याइतकीच काळजी आहे, हे तिला माहीत आहे. त्या लोकांना केटलिनच्या शोधाला कोणी लावू शकणार असेल, तर ते थॉमच करू शकेल. त्याबद्दल शंकाच नाही.

पण, कधी कधी तोही चुकतो. नको ते करतो. तसे तो कधी कबूल करणार नाही. कधीच नाही. अजूनसुद्धा केटलिनच्या सुरक्षेची जबाबदारी सिक्रेट सर्व्हिसच्या ऐवजी एरिककडे सोपवणे, ही घोडचूक होती, हे तो मान्य करणार नाही. प्रत्येक गोष्ट त्याच्या म्हणण्याप्रमाणेच झाली पाहिजे.

पण, आज त्यात बदल होणार आहे. आज पुढे यायची पाळी तिची आहे आणि ती ते करणार आहे. एक प्रकारे फक्त एक आईच हृदयापासून तसे करू शकते. म्हणूनच तिने पत्रकार परिषद बोलावली आहे.

कायली एकदा शेवटचे आरशात बघून घेते. साध्या 'प्राडा' गॉगल्सच्या मागे डोळे लपवते. तिने मध्यम उंचीचा 'गिव्हेंची' ड्रेस घातला आहे. सोनेरी केस मागे फिरवून बांधले आहेत. आता ती जगाला तोंड द्यायला तयार आहे.

एक दीर्घ श्वास घेऊन ती डॉर्चेस्टरच्या सर्वांत वरच्या मजल्यावरील कॉन्फरन्स रूममध्ये प्रवेश करते. पांढरी शुभ्र चादर घातलेल्या लांब टेबलामागे ती बसते. टेबलावर तिच्या नावाची एक छोटीशी तिरकी पाटी आहे. समोर काही मायक्रोफोन आणि डिक्टॅफोनचा जुडगा आहे. ती वर बघते आणि खोलीत स्फोट झाल्याचा भास होतो. कॅमेऱ्यांच्या शटर्सचे क्लिकऽऽ क्लिकऽऽ आणि डोळे दिपवणाऱ्या प्रकाशाचा लोळ. बीबीसी, आयबीएन, स्काय, एएफसी, रॉयटर्स, पीए, सीएनएन, इंटरप्रेस,

प्रेसेन्झा, ईएफई, यूपीआय यांच्या वृत्त विभागांचे प्रमुख तिला दिसतात. तिला मान देण्यासाठी प्रसिद्ध अभिनेत्री म्हणून नव्हे, एक चिंताग्रस्त आई म्हणून – सर्व जण उभे राहतात.

लोखंडी काठ्यांना टांगलेल्या टीव्हीच्या दिव्यांची उष्णता तिला जाणवते आहे. हॉल खच्चून भरला आहे. समोर अगदी मागे, थोड्या उंच प्लॅटफॉर्मवर व्हिडिओ कॅमेऱ्यांची रांग आहे. कायलीच्या एका बाजूला गोल चेहऱ्याची, पन्नाशीतील एक महिला आहे. शार्लीन एल्बा हॉलीवूडमधील तिच्या प्रसिद्धी मोहिमा हाताळणारी. एल्बा टेबलावरील मुख्य मायक्रोफोनवर बोटानं टकऽऽटकऽ करते आणि कामकाजाला सुरुवात करते. ''सभ्य स्त्री-पुरुष हो! आल्याबद्दल धन्यवाद! केटलिन लॉकला शोधण्यासाठी अनेक देशांतील कायदा व सुरक्षा यंत्रणा जे प्रचंड प्रयत्न करीत आहेत, त्यांची आपणा सर्वांना कल्पना आहेच. कायली लॉक आणि उपराष्ट्राध्यक्ष थॉम लॉक दोघेही त्या यंत्रणांच्या डिटेक्टिव्ह आणि कर्मचाऱ्यांचे अतिशय ऋणी आहेत; पण आज सकाळी आपण त्यांच्या तपासाबद्दल बोलणार नाही आहोत.'' ती थोडी थांबते. आज कायलीला, ज्या कोणाच्या ताब्यात केटलिन आहे त्यांच्याशी बोलायचं आहे. त्यानंतर ती मुलाखत देईल. कामकाज नव्वद मिनिटे चालेल, त्यानंतर कायलीला विल्टशायरचे चीफ कॉन्स्टेबल, ब्रिटिश गृहखात्याचे प्रतिनिधी आणि एफबीआय यांच्याबरोबरच्या एका खासगी मीटिंगसाठी जायचे आहे. आपण आल्याबद्दल आम्ही पुन्हा एकदा आपले आभार मानतो.''

समोर जमलेल्या लोकांवर छाप पाडण्याचा प्रयत्न करण्यापूर्वी स्वत:ला सावरायला कायली काही क्षण घेते. त्यांची शंकित मन:स्थिती तिला जाणवते. हा व्यवसायाचा अटळ असा भाग आहे, असे ती मानते. ती गॉगल्स काढते. लाल झालेले डोळे, पावडरचा पुसटसा थर. सर्वांना परिचित चेहरा. ''तुम्ही जे कोणी असाल, तुम्हाला काहीही हवे असेल; पण कृपा करून माझ्या मुलीला इजा करू नका.'' तिच्या आवाजात कंप आहे. ''तुमची स्वत:ची आई आठवा. स्वत:च्या पत्नीचा, बहिणीचा विचार करा. केटलिनच्या जागी त्या असत्या तर तुम्हाला कसं वाटलं असतं? त्या ज्यांच्या ताब्यात असत्या, त्यांना तुम्ही काय सांगितलं असतं? तुम्ही हेच म्हणाला असता. या जगात माझं सर्वांत जास्त प्रेम जिच्यावर आहे तिला कृपा करून इजा करू नका. कृपा करून तिला सोडून द्या.'' तिच्यासमोर कोणताही लिहिलेला कागद नाहीये. फक्त एक कोरा कागद आणि पेन. ती त्यांच्याकडे बराच वेळ बघत राहते.

मग ती वर बघते. डबडबलेल्या डोळ्यांनी ती कॅमेऱ्यांकडे बघते. ''माझ्या केटलिनचं काळीज सोन्याचं आहे. कोणत्याही आईला हवी असते, तशी ती जपणारी, प्रेमळ मुलगी आहे. तिचं पूर्ण आयुष्य तिच्यापुढे आहे. पन्नास-एक वर्षांचं

आयुष्य अजून तिच्यापुढे आहे. तिच्या स्वप्नातील राजकुमाराला भेटायचा, प्रेमात पडायचा, स्वत:चा संसार करायचा, आपल्या नातवंडांना मांडीवर खेळवायचा आणि आपल्या जगण्यानं जग जरा भले होण्यात हातभार लागला, याचं समाधान मिळवण्याचा तिला हक्क आहे. तो तिच्यापासून हिरावून घेऊ नका. कृपा करून तिची स्वप्नं, तिचं प्रेम, तिचं भविष्य तिच्यापासून हिरावून घेऊ नका.'' गालावर ओघळलेला एक अश्रू ती पटकन टिपते. ''माझी मुलगी परत मिळवायला माझ्याकडे आहे ते सगळं मी आनंदानं देईन. आणि ते मी द्यायला तयार आहे.'' ती समोरचा कागद उलटा करते आणि कॅमेऱ्यांपुढे वर धरते. ''हे माझ्या बँकेतील खात्याचं स्टेटमेन्ट आहे. मी नशीबवान आहे. माझ्या नावावर एक कोटी डॉलर आहेत. ते सर्व, तुम्ही जे कोणी असाल त्यांना मी देईन, असं मी वचन देते. माझ्याकडे असलेलं सगळं, मी उभे करू शकेन ते सगळं. माझ्या मुलीला सुरक्षितपणे परत करायच्या बदल्यात.'' तिचे डोळे बारीक होतात, चेहरा कठोर होतो. ''पण हे लक्षात ठेवा की, तीच रक्कम मी, जो कोणी पोलिसांना किंवा इतर कोणाही तपास करणाऱ्यांना तुमच्यापर्यंत नेईल, केटलिनला सुरक्षितपणे तुमच्या तावडीतून सोडवेल. आणि तुम्हाला, माझ्या मुलीला पळवण्यात सहभाग असणाऱ्या सर्वांना न्यायालयात उभं करेल, त्याला द्यायलासुद्धा तयार आहे.'' ती सावकाश एक दीर्घ श्वास घेते, खांदे किंचित सैल करते. ''या माणसाचं नाव जोश रगोरान आहे.'' ती तिचा कापणारा हात त्याच्या भरदार दंडावर ठेवते. ''तो अमेरिकेतला सर्वांत यशस्वी खासगी डिटेक्टिव्ह आणि खजिना शोधणारा आहे.'' त्याच्याबद्दल बोलून तिला जरा धीर येतो. ''तो अमेरिकेच्या एअर फोर्स स्पेशल ऑपरेशन्स कमांड युनिटमध्ये मेजर होता. आता तो पूर्णवेळ फक्त माझ्यासाठी काम करेल आणि त्याचे लक्ष्य माझ्या मुलीला सुरक्षितपणे परत आणणे हे असेल.''

गोरान त्याचे मोठे बोट त्याच्यावर रोखलेल्या कॅमेऱ्याकडे करतो. ''केटलिन ज्यांच्या ताब्यात आहे, त्यांच्यासाठी माझा एक संदेश आहे. कृपा करून मॅडमचे पैसे घ्या आणि केटलिनला सोडा. कायली लॉकने प्रामाणिकपणे हा प्रस्ताव दिला आहे आणि त्याप्रमाणे त्या करतील.'' तो हॉलमध्ये सभोवार दृष्टी फिरवतो, छतावर दृष्टी फिरवतो. ''ही ऑफर स्वीकारा, नाहीतर पस्तावाल. मला येऊन तिला तुमच्या तावडीतून खेचून घ्यायला वाईट वाटेल.''

८९

मेगन तिला केटलिन लॉक केसवरून काढल्याचे विसरायचा प्रयत्न करत जिमी डॉकरीने तिच्या हातात ठेवलेल्या चांदीच्या पेन्डन्टवर लक्ष केंद्रित करायचा प्रयत्न करते. लॉकच्या केसमध्ये जरा रंग चढत असताना टॉमकिन्सने तिच्या डोक्यावर टाकलेल्या बेपत्ता माणसाच्या केसमधील बेपत्ता माणूस टोनी नेलर याच्या गळ्यात ते होते.

ते स्वस्तातले पेन्डन्ट सॉल्झबेरी पठारावर जॉगिंगला गेलेल्या एका माणसाला मिळाले आणि त्याने ते पोलिसात जमा केले. पेन्डन्टवरील 'हॅपी बर्थडे टी – लव्ह, नॅट!' या कोरलेल्या अक्षरांमुळे सीआयडीने ते हरवलेल्या व सापडलेल्या वस्तूंच्या यादीत घातले होते. टॉमीच्या बहिणीबरोबर रेल्वेस्टेशनवर घेतलेल्या फोटोत त्याच्या गळ्यात असेच दिसणारे पेन्डन्ट होते, हे जिमीच्या लक्षात आले. आणि आपण आपल्या भावासाठी विकत घेतलेले पेन्डन्ट हेच, असे नाथाली नेलरनेही सांगितले होते.

पेन्डन्ट सापडले यापेक्षा ते कुठे सापडले यामुळे मेगनचे कुतूहल चाळवले. ओसाड पठारावरील एका वाटेवर ते सापडले. ती जागा जेक टिंबरलँडची बॉडी ज्या जळालेल्या गोठ्यात मिळाली, त्याच्याजवळ होती.

मेगन पेन्डन्टकडे टक लावून बघत आहे, हे जिमी निरखून बघत होता. "तुम्ही त्या मेलेल्या माणसाशी संपर्क साधायचा प्रयत्न करताय की काय?"

ती पेन्डन्ट उलटे करून बघते. "करता आला असता तर फार बरं झालं असतं. टोनी नेलरला 'तू त्या रस्त्यावर काय करत होतास,' म्हणून विचारता आलं असतं. कोणी फिरायला जाईल अशी ती जागा नाही. ती भयाण, ओसाड, कोणाला जावंसं वाटणार नाही, अशी आहे." ती पेन्डन्ट जिमीला परत देते. "नेलर भटक्या होता. पैसे नाहीत, घर नाही आणि कार तर नाहीच नाही. असा तो कोणत्याही गावापासून किंवा खेड्यापासून इतक्या दूरच्या जागी आला कसा?"

"कोणीतरी त्याला तिथे घेऊन गेलं असेल किंवा त्यानं लिफ्ट घेतली असेल."

"का?"

"तिथे शेतावर काम मिळेल असं कदाचित त्यानं ऐकलं असेल." ती तिच्या टेबलावरील फाइलमध्ये असलेल्या टोनी नेलरच्या फोटोकडे बघते. पंचवीस वर्षांचा, अरुंद चेहऱ्याचा नेलर जवळजवळ जन्मभर बेकारच होता. जेव्हा कधी त्यानं कुठे काम केलं, तर ते गावापासून आणि एखाद्या पबपासून दूर नसे. दारू मिळणार नाही, अशा ओसाड जागी नेलरने काम घेतले नसते.

नेलरचा मृत्यू झाला आहे. त्याबद्दल तिची खात्री आहे आणि लवकरच आपण

टेबलावरचा फोन उचलून त्याच्या जुळ्या बहिणीला ती वाईट बातमी देणार आहोत, याची तिला जाणीव आहे.

"जिम, तू जरा गोठ्यात काम करणाऱ्या आपल्या माणसांपैकी काही जणांना घेऊन त्या भागाची तपासणी करशील?"

"त्याला तिथं पुरलंय असं तुम्हाला वाटतं?"

मेगन मान डोलवते. "मला नुसतं वाटतच नाही, तर माझी त्याबद्दल खात्री आहे."

१०

केव्हातरी असा एखादा क्षण येतो की, तुम्हाला लढाई प्रतिस्पर्ध्याच्या घरात न्यावी लागते.

संरक्षणात्मक पवित्रा सोडून आक्रमक व्हावे लागते. प्रतिक्रियावादी धोरण सोडून सक्रिय व्हावे लागते.

डी. स्मिथसन बिल्डिंग कॉन्ट्रॅक्टर्सच्या ऑफिससमोर गिडियन उभा असताना हे विचार त्याच्या मनात येऊन गेले. त्यांचे ऑफिस म्हणजे एका पडीक जागेवर वाटेल तशा विखुरलेल्या काही पोर्टा केबिन्स. आवारात धुळीने माखलेल्या जुन्या, सपाट डेकच्या लॉऱ्या इतस्तत: उभ्या आहेत. रस्त्यावरील खड्ड्यांमध्ये खडी आणि काँक्रीट ओतून निर्माण झालेली टेंगळे आहेत आणि त्या सगळ्याला न शोभेल अशी चकाकणारी काळी 'बेंटले' गाडीसुद्धा आहे.

गिडियन एक दीर्घ श्वास घेतो आणि आंबूस वास येणाऱ्या घाणेरड्या स्वागतकक्षाच्या छुप्या, धोकादायक वाटणाऱ्या वातावरणात प्रवेश करतो.

"गुड मॉर्निंग! मला मि. स्मिथसनना भेटायचंय. काही काम करवून घ्यायचंय."

स्वस्तातल्या टेबलामागे बसलेली बाई कामात व्यत्यय आल्यामुळे त्रासलेली दिसते. ती हातातील मासिक खाली टाकून उठते. "बसा! ते कामात आहेत की, कसं ते बघते." ती धक्का देऊन सरकते दार उघडते, आत डोकावते आणि पुन्हा गिडियनकडे वळते. "या, आत!" ती दार आणखी उघडते. आणि गिडियनला आत जायला जागा देते.

डेव्हिड स्मिथसन फाटक्या चामडी खुर्चीतून उठून त्याचे स्वागत करतो. "मि. चेस, कसे आहात?" तो समोरच्या खुर्चीकडे हात दाखवतो.

"मी ठीक आहे. थँक्स!"

स्मिथसन बसतो. "मी मागच्या वेळी तुम्हाला बघितलं त्यापेक्षा आता खूप

बरे दिसताय.''

''ती वेळ योग्य नव्हती.''

''अगदी खरं! काय करू शकतो मी आपल्यासाठी?''

''ते काम आता करून घ्यावं असं वाटलं. स्टडीची डागडुजी, भिंतीची दुरुस्ती आणि छताचीही''

''छताची?''

''माझ्या वडिलांनी करायला सांगितलं होतं, असं तुम्ही म्हणाला होता. त्यांनी पैसे देऊन ठेवले होते, ते.'' स्मिथसन कपाळावर हात मारून हसतो. ''हां-हां ते! बरोबर आठवलं! मला वाटलं तुम्ही स्टडीवरचं छत म्हणताय.'' गिडियन स्मित करतो, नाटक बंद करायची वेळ आली आहे. मुळात त्याचा बिल्डरला काम द्यायचा इरादा नव्हता, त्या निमित्ताने त्याला गाठायचे होते. ''तुम्ही टोलार्ड रॉयलला आलात, तेव्हा तुम्ही वर जाऊन हेरगिरी केली. माझ्या वडिलांची खासगी पुस्तके चाळलीत.''

स्मिथसनच्या चेहऱ्यावर धक्का बसल्याचा भाव ''मी तुमचे छत सुरक्षित आहे की नाही, ते बघायला गेलो होतो. तेवढंच!''

''नाही. तुम्ही तेवढ्यासाठी नव्हता गेला.'' गिडियनचा आवाज शांत आहे; पण त्याला आतून नर्व्हस वाटू लागले. ''मि. स्मिथसन, ती पुस्तके मी कशी आणि कुठे ठेवली होती, ते मला बरोबर आठवतं, आणि तुम्ही ती हलवली. त्यात काहीतरी शोधायचा तुमचा प्रयत्न होता आणि 'ते' काय ते मला कळलंय असं मला वाटतं.''

स्मिथसन बोलत नाही.

''जो माणूस घरात घुसला होता, ज्यानं मला आगीत कोंडण्याचा प्रयत्न केला तो जे शोधत होता, तेच तुम्हीही शोधत होता.''

स्मिथसन दुखावल्याचा अभिनय करायचा प्रयत्न करतो.

''मिस्टर चेस, खरंच मी –''

गिडियन त्याला मध्येच तोडतो. ''हे बघा! तुम्ही कशाचे सभासद आहात, हे मला माहीत आहे. तुमचा कशावर विश्वास आहे तेही. मला तुमचा पर्दाफाश करायचाय किंवा तुम्हाला थांबवायचंय असं तुम्हाला वाटतं?'' तो मान हलवतो. ''पंथ हजारो वर्षं जुना आहे. त्याचे महत्त्व मला माहीत आहे.'' तो टेबलावर पुढे झुकतो. ''मला त्यात सामील व्हायचंय. हेंज मास्टरशी बोला.'' तो खुर्ची मागे सरकवून उभा राहतो. ''मग मला कळवा, मिस्टर स्मिथसन. माझा नंबर तुमच्याकडे आहेच.'' दरवाज्यातून बाहेर पडताना मध्येच थांबून तो मागे बघून बोलतो. ''आणि ती पुस्तकं मी आता दुसरीकडे हलवली आहेत आणि त्यांच्यातले अगदी सविस्तर

असे उतारे आणि माझे एक पत्र, मी स्वत: त्यांच्याशी बोललो नाही तर, पोलिसांना देण्यासाठी कुरिअरकडे दिले आहे.'' तो निरोपाचे स्मित करतो. ''घड्याळ सुरू झालेले आहे. मला लवकरात लवकर कळवायचं बघा!''

११

सहा वाजता मेगन कॉम्प्युटर बंद करते आणि सॅमीला घ्यायला निघते. ॲडम तिची देखभाल करतोय आणि तो सर्वांना जेवायला घेऊन जाणार आहे. पुन्हा एकदा आनंदी कुटुंब. मनातून शंका येत असूनसुद्धा ती त्यात ओढली गेली आहे.

'हार्वेस्ट इन' ॲडमच्या घरापासून फार दूर नाही. त्यामुळे ते चालत जातात आणि बाहेर बसतात. ॲडम एक बिअर, एक मोठा ग्लास भरून व्हाइट वाइन आणि ॲपल ज्यूस घेऊन टेबलापाशी येतो. तो सॅमीला झोक्यावर बसवायला जातो. मेगन खाद्यपदार्थांची ऑर्डर देते. ती खेळायच्या बागेमागे अस्ताला जाणाऱ्या सूर्याकडे बघते आणि क्षणभर सगळे पूर्वीप्रमाणे झाले आहे, असे तिला वाटू लागते.

सॅमी झोका सोडून वाळूत खेळायला पळते. ती रमलेली पाहून ॲडम टेबलाकडे परततो. ''काय भराभर वाढत्ये सॅमी,'' तो बसतो आणि बिअरचा ग्लास उंचावतो. ''तू तिला ज्या उत्तम प्रकारे वाढवते आहेस त्याबद्दल –''

''आणि तुला –'' ती तिचा ग्लास त्याच्या दिशेने तिरपा करते. ''तू नवरा म्हणून बेकार आहेस; पण वडील चांगला आहेस.''

''खरं आहे. आता मला ते समजलंय.'' तो सॅमीकडे बघतो. ती कुत्र्याप्रमाणे ओणवी होऊन पायांमध्ये माती ढकलत असते. ''तिच्यात तुझा अंश आहे आणि माझाही. तिच्यासाठी काहीही करायला मी तयार असतो, आणि –'' त्याचा स्वर गळाल्यासारखा वाटतो. तो पुढे म्हणतो, ''आणि तू परत येण्यासाठीसुद्धा मी काहीही करायला तयार आहे.''

''ॲडम –''

''थांब, मला प्लीज बोलू दे. मी घाण केली. आय ॲम सॉरी! खरंच मला वाईट वाटतं. आपण पाटी पुन्हा कोरी नाही का करू शकणार?''

मेगनची नजर टेबलाकडे असते. ''ॲडम, विश्वासघात, प्रतारणा, यांच्यासारख्या गोष्टी पुसून टाकता येत नाहीत. ते सांडलेलं दूध नव्हे.''

खाद्यपदार्थ येतात आणि आणखी वरमणे वाचते. जेवण संपेपर्यंत सॅमी तिच्या वडिलांच्या मांडीवर झोपी गेलेली आहे. ते चालत त्याच्या घरी परततात. मेगन

सॅमीला गेस्टरूममध्ये झोपवते. अॅडम ब्रॅन्डीची बाटली उघडतो. सॅमीच्या जन्माआधी ते पॅरिसला गेले होते, तिथे घेतलेली. ते गप्पा मारू लागतात. कामाबद्दल. सॅमीबद्दल, त्याच्या 'अफेअर'मागच्या कारणांबद्दल. मनातील सर्व किल्मिषं बाहेर पडेपर्यंत ते बोलत राहतात. आता कबूल करण्यासारखे किंवा बोलण्यासारखे काही उरत नाही.

मेगनला गळून गेल्यासारखे वाटते. सॅमीच्या झोपेतल्या गोड चेहऱ्याचे ती चुंबन घेते आणि जे करू नये हे तिला कळत होते, ते करते. ती तिच्या माजी नवऱ्याबरोबर झोपते. 'सेक्स' नाही. ते शांतपणे एकमेकांच्या सान्निध्यात पडून राहतात. जे मिळाले, त्यात सुख मानत. जे ते पुन्हा अनुभवू शकतील असे.

१२

मंगळवार, २२ जून

सकाळचे ऊन स्टोनच्या बेडरूमच्या स्वस्तातल्या पडद्यांच्या फटीतून समोरच्या ड्रेसिंग टेबलावरील आरशावर पडते. मेगन बऱ्याच वेळापासून जागी आहे. उबदार सूर्यप्रकाश आत येऊन भिंतीवर हळूहळू वर जाताना बघत, ती तिच्या मुलीच्या बापाजवळ पडली आहे.

ती अगदीच गोंधळलेली आहे. खेद, आशा आणि धोक्याचे इशारे तिच्या डोक्यात पिंगा घालत आहेत. सॅमी धावत धावत खोलीत येते आणि डोक्यातील सर्व विचार पळून जातात. झोपेमुळे सॅमीच्या गालांवर लाली आली आहे आणि डोळ्यांत ख्रिसमसच्या दिव्यांची चमक आहे. ती किंचाळत उडी मारून बिछान्यावर चढते आणि त्यांना बिलगायचा प्रयत्न करते.

मेगन तिला शांत करायचा प्रयत्न करते. 'शू, डॅडीला उठवू नकोस' उशीर झाला. तिच्या अॅडमच्या अंगावर चढायच्या प्रयत्नांमुळे तो जागा झाला आहे. तो तारवटलेल्या डोळ्यांनी उठून बेडच्या डोक्याकडील उभ्या फळीला टेकून बसतो. "ये, बेबी. घट्ट मिठी मार." एका सेकंदात ती त्याच्या मिठीत शिरते आणि मेगनच्या मनातील वादळ आणखी वाढते.

तिघेही अॅडमच्या छोट्या किचनमध्ये ब्रेकफास्ट करतात. तो मोकळेपणे गप्पा मारतो. प्रेमाने मारतो. पूर्वी मारायचा तसा. "तुला आज खूप काम आहे?"

ती दोघांसाठी कॉफी ओतते. "नसतं कधी! टिंबरलँडच्या खुनावरून काढल्यावर-

सुद्धा इतकं काम आहे आणि अयनदिवस होऊन गेल्यावर बरीच सफाई करायला लागेलच.''

तो टोस्टला लोणी लावत बोलतो, ''मी काल रात्री कन्ट्रोलरूम चेक केलं. अयनदिवस संपेपर्यंत दंगा केल्याबद्दल दहा जणांना, ड्रग्स बाळगल्याबद्दल सात-आठ जणांना आणि ती विकल्याबद्दल दोन-तीन जणांना अटक होणार.''

मेगनला सुटल्यासारखे वाटते. ''देवाचे आभार मानले पाहिजेत. लॉक केसमध्ये काही नवीन?''

''मीडिया अजून तिच्या आईची पत्रकार परिषदच चघळत आहे.'' तो बोटांना लागलेले लोणी चाटतो आणि कोपऱ्यातील छोट्या टीव्हीकडे हात करत रिमोट तिच्याकडे सरकवतो. ''स्काय लावून बघ. आपल्या आधी त्यांना खबर असते.''

टीव्हीवर फिल्मस्टार आईच्या पत्रकार परिषदेवर बातमी चालू आहे. गोरानची जोशपूर्ण मुलाखत, नर्व्हस वाटणाऱ्या ॲलन हंटची मुलाखत, एफबीआय एजंट वाटणाऱ्या लोकांचे शॉट्स, गृहखात्यातील कोणाची तरी निरर्थक टिप्पणी, अधून-मधून पॅरिसची दृश्ये आणि शेवटी आंबट चेहरा केलेले जॉन रोलँड्स आणि बार्नी गिब्सन पोलीस मुख्यालयातून वेगवेगळ्या गाड्यांमधून जातानाचे दृश्य!

''मग!'' कॉफी संपवून जॅकेट शोधता शोधता ॲडम म्हणला, ''आज रात्री तू काय करणार आहेस?''

''म्हणजे?''

तो मैत्रीपूर्ण स्मित करतो. ''म्हणजे तू इथे परत येणार आहेस का?''

तिला निश्चित सांगता येत नाही. सगळं विसरून जाणं, माफ करणं कठीण आहे. ''बघू या. मी विचार करीन. आता तरी मला घरी जाऊन कपडे बदलले पाहिजेत. सकाळी एक महत्त्वाचं काम करायचंय. तू सॅमीला पाळणाघरात सोडशील?''

''हो, नक्की!'' तो पुन्हा प्रयत्न करतो. ''आणि रात्री –''

''बघू या.'' तिचा चेहरा जरा नरमतो. ''दिवस कसा जातो ते बघू.''

१३

जिमी डॉकरी रस्त्यावर येतो आणि कॅमूफ्लान केलेली रेंजरोव्हर थांबवतो. साठ वर्षांचा, शेतकऱ्याच्या वेशातील ड्रायव्हर त्या ओसाड ठिकाणी गाडी थांबवतो आणि उतरून लगबगीने मागच्या बाजूला जातो. जिमी, जरा बिचकतच त्याच्या मागे जातो.

"मॉर्निंग डिटेक्टिव्ह!" ड्रायव्हर उच्चभ्रू इंग्रजी उच्चारात बोलतो. "दिवस या कामाला चांगला दिसतोय."

जिमीची तेवढी खात्री नाही. "मॉर्निंग! तशी आशा करू या. आज हे चक्रम प्राणी कसे आहेत?" तो मागच्या फळीतील काचेतून आत पिंजऱ्यात बंदिस्त असलेल्या 'टार्किन डी वेल'च्या दोन गिधाडांकडे बघतो.

"ते मजेत आहेत." डी वेल म्हणतो, "हे पक्षी ते पिल्लं असल्यापासून मी वाढवले आहेत, हे मी सांगितलं का?"

"हो, तुम्ही म्हणालात!"

"ते कॅनेडियन आहेत. सर्वांत उत्कृष्ट." तो मोठा पिंजरा खाली उतरवू लागतो. "जरा हात लावता!"

जिमी क्षणभर घुटमळतो. ही कल्पना चक्रमपणाची आहे. मेगननी त्याला 'ऑपरेशन्स' खात्याकडून काही मदत मिळते का, ते बघायला सांगितलं होतं; पण ती मिळाली नाही. माग काढणारा कुत्रा पंचक्रोशीत उपलब्ध नव्हता. आणि भूगर्भ तपासणीवाल्या लोकांना ख्रिसमसपर्यंत कामे लागलेली होती. प्रेताच्या मांसाचा माग काढायला टार्कीनची गिधाडे वापरायची कल्पना अफलातून होती. टोनी नेलरचे मांस शोधून काढायला.

"हे पक्षी शोधू शकतात की नाही, ते बघायची मला फार उत्कंठा आहे." डी वेल म्हणतो. पुरलेली प्रेते शोधून काढण्यासाठी जर्मन डिटेक्टिव्हजनी गिधाडांचा वापर केल्याचे जिमीने 'पोलीस' मासिकात वाचले होते. आणि टार्किन डी वेल या दुर्मिळ पक्षी आणि प्राणी पाळणाऱ्या माणसाने इंग्लंडमधील कोणत्याही पोलीस दलाला मदत करायची तयारी दाखवल्याचाही त्यात उल्लेख होता आणि ही त्याला संधी होती.

अहवालांप्रमाणे आतापर्यंत जेव्हा जेव्हा ही जर्मन गिधाडे वापरण्यात आली, तेव्हा प्रत्येक वेळी त्यांनी मांसाचा माग काढला होता. गिधाडांना वासाची संवेदना अतिशय तीव्र असते, असे म्हणतात. तीनशे फूट उंचीवरूनसुद्धा सडणाऱ्या मांसाच्या छोट्या तुकड्यांचे अस्तित्व त्यांना समजते आणि ब्लडहाउंड कुत्र्याप्रमाणे ती लवकर थकतही नाहीत.

डिटेक्टिव्ह जिमी गॉगल्स लावतो. दुपारचा सूर्य डोक्यावर आलेला असल्यामुळे तसेही ते आवश्यक वाटते. "मिस्टर डी वेल, तुम्ही जर या कामात यशस्वी झालात, तर आपण दोघेही प्रसिद्ध होऊ."

"यशस्वी होणार याबद्दल संशयच नाही." डी वेल छातीठोकपणे म्हणाला. "विश्वास ठेवा!"

दोन अल्सेशियन कुत्रे मावतील एवढ्या मोठ्या त्या पिंजऱ्याची मागील बाजू

उचलायला जिमी मदत करतो. ते पिंजरा जमिनीवर ठेवतात. पंख पसरलेल्या स्थितीत त्या पक्ष्यांची रुंदी सहा फूट आहे. त्यांना चाळवल्याबद्दल विचित्र आवाज काढून ते नापसंती दाखवतात.

डी वेल पक्ष्यांच्या पांढऱ्या चोचींवर एक खास बनवलेली कापडी नळी चढवतो आणि नंतर, त्यांना मांस सापडले, तर ते ठिकाण कळण्यासाठी त्यांना जीपीएस पट्टा बांधतो. "त्या बेपत्ता माणसाची कोणतीतरी वस्तू तुमच्याकडे आहे असं तुम्ही म्हणाला होतात."

जिमी, टोनी नेलरचे चांदीचे पेन्डन्ट डी वेलला देतो आणि तो ते दोन्ही पक्ष्यांच्या चोचींजवळ धरतो. "हा माणूस इथे असला, तर तो गाडलेला असला, तरी हे पक्षी त्याला शोधून काढतील. या पेन्डन्टशिवायसुद्धा." तो पेन्डन्ट परत देतो. नंतर डी वेल 'रेंज रोव्हर'च्या पुढच्या पॅसेंजर सीटवर बसवलेली इलेक्ट्रॉनिक उपकरणे चालू करतो. काही मिनिटांत चेहऱ्यावर रुंद स्मित आणि डोळ्यांत लहान मुलांसारखी उत्सुकता घेऊन तो मागे येतो. "तयार, मित्रा?"

जिमी गॉगलच्या मागून भुवया उंचावतो. "अगदी!"

१४

गिडियनला तो एक तासाचा प्रवास आतापर्यंतच्या त्याच्या आयुष्यातील सर्वांत लांबचा वाटतो.

गेली जवळजवळ पूर्ण रात्र तो त्या दिवसाची काळजी करत जागाच होता. आणि आता तो दिवस उजाडला आहे. तो इंजीन बंद करून खिडकीतून बाहेर बघत, काळ इथेच थांबेल, अशी आशा करत गाडीतच बसून राहतो.

वेस्ट विल्टशायरचे स्मशान सेमिंग्टनच्या शांत भूमीवर दहा एकरांच्या जागेत आहे; पण तिथले हे सुंदर निसर्गदृश्य, त्याच्या वडिलांच्या देहाचे थोड्याच वेळात दहन होणार आहे, या वस्तुस्थितीचा विसर पडायला असमर्थ ठरत आहे. धगधगत्या भट्टीत त्यांचे मूठभर राखेत रूपांतर होणार आहे. 'राखेतून राखेत. मातीतून मातीत,' हा वाक्प्रचार त्याने अनेकवेळा ऐकला आहे; पण त्याचा खरा अर्थ त्याला आज समजतोय. शून्यातून... शून्यात!

वडिलांशी असलेले सर्व भावनिक बंध तुटणार आहेत. फक्त आठवणी मागे राहणार. संमिश्र आठवणी. अर्थात त्यांनी ठेवलेले टेप आणि डायऱ्या आहेत; पण त्या भौतिक वस्तू आहेत. त्याला माहीत होते त्या वडिलांपेक्षा त्याला माहीत नव्हते अशा वडिलांची पुराणवस्तूरूप आठवण. गाडीतून बाहेर पडून अतिशय स्वच्छ

अशा मार्गिकेतून जाताना त्याच्या चेहऱ्यावर ऊन तळपत आहे. समोर दहनगृह दिसत आहे. लाकडी बीम आणि दारे, रंगीत चित्रांच्या चकाकणाऱ्या काचांच्या खिडक्या, लाल कौलांचे छत, आधुनिक पण डोळ्यांना न खुपणारी इमारत. गिडियनला पावलांचा आवाज ऐकू येतो, म्हणून तो वळून बघतो. मेगन घाईघाईने येत असते. ती इथे येईल अशी त्याला अपेक्षा नव्हती, त्यामुळे तो भारावून जातो. तिच्या अंगात मध्यम उंचीचा काळा ड्रेस आहे, पायात सपाट टाचांचे काळे बूट आणि हातावर काळा रेनकोट. ''हॅलो!'' किंचित धापा टाकतच ती बोलते. ''मी आले त्याला तुमची हरकत नाही ना?''

''अजिबात नाही. तुम्ही एवढी तसदी घेतली, हा तुमचा मोठेपणा आहे.'' त्याच्या नव्या काळ्या कोटाच्या कोपराला सौजन्यपूर्ण स्पर्श करीत ती त्याच्याबरोबर प्रवेशद्वाराकडे जाते. ''इथे तुमच्या फार ओळखी नसतील, तेव्हा थोडा नैतिक आधार तुम्हाला बरा वाटेल असं वाटलं.''

तो एक दीर्घ श्वास घेतो. ''खरंच. थँक्स!''

दहनविधीला आणखी कोण हजर राहतेय, त्यांचे नाथानिएल चेसशी काय नाते असेल, आणि अशा परीक्षा पाहणाऱ्या प्रसंगी गिडियन कसा वागतो, हेही मेगनला बघायचे होते. हे तिचे सांगायचे राहते.

एक माणूस त्यांना प्रार्थनास्थळी घेऊन जातो. शवपेटी आधीच तिथे आणून ठेवलेली आहे. शाफ्ट्सबरीपासून शववाहिकेबरोबर जाण्याचा प्रस्ताव त्याने नाकारला होता. फार हळू! फार क्लेशकारक! तसेच शेवटी भाषण करण्याची कल्पनासुद्धा त्याने मान्य केली नव्हती.

फक्त गिडियन आणि मेगन दोघेच तिथे उपस्थित आहेत. शवपेटिका तिथून हलवण्यात येते. तो मान खाली करतो. ती त्याचा हात थोपटते. वडिलांचा देह, एक हजार डिग्रीपेक्षाही जास्त तापमान असलेल्या भट्टीच्या अंतर्भागात सरकवताना त्याला बघायचे नाहीये. पुराणवस्तू संशोधनातील त्याच्या शिक्षणामुळे त्याला हे माहीत आहे की, भट्टीत देहाचा मऊ भाग आणि इंद्रिये यांचे वायूत रूपांतर होणार. फक्त हाडे मागे राहणार आणि शेवटी त्यांचेही राखेत रूपांतर होणार.

राखेतून... राखेत!

गेलेल्या व्यक्तीचा विचार न करण्याचा तो प्रयत्न करतो. त्याने काय बोलायला हवे होते ते, बोललेल्या ज्या शब्दांबद्दल आता खेद वाटतोय तेही.

मातीतून... मातीत!

तो इथे कामे उरकण्यासाठी आला आहे. बस्स, एवढेच! आपल्या देहाचे दहन केले जावे आणि राख स्टोनहेंजवर पसरवण्यात यावी, या वडिलांच्या इच्छेची पूर्तता करण्यासाठी.

विधी पंधरा मिनिटांच्या आतच संपतो. कसलाही गाजवाजा नाही, रडारड नाही. फक्त शांतता आणि एक पोकळी.

वडिलांची राख दोन तासांनी किंवा उद्या सकाळी घेता येईल, असे तिथला कर्मचारी निघताना त्याला सांगतो. थोड्या वेळाने यायचे तो पसंत करतो. त्याला आजच्या दिवसात सर्व संपवायचे आहे. त्या ठिकाणी पुन्हा परत यायचे नाहीये.

दोघे आपापल्या गाड्यांकडे जातात. गिडियन त्याच्या 'ऑडीच्या' दारापाशी जरा हरवल्यासारखा उभा राहतो.

''पब'' ती म्हणते, ''तुमच्या वडिलांना व्यवस्थितपणे निरोप दिल्याशिवाय जाणे बरोबर होणार नाही.''

१५

केटलिनला भयानक गडगडण्याचा आवाज ऐकू येतो.

त्या दमट जागेत भोकातून थंड हवा येते. भिंतीतून हात येऊन तिला ओढतात.

तिचा देह इतका कडक आणि जड झाला आहे की, आपल्याला टणक दगडी फरशीवर खिळे ठोकून बसवले आहे की काय, असे तिला वाटते. ते तिला घाईघाईने त्या पोकळीतून बाहेर काढतात आणि एका अरुंद, अंधाऱ्या मार्गिकेतून धडपडत नेत मेणबत्त्यांच्या प्रकाशाने उजळून निघालेल्या एका गोलाकार खोलीत आणतात. केटलिन दिपणारे डोळे हाताने झाकायचा प्रयत्न करते. फडफडणाऱ्या छोट्या-छोट्या ज्योतींची वलये. डोळे मिटले, तरी तिला ती वर्तुळे दिसतच राहतात. क्षणभर ती घाबरते. श्वास घ्यायचा प्रयत्न करते.

दोन माणसे तिच्या मनगटांना दोर बांधतात. ते तिला, गाढवाला चालवावे तसे चालवतात. घड्याळ्याच्या काट्याप्रमाणे वर्तुळात फिरवतात. नेहमी घड्याळाप्रमाणेच. त्या ओसाड आणि थंडगार खोलीत तीस फेऱ्या. अखेरीस थांबून तिला कोमट पाणी पिऊ देईपर्यंत केटलिनला भोवळ येऊ लागते. तिच्या पोटात गुरगुरते. भुकेच्या वेदना असह्य होतात.

तिला फिरवून आणि पाणी पाजून झाल्यावर तिच्या मनगटाच्या दोऱ्या सोडण्यात येतात आणि ती माणसे भिंतीच्या बाहेरील वर्तुळात निघून जातात.

आता ती काहीही करायला मोकळी आहे. फक्त करण्यासारखे काहीच नाहीये. तिच्याभोवती पोकळीशिवाय दुसरे काही नाही. पोकळीबाहेरच्या लोकांनी तिला त्या पोकळीत कोंडले आहे. हा मनाचा खेळ आहे, हे तिला माहीत आहे. आधी त्यांनी तिला हालचाल करता येऊ नये म्हणून भिंतीमध्ये कोंडले आणि आता तिला हवी

तेवढी जागा दिली आहे आणि तरी तिला हलता येत नाहीये.

इच्छाशक्ती! ते तिच्या इच्छाशक्तीशी खेळत आहेत.

केटलिन बसते. मांडी घालते, डोळे मिटते आणि भीती घालवायचा प्रयत्न करते. स्वत:ला शोधायचा ती प्रयत्न करते. ज्याचा आधार घेता येईल, असा एखादा न तुटणारा धागा मिळतो का, ते शोधायचा प्रयत्न करते.

हळूहळू तिला सभोवतालचे लोक, मेणबत्त्यांचा वास आणि उजेड, दगडी जमिनीचा गारपणा, पोटात येणारे वाख आणि घशाशी होणारी जळजळ या सगळ्याचा विसर पडतो. पोकळी! कोणत्याही इतर गोष्टीपेक्षा तिला ती पोकळी काढून टाकायची आहे. ती कुठेच नाहीये. ती तिच्या स्वप्नांच्या सुरक्षित काळोखात आहे.

केटलिनला पाय दुखत असल्याची जाणीव होते. तिचा अशक्तपणा वाढतोय. तिचा तोल जातोय. ती मागे पडतेय. ते बुरखावाले कुत्र्यांच्या टोळीप्रमाणे तिच्यावर तुटून पडतात. ते तिला उठवतात आणि अर्धे घसटत, अर्धे चालत असे स्नान करायच्या जागेकडे नेतात. ते तिला कडकडीत पाण्यात ढकलतात. तिला अंग धुताना, पुन्हा कपडे चढवताना बघत राहतात. तिला पुन्हा तिच्या कोठडीकडे घेऊन जातात.

जागा नसलेल्या त्या कोंदट जागी. पुन्हा त्या भयानक ठिकाणी.

१६

पंखांची फडफड करत काही क्षणांतच ते दोन मोठे पक्षी त्या ओसाड शेताच्या वरील फिकट आकाशात पोहोचतात. आणि काही सेकंदांतच क्षितिजावर जेमतेम ठिपक्यांसारखे दिसू लागतात. टार्कीन डी वेल त्याच्या लॅपटॉपवरील उपग्रहसंचालित दिशादर्शन उपकरणाकडे नजर टाकतो. त्यांचे माग दाखवणाऱ्या रेषा त्याला दिसताहेत. ''एकदम फास्ट, नाही?''

''ते परतच नाही आले तर?'' जिमी शंका विचारतो, ''पुढे जन्मभर प्रयत्न केला तरी सापडणार नाहीत.''

''गिधाडे फार लांबपर्यंत उडू शकत नाहीत.'' लॅपटॉपवरील नजर न काढता डी वेल म्हणतो, ''ती आळशी असतात. ती जास्त करून गरम हवेच्या झोतावर खाद्याचा वास येईपर्यंत तरंगतात. मग एकदम झडप घालतात.'' तो तळहात एकमेकांवर आपटतो. ''शिवाय त्यांची वस्ती फक्त विल्टशायरमध्येच आहे. ते आता त्यांचे नैसर्गिक घरच झालं आहे.''

"इथे सैन्याचं बरंच काय काय चालू असतं." जिमी इशारा देतो. "त्यांनी त्यांना मारलं नाही म्हणजे नशीब."

"काही काळजी करू नका. ते आलेच पाहा." डी वेल उत्तेजित होत म्हणतो.

दोन्ही गिधाडे 'रेंजरोव्हर'वर खाली येतात. आणि त्यांच्यापासून सुमारे शंभर मीटर अंतरावर शेतात उतरतात आणि लागलीच जमीन उकरू लागतात. थोडे उडून पुन्हा उतरून ते जमीन टोकू लागतात. लहान गिधाड बाजूला जाऊन जळालेल्या गोठ्यापासून दोनेकशे मीटर अंतरावर गाड्यांच्या चाकांच्या फेऱ्यांमध्ये चोचीने खणू लागते.

जिमी संमिश्र भावनांनी बघतो. त्याची अपेक्षा जरा वेगळी होती. माग घेणारे कुत्रे जसे वेड लागल्यासारखे, जणूकाही ऑस्ट्रेलियाला जाण्याचा शॉर्टकट शोधताहेत असे, गुरगुरत, भुंकत जमीन उकरू लागतात तसे काहीतरी होईल, असे त्याला वाटत होते; पण गिधाडे तसा आक्रस्ताळेपणा करत नाहीत. ती थंडपणे तासभर उकरत बसतात आणि जळालेल्या गोठ्याच्या बाहेरच्या भागातच राहतात. जिमीचे अवसान जरा गळते. तो घड्याळाकडे बघतो. "चला, बंद करू या. आपण प्रयत्न केला."

"मी त्यांच्यासाठी खायचं आणतो आणि त्यांना पकडून आत बंद करतो." गिधाडाचा मालक प्लॅस्टिक पिशवीतून आणलेले मेलेले उंदीर आणायला मागे जातो. जिमी कॉम्प्युटरच्या पडद्याकडे बघत बसतो. कॉम्प्युटर जीपीएसच्या मदतीने पक्ष्यांचा मार्ग नोंदवत आहे. लॉन मो करावे किंवा पिकाची पेरणी करावी, तशा सरळ रेषा पडद्यावर दिसताहेत.

तो विचार डोक्यातून काढून टाकू शकत नाही. विचित्र पक्षी. त्यांनी असे का करावे? तो त्याच्या कारकडे जातो. डिकीतून काही पेट्या काढतो आणि कुंपणावरून पलीकडे जातो. तो गिधाडांच्या मार्गाने जात मातीचे नमुने गोळा करतो.

शक्यता अगदीच धूसर वाटते. पण त्याचा अंदाज खरा ठरला, तर गिधाडांनी टोनी नेलरचे अवशेष शोधून काढले, असे होईल.

त्या बेपत्ता माणसाच्या देहाचा कोणत्या तरी पद्धतीने भुगा करून मातीसारखा शेतात पसरला असावा.

१७

मेगन वाइनचे दोन ग्लास तिच्या आणि गिडियनच्या मधल्या टेबलावर ठेवते. तो बार दोन चेहरे असल्यासारखा वाटतो. अर्धा भाग बाहेर उघड्यावर, तर अर्धा आत जुन्या पद्धतीचा. क्रॅब केक आणि डॉमिनो. रॉकेट सॅलड आणि पोर्क.

''थँक्स!'' तो ग्लास आपल्याकडे ओढतो; पण पीत नाही. त्याच्या मनावर बरेच ओझे आहे. ते त्याला हलके करायचे आहे. ''तुम्हाला आठवतं, तुम्ही जेव्हा वडिलांच्या घरी आला होता, तेव्हा मी म्हणालो होतो की, माझ्या समजुतीप्रमाणे माझ्या वडिलांनी त्या गुप्त संघटनेमुळे – सेक्रेड्सचे अनुयायी – आत्महत्या केली असावी?''

ती मान डोलावते; पण त्याच्या मानसिक संतुलनाबद्दल तिला पुन्हा शंका येऊ लागते. ''हो, मला आठवतं, त्या गुप्त संघटनेचा उल्लेख त्यांनी त्यांच्या डायऱ्यांमध्ये केला आहे असं तुम्ही म्हणाला होता.''

गिडियनला तिची साशंकता जाणवते. ''मी वेडा आहे असं तुम्हाला वाटतंय का? दु:खामुळे आणि धक्क्यामुळे माझा तोल गेलाय असं वाटतं का?''

''नाही.'' ती सहानुभूती दाखवायचा प्रयत्न करते. ''तुम्ही वेडे निश्चितच नाही; पण तुम्ही फार तणावाखाली आहात असं मला नक्की वाटतं.'' ती पुढे झुकून हळू आवाजात म्हणते, ''गिडियन, तुमचे वडील कोणत्यातरी गुप्त संघटनेत गुंतलेले होते, हे शक्य आहे; पण त्याचा त्यांच्या मृत्यूशी संबंध असेल याबद्दल मला शंका आहे.'' ती जे बोलणार असते, त्याचा विचार मनात येऊन ती जरा बिचकते. ''आय ॲम सॉरी! पण लोक अनेक व्यक्तिगत कारणांसाठी स्वत:चा जीव घेतात; पण कोण्या खासगी क्लबच्या किंवा संघटनेच्या सभासद असण्याशी त्याचा संबंध नसतो.''

तो मान हलवतो आणि ग्लास टेबलावर चाळवतो. ''जो माणूस वडिलांच्या घरात घुसला होता आणि ज्यानं तिथे आग लावली, तो त्या संघटनेचा होता.'' तो आणखी पुढे झुकतो. ''आणि मी म्हटलं ती काही स्काउटसारखी संघटना नाहीये. ती वाईट आहे.''

मेगन तिच्या व्यावसायिक भूमिकेत शिरते. ''तसं तुम्हाला वाटत असेल; पण तुम्हाला ते सिद्ध करता येईल का?''

''मला बरोबर माहीत आहे.'' गिडियन म्हणतो. तो त्याच्या हृदयावर हात ठेवतो. ''इथे माझी खात्री आहे.''

''कायद्याच्या दृष्टीनं तेवढं पुरेसं नसतं.'' तो दुखावला जातोय हे मेगनला समजते; पण त्याला भ्रमात ठेवणे बरोबर नाही असे तिला वाटते. ''असं पाहा,

तुमचे वडील अशा संघटनेत होते, तर आज त्यांच्यापैकी कोणीच कसा फिरकला नाही? तिथे कोणीच आलं नाही. फक्त तुम्ही आणि मी एवढेच होतो.''

गिडियनला प्रश्न झोंबतो. ''कदाचित त्यांना माहीत नसेल. ते कोणत्याच पेपरात आलं नव्हतं.'' त्याच्या मनात आणखी एक विचार येतो. ''कदाचित त्यांनी दूर राहायचं ठरवलं असेल.'' तो तिच्याकडे थंडपणे बघतो. ''तिथे पोलीस असणार असं कदाचित त्यांना वाटलं असेल.''

त्याच्या म्हणण्याचा अर्थ ती समजते. ''मी फक्त त्यासाठीच आले होते, असं नाही.''

''नाही, नाही, अर्थात!'' आपल्या बोलण्यातली कटुता त्याच्या लक्षात आली. ''सॉरी!'' अखेरीस तो वाइनचा एक घोट घेतो. आंबट सफरचंद. त्या क्षणी तो कशातच रस वाटण्याच्या मन:स्थितीत नाही. ''त्या दिवशी माझ्याकडे एक बिल्डर आला होता. म्हणाला, आग लागल्याचं ऐकलं. काही दुरुस्ती करायची असेल, तर बघावं म्हणून आलो. तो म्हणाला की, त्यानं पूर्वी माझ्या वडिलांसाठी कामं केली आहेत, त्यामुळे मी त्याला आत घेतलं. आणि बघून खर्चाचा अंदाज द्यायला सांगितलं. तो वर जाऊन चाचपणी करत होता.''

तिने ग्लास खाली ठेवला. ''त्यानं काही नेलं का?''

''त्याला वेळ नाही मिळाला; पण तो वडिलांच्या खासगी खोलीत त्यांच्या डायऱ्या बघत होता. मी तुम्हाला दाखवल्या त्या.''

त्याला नक्की काय म्हणायचंय याचा तिला अंदाज येईना. ''वडिलांची खासगी खोली? म्हणजे त्यांची बेडरूम का?''

''नाही. तिला लागून असलेली खोली. जिन्याच्या वरच्या पायरीपुढे त्यांनी एक गुप्त खोली केली होती. तिथेच ते त्यांच्या डायऱ्या लपवायचे. माहीत नसेल तर कोणालाही ती सापडणे अशक्य; पण माझ्या हातून तिचं दार उघडं राहिलं होतं.''

त्याने चुकून दार उघडे ठेवल्याचा फायदा घेऊन काही मौल्यवान वस्तू नंतर चोरण्याच्या इराद्याने पाहणी करायला आलेला तो कोणी चोर असेल, असे मेगनला क्षणभर वाटून जाते. ''हा बिल्डर. तुम्हाला त्याचं नाव कळलं?''

''स्मिथसन, डेव्ह स्मिथसन.''

ती बॅगेतून पेन काढून पेपर नॅपकिनवर ते नाव लिहून घेते. ''तो खरोखर बिल्डर आहे की नाही, हे तपासायचंय?''

''त्याची आवश्यकता नाही. मी त्याला भेटून आलो. मी त्याला सरळ विचारलं, 'तुम्ही माझ्या वडिलांबरोबर त्या पंथाच्या अनुयायांमध्ये होता का' म्हणून. तो 'नाही' म्हणाला.''

समोर बसलेल्या, शिणलेल्या आणि दु:खी माणसाकडे मेगन बराच वेळ बघत

राहते. गुप्त खोल्या. गुप्त पंथ. चोर समजलेला बिल्डर. हा माणूस नक्कीच आजारी आहे. खोट्या भीतीने पछाडलेला. तो दु:खाच्या आघातामुळे मानसिक तणावाखाली आहे असे निदान झाले तर तिला आश्चर्य वाटणार नाही.

"गिडियन, मला वाटतं तुम्हाला त्या सगळ्याचा उगीचच संशय येतोय. तुम्ही अस्वस्थ आहात आणि वडिलांचा मृत्यू, घरफोडी, तुमच्यावर झालेला हल्ला या सगळ्या घटनांतून सावरायला जरा वेळ जावा लागेल. आम्ही गुन्हेगाराला पकडून आत टाकला की तुम्हाला बरं वाटेल आणि ते आम्हाला लवकरच करता येईल, अशी मला आशा आहे. तुमच्या फोनवरच्या फोटोवरून आम्ही शोध घेत आहोत आणि आमच्या खबऱ्यांनाही सांगून ठेवलेलं आहे."

तो मान डोलावतो.

आपण त्याचे समाधान करण्याचा केलेला प्रयत्न पुरेसा नव्हता, हे तिच्या लक्षात येते. "आम्ही हे प्रकरण गंभीरपणे घेतलं आहे. माझं प्रॉमिस आहे –"

"नाही. तुम्ही गंभीरपणे घेतलेलं नाही." तो म्हणतो, "हे लोक जे काही करत होते, त्यामुळे माझ्या वडिलांनी जीव दिला. काहीतरी भयंकर आणि ते तुम्ही अजिबात गंभीरपणे घेत नाही आहात. तुम्ही फक्त घरफोडी आणि गुन्ह्याची आकडेवारी एवढेच डोळ्यांसमोर ठेवून आहात." तो उरलेली सर्व वाइन एका घोटात संपवतो आणि उभा राहतो. "आल्याबद्दल आणि वाइनबद्दल थँक्स! मी निघतो. मला जरा ताज्या हवेची गरज आहे. स्वत: काहीतरी करायची गरज आहे."

१८

डेविझेसच्या वाटेवर ड्राइव्ह करताना गिडियन जे जे काही बोलला त्यावर मेगन विचार करते. त्याची भीती आणि भयगंड निराधार आहे, याबद्दल तिला खात्री वाटते. त्याच्या डोक्यात विचारांची गल्लत झाली असून, त्याला मानसिक शीण आला आहे. ऑफिसात परत पोहोचेपर्यंत तिच्या डोक्यात शंकांचे समाधान करण्याबद्दल आणि त्याने केलेले आरोप निराधार आहेत, हे सिद्ध करण्याबद्दल एक योजना पक्की होते.

फोनवरून तिच्या ओळखीच्यांशी संपर्क साधून ती सॉल्झबेरी जिल्हा हॉस्पिटलमधील हेमॅटॉलॉजी विभागाच्या प्रमुख प्रा. लिलियन कूपर यांचा थेट टेलिफोन नंबर मिळवते. मेगन त्यांना फोन करते आणि आगीनंतर गिडियनला जेव्हा एक रात्र हॉस्पिटलमध्ये ठेवले होते, तेव्हा त्याच्या रक्तपरीक्षेत काय निष्पन्न झाले, हे सांगायला ती त्यांचे मन वळवते.

"टेस्ट रिझल्ट निगेटिव्ह आहेत. कोणत्याही प्रकारची व्याधी नाही. तुमचा माणूस म्हणजे उत्तम आरोग्याचा आदर्श आहे." फायलीतील अहवाल चाळताना प्रा. कूपर जरा कंटाळल्यासारख्याच वाटत होत्या. "खरं म्हणजे, त्याची माहिती वाचल्यावर गिडियन चेसला लहानपणापासूनच कसलीही व्याधी नाही असं दिसतं." नंतर बराच वेळ शांतता. फोनवर कॉम्प्युटरवर टाइप केल्याचे टॅपऽ टॅपऽ आवाज येतात. "आता मी जे वाचते आहे, ते कितपत बरोबर आहे. याबद्दल मला खात्री नाही." तिच्या आवाजात आश्चर्य जाणवते. "लहानपणी त्याचं निदान बरोबर झालं नसावं, असं दिसतं. त्याला सीएलएल – 'क्रॉनिक लिम्फोसायटिक ल्युकेमिया' होता असं म्हटलंय."

"ते काय आहे नक्की?"

"सीएलएल एक भयंकर व्याधी आहे. चाळीसच्या आतल्या लोकांत सहसा आढळत नाही. कुटुंबात असली पाहिजे. रक्तपेशींच्या उत्पादनात बिघाड होतो. त्या प्रक्रियेवर नियंत्रण राहत नाही, तेव्हा ती दिसते. मग लिम्फोसाइट्स अतिशय वेगाने वाढतात आणि दीर्घ काळ टिकतात. त्यामुळे त्यांची रक्तातील संख्या वाढते. मग त्या बोनमॅरोमधील चांगल्या पांढऱ्या पेशी, लाल पेशी आणि प्लेटलेट्स यांचा नाश करू लागतात."

आपल्याला बरोबर समजतेय याची मेगनला खात्री करून घ्यायची असते. "पण त्याच्यात ही व्याधी नाही. त्याचं निदान बरोबर झालं नव्हतं?"

"हो बरोबर. जरा थांबा!" ती आणखी काही वाचते. "त्याचे निदान चुकीचे होते, याबद्दल मला खात्री आहे; पण तसं कोणीही कबूल केलेलं नाही, हे फारच विचित्र आहे. इथे म्हटलंय की, त्याच्यात ही व्याधी फार वाढल्याची लक्षणे आहेत आणि त्याला प्राथमिक उपचार देण्यात आले. त्यानंतर काही महिन्यांनी त्याच्या रक्तात ही व्याधी दिसली नाही. आम्ही त्याची तपासणी केली, तेव्हासारखं." ती जरा वैतागल्यासारखी वाटते. "हे शक्य नाही. अजिबात शक्य नाही. सीएलएल ही बरी न होणारी व्याधी आहे. ती अशीच नाहीशी होत नाही."

"आणि प्रोफेसर, आता ती त्याला नाही याबद्दल तुमची खात्री आहे?"

"मला जरा काळजी घेतली पाहिजे. कोणतीही प्राणांतिक व्याधी कायमची गेली असं कधीही म्हणता येत नाही; पण माझ्याकडे असलेल्या कागदपत्रांकडे बघितलं तर पूर्वी तो ज्या प्राणघातक व्याधीनं आजारी होता असं निदान केलं गेलं, ती व्याधी त्याला आता नाही असंच मला म्हणावं लागेल."

मेगन तिचे आभार मानते आणि फोन ठेवते. प्राध्यापकांनी जे सांगितले ते तिला अपेक्षित नव्हते. अजिबात नव्हते. स्टोनहेंजचे दगड धुऊन आलेल्या पाण्याने अंघोळ घातल्यामुळे आपली व्याधी गेली, या गिडियनच्या म्हणण्याला पुष्टी मिळत होती.

मेगनने केलेला पुढचा फोन डेव्हिड इ. स्मिथसनबद्दल आहे. तिला त्याच्या धंद्याच्या हिशेबाचे रेकॉर्ड्स मिळतात. ती त्याच्या घरच्या आणि ऑफिसच्या टेलिफोनची तसेच क्रेडिटकार्डची बिले आणि बँक अकाउंट यांचीसुद्धा माहिती मागवते.

कॉम्प्युटरवर आलेल्या त्या सर्व माहितीवरून स्मिथसन हा एक यशस्वी, पतदार बिल्डर, लॅन्डस्केपिंग आणि बागकामाच्या क्षेत्रातील व्यावसायिक असल्याचे दिसते. मेगन गूगल मॅप्स वापरून त्याचे ऑफिस व घर यांची हवाई छायाचित्रे बघते. घर आलिशान, जुन्या शेतावर बांधलेले आहे. कमीत कमी पाच किंवा सहा बेडरूम्स असाव्यात. अनेक ठिकाणी वाढवलेले. ती चित्र मोठे करत जाते. एक स्विमिंग पूल आणि जिम. चारी बाजूला मोठे कुंपण. विजेवर चालणारे दरवाजे आणि कॅमेरे. पाच ते सहा एकर जमीन. तिच्या मते तीस लाख पौंडांच्या आसपास किंमत असावी. आणि त्याच्यावर कर्ज घेतलेले दिसत नाही. कोणत्याच प्रकारची कर्जे नाहीत.

कॉम्प्युटरवर डीव्हीएलसीचा शोध घेतल्यावर, त्याच्याकडे एक सॉफ्ट टॉप पोर्शे – बहुतेक बायकोसाठी असावी. आणि त्याची वेगळी नंबरप्लेट असलेली बेंटले, अशा दोन गाड्या आहेत, असे दिसते. बँकेत छानपैकी दहा-एक लाख पौंड.

स्मिथसनचे धंद्याचे हिशेब सरळ वाटतात. वार्षिक उलाढाल एक कोटी दहा लाख पौंड आणि पंधरा लाख नफा असलेल्या एका प्रायव्हेट लिमिटेड कंपनीचे तो आणि बायको डायरेक्टर आहेत. उत्पन्न त्याच्या जीवनशैलीशी सुसंगत दिसते. मेगन गुन्हेगारीचे रेकॉर्ड तपासते. ते अगदी स्वच्छ आहे. कधी चुकीचे पार्किंग केल्याबद्दलचा दंडसुद्धा नाही.

सगळे काही व्यवस्थित दिसतेय; पण तसे ते नसावे, असे तिला आतून वाटते. आपल्या नजरेतून काहीतरी निसटलं असेल. मेगन मोबाइल फोनच्या रेकॉर्डची जरा काळजीपूर्वक तपासणी करते. त्याच्याकडे नुकताच बाजारात आलेला 4G आय फोन आहे; पण त्याचा तो फार वापर करीत नाही, असे दिसते. बिलातील प्रत्येक ओळ ती वाचते. त्याने त्यावर घरी फोन केले आहेत, एकाच रेस्टॉरंटमध्ये अनेक वेळा फोन केला आहे. आणि दोन-तीन ई-मेल डाउनलोड केल्या आहेत. त्याच्या इतक्या यशस्वी उद्योजकाचा फोनचा वापर खूपच जास्त असायला हवा. ती त्याच्या लॅन्डलाइनचे रेकॉर्ड पुन्हा तपासते. त्याचाही वापर फार कमी दिसतो. एक तर काम दुसऱ्यावर ढकलण्याची मोठी क्षमता त्याच्याकडे असली पाहिजे – ते दुसरे लोक फोन करत असतील किंवा त्याच्याकडे आणखी फोन असला पाहिजे, ज्याचे बिल त्यांच्या घराच्या किंवा ऑफिसच्या पत्त्यावर येत नसावे.

तो प्रिपेड फोन वापरत असावा, असे मेगनला खात्रीपूर्वक वाटू लागते. कॉन्टॅक्ट नाही आणि मालकाचा माग राहत नाही, ज्याला रस्त्यावरील पोरं 'बर्नर' म्हणतात तो.

ज्याच्याकडे अत्याधुनिक आय फोन आहे, त्याने असे का करावे? ती टेबलावर रेलते आणि स्मित करते.

तो काहीतरी लपवत असला पाहिजे म्हणून.

९९

संध्याकाळच्या मंद होत जाणाऱ्या प्रकाशात शिळांच्या दिशेने चालत असताना आपण इथे शेवटी केव्हा आलो, हे आठवण्याचा गिडियन प्रयत्न करतो. बहुतेक वीस वर्षांपूर्वी – आजारी पडलो होतो तेव्हाच!

त्याने त्याच्या वडिलांची रक्षा एका नळीत भरून इथे पसरण्यासाठी आणली आहे. मनात दु:खी भाव आहे. मागच्या आठवणी येत आहेत. तो समोरील मैदानाकडे आणि जमा होत असलेल्या धुक्याकडे बघतो. आणि वडिलांनी त्याचा हात धरून अशाच धुक्यातून इथूनच आपल्याला त्या प्रचंड शिळांकडे कसे नेले होते, ते त्याला आठवते.

आता दोन दशकांनंतर, त्याच्या मनात त्या वेळी वाटली त्या भीतीचा पडसाद उमटतो. तो आठ वर्षांचा होता आणि त्या महाशिळांच्या वर्तुळात काही क्षण एकटाच राहिला होता. त्या वेळी वाटलेल्या हुरहुरीचा पुन:प्रत्यय त्याला येतो. ते काही क्षण त्याला युगांप्रमाणे वाटले होते. उंच झाडांएवढी सावल्यांची भुते आपल्याला घेरत आहेत, असे त्याला वाटले होते. त्यांनी त्याच्याभोवती गर्दी केली होती आणि आपल्या ओबडधोबड हातांनी ते त्याला पकडू पाहत होते.

गिडियनला ते सगळं आठवतं. त्याचे वडील त्या दिवशी काहीतरी वेगळंच बोलत होते. जीवनात काही गोष्टी अशा असतात की, ज्या आपल्याला समजत नाहीत; पण तरीही आपण त्यांच्याबद्दल आदर दाखवावा. उदाहरणार्थ चंद्र! ती आपल्यावर नजर ठेवणारी देवता आहे. आपल्यातील अज्ञात शक्ती आणि जीवनाचे नेमाने फिरणारे चक्र, मानवाची पुनरुत्पत्ती क्षमता, पिकांची वाढ, बदलणारे ऋतू यांच्याशी संलग्न अशी प्रखर शक्ती. ते सगळे समजायचे त्या वेळी त्याचे वयही नव्हते.

गिडियन त्या महाशिळा आणि निळ्या शिळांच्या पलीकडे बघतो. वर्तुळातील मधल्या शिळेवर वडील हात ठेवून उभे आहेत आणि त्याला बोलवत आहेत, असा त्याला भास होतो. विश्वाचा आत्मा या शिळेखाली खोलवर पुरून ठेवलेला आहे. जतन करून ठेवला आहे, असे त्याला सांगत आहेत.

त्याला वडिलांचा हात धरायचा नव्हता; पण त्याने धरला. तो अनुभव भयावह

होता. दोन बिंदूंमध्ये वाहत जाणाऱ्या विजेच्या प्रवाहासारखा. त्यांना सांधणारी, कडकडत जाणारी, जाळणारी विद्युत ऊर्जा. त्यानंतर त्याच्या वडिलांनी त्याला वर्तुळाभोवती फिरवले, प्रत्येक शिळेला स्पर्श करायला लावला, त्याला प्रत्येक शिळेवर दाबून धरले आणि त्याचा देह आणि शिळा यांच्यात विद्युतप्रवाह येत-जात राहिला.

"गुड इव्हिनिंग!"

पोकळीतून आवाज येतो. तो दचकतो, मागे वळून बघतो.

ते त्याचे वडील आहेत. असेच क्षणभर त्याला वाटते. त्याचे हृदय धडधडतेय. त्याला धाप लागली आहे. समोर उभी असलेली व्यक्ती त्याच्या वडिलांच्याच उंचीची आणि आकाराची आहे. बहुतेक त्याच वयाचीसुद्धा. वाढणाऱ्या धुक्यात हे साम्य घाबरवून टाकणारे आहे.

तो वयस्कर माणूस स्मित करतो. "तुला दचकवायचा माझा उद्देश नव्हता. आय ॲम सॉरी!"

"मी हरवलो होतो."

तो माणूस जवळ येतो. आधी वाटले त्यापेक्षा तो जास्त उंच आणि आडवा आहे. डोक्यावर आखूड पांढरे कस. भेदक काळे डोळे. "तू इथे असायला नको होतं. इथे परवानगी काढून, वेळ ठरवूनच यावं लागतं."

"आय ॲम सॉरी!" गिडियन कारपार्कच्या दिशेने बघतो.

"ठीक आहे. हरकत नाही. तुझ्या हातात काय आहे?" तो माणूस नळीकडे बघत विचारतो.

"माझ्या वडिलांची रक्षा. ती इथे, त्या शिळांच्यामध्ये पसरावी, अशी त्यांची इच्छा होती."

तो माणूस शिळांकडे हात करतो, "याचा अर्थ त्याला या जागेबद्दल विशेष काहीतरी वाटत होतं."

"होय!" गिडियन नळीकडे बघत म्हणतो. "ते पुराणवस्तू संशोधक होते आणि त्यांनी यांचा खूप अभ्यास केला होता. या शिळा जादूच्या आहेत, असं त्यांना वाटायचं. पवित्रसुद्धा!"

तो माणूस स्मित करतो. "तसं अनेक लोकांना वाटतं. त्यामुळेच तर ते इथे येतात. तुमचे वडील गेल्याचं ऐकून मला दुःख होतंय." तो आदरपूर्वक मान झुकवतो. "तुम्ही आता वडिलांची इच्छा पुरी करा. मी निघतो. गुड नाइट!" तो वळून चालू लागतो.

गिडियन क्षणभर उभा राहतो आणि सभोवार दृष्टी टाकतो. अंधार पडत आहे. धुक्याचे लोट येत आहेत. त्याच्या अंगावर थंडीने शहारे येतात. आपण आणखी

थांबलो, तर वडिलांची इच्छा पुरी करता येणार नाही, अशी धास्ती त्याला वाटते. नळीचे झाकण घट्ट आहे; पण तो ते काळजीपूर्वक काढतो. कुठून सुरुवात करावी आणि कुठे शेवट करावा, असा त्याला प्रश्न पडतो. नळी उलटी करून निघून जावे की, राख सगळीकडे सारखी पसरावी?

स्टोनहेंजच्या आजूबाजूला सर्वच मानवी अवशेष कसे मिळाले, ते वाचल्याची त्याला आठवण येते. जवळपासच्या शेतांमध्ये आणखी शेकडो जणांना पुरले होते – पाथरवटांची वस्ती?

गिडियन नळीच्या तोंडाकडे बघत हेडस्टोनच्या समोरच्या मोकळ्या जागेतील पहिल्या शिळेकडे जातो. तो महाशिळा आणि निळ्या शिळा यांच्या मधल्या वर्तुळात घड्याळ्याच्या काट्याच्या दिशेने नळी हलवत जातो. वर्तुळ संपायच्या थोडे आधीच नळी रिकामी होते; परंतु ती हलवत तो प्रदक्षिणा पुरी करतो.

मग तो वर्तुळाच्या मध्याकडे आकर्षिला जातो आणि गुडघे टेकतो. स्मशानात वडिलांचा देह पाहिल्यावर जे शब्द तो उच्चारू शकला नव्हता, ते तो आता अंधारात उच्चारतो : ''डॅड, आय ॲम सॉरी! आपण एकमेकांना जास्त चांगल्या प्रकारे ओळखू शकलो नाही, याचं मला वाईट वाटतं. माझं तुमच्यावर प्रेम आहे हे मी तुम्हाला सांगितलं नाही, याचं मला वाईट वाटतं. आपण आपले मतभेद बाजूला ठेवून आपल्या स्वप्नांची देवाण-घेवाण करायला हवी होती. मला तुमची उणीव जाणवते. नेहमीच जाणवेल.''

वर जाणाऱ्या फिकट चंद्रावरून काळे ढग जात आहेत. गिडियन उठून उभा राहण्यापूर्वीच त्याच्या डोक्यावर घट्ट बुरखा घातला जातो.

चार टेहळे त्याला जमिनीवर आडवे करतात.

१००

मेगन रात्री कॉम्प्युटर बंद करून निघायच्या बेतात असते, एवढ्यात कॉम्प्युटरवर 'पिंग' वाजून एक मेसेज येतो. ती थकलेल्या स्थितीत तो उघडते. तो पोलीस दलातील चेहरा ओळखणाऱ्या विभागाचा मेसेज आहे. गिडियन त्याच्या घरात घुसलेल्या चोराचा जो फोटो फोन कॅमेऱ्याने घेतला होता त्याच्याशी जुळता चेहरा त्यांना रस्त्यावरील एका कॅमेऱ्याने केलेल्या चित्रीकरणातून मिळाला आहे.

ती मेसेज वाचते. ''तुम्हाला हव्या असलेल्या माणसाच्या चेहऱ्याच्या ठेवणीशी जुळणारा पुरुषाचा चेहरा टिडवर्थ येथील कॅमेरा XR7ने टिपला आहे. आणखी फोटो बघण्यासाठी आणि संबंधित अधिकाऱ्याशी संपर्क साधण्यासाठी खाली दिलेल्या

चिन्हावर क्लिक करा.''

ती बाण कॅमेऱ्याच्या चिन्हावर नेऊन क्लिक करते. तिचे हृदय क्षणभर थांबतेच. फोटो फारच छान आहेत. जवळजवळ डझनभर. अनेक फोटोंमध्ये संशयित माणूस एक दुकान उघडताना आणि बंद करताना दिसतो. ते खाटकाचे दुकान आहे. तो एखादा 'बल्लवाचार्य' किंवा कामगार असेल, असे तिला वाटले होते; पण हा खाटीक निघाला.

तिने जे चित्र मनात बनवले होते, ते असे : 'गोरा पुरुष, वय तीस ते पंचेचाळीस, मेहनतीचे काम करणारा, बहुतेक केटरिंग उद्योगात किंवा एखाद्या पबमध्ये किंवा रेस्टॉरंटमध्ये काम करणारा.' तो त्या वर्णनाशी बरोबर जुळतोय.

मेगन इतकी उत्तेजित होते की, तिच्या ऑफिसात तिला नेण्यासाठी आलेल्या तिचा माजी नवरा आणि मुलगी सॅमी यांच्याकडे सॅमीने ओरडून हाक मारेपर्यंत तिचे लक्षच जात नाही.

''मम्मी, मम्मी!'' सॅमी टेबलांमधून पळत येते.

''मला ही हरवलेली मुलगी सापडली.'' ॲडम म्हणतो. ''म्हणाली माझी आई प्रसिद्ध डिटेक्टिव्ह आहे, म्हणून म्हटलं तिला स्वत: हवाली करावं.''

ती सॅमीचा पापा घेते आणि तिला नीट गुडघ्यांवर बसवते. ''तू इथे काय करतेस?''

तो तिच्याकडे मिश्किलपणे बघत म्हणतो, ''तू आमच्याबरोबर बाहेर येशील अशी 'टिप' मला मिळाली.''

मेगन त्याला जरा थंड करायच्या विचारात असते; पण तो आणि सॅमी एकमेकांच्या सहवासात आनंदात दिसत आहेत.

ॲडम तिच्या टेबलापाशी बसतो आणि त्याच वेळी जिम डॉकरी आत येतो. दोघे एकमेकांकडे बघतात. हवेत उत्सुकता. ज्यामुळे मांजर शेपटी फुगवून ताठ करते तशी.

जिमी मेगनसाठी एक खबर घेऊन आला होता. चांगली बातमी. महत्त्वाची; पण ती आता सांगायला तो तयार नाही. सकाळपर्यंत थांबावे लागेल. तो हात करून नाहीसा होतो.

ॲडम त्याला जाताना बघतो आणि त्याच्या चेहऱ्यावर स्मित उमटते.

१०१

काय घडतेय हे समजण्याचा गिडियन प्रयत्न करतो. आपल्या डोक्याला फडके लपेटले गेले, मजबूत हातांनी आपल्याला धरून ठेवले, पायांत तीव्र वेदना झाली, हे त्याला आठवले. त्यांनी आपल्याला झोपेचे औषध पाजले असले पाहिजे, आपण गुपचूप पडून राहावे म्हणून. आता डोक्यावरचे फडके गेले आहे आणि तो दगडाच्या थंडगार लादीवर बसला आहे. चारही कोपऱ्यांत मेणबत्त्या जळत आहेत. खोली लहान आहे आणि तिला दरवाजा नाहीये.

आपण कोठडीत आहोत.

कदाचित कोठडी नाही, थडगे असू शकेल.

औषधांचा अंमल पूर्णपणे गेलेला नाही. तो जरा प्रयत्न करून उभा राहतो, भिंतींचा आधार घेतो. बाहेर जाण्याचा मार्ग दिसत नाही. सँक्चुअरीमध्ये लोकांना पुरतात असे त्याच्या वडिलांच्या लिखाणात होते. हे तेच असेल. सँक्चुअरीत आपल्याभोवती भिंती बांधून मरायला ठेवले आहे, असे दिसते.

त्याच्यावर भीतीचा पगडा बसू लागतो. इथे फार हवा नसणार. ती फार वेळ पुरणार नाही. तो एक मेणबत्ती उचलतो आणि बाकीच्या विझवून टाकतो. मोलाचा प्राणवायू जळता कामा नये, त्याच्या मनात विचार येतो. आपल्याला मरायला इथे ठेवले नसणार. आपण काय काळजी घेतली आहे, ते त्याने स्मिथसनला सांगितले होते. धोक्याची कागदपत्रं पोलिसांना मिळण्याची व्यवस्था केली होती. आणि तो मुक्त असेपर्यंत, ती पोलिसांना देऊ नका हे तो सांगून ठेवणार होता.

मेणबत्ती विझते.

त्याच्या हृदयाचे ठोके जलद पडू लागतात. आशा मावळते. आपल्याला किती माहिती आहे, आपण त्यांना कितपत अडचणीत आणू शकतो, याचा अंदाज घेण्यासाठी त्यांना आपल्याशी बोलावेच लागेल.

मोठा खडक घसटल्यासारखा आवाज येतो. समोरासमोरच्या दोन भिंतींच्या मधोमध प्रकाशाचे अरुंद किरण दिसतात. डगला आणि बुरखा घातलेल्या लोकांनी खोली भरून जाते. ते त्याची मनगटे बांधतात आणि एका कमानीतून ओढत त्याला बाहेर घेऊन जातात. गिडियन प्रतिकार करत नाही. त्या वेळी त्याला बुरखा घातलेला नाही आणि त्याचे डोळेही बांधलेले नाहीत. काहीतरी बदल झाला आहे.

त्याला ज्या पॅसेजमधून नेत आहेत, तो लांब आणि अनेक वळणे असलेला आहे. हळूहळू भिंतीवरील उजेड वाढू लागतो. थोडेसे उबदारही वाटू लागते. त्याच्या दोन्ही बाजूंना एक-एक माणूस आहे. त्याच्या उजवीकडचा माणूस भिंतीत बसवलेली एक लोखंडी कडी ओढतो. अदृश्य कप्प्या फिरतात. दगडाचा एक भाग आवाज

करत सरकतो. ते त्याला एका खोलीत ढकलतात.

स्टोनहेंजला धुक्यात बघितलेला तो अनोळखी माणूस टोपडे असलेल्या बदामी रंगाच्या डगल्यात मधाच्या रंगाच्या गोल दगडी टेबलामागे बसला आहे. "बस, गिडियन!" तो त्याच्या समोरच्या दगडाकडे हात करत म्हणतो.

गिडियन थंडगार दगडाच्या लादीवर बसतो. त्याची नजर त्या बुरखावाल्यावरून क्षणभरही हटत नाही.

"तू मला ओळखत नाहीस. हो ना?"

"मी तुम्हाला हेंजपाशी बघितलं."

मास्टर स्मित करतो. "मी तुला अनेक वेळा भेटलोय. तू लहान होतास तेव्हा. तुझे वडील आणि मी मित्र होतो."

गिडियनला आश्चर्य वाटते. "मग ते कोणत्या परिस्थितीतून गेले हे तुम्हाला माहीत असेल. माझ्या आईला काय झालं होतं ते, मला वाचवण्यासाठी त्यांना काय करावं लागलं ते."

"होय, मला माहीत आहे." तो गिडियनचे निरीक्षण करतो. "तू बरीच माहिती मिळवली आहेस हे स्पष्ट आहे. विशेषत:, तुझ्या वडिलांच्या डायऱ्यांमधून; पण तू जे वाचतोयस ते तुला समजतं का?"

"असं मला वाटतं."

"मग सांग मला."

"तुम्ही हेंजमास्टर आहात. सेक्रेड्सच्या अनुयायांचे आध्यात्मिक गुरू. माझे वडील तुमच्या 'इनर सर्कल'चे एक वरिष्ठ आणि विश्वासू सभासद होते. तुम्ही, त्यांनी आणि इतर अनेक जणांनी सेक्रेड्सचे रक्षण आणि त्यांच्यातील ऊर्जेच्या नूतनीकरणासाठी आपले आयुष्य खर्ची घातले आहे."

मास्टर किंचित स्मित करतो. "पूर्णपणे बरोबर नाही; पण जवळजवळ बरोबर."

नाथानिएलच्या मुलाला आणखी काय माहिती आहे, हे जाणून घ्यायला ते उत्सुक आहेत. "सेक्रेड्सची आध्यात्मिक ऊर्जा कशी जिवंत राहते, याची तुला कल्पना आहे?"

"मनुष्यबळी. उत्तरायण आणि दक्षिणायन दोन्हींच्या आधी आणि नंतर अर्पण केलेला. चंद्राची विशिष्ट कला आली म्हणजे तिच्यात. माझ्या वडिलांनी म्हटलं आहे की, ते खगोलीय आणि भौतिक संतुलन प्रस्थापित करण्यासाठी आवश्यक असते."

मास्टर प्रभावित होतात. "तू हुशार विद्यार्थी आहेस; पण कल्पना आणि प्रत्यक्षात मोठा फरक असतो." तो छातीवर हाताची घडी घालतो. "तू आम्हाला शोधून काढलंस, गिडियन. तुला काय हवंय?"

"स्वीकार. माझे आई आणि वडील आता नाहीत. आता तुम्हीच माझे कुटुंब.

मी सेक्रेड्सचे अपत्य आहेच. माझ्या वडिलांनी मी लहान असताना माझे नामकरण कसे केले तुम्हाला माहीत आहेच.''

मास्टर मान डोलवतो. ''होय! त्यांनी तुला सेक्रेड्सवरील पाण्यानं स्नान घातलं आणि ज्या व्याधीनं तुझ्या आईचा बळी घेतला त्यापासून तुझं संरक्षण करायला सेक्रेड्सना सांगितलं. तुला दीर्घ आणि निरोगी आयुष्य मिळण्याच्या बदल्यात त्यांनी स्वत:चा जीव त्यांना अर्पण केला.''

गिडियनचे डोळे भरून येतात. नाथानिएलचे शब्द त्याला पुन्हा आठवतात. ''मी आपले रक्त, आपले जीवन खुशीनं देईन. ते त्या योग्यतेचं आहे, अशी मला आशा आहे. परिस्थितीत बदल घडवून आणण्याची क्षमता असलेले. माझ्या गरीब, अनाथ मुलाच्या नशिबात काय वाढून ठेवले आहे, ते मला माहीत आहे, ते बदलण्यासाठी.''

मास्टर टेबलामागून उठतो आणि येरझारा घालू लागतो. ''सेक्रेड्स हे काही राक्षस नाहीत. ते वाटेल तसा मनुष्यबळी मागत नाहीत. ते देवाणघेवाणीचे मूलभूत तत्त्व आहे. जन्म-मृत्यूच्या चक्राचा भाग आहे. तुझ्या जिवाचे रक्षण करायच्या बदल्यात नाथानिएलनं स्वत:चा जीव देऊ केला. त्यानं बळी व्हायचं कबूल केलं.''

गिडियनला काहीच समजेनासे होते. ''आत्महत्या?''

''नाही. ते समर्पण नव्हतं. ते निराश होऊन केलेलं स्वार्थी कृत्य होतं. त्यांना मान्य नसलेला मार्ग अनुसरण्यापासून त्यांना 'इतर सर्कल'ला प्रतिबंध करायचा होता.''

''कोणता मार्ग?''

मास्टर त्रासून एक उसासा सोडतो. ''तुझ्या वडिलांनी खूप अभ्यास केला. त्यांचा असा विश्वास होता की, पंथाचे न बदलता येण्याजोगे तत्त्व असे आहे की, ज्यांना सेक्रेड्सकडून देणगी मिळते, तेच सेक्रेड्सनी आवडते म्हणून निवडलेले असतात. दैवी कृपेचा लाभ मिळून ज्यांची भरभराट होते, त्यांनी आयुष्याच्या उत्तरार्धात त्याची भरपाई केली पाहिजे, असे त्यांचे म्हणणे होते. 'इतर सर्कल'ला त्यांचे म्हणणे मान्य नव्हते. त्यांच्या सेक्रेड्सनीच आपला बळी निवडावा, ही पूर्वापार चालत आलेली प्रथाच चालू राहिली पाहिजे.''

''ते कसं?''

''सोपं आहे.'' मास्टर त्याचे बाहू पसरतो. ''लोक त्यांच्याकडे आकर्षित होतात. ओढले जातात. टेहळे – ज्यांनी तुला हेंजमधून आणलं – लक्ष ठेवतात, वाट बघतात, जेव्हा एखाद्याला एखाद्या शिळेला स्पर्श करायची इच्छा होते, तेव्हा ते स्वत: नरबळीस योग्य असल्याचे सिद्ध करतात.''

मास्टर गिडियनच्या शेजारी दगडावर बसतो. तो जे आता बोलणार आहे, त्याने

गिडियन गर्भगळीत होणार होता. तो अंतर्बाह्य हादरून जाणार होता. ''पंथ ही एक लोकशाही संघटना आहे. अनेक शतकांपूर्वी घालून देण्यात आलेले नियम आम्ही पाळतो; पण त्या नियमांचा अर्थ लावणे, हे हेंजमास्टर आणि 'इनर सर्कल'चे काम असते. जेव्हा तुझ्या वडिलांनी 'इनर सर्कल'च्या बळीबद्दलच्या दृष्टिकोनाला विरोध करायचा निर्णय घेतला तेव्हाच त्यांचे भविष्य ठरले.''

गिडियन गोंधळतो. ''मी समजलो नाही. इतर सर्वांपेक्षा माझ्या वडिलांचे मत एवढे महत्त्वाचे का होते?''

नाथानिएलने त्याच्या मुलाला सर्वकाही सांगितलेले नाही, हे मास्टर ओळखतो. ''कारण गिडियन, जेव्हा त्या मुद्द्यावर मतदान घेतले गेले, तेव्हा हेंजमास्टर मी नव्हतो. ते होते.''

१०२

केटलिनची किंचाळी हायस्पीड ड्रिलप्रमाणे फूटभर जाडीच्या खडकाची भिंत भेदून जाते. तिला आता हे असह्य झाले आहे. तो काळोख, ती नीरव शांतता. वेड लागायची पाळी आली आहे. तिच्या 'उभ्या थडग्याच्या' भिंतीवर ती डोके आपटते. गुडघे, मनगटे आपटते.

तिच्यावर पहारा करणारे दोघे टेहळे तिथे धावत येतात. तिने स्वत:ला दुखापत करून घेऊन चालणार नाही. नेमलेल्या वेळेच्या आधी तिने मरता कामा नये. ते दगडाच्या खिट्या काढतात आणि केटलिन गुडघ्यांवर आपटते. तिच्या अंगावर जखमांचे पॅचवर्क झाले आहे आणि घाम, रक्तामुळे केसांच्या जटा झाल्या आहेत. ती त्यांच्यावर ओरडते, लाथा झाडते. ''सोडा मला. दूर व्हा! रांडिच्यांनो, जाऊ द्या मला.'' टेहळे तिला पाठीवर पडलेल्या स्थितीत दाबून धरतात. तिचा चेहरा रक्ताने माखला आहे. तिचे नाजूक हात ओरखडले गेले आहेत. खडकावर डोके आपटल्यामुळे कपाळावर खोल जखमा झाल्या आहेत. टेहळे एकमेकांकडे बघतात. वेडाच्या भरात फिट येऊन तिने स्वत:चा जीव द्यायचा प्रयत्न केलेला दिसतोय.

केटलिनला हे दिव्य संपायला हवे आहे. मरावे लागले तरी बेहत्तर; पण हे संपले पाहिजे; पण हळूहळू ती शांत होते. तिचे मन ठिकाणावर येते आणि तिच्यातील रानटी पशू शांत होतो. पहारेकरी तिला त्या थंडगार जमिनीवर दाबून ठेवतात. एक जण तिच्या हातांवर गुडघे टेकून हात जमिनीवर दाबून धरतो. दुसऱ्याने तिचे पाय दाबून ठेवले आहेत. आता जरा शांत झाल्यावर तिच्या लक्षात

येते की, हे लोक सराईत धंदेवाईक दिसत नाहीत. ते शिकाऊ आहेत, नवखे असावेत.

तिने एरिकला आणि त्याच्या लोकांना असे काम करताना बघितले आहे. ते कधीच अशा पद्धतीने करत नाहीत. नुसते मनगट पिळून एखाद्याला अक्षम करता येते, फक्त कसे पिळायचे ते माहीत हवे. एखाद्या नसेवर योग्य ठिकाणी बोटाने दाबले की, हेवी वेट मुष्टियोद्धासुद्धा नरम होतो, फक्त कुठे आणि कसे दाबायचे हे माहीत हवे. त्या लोकांना ती माहिती दिसत नाही. त्यांच्याकडे ते ज्ञान नाही. ते अजून शिकताहेत.

केटलिन तिला खिळवून ठेवणाऱ्या बुरखाधारी माणसाच्या डोळ्यांत बघते. ''ठीक आहे. मी बरी आहे आता.''

तो तिच्या हातांवरून उठून उभा राहतो. पुन्हा झडप घालायच्या तयारीत. ''हिच्या डोक्याची जखम बघायला पाहिजे.'' तो त्या दुसऱ्या, त्याच्याहून लहान माणसाला म्हणतो.

ते तिला उभे राहायला मदत करतात आणि तिची मनगटे बांधणार इतक्यात केटलिन झटका देऊन हात सोडवते. समोरच्या माणसाच्या पोटाखाली ती जोराने गुडघा मारते. दुसरा पहारेकरी तिला मागून धरतो. ती मागे त्याच्या अंगावर रेलते. त्याचा तोल जातो. ते दोघे मागे जात मागच्या भिंतीवर आपटतात. त्याचे डोके भिंतीला टेकताच ती तिचे डोके मागे जोराने त्याच्या चेहऱ्यावर आपटते. तो आघात भयंकर होता. तो तिला सोडतो आणि तिच्या मागे जमिनीवर कोसळतो. त्याचे नाक मोडले आहे.

सँक्चुअरीच्या कॉरिडॉरमध्ये मशालींच्या उजेडात केटलीन मुक्त उभी आहे.

१०३

गिडियनचे मन उदास, भकास होते. आपले वडील एकेकाळी हेंजमास्टर होते, हे समजून त्याचे अवसान जाते. असे असेल अशी त्याची अपेक्षा नव्हती. त्याला सत्य हवे होते. वडिलांच्या आत्महत्येचे कारण हवे होते. कोणाला दोष द्यायचा ते. हे त्याला अनपेक्षित होते.

हेंजमास्टरला गिडियनच्या भावनांशी काही देणे-घेणे नाही. त्याला फक्त गिडियनला किती माहिती आहे, त्याच्यापुढे किती धोका आहे. हे आजमावायचे आहे. ''ही कोणती जागा आहे, हे तुला माहीत आहे? आपण कुठे आहोत?''

''सँक्चुअरी.'' त्याचा आवाज निर्जीव आहे. चित्त दुसरीकडे आहे.

"आणि ती कुठे आहे, हे तुला माहीत आहे?"

जरा कठीण प्रश्न. त्याच्यामुळे गिडियन त्याच्या तंद्रीतून जागा होतो. "वडिलांनी सँक्चुअरी काय आहे, एवढंच लिहिलं. ती कुठे आहे ते नाही. त्यांच्या सगळ्या डायऱ्या मी डीकोड केलेल्या नाहीत. पुढे कुठेतरी जास्त तपशील असेल, अशी मला खात्री आहे."

मास्टर त्याच्या डोळ्यांत बघतो. नाथानिएलने सँक्चुअरीचे स्थान गुप्त ठेवले असणे शक्य आहे. त्याच्या मुलाला ते माहीत असेल आणि तसे दाखवणे धोक्याचे आहे, हे तो जाणतो हेही शक्य आहे. "बाहेरच्या माणसाच्या मानानं तुला चांगलीच माहिती आहे. सभासद नसलेल्या माणसाच्या मानानं." तो दोन्ही हात जुळवतो. "आणि त्यामुळे आमच्यापुढे प्रश्न निर्माण झाला आहे. तुझं काय करायचं?"

गिडियन त्याच्याजवळ सरकतो. "मला सहभागी करून घ्या. वडील गेले असल्यामुळे दुसरं काय करावं, ते मला समजत नाहीये. त्यांची प्रतिज्ञा. काहीही झाले, तरी माझे सेक्रेड्सशी अतूट संबंध असावेत."

"तुला पंथात घ्यायची आमची जरी इच्छा असली, तरी तुझी तयारी आहे की नाही, याबद्दल मला शंका आहे. प्रवेश हा शोध घेण्याचा समारंभ असतो. हेंजमास्टर आणि उमेदवार यांच्यात परस्परांबद्दल पूर्ण विश्वास असावा लागतो. उमेदवाराचे रक्त सांडते तेव्हा विश्वास हाच त्याचा एकमेव आधार असावा लागतो. वेदना भयंकर असतात. कल्पना करता येणार नाहीत अशा."

गिडियन मान खाली घालतो. "तेच मला हवे आहे."

मास्टर गिडियनच्या हनुवटीखाली हात लावून त्याचा चेहरा वर करतो, आणि त्याच्या डोळ्यांत बघतो. "तुझ्या वडिलांप्रमाणे तूसुद्धा आमच्यात राहून आम्हाला विरोध करणार नाहीस हे कशावरून?"

गिडियन जरा उत्तेजित होतो. "मला तुम्हाला किंवा इतर अनुयायांना धोका द्यायचा नाहीये. मला पंथात आनंदानं स्वागत व्हायला हवे आहे. एकेकाळी माझ्या वडिलांचे केले तसेच. मला सेक्रेड्सच्या कृपाछत्राखाली सुखी जीवन जगायचंय. मला आजारपणाचा शाप नकोय. आणि आपल्यावर हल्ला होईल, कोणी आपल्या घराला आग लावेल, या भीतीत मला उरलेलं आयुष्य काढायचं नाहीये."

गिडियनला पंथात यावे असे वाटायला सबळ कारण आहे, असे मास्टरला पटू लागते. आणि त्याला मारून टाकण्याने पंथाचे अस्तित्व जगजाहीर होण्याचा धोकाही आहे. सेक्रेड्सच्या ऊर्जेच्या नूतनीकरणात खंड पडेल. तो उठून येरझारा घालतो. "तुला तुझी निष्ठा आणि निश्चय सिद्ध करण्याचा एक मार्ग आहे. त्याप्रमाणे जर तू केलंस तर मी स्वत: तुझ्या विश्वासाची खात्री देईन. आणि तुझ्या प्रवेशाचा विधी आज रात्रीच सुरू करता येईल."

"कोणता मार्ग?"

"तुझ्या वडिलांच्या डायऱ्या. त्या आम्हाला दे आणि तू आमच्यातला हो!"

गिडियन मान हलवतो. "प्रवेशविधी कसा असतो, ते मला माहीत आहे. माझ्या देहावर तुम्ही सुरी चालवायला आणि हाडांवर हातोडी मारायला माझी तयारी आहे. ते पुरेसे नाही का?"

"नाही. त्या डायऱ्या म्हणजे तुझ्या हातात असलेली आमच्या देहावर चालवायची सुरी आहे. आणि तुझा धोका हाच आमच्यावर आघात करणारा तुझ्या हातात असलेला हातोडा आहे."

गिडियन हा तिढा कसा सुटेल, याचा विचार करतो. "माझ्या प्रवेशापूर्वी मी एक-चतुर्थांश डायऱ्या देईन आणि पोलिसांना काहीही देऊ नये यासाठी फोन करीन. प्रवेशानंतर मी आणखी एक-चतुर्थांश डायऱ्या देईन आणि आजपासून एका वर्षानं आणखी एक-चतुर्थांश डायऱ्या देईन."

"म्हणजे फक्त तीन-चतुर्थांश झाल्या. शेवटचा हप्ता केव्हा मिळणार?"

"कदाचित कधीच नाही." गिडियन स्मित करतो. "किंवा, पंथाबद्दल तुम्ही खूश व्हाल इतकी माहिती मला होईल तेव्हा. जेव्हा मी मास्टर होण्याची तुमची तयारी होईल तेव्हा."

१०४

केटलिन जीव घेऊन पळत सुटते. तिच्या अनवाणी पायांना शक्य होईल तितके जोरात. ती एका लहान काळोख्या बोळाच्या टोकाला पोहोचते. तो डाव्या आणि उजव्या दोन्ही दिशांना जातो. ती उजवी बाजू निवडते. अंगावरील जाड्याभरड्या पण ढिल्या डगल्यामुळे पळणे जरा सोपे जाते आहे.

तिचा वेग खूप आहे. रोज जिमला गेल्याचा फायदा. ट्रेडमिलवर पाच किलोमीटर. एलिप्टिकल ट्रेनरवर पाच. आपण इतके व्यायामप्रकार करत होतो, याचा आता तिला आनंद होतो. त्यांनी तिला दुखापत केली. उपाशी ठेवलं, घाबरवलं; पण ती अजून मजबूत आणि 'फिट' आहे.

ती बोळातून वळून काळोखात जाते. नशीब असेल, तर ही बाहेरची भिंत असेल. बाहेरची भिंत म्हणजे बाहेर पडायचा दरवाजा असणारच. ती मागे वळून बघते. अजून कोणी नाही. ही जागा आपल्या कल्पनेपेक्षा मोठी दिसतेय. खूपच मोठी. पायाखालच्या दगडांवर काहीतरी कोरलेले असावे. बहुतेक अक्षरे असावीत. थडग्याचे दगड. आपण थडग्यांवरून पळतोय याची केटलिनला जाणीव होते.

तिच्या हृदयाचे ठोके जरा वाढतात. ती वर बघते आणि तिच्या लक्षात येते की, तो मार्ग वर्तुळाकार आहे.

तिने इजा केलेले दोघे पहारेकरी समोर आहेत. आणि आता आणखीनही आहेत. बरेच. ते सगळे तिची वाट बघत आहेत.

भाग ४

१०५

बुधवार, २३ जून

सर्व दलांना सूचना देण्यासाठी चीफ कॉन्स्टेबलने सकाळी बोलावलेल्या बैठकीला फक्त जॉन गोरान नव्हता. त्याला त्याची फारशी फिकीर नव्हती. आपल्याला माहिती मिळत राहील, अशी व्यवस्था त्याने आधीच करून ठेवली होती. अनेक पत्रकार, पोलीस अधिकारी आणि सरकारी अधिकाऱ्यांना तो पैसे चारत असे. फील्ड एजंट अल्वेजच्या मुठीत दाबलेल्या दहा हजार पौंडांमुळे त्याला माहीत असायला पाहिजे ते सगळं त्याला ताबडतोब कळतं.

कॉन्फरन्सरूममध्ये हवा जरा गरमच आहे. ॲलन हंटचा सहायक ग्रेग डॉकरी त्याच्याबरोबर बसलेल्या सात जणांना विनंती करतो आहे. "आपल्यात महत्त्वाच्या माहितीची पूर्ण आणि गुप्तपणे देवाण-घेवाण होणं महत्त्वाचं आहे. आपण आपले मतभेद विसरून एकदिलानं काम केलं पाहिजे. त्यासाठीच आपण इथे जमलो आहोत. आज थोड्या वेळानं चीफ कॉन्स्टेबल हंट उपराष्ट्राध्यक्ष लॉक यांना त्यांची मुलगी शोधून काढण्यासाठी शक्य ते सर्व उपाय केले जात आहेत, असे वैयक्तिक आश्वासन देणार आहेत. कमांडर गिब्सन, आता तुमची कुठपर्यंत प्रगती झाली आहे, ते सांगा."

बार्नी गिब्सन समोरच्या व्यक्तीकडे नजर टाकतो. आणि शोधाच्या कामात आधीच पडलेले गट त्याला जाणवतात. दोघे एफबीआय एजंट एका बाजूला बसले आहेत, विल्टशायरचे अधिकारी दुसऱ्या बाजूला आहेत आणि त्याच्या स्वत:च्या मेट पोलिसांचे अधिकारी या दोन्ही गटांपासून अंतर ठेवून बसले आहेत.

सांस्कृतिक दऱ्या, एकाच कामगिरीमध्ये न सांधण्यासारखे मतभेद. "केटलिन ज्यांच्याकडे आहे, असे आम्हाला वाटते, त्या टोळीकडून आज पहाटे आणखी एक निरोप आम्हाला मिळाला. त्या कॉलचा माग काढला असता तो फ्रान्समधून आला; पण या वेळी सार्वजनिक बूथवरून आला आहे."

जॉन रोलँड्स वैतागून दोन्ही हात हवेत वर करतो. "माफ करा. हे मला अजिबात पटत नाहीये. ते आपल्याइतकेच दक्षिण फ्रान्समध्ये आहेत."

चीफ कॉन्स्टेबल त्यांच्या सीआयडी प्रमुखाकडे एक जळजळीत कटाक्ष टाकतात.

"जॉन, तुमचे आवडते अंदाज आता जरा बाजूला ठेवा. आपल्याला जे काही अंदाज करायचे असतील, ते आपण नंतर करू. आधी आपण टेप ऐकू या." थोडे थांबून तो सर्वांना उद्देशून बोलतो : "रेकॉर्डिंगची वेळ आणि स्वरूप लक्षात घेता, कायली लॉकच्या पत्रकार परिषदेला हे त्यांचं थेट उत्तर आहे, हे आपल्या लक्षात येईल."

बार्नी गिब्सन टेबलाच्या मध्यावर ठेवलेल्या डिजिटल रेकॉर्डरचे बटन दाबतो. एका पुरुषाच्या अस्पष्ट आवाजाने खोलीतील शांतता भंग होते. "केटलिन लॉकला सुरक्षित परत करण्याची किंमत दोन कोटी डॉलर आहे. एक कोटी डॉलर तिच्या आईनं कबूल केले आहेतच. वडीलही तसेच करतील अशी आमची अपेक्षा आहे. अटी पुढीलप्रमाणे : एफबीआय, ब्रिटिश पोलीस, तो खासगी डिटेक्टिव्ह तिघांनीही मान्य केलेल्या देवाणघेवाणीवर कोणतीही पाळत ठेवली जाणार नाही, हे जाहीर करावे. आणि देवाण-घेवाण करणाऱ्या कोणाही व्यक्तीला अटक केली जाणार नाही, हेसुद्धा! आमच्या सुरक्षिततेबद्दल अशी हमी मिळाल्यानंतरच आम्ही आमच्या अटींचा पुढील तपशील देऊ. हे पक्के समजून असा की, आम्ही केटलिन लॉकला कितीही काळ ठेवायला समर्थ आहोत. जरूर पडली तर अनेक वर्षेसुद्धा. आमच्या मागण्या केव्हा ना केव्हा तरी पुऱ्या कराव्याच लागतील." नंतर अचानक केटलिनचा आवाज खोलीत घुमतो. ती शांत; पण अशक्त वाटते. "मॉम, पॅलेस द फेस्टिव्हल्सच्या चित्रपट महोत्सवाच्या आधी मी, तू आणि फ्रान्सिसबरोबर जिथे राहिले होते, त्या कार्लटन हॉटेलच्या जवळ, कॅने आहे. आज 'ल क्रॉयसे'वर पाऊस पडतोय आणि पॅलेसमध्ये व्हिडिओ गेमिंगवर परिषद आहे. पॉप, माझी ते चांगली काळजी घेताहेत. मला कोणतीही इजा झालेली नाहीये. प्लीज, ते सांगतायत तसं करा." पुन्हा तो पुरुषाचा अस्पष्ट आवाज येतो. "मी हे स्पष्ट करतो की, हा आमचा शेवटचाच संदेश असेल."

हिस्स्ऽऽ आवाज होऊन टेप थांबतो. सर्व तपास अधिकारी धक्का बसलेल्या स्थितीत नि:शब्द होतात. हा संदेश ऐकल्यावर केटलिनच्या आई-वडिलांची काय प्रतिक्रिया होईल, याचा प्रत्येक जण विचार करीत आहे हे बार्नी गिब्सन जाणून आहे. तो भावनांचा उद्रेक टाळून पुढे बोलू लागतो. टेपमध्ये दिलेला तपशील अचूक आहे. कॅनेची हवा काल त्यांनी सांगितल्याप्रमाणेच होती आणि ते प्रदर्शनही तिथे आहे. अॅटलांटिकच्या दोन्ही बाजूंच्या तंत्रज्ञांनी तो कॉल कॅनेहून केला गेला, याला पुष्टी दिली आहे. आणि टेपमध्ये मागचे आवाज 'कोट ड'अॅझुर'वरील त्या विशिष्ट ठिकाणच्या आवाजांशी जुळते आहेत. "टॉड, तुम्हाला त्याबद्दल काही सांगायचंय?"

"ते रेकॉर्डिंग अगदीच बेकार आहे." एफबीआय एजंट म्हणतो. "तुम्ही लोक झोपला होता तेवढ्यात आमच्या तंत्रज्ञांनी त्याची चिरफाड केली आणि त्यांचं असं निश्चित म्हणणं आहे की, पहिल्या रेकॉर्डिंगप्रमाणेच हेसुद्धा वेगवेगळ्या पातळ्यांवर

एकत्र केलं गेलं आहे. ते दोन आवाज वेगळे रेकॉर्ड केले गेले. मग ते त्यांनी एकत्र केले आणि मग मागील आवाजाचा तिसरा ट्रॅक त्याला जोडला गेला. आम्ही मुलीच्या आवाजाची तपासणी केली आणि तो केटलिनचाच आहे याबद्दल आम्हाला खात्री आहे. आणि पुरुषाचा अस्पष्ट आवाज इंग्रज माणसाचा आहे. आणि पहिल्या रेकॉर्डिंगमधल्या माणसाचाच आहे.''

''आधी पॅरीस, आता कॅने!'' डेप्युटी चीफ म्हणतो, ''ते तिला हलवत राहतायत. कदाचित या क्षणाला आणखी कुठे हलवत असतील.''

''ते फोन बूथ का वापरताहेत, याचं हेच कारण असावं.'' गिब्सन म्हणतो. ''आपण त्यांचा माग काढू ही त्यांना काळजी नाही; कारण आपल्याला त्यांचे ठिकाण समजेपर्यंत ते तिथून गेलेले असतात.'' ''किंवा ते तिथे नव्हतेच!'' जॉन रोलँड्स म्हणतो. केटलिनला फ्रान्समध्ये नेले आहे, यावर अजून त्यांचा विश्वास नाही. ''एकटा माणूस मोटरसायकलवर युरोपभर फिरत वेगवेगळ्या ठिकाणांहून फोनवर असं बोलणं ऐकवू शकतो. ती इंग्लंडच्या बाहेर आहे यावर अजून माझा विश्वास बसत नाही.''

''आपल्याला दोन्ही शक्यता डोळ्यांपुढे ठेवून तयारी केली पाहिजे.'' हंट सगळे अंदाज संपवत म्हणतो. ''ग्रेग, उपलब्ध लोक आणि आपले प्रयत्न याबद्दल मला माहिती देत राहा.''

डेप्युटी मान डोलवतात. ''सर!''

''त्यांच्या मागण्या आणि अटींचं काय?'' जॉन रोनाल्ड्स विचारतो. हंट भुवया उंचावतो. ''ब्रिटिश सरकार, पोलीस आणि जनता, अपहरण करणाऱ्यांबरोबर वाटाघाटी करत नाहीत. हे धोरण आहे. आपण कधीही वाटाघाटी केलेल्या नाहीत आणि करणारही नाही.''

डॅनी अल्वेज मान डोलवून सहमती दर्शवतो. ''उपराष्ट्राध्यक्ष लॉकसुद्धा असंच म्हणालेत. आता ही त्यांची स्वत:चीच मुलगी आहे म्हणून काही वेगळं असलं तर सांगता येत नाही; पण मला शंका वाटते.''

''प्रश्नच नाही.'' बर्जेस म्हणाला, ''थॉम अगदी कठोर मनाचे आहेत. या प्रकरणातसुद्धा ते कच खाणार नाहीत. हे लोक कितीही वर्षे थांबले, तरी त्यांच्याशी वाटाघाटी करणार नाहीत.''

१०६

आता कोणत्याही क्षणी तो हवा असलेला माणूस येईल. तो गोरा, तीस ते पंचेचाळीस वयाचा असेल आणि मेगनच्या मनातील वर्णनाप्रमाणे असेल. तिची खात्री आहे.

मेगन टिडवर्थमधील मोठ्या खिडक्या असलेल्या दुकानाच्या समोर रस्त्यावर पलीकडच्या बाजूला कारमध्ये बसून आहे. दुकानावर 'मॅट उटले : निष्णात खाटीक.' अशी पाटी आहे. एकदा का तिला त्याची ओळख बरोबर पटली की, ती तपासाचा हुकूम मिळवून त्याचे पूर्ण घर धुंडाळणार आहे. टोलार्ड रॉयलच्या चेस इस्टेटमध्ये मिळालेल्या कापडाशी जुळणारा एखादा कपडा मिळतो का किंवा तिथे मिळालेल्या हत्यारांच्या बॅगेतील हत्यारांशी जुळणारी हत्यारे मिळताहेत का, हेही बघणार आहे.

साडेआठ वाजले आहेत. तिला तिथे येऊन तास होऊन गेला. क्षणभर तिचे मन तिच्या माजी नवऱ्याशी पुन्हा सुरू झालेल्या संपर्काकडे जाते. सगळे ठीक चालले आहे असे वाटते. ॲडम काल रात्री तिच्या – म्हणजे पूर्वीच्या त्यांच्या घरी होता आणि आज सॅमीच्या चेहऱ्यावर आनंद फुलला होता.

आठ चाळीसला एक माणूस तिच्या समोर रस्ता ओलांडून दुकानाकडे जातो, दुकानाचा दरवाजा उघडतो आणि सगळे दिवे लावतो. तो लाल पट्ट्यांचा पांढरा ॲप्रन गळ्याभोवती बांधतो आणि कामाची टेबले आणि फ्रीजर काउंटरवर काम करू लागतो. नुकतीच विशी ओलांडलेला असावा, असे मेगनला वाटते. तिला हवा असणारा माणूस हा नाही. नऊ वाजता तो दाराच्या काचेत 'ओपन' ही पाटी लावतो. ती आणखी थोडा वेळ थांबते. साडे-नऊ वाजता कारमधून बाहेर पडून ती खिशातले पॉकेटबुक काढते आणि आत जाते.

दरवाजा उघडू लागल्यावर एक पितळी घंटा टिंगऽऽ अशी वाजते. ती कोणी स्वागत करायची वाट बघत नाही. "मी आयलीन बेक्सेंडेल. नगरपालिकेच्या दर तपासणी खात्याकडून आलेय. तुमचं नाव?"

"कार्ल, कार्ल प्रिंगल!" ती लिहून घेते. तो पूर्ण गोंधळलेला. "मला दरांबद्दल काही माहीत नाही."

"तुला माहीत नाही? मग कोणाला माहीत आहे?" ती आजूबाजूला नजर टाकते.

"तुम्ही मॅटशी बोलायला हवं. मिस्टर उटले. मालक. मी नोकर आहे."

"आणि ते केव्हा भेटतील?"

"ते आज येणार नाहीत. आज मीच बघायचंय."

"आजारी आहेत?"

"म्हणाले नाहीत. आज मी दुकानात बघायचं आणि मी नंतर फोन करीन एवढंच म्हणाले."

तिच्याकडे उटलेबद्दल भरपूर माहिती आहे. तो मतदारांच्या यादीत असणार. कर आणि आरोग्य विभागात नोंद असणार. या पोराला विचारून काहीच मिळणार नाही. "बरं, मी पुन्हा केव्हातरी येईन." ती जाताना पुन्हा ती घंटा वाजते.

ऑफिसच्या वाटेवर फोन करून ती बेपत्ता खाटकाची पार्श्वभूमी तपासण्याची विनंती करते. ती पोहोचेपर्यंत त्याची माहिती बहुतेक तिच्या कॉम्प्युटरवर आलीसुद्धा असेल.

ती सीआयडी ऑफिसात प्रवेश करते, तोच जिमी डॉकरी, चेहऱ्यावर स्मित आणि हातात एक कागद घेऊन तिच्याकडे येतो. "मी लॅबमध्ये गेलो होतो. हे पाहा!"

तो लॅबचा अहवाल तिच्या टेबलावर ठेवतो आणि त्यातील महत्त्वाच्या भागाकडे आणि सारांशाकडे तिचे लक्ष वेधतो. "जळालेल्या गोठ्याजवळच्या जमिनीवर मनुष्यदेहाचे बारीक कण आहेत."

ती डोळे विस्फारते. "कुत्रे घेऊन गेला होता की काय?"

तो हसतो. "नाही, कुत्रे नाही. कुत्र्यांहूनसुद्धा काहीतरी सरस. मला वेडा म्हणाल; पण जर्मन पोलीस प्रेते शोधून काढण्यासाठी गिधाडांचा उपयोग करतात असं मी वाचलं. म्हणून मला जेव्हा भूगर्भ रडार किंवा कुत्रे मिळणार नाहीत असं दिसलं, तेव्हा मी एका पक्षीतज्ज्ञाशी संपर्क साधला. आणि त्यानं दोन गिधाडांना तिथे नेऊन उडवले." तो अभिमानाने पुन्हा त्या अहवालाकडे बोट दाखवतो. "आणि त्याला जे सापडलं ते हे!"

मेगन खूश होते. ती मायक्रोबायोलॉजिस्टचा अहवाल वाचते. "मातीच्या नमुन्यांचे परीक्षण केले आणि त्याला मानवी अंश आढळला. तपासलेले डीएनए एकाच व्यक्तीचे होते."

"टोनी नेलर त्या शेतात होता असं तुम्ही म्हणाला होता, बॉस! तुमचं म्हणणं बरोबर होतं."

ती सावध राहण्याचा प्रयत्न करते. "दुसऱ्या कोणाला सांगायच्या आधी तो नेलरच आहे, याची खात्री करून घेऊ या. त्याच्या बहिणीच्या किंवा आई-वडिलांच्या रक्ताची तपासणी करून त्याच्या कुटुंबीयांच्या डीएनएशी जुळतं की नाही, ते पाहा. राष्ट्रीय माहितीचा डेटाबेस तपासून आपण पूर्वी कधी एखाद्या गुन्ह्याच्या संदर्भात त्याची तपासणी केली होती का, हे पाहा." तिच्या मनात आणखी एक विचार येतो. "आणि त्या जमिनीच्या मालकाची चौकशी कर. माणसाचे कण असलेलं खत

त्याला कुठून मिळाले ते पाहा.''

१०७

गिडियन सँक्चुअरीत ज्या मार्गाने आला त्याच मार्गाने बाहेर पडतो. बुरखा घालून, मनगटे बांधलेल्या स्थितीत. एका व्हॅनमध्ये मागे आडवा असा.

वीस मिनिटांनी व्हॅन गचका खाऊन रस्त्यावरून खाली उतरते आणि थांबते. तिचे मागचे दार उघडते आणि त्याला पक्ष्यांची किलबिल ऐकू येते. अजून पहाट आहे. रहदारी सुरू व्हायची आहे. कोणीतरी व्हॅनमध्ये चढते आणि त्याला पाय धरून ओढते. त्याचे पाय खाली लोंबेपर्यंत त्याला ओढतात, त्याला बसते करतात आणि डोक्यावरील बुरखा काढून टाकतात.

त्याच्याकडे बघणारा माणूस डेव्ह स्मिथसन नाही. ज्याने त्याला जवळजवळ ठारच केले तो आहे. ज्याने त्याला वडिलांच्या आग लागलेल्या खोलीत मेला असे समजून सोडून दिले तो. गिडियनची नजर त्याच्या हातांवर जाते. त्याच्या चेहऱ्यावर जखम करणारी अंगठी त्याच्या एका करंगळीत आहे. त्या माणसाच्या मागे निर्मनुष्य जंगल दिसते. थडगे खणून एखादे प्रेत पुरण्यासाठी अगदी योग्य जागा.

स्मिथसन समोर येतो. त्याच्या चेहऱ्यावर स्मित आहे. ''हा मस्का आहे. आणि मला यापुढे तू फक्त 'ड्रॅको' या नावानं ओळखायचं. तू आमच्याशी खूप दिवसांनी भेटलेल्या भावांप्रमाणे वागायचं. एकतर हे मान्य कर, नाहीतर मरायला तयार हो. निवड तुला करायची आहे.''

मस्का पॅन्टच्या मागच्या खिशातून पिस्तूल काढून गिडियनच्या कपाळावर लावतो. ''काहीही निवडलं तरी माझी हरकत नाही.''

ड्रॅको गिडियनच्या शेजारी सहज बसल्याप्रमाणे बसतो आणि मित्र असल्याचा आविर्भाव करत, त्याच्या गळ्याभोवती हात टाकतो. ''आमचा एक नियम आहे. गुप्तता! जबरदस्तीची गुप्तता. तुला माझ्या म्हणण्याचा अर्थ कळला असेल तर. आणि त्याची अंमलबजावणी हेंजमास्टरने मस्का आणि माझ्यावर सोडली आहे.'' तो गिडियनला दाबतो. ''तू जगायचं निवडलंस तर तुला नियम पाळावे लागतील. पंथ, अनुयायी, सेक्रेड्स यांच्याबद्दल सभासद नसलेल्या कोणाबरोबरही एक अक्षरही बोलायचं नाही. कधीही. तू आम्हाला फोन करायचा नाही. तू आमच्या घरी किंवा कामाच्या जागी यायचं नाही. आमच्याशी कधीही संपर्क साधायचा नाही. संपर्क साधायचा झाला, तर आम्ही तुझ्याशी संपर्क साधणार. आम्ही तुला फोन केला तर तुझं नाव किंवा आमचं नाव घ्यायचं नाही. तुला पंथात घेतलं तर तुला जे नाव

देण्यात येईल, ते वापरायचं. नेहमी तेच नाव वापरायचं. या गोष्टी विसरू नकोस. त्या लक्षात राहिल्या नाहीत, तर माझ्या मित्राचे बोट खटका ओढेल.''

मस्काचे डोळे चमकतात. तो पिस्तूल गिडियनच्या कपाळावर आणखी दाबतो. ''बूम!!''

ड्रॅको उभा राहतो. ''त्याला पुढे बसव आणि मग तू जा.'' मस्का गिडियनला धरून पुढे पॅसेंजर सीटकडे घेऊन जातो. दार उघडून त्याला आत चढवतो, दार बंद करतो आणि जवळच उभ्या असलेल्या 'मर्सिडिस'कडे जातो. सेन्ट्रल लॉकिंग दाबताच नारिंगी दिवे उघडझाप करू लागतात.

ड्रॅको व्हॅन सुरू करून चालवताना बोलतो. ''आता असं करायचं. मी तुला तुझ्या घरी घेऊन जाणार. तुझ्या वडिलांनी लिहिलेल्या डायऱ्या गोळा करेपर्यंत मी तिथे थांबणार. त्या तू माझ्या स्वाधीन करायच्या आणि मग मी तुला मास्टरच्या स्वाधीन करणार. इतकं सरळ. समजलं?''

''मग ते तुम्हाला करता यायला हवं, नाही का?''

ड्रॅको हसतो. ''तुझ्यात आणि माझ्यात एक गोष्ट स्पष्ट हवी. ''इतर सर्कलनं तुला प्रवेश देण्यावर थोड्याच वेळापूर्वी मतदान केलं. मास्टरच्या मतामुळे होकार मिळाला, एक मत. फक्त एक मत. तेव्हा आता बोलण्याऐवजी ऐकत जा. समजलं?'' त्याच्या डोळ्यांत खुनशी भाव दिसतो. ''पुढचे चोवीस तास तू माझ्या ताब्यात असशील. मी तुला मास्टरकडे सुरी आणि हातोड्याच्या प्रसादासाठी सुपुर्द करणार. जर तू प्रवेश विधीतून जिवंत राहिलास, तर तू पहिला चेहरा बघशील तो माझा. त्या क्षणांपासून तू माझ्याशी पूर्णपणे एकनिष्ठ राहायचं. मी जे सांगीन ते, जेव्हा सांगीन तेव्हा आणि जसं सांगीन तसं करायचं. समजलं?'' तो संतापलेला आहे, हे गिडियनला समजतं. ''अगदी सूर्यप्रकाशाइतके स्वच्छ! तुम्ही मोठा आव आणताय; पण खरं म्हणजे तुम्ही फक्त मास्टरचे निरोपे आहात. त्यांनी सांगितल्याशिवाय तुम्ही काहीही करणार नाही.''

ड्रॅको कचकन ब्रेक दाबतो. व्हॅन घसरत थांबते आणि इंजीन बंद पडते. तो गिडियनच्या चेहऱ्यावर एक जोरदार ठोसा मारतो. गिडियनचे डोके बाजूच्या काचेवर आपटते. गिडियन हात वर धरून स्वत:चे संरक्षण करायचा प्रयत्न करतो; पण ड्रॅको त्याच्या चेहऱ्यावर आणि डोक्यावर गुद्द्यांचा वर्षाव करतो.

हे सर्व जेमतेम दहा सेकंद चालते. ड्रॅको पोलादी पकडीत त्याची मान धरतो आणि एक शेवटचा गुद्दा मारतो. सगळ्यात भयंकर असा. ''अतिहुशार पोऱ्या, हे लक्षात ठेव. तू माझी मालमत्ता आहेस. मी तुझ्या वडिलांना मारायला तयार होतो. आणि तुला मारायला त्याहून तयार आहे.''

१०८

चेस इस्टेटपर्यंतचा पुढचा प्रवास क्लेशकारक शांततेत पार पडतो. विशेषत: गिडियनचा. त्याचा ओठ फाटला आहे आणि एक दात ढिला झाला आहे.

ड्रॅको त्याची मानगूट धरून त्याला पुढच्या दारातून नेत सरळ वरच्या गुप्त खोलीकडे घेऊन जातो.

गिडियन त्याला जिन्यावरच्या गुप्त दरवाज्याकडे नेतो. ''सफाईदार काम!'' ड्रॅको म्हणतो. तो त्याच्यावर टकटक करून अंदाज घेतो. ''अजिबात वाईट नाही. मी त्याच्या मागच्या खोलीत आधी येऊन गेलो नसतो, तर इथे खोली आहे, हे मला समजलं नसतं.''

गिडियन त्याच्या बोलण्याकडे दुर्लक्ष करतो आणि चिंचोळ्या पॅसेजमध्ये जातो.

डायऱ्या ठेवलेले शेल्फ रिकामे आहे, हे बघून ड्रॅकोला धक्काच बसतो. पूर्वी जिथे डायऱ्या होत्या तिथे आता फक्त चुना, उडालेला रंग दिसत होता.

गिडियन ओठांतून येणारे रक्त टिपतो. ''तुम्हाला काय वाटलं होतं?''

''तोंड सांभाळ!'' ड्रॅको आपल्या विनोदावर खूश होऊन हसत बोलतो. आणि खोलीत फिरत निरीक्षण करतो. भिंतीवर बोटे आपटून बघतो. काही ठिकाणी टाच आपटतो. ''इथे आणखी काही गुप्त जागा आहेत?'' तो पुन्हा एका ठिकाणी पाय आपटतो.

''माझ्या खराब झालेल्या तुळयांची तुम्हाला काळजी नाही वाटत?'' गिडियन वक्रोक्तीने म्हणतो.

''त्या ओकच्या आहेत.'' ड्रॅको दरडावतो. ''लंडनला लागलेल्या प्रचंड आगीसारखी आग लागली तरच त्या जळतील.'' तो छतावर पावलं वाजवत पुढे पुढे जातो. गिडियनचे लक्ष छताच्या टोकाला – जिथे वडिलांची दुर्बीण होती, तिथे असते.

ड्रॅको त्या जागेच्या थोडा अलीकडेच थांबतो. ''मग कुठे आहेत त्या? तुझ्या वडिलांच्या डायऱ्या गेल्या कुठे?''

तेवढ्यात मुख्य दरवाज्यावरील बेल वाजते. त्यामुळे उत्तर टळते. ड्रॅको जरा अस्वस्थ होतो. ''कोणी येणार होतं?''

गिडियन खांदे उडवतो. ''नाही. किचनमध्ये सुरक्षा व्यवस्थेचा मॉनिटर आहे, त्यात कोण आलंय ते दिसेल.''

ते खाली जातात. भिंतीवर टांगलेल्या छोट्या पडद्यावर गेटच्या बाहेर चालू कारमध्ये बसलेली एक स्त्री दिसते.

''मी ओळखतो हिला.'' गिडियन म्हणतो. ''ती डिटेक्टिव्ह आहे. माझ्या वडिलांच्या मृत्यूची चौकशी करणाऱ्या तुकडीची प्रमुख. तिला बाहेर उभी असलेली

माझी कार आणि तुमची व्हॅन दिसत असणार.''

''तिला आत घे; पण शक्य तितक्या लवकर घालव.'' तो आगीमुळे नुकसान झालेल्या स्टडीमध्ये जातो. ''अखेरीस मला काहीतरी काम करावं लागणार आहे, असं दिसतंय.''

गिडियन बटन दाबून मेगनला आत येऊ देतो. आणि पुढचे दार उघडून, ती गाडी पार्क करत असते तिकडे जातो. तो पुन्हा एकदा हाताच्या मागच्या भागाने ओठाची जखम टिपतो.

''गुड मॉर्निंग, इन्स्पेक्टर. तुम्ही आज याल अशी मला कल्पना नव्हती.''

ती हॅन्डबॅग घेऊन गाडीतून उतरते आणि दार बंद करते. ''तुम्ही कसे आहात ते बघावं म्हणून आले.'' त्याचे सुजलेले, रक्ताळलेले तोंड तिला दिसते. ''आणि तुम्ही ठीक दिसत नाही आहात. काय झालं?''

गिडियन तोंडाला स्पर्श करतो. ''स्टडी आवरताना पडलो. एवढं काळजी करण्यासारखं नाही.''

तिची नजर त्याच्यावरून व्हॅनकडे जाणाऱ्या ड्रॅकोकडे जाते. ''तुम्ही काही काम करून घेताय?''

गिडियन ड्रॅकोकडे नजर टाकतो. ''हो. मिस्टर स्मिथसननी माझ्या वडिलांसाठी काही कामं केली होती. आणि आग लागल्याचं कळल्यावर ते धावत आले.''

''चांगल्या शेजाऱ्यासारखं!'' वडिलांच्या अंत्यविधीच्या वेळी गिडियनने बिल्डरच्या आधीच्या भेटीविषयी मेगनला सांगितले होते. आणि वडिलांच्या मृत्यूशी त्याचा संबंध असावा असा त्याला संशय होता. ते सांगितलेलेही तिला आठवले.

''चेस साहेबांचं दुर्दैव इतकं की, विश्वास बसणार नाही.'' असे मोठ्याने बोलत ड्रॅको त्यांच्याकडे येतो. ''जगात काय चाललंय! आधी वडील जातात, मग कोणीतरी भामटे घर फोडतात. आणि त्याला आग लावतात. भयंकर!'' तो परत व्हॅनकडे जातो. हत्यारांची थैली मुद्दाम आवाज करत वर-खाली करतो.

तो आपल्यावर पाळत ठेवून आहे. आणि त्यामुळे आपल्याला खरे ते काहीही बोलता येणार नाही, हे मेगन ओळखते.

''मी तुम्हाला तुमच्या वडिलांबद्दल आणखी काही प्रश्न विचारायला आले होते. आता सोयीचे नाही का?''

''हो.'' गिडियन उत्तरतो. ''मी फोन केला तर चालेल? किंवा हवं असेल तर मी पोलीस स्टेशनवर येईन.''

''ते बरं होईल.'' बिल्डर त्यांच्यावर लक्ष ठेवून आहे, हे तिला डोळ्यांच्या कोपऱ्यांतून बघितल्यावर समजते. ''निघायच्या आधी मी जरा तुमची टॉयलेट वापरू का? परत पोहोचायला बराच वेळ लागेल.''

"अर्थात. मी दाखवतो तुम्हाला."

ते ड्रॅकोपासून दूर जातात. घरात आल्यावर ती त्याच्याकडे झुकून विचारते, "तुम्ही ठीक आहात ना?"

"खरं म्हणजे नाही. तुम्ही गेल्यावर मला त्याच्याबरोबर जावं लागणार आहे. त्यांना वडिलांच्या डायऱ्या हव्या आहेत." तो पॅसेजमधला दिवा लावत मागे नजर टाकतो. ड्रॅको जोरात व्हॅनचे दार लावून त्यांच्या दिशेने येत असतो. "आता मला बोलता येणार नाही."

मेगनला टॉयलेटमध्ये जाण्यावाचून गत्यंतर नसते. ड्रॅको पुढच्या दारातून आत येतो, गिडियनला त्याच्याकडे खेचतो. "मी तुम्हाला बोलताना बघितलं. ती काय म्हणाली?"

गिडियन भीती न दाखवण्याचा प्रयत्न करतो. "माझ्या अंगावरचा हात काढा. वडिलांचा अंत्यविधी कालच झाला. ती सांत्वन करीत होती."

ड्रॅको वळलेली मूठ आणि गिडियनचा शर्ट सोडतो. "तिला इथून घालव; ताबडतोब. नाहीतर तुझी अंत्ययात्रा निघेल."

१०९

गिडियन मेगनला पोहोचवायला तिच्याबरोबर तिच्या गाडीकडे जातो. आणि गाडीचा दरवाजा उघडून धरतो. आपल्याला काही सेकंदांचाच वेळ आहे, हे त्याला माहीत आहे.

"मला आज सकाळी पिस्तूल दाखवून धमकावलं." तो मानेने घराकडे निर्देश करतो. "स्मिथसननं आणि आणखी एका माणसानं. माझ्यावर हल्ला केला त्या चोरानं. ते एकत्र आहेत."

मॅट उटलेचा फोटो तिच्या डोळ्यांपुढे येतो. तिने खाटकाच्या दुकानाला दिलेल्या भेटीबद्दल त्याला सांगायचे असते; पण आता वेळ नसतो. "गाडीत बसा! आपण पोलीस स्टेशनमध्ये सगळं बोलू."

तो नर्व्हसपणे घराकडे बघतो. "मला तसं नाही करता येणार. मला त्याच्याबरोबर जावंच लागणार आहे."

"का?"

"ते जे करत आहेत, त्याकडे दुर्लक्ष करण्यापेक्षा वडिलांनी जीव देणं पसंत केलं."

"असं काय करतायत ते?" त्याची नाजूक मानसिक अवस्था आठवून ती

त्याच्याकडे प्रश्नार्थक नजरेने बघते.

गिडियनला तिच्या डोळ्यांतला संशय दिसतो. ''मी तुम्हाला सांगितलंय मागे. बळी. ते आणखी एक देणार असं वाटतं.''

मेगनला आणखी प्रश्न विचारायचे आहेत; पण स्मिथसन घराच्या बाजूला आलेला तिला दिसतो. हातात एक जळके लाकूड घेऊन तो कामात असल्याप्रमाणे दाखवतोय. आताची वेळ योग्य नाही. ती गाडी चालू करते आणि हॅन्डब्रेक सोडते. ''मी नंतर फोन करीन.''

गिडियन मागे होतो. आणि ती जाते. स्मिथसन बाहेर पडणाऱ्या तिच्या कारकडे बघत त्याच्याजवळ येतो.

''काय बोलत होता?''

''पैसा.'' गिडियन उत्तरतो. ''माझे वडील भेटवस्तूंचा व्यापार करायचे. त्यावर त्यांनी लाखो पौंड कमावले, कदाचित काही वस्तू थडग्यांमधून चोरून. पोलिसांच्या कलावस्तू आणि फसवणूक खात्याला त्यांच्या शेवटच्या हिशेबांविषयी मला प्रश्न विचारायचेत.''

''तिनं तुझ्या चेहऱ्याबद्दल विचारलं?''

''अपघात झाला म्हणून सांगितलं.''

''ठीक आहे.'' तो वळून घराकडे जाऊ लागतो. ''चल. आपण वेळ फुकट घालवतोय. त्या डायऱ्या घेऊन इथून निघू या.''

''थांबा!'' गिडियन बोलतो. ''डायऱ्या घरात ठेवण्याइतका मी मूर्ख वाटलो का?''

स्मिथसनचा चेहरा कॉंक्रीटसारखा होतो. गिडियन खिशातून कारच्या चाव्या काढतो. आणि त्याच्या 'ऑडी'ची डिकी उघडतो. ड्रॅको आत बघतो. त्याला जाड ब्लँकेटने गुंडाळलेले एक बंडल दिसते. तो वाकून बंडल सोडतो. आत ए४ आकाराच्या चार डायऱ्या असतात. नाथानिएल चेस जी दोन दशके पंथाचा सभासद होता. त्यांपैकी प्रत्येकी दोन.

''बस; एवढ्याच?''

''आता एवढ्याच!''

स्मिथसन एक डायरी उघडतो आणि सांकेतिक लिपीत लिहिलेला मजकूर बघतो. ''तू म्हणतोस त्याच या डायऱ्या हे तरी कशावरून?''

गिडियन त्याच्या हातातून डायरी घेतो. ''ही सांकेतिक लिपी फक्त माझ्या वडिलांना आणि मलाच माहीत आहे. आणि ते बरंच आहे, तुमच्या आणि माझ्याही दृष्टीनं. या कोणाच्या हातात पडल्या, तर तो त्या टाकूनच देईल; पण तसं करणं चुकीचं होईल. अगदी चुकीचं!'' तो डायरी बंद करतो, ती बंडलात ठेवून लपेटतो

आणि बंडल त्याच्या हातात ठेवतो. "करारातला माझा भाग मी पुरा केला. आता तुमचा तुम्ही पुरा करा."

११०

डिटेक्टिव्ह इन्स्पेक्टरच्या पदावर पोहोचेपर्यंत तुम्ही बहुतेक काही व्यावसायिक आघात झेललेले असतात. आणि तुम्ही जर स्त्री असाल, तर त्या पदावर पोहोचेपर्यंत तुम्ही स्वतःचे काही नियम ठरवलेले असतात. केस संपल्याच्या पार्टीतून लवकर निघणे इथपासून पोलिसाशी लग्न करायचे नाही, इथपर्यंत.

मेगनने हे दोन्ही नियम मोडले आहेत; पण एक नियम ती नेहमी पाळते.

मोठ्या चित्राकडे पाहावे. विचार न करता निर्णय घेऊ नये. जरा मागे सरून त्या गोष्टीचे मूल्यमापन करावे. मोठी, लहान, महत्त्वाची, सामान्य अशी प्रत्येक गोष्ट लक्षात घ्यावी.

आणि म्हणूनच ती ताबडतोब बॉसकडे जाऊन डेव्ह स्मिथसनला अटक करण्यासाठी पकड वॉरंट आणि सशस्त्र तुकडी मागत नाही. त्या ऐवजी ती जिमी-बरोबर चर्चा करून त्या सगळ्याचा अर्थ लावायचा प्रयत्न करते. "मी आज सकाळी गिडियन चेसला भेटले. त्याला मारहाण झाल्यासारखा दिसला. त्याला दोघांनी पिस्तुलाचा धाक दाखवला. स्मिथसन नावाचा बिल्डर आणि दुसरा जो गेल्या आठवड्यात त्याच्या वडिलांच्या घरात घुसला होता तो."

जिमी आश्चर्यचकित होतो. "मला वाटलं तुम्ही म्हणाला होता की, चेसनी चोराला बघितलं नव्हतं?"

"मी म्हणाले होते तसं; पण आता असं दिसतंय की, त्यानं त्याला बघितलं."

"मग तो खोटं का बोलला?"

"ती मोठी गोष्ट आहे. तो म्हणतो की, त्याचे वडील कशात गुंतले होते, हे शोधून काढणं, हे त्याला स्वतःचं कर्तव्य वाटलं."

"मग त्याला कुठे धमकावलं गेलं आणि कशासाठी?"

ती मान हलवते. "मला हा सगळा तपशील माहीत नाही. त्याला विचारायची संधीही मिळाली नाही. स्मिथसन दुरुस्ती करण्यासाठी तिथे त्याच्या घरात होता."

जिमी विचार करतो. "म्हणजे तो बिल्डर आणि त्याचा साथीदार चेसला धमकावतात आणि मग काही तासांनी त्याचं घर दुरुस्त करायला येतात? चमत्कारिक वाटतं."

"तू म्हणतोस ते बरोबर आहे. ते चमत्कारिक आहेच; पण माझ्या मनात शंका

आली की, नाथानिएल चेसची आत्महत्या आणि त्या पळवलेल्या मुलीसाठी केलेली खंडणीची मागणी यांचा काही संबंध तर नसेल?''

जिमीचे डोळे विस्फारतात. ''का? त्या दोन गोष्टींचा संबंध कसा काय जोडता तुम्ही?''

''तू जेक टिंबरलँडची बॉडी गोठ्यात बघितली ते आठव. तू म्हणाला होतास की, गुन्ह्याचा देखावा बनवल्यासारखा वाटतो. ते तुला का वाटलं?''

''हो. ती जागा! जागा! जागा!''

''बरोबर. कोणालाही त्या जागेबद्दल, त्या स्थळाबद्दल कोडं वाटतंय. दोन्ही गुन्ह्यांचा केंद्रबिंदू एकच आहे. स्टोनहेंज! लॉक आणि टिंबरलँड यांना पळवलं, मारण्यात आलं त्याआधी ते रम्य सूर्योदय बघण्यासाठी तिकडेच जात असावेत, असं दिसतं. आणि त्याच जागेवर नाथानिएल चेसनी डायऱ्या लिहिल्या आणि त्याच जागेवर आपली राख पसरावी असं लिहून ठेवलं. आपला अनुवंशिक कर्करोग गेला ती तीच जागा, असा त्याच्या मुलाचा दावा आहे. आणि त्याच्या मते एक इतिहासपूर्व पंथ त्या जागेच्या या गुणापासून फायदा व्हावा यासाठी नरबळी देतो.''

जिमीचा चेहरा वाकडा होतो. ''तुमचा त्या मंबो-जंबोवर विश्वास तर नाहीये ना?''

''का नाही? लोक शेकडो वर्षं, हजारो मनुष्यबळींची हाडे उकरून काढत आहेत. त्या प्रथेचा बायबलमध्ये आणि इतर ऐतिहासिक कागदपत्रांमध्येसुद्धा उल्लेख आहे.''

''इतिहास मी समजतो; पण तसा पंथ जरी अस्तित्वात असला, तरी एका अमेरिकन राजकारण्याच्या मुलीचा आणि इंग्लिश लॉर्डच्या मुलाचा बळी ते का देतील? आणि मग खंडणीच्या मागणीचं काय?''

जिमीच्या प्रश्नाने ती निरुत्तर होते. पंथाची कल्पना जरा 'भोंदू'च आहे; पण ती पूर्णपणे बाद करायला अजून ती तयार नाहीये. ''पंथ त्यांचे बळी अनेक कारणांसाठी निवडतात. बलात्कार किंवा खून करणाऱ्यांप्रमाणेच – त्यांच्या स्वत:च्या काही गुप्त कल्पना असतात. लैंगिक, वांशिक वगैरे. त्यामुळे त्यांच्या श्रद्धांना धक्का बसत असेल किंवा त्या त्यांच्या योजनेत बसत असतील. कदाचित केटलिन त्यांपैकी एखाद्या प्रकारात बसली असेल.''

''आणि टिंबरलँड?''

''असं असू शकेल की, तो त्यांच्या मानकांमध्ये बसणारा नव्हता; पण त्यानं तिला वाचवायचा प्रयत्न केला असेल. स्त्रीदाक्षिण्य!'' जिमी पुन्हा त्याचा हुकमी पत्ता टाकतो : ''आणि खंडणी?''

ती टेबलावर बोट आपटते. तिच्या नखांमुळे सुतारपक्ष्याच्या टोकण्याचा

आवाज होतो. ''क्षणभर खंडणीचं बाजूला ठेव. माझं अजून त्या 'स्थळा'बद्दल सांगून झालेलं नाही.''

जिमीच्या मते ती कल्पनासुद्धा तितकीच न पटणारी आहे. ''स्टोनहेंज मान्य आहे; पण पंथ तिथे कसा कुणाला बळी देण्यासाठी मारू शकेल? ती जागा रहदारीच्या दोन रस्त्यांच्यामध्ये आहे. नेहमी पर्यटक असतात तिथे. चोवीस तास सुरक्षा असते तिथे.''

मेगनचे डोळे चमकतात. ''स्टोनहेंजच्या सुरक्षा दलातील लोकच जर त्यात असले तर?''

जिमी क्षणभर विचार करतो. तसं असेल तर मग नक्कीच सगळं बदलेल. ''सीन ग्रॅब तिथल्या रखवालदारांमध्ये होता. अपहरण आणि खून झाल्यापासून तो बेपत्ता आहे असं मी ऐकलं.''

''नक्की?''

''कॅन्टीनमध्ये ऐकलं आणि त्या माणसानं पूर्वीही घरफोडी आणि हल्ला केल्याची नोंद आहे.''

मेगनचा उत्साह वाढतो. ''जर ग्रॅब आणि इतर रखवालदारांपैकी कोणी त्या पंथाचेच असतील, तर त्यांना तिथे केव्हाही जाता येत असेल.''

''शक्य आहे. मी 'इंग्लिश हेरिटेज' आणि तिथे जी सुरक्षा कंपनी आहे, त्यांच्याकडे चौकशी करतो. ग्रॅबचं हजेरीचं रेकॉर्ड कसं आहे, तेही बघतो. तो सतत दांड्या मारणाराही असू शकेल?''

मेगनचं त्याच्या बोलण्याकडे अर्धंच लक्ष आहे. ''छान. छान कल्पना! बघ करून.''

जिमीच्या बोलण्याने तिच्या डोक्यात आणखी एक कल्पना मूळ धरते. आतापर्यंतच्या तिच्या कारकिर्दीतील सर्वांत भन्नाट कल्पना. जिच्यामुळे या केसचा उलगडा होईल किंवा तिला नोकरीतून डच्चू मिळेल अशी.

१११

ड्रॅकोच्या व्हॅनमध्ये मागच्या बाजूला हात बांधलेल्या आणि बुरखा घातलेल्या स्थितीत सँक्चुअरीच्या वाटेवर असताना आपण कोणत्या मार्गाने जात असू याचा विचार करायचा गिडियन प्रयत्न करतो. त्याच्या घराच्या फाटकातून निघाल्यावर टोलार्ड रॉयलपासून आपण पश्चिमेला बी-३०८१ रस्त्याने किंग जॉन इनवरून पुढे आलो, असं त्याला निश्चित वाटतं.

तो प्रयत्न करून, ड्रायव्हरच्या सीटच्या मागील भिंतीला पाठ टेकून बसण्यात यशस्वी होतो आणि आपण कोणत्या दिशेला फेकले जात आहोत, यावरून रस्ता लक्षात ठेवण्याचा प्रयत्न करतो. डाव्या बाजूला फेकला गेला याचा अर्थ ड्रॅको आता उजवीकडे वळून उत्तरेला जात आहे. वेळेचा अंदाज करत आपण शाफ्ट्सबरीला पोहोचलो असणार आणि आता गिलिंगहॅम आणि वॉरमिन्स्टरच्या दिशेने जात असणार अशा निष्कर्षाला तो येतो.

प्रवासाचा शेवटचा भाग अगदी शांत आहे. मोटारीचे आवाज क्वचितच येत आहेत. वेग कमी झाला आहे आणि धक्के बसत आहेत. त्यावरून आपण रस्त्यावरून खाली आलो आहोत. अनेक मिनिटे त्याप्रकारे गेल्यावर गाडी थांबते आणि मागचे दार उघडते.

तीन किंवा कदाचित चार माणसे त्याला बाहेर काढतात आणि टणक जमिनीवरून चालत नेतात. ते त्याला एका थंड आणि बंद जागेत घेऊन जातात. तिथे पावलांचा आवाज घुमतो. पुढे कोणत्यातरी दरवाज्याचे कुलूप काढून तो उघडला जातो. आता बरेच आवाज ऐकू येऊ लागतात. माणसांचे हुंकार, वस्तू इकडून तिकडे ढकलत नेल्याचा आवाज. एखादी जड वस्तू घसटत नेल्याचा आवाज. "पटकन!" कोणीतरी ओरडतो.

त्याच्या डोक्याच्या मागे एक हात येऊन त्याला खाली वाकवून पुढे ढकलतो. त्याचे डोके कशावर आपटणार नाही, याची काळजी घेतली जाते. त्याला पुन्हा, पण आता मागच्या बाजूला हुंकार आणि घसटल्याचे आवाज ऐकू येऊ लागतात. मिनिटभर कोणीही काही बोलत नाही. त्याच्या विचारांचे चक्र जोरात फिरू लागते. भोवतीची शांतता भयाण वाटते.

अखेरीस ड्रॅको बोलतो. "तू काही पायऱ्या खाली जाणार आहेस. पडू नकोस." त्याच्या बोलण्यात कुत्सितपणा आहे.

गिडियनला पुढे आणि मागे पावलांचे आवाज आणि प्रतिध्वनी ऐकू येतात. पायऱ्या भरीव आहेत. मोठी जागा. दगडी भिंती असाव्यात, आवाज शोषला जाणार नाही अशा. बरोबर वीस पायऱ्या.

उतरणे संपते. दोघे जण त्याला हाताने धरतात आणि ते जवळजवळ तीस सेकंद चालतात.

"आणखी पायऱ्या." तोच कुत्सित आवाज.

आणखी वीस पायऱ्या.

खोल जमिनीखाली असतो, तसा वास त्याला जाणवतो. त्याला मातीचे वास माहीत आहेत : पीट, खडू, वाहता ओलावा, सॅन्डस्टोन, फ्लिटं, ओलसर लोह, बुरशी, त्याच्या सराईत पुरातत्त्व पारंगत घ्राणेंद्रियाला सर्व वास जाणवतात.

त्याला थांबवण्यात येते. त्याच्या डोक्यावरील बुरखा काढण्यात येतो. विजेरीचा प्रकाश. तो सँक्चुअरीत अगदी आत आहे. त्याने न बघितलेल्या भागात. त्याच्या भोवतीची माणसे डगला आणि बुरख्यात आहेत. त्यामुळेच उशीर झाला असावा.

''त्याचे कपडे काढा आणि त्याला तयार करा.'' ड्रॅको बोलतो. त्याचा आवाज दगडासारखा कठोर वाटतो. आपल्याला काय करताहेत याच्याकडे लक्ष न देण्याचा गिडियन प्रयत्न करतो. त्या ऐवजी आपण कुठे असू, याचे मनात चित्र बनवण्यावर तो लक्ष केंद्रित करतो. तासभराच्या मोटार प्रवासानंतर, मोठ्या उघड्या मैदानाच्या खालील जागा. आपण टोलार्ड रॉयलपासून सुमारे तीस मैलांवर आहोत. उत्तरेला किंवा थोडे पश्चिमेला असा तो अंदाज करतो.

ड्रॅको त्याच्या गणितात व्यत्यय आणतो. तो त्याच्याजवळ झुकतो, त्याचा उबदार, आंबट श्वास त्याला चेहऱ्यावर जाणवतो. ''मी काय सांगतो ते नीट ऐक. प्रवेशविधीमध्ये मास्टरना कसा प्रतिसाद द्यायचा, हे मी तुला शिकवणार आहे. त्यात चूक करून तुला आणि मला लाज आणू नकोस. आणि लक्षात ठेव. तुझ्या देहाला आणि मनाला वेदना देणारे बरेच काही होईल. तुझी शिळांवर खरोखरीच श्रद्धा असेल, तर तू जिवंत राहशील.'' तो स्मित करतो. ''नसेल तर मरशील!''

११२

रक्तशास्त्रात पारंगत असलेल्या लिलियन कूपरच्या कमरेला लटकवलेला पेजर वाजतो. आणि तिच्या सहायकाकडून आलेला निरोप वाचून ती वैतागते : 'डीआय बेकर भेटायला आली आहे.'

आधीच उशीर झालाय. त्यात आणखीन भर. अंघोळ आणि थंडगार व्हाइट वाइनच्या ग्लासला आणखी विलंब. ती हॉस्पिटलमधील वळणदार पॅसेजमधून तिच्या ऑफिसकडे जात विचार करते. डिटेक्टिव्ह लोक कधीही आधी सांगून येत नाहीत. काहीतरी प्रॉब्लेम असल्याशिवाय नाही. आणि कोणता प्रॉब्लेम असेल देव जाणे. बेकरला गोपनीय माहिती देऊन आपण आधीच माहिती संरक्षण कायद्याची अनेक कलमे मोडली आहेत. अनैतिक वागलो आहोत. ''मी मेगन बेकर. आधी न कळवता आल्याबद्दल माफ करा.'' त्या छोटेखानी ऑफिसच्या बाहेर असलेल्या खुर्चीतून तत्परतेने उठून हात पुढे करत मेगन बोलते.

''काही हरकत नाही.'' कूपर म्हणते. ''प्लीज, आत या! काय हवंय तुम्हाला?'' तिला तिच्या हृदयाची धडधड ऐकू येते.

मेगन तिच्यासमोर टेबलापाशी बसते. अ‍ॅडमने तीन वर्षांपूर्वी इटलीत घेतलेली

अस्सल चामड्याची 'पडोवानो' हॅन्डबॅग ती उघडते. ''आपण बोललो त्याच केसबद्दल, गिडियन चेस.''

ती एक लहान कागद काढून तिच्याकडे सरकवते. कूपर तो कागद उचलून वाचू लागते. ''मी नाही समजले. कोण आहेत हे लोक?''

मेगन तिचे सर्वांत मधाळ असलेले स्मित करते. ''मला तुमच्या मदतीची गरज आहे. फक्त आणखी एकदाच. त्या यादीतील सगळ्यांच्या आरोग्याचे रेकॉर्ड बघून तुम्हाला काय आढळतं ते सांगा. त्यांचं हॉस्पिटलचं रेकॉर्ड आणि जीपी रेकॉर्ड.''

प्रा. कूपर चकित होते. तो कागद म्हणजे गरम निखारा असल्याप्रमाणे ती त्याच्यापासून दूर होते. ''इन्स्पेक्टर, मी गेल्या वेळीच तुम्हाला मदत करायला नको होती. तीच चूक मी पुन्हा सहा वेळा नक्कीच करणार नाही.''

''सहा नाही. ती चारच नावे आहेत.'' मेगन शांतपणे म्हणते.

''चार जण! आणि मला मदत करण्यापेक्षा ती केली नाहीतर जास्त मोठी चूक होईल.'' ती पुढे सरकून खुर्चीच्या कडेवर बसते. ''त्या यादीतलं पहिलं नाव नाथानिएल चेस. तो आधी आपण बोललो त्या माणसाचा बाप. सीन ग्रॅब, डेव्हिड स्मिथसन आणि मॅट उटले यांचा नाथानिएलच्या मृत्यूशी आणि आम्ही तपास करत असलेल्या दुसऱ्या एका केसशी संबंध आहे, असं आम्हाला वाटतं. ग्रॅब सध्या कामावर जात नाहीये, तो बेपत्ता आहे. आणि त्याला अटक करण्यासाठी वॉरंट निघालं आहे. त्याच्याबद्दल आणि त्या इतरांच्याबद्दल मला एवढीच माहिती हवी आहे की, त्यांच्यापैकी कोणालाही पूर्वी कधीही काही मोठा आजार किंवा व्याधी झाली होती का? बस इतकंच!''

''इन्स्पेक्टर, मला खरंच –''

ती ढेपाळते आहे, हे मेगन ओळखते. ''मला फक्त एवढंच सांगा की, त्यांना कामावर न जाण्यासाठी डॉक्टरांनी कधीही सर्टिफिकेट दिलं होतं का? आणि दिलं असेल, तर ते कोणत्या कारणासाठी?'' 'किती साधं आहे.' अशा अर्थी ती हात पसरते. ''हे म्हणजे फार नाही. नाही का?''

कूपरच्या चेहऱ्यावर काळजी. ती मान हलवते. ''ते कळणार. मी घेतलेल्या प्रत्येक शोधाची इलेक्ट्रॉनिक नोंद होते. ती कॉम्प्युटरवर दिसते. मी दुसऱ्या कॉम्प्युटरवर जरी गेले, तरी मला 'लॉग इन' करायलाच लागतं. ही माहिती तुम्हाला दिल्याबद्दल माझी नोकरी जाऊ शकेल.''

मेगन डोके खाजवते. तिला हे अपेक्षित होते. बोलणे तिच्या अपेक्षेप्रमाणे होत नव्हते; पण असे होईल असे तिला वाटले होते. ''डॉक्टर, आपल्या दोघींच्या मैत्रिणीकडून मी कोणत्या प्रकारची बाई आहे, हे तुम्हाला कळलं असेलच. तुमची कोणतीही मदत मी फक्त सार्वजनिक हितासाठीच वापरीन याची खात्री असू द्या. मी

तुम्हाला तसं वचन देते.''

"नाही, तसं नाही; पण ते बरोबर नाही.''

मेगनला जरा वाकड्यात शिरावं लागणार. "लिलियन, तुमचं लग्न झालंय आणि लग्न झालेल्याच एका पोलीस ऑफिसरशी तुमचं बराच काळ अफेअर चालू आहे. ते कितपत योग्य आहे?''

लिलियन आवंढा गिळते. "तुम्ही यात माझ्या खासगी जीवनातल्या गोष्टी आणताय, यावर माझा विश्वासच बसत नाहीये.''

"मग विश्वास ठेवा!'' मेगनचा चेहरा कठोर होतो. पोलीस चौकशी करून सरावलेला चेहरा. "योग्य काय आणि अयोग्य काय हे मला सांगू नका, प्लीज! मी एका गंभीर गुन्ह्याचा उलगडा करायचा आणि लोकांचे जीव वाचवायचा प्रयत्न करतेय. त्यासाठी जे काही करायला लागेल, ते करायची माझी तयारी आहे. आणि सध्या मला तुमचं सहकार्य हवंय.'' ती टेबलावरचा कागद उचलून तिच्या डोळ्यांसमोर धरते. "मग आता प्रोफेसर, तुम्ही मला मदत करणार की नाही? की मी 'गॅझेट ॲन्ड हेराल्ड' मधल्या माझ्या मित्राला फोन करू?''

११३

सँक्चुअरीमधील मुख्य मार्गिका, भिंतीवर ओळीने लावलेल्या असंख्य मशालींच्या धूर सोडणाऱ्या नारिंगी ज्वालांनी प्रकाशित झाली आहे. मशालींच्या मागे, भिंतीवर धुरात अंतर्धान पावणाऱ्या भुतांप्रमाणे वर निमुळती होत जाणारी काजळी आहे.

मार्गिका उतरती असून, सतत आतल्या बाजूला वळते. अगदी त्याच्या वडिलांनी वर्णन केले तसेच. भूमिगत सेंट पॉलचे चर्च. सुंदर कक्ष असलेला कॅथेड्रलसारखा भाग. गिडियन, त्याला जे काही करण्यात येत होते किंवा करण्यात येणार होते, ते मनातून काढून टाकायचा प्रयत्न करतो. जरा वेगळ्या परिस्थितीत एक पुरातत्त्व संशोधक म्हणून, पायाखालची थडगी उघडणे, त्यांच्या कालखंडाचा अंदाज करण्यासाठी कार्बन डेटिंग करणे आणि इतर पुरावे एकत्र करून तिथे पुरलेल्या लोकांच्या जीवनाचा अंदाज करायची संधी मिळून त्याला अत्यानंद झाला असता.

चार बुरखाधारी व्यक्ती त्याला एका अतिशय अरुंद अशा खाचेत जायला मदत करतात. खाचेतून जाताना खाचेचा वरचा भाग त्याच्या डोक्याला घासतो. आणखी वीस पावले जाऊन ते तशाच एका खाचेतून एका लहान खोलीत येतात. जाड्याभरड्या कापडाचा बुरखा घातलेला गोल चेहऱ्याचा एक माणूस उठतो आणि बोलू लागतो. "तू कपडे काढून शॉवरखाली स्नान कर. मग आम्ही तुला दीक्षाविधीचे कपडे

घालू.''

ते त्याला एका वेगळ्या भागात घेऊन जातात. तिथे तो त्याचे कपडे त्यांच्या हवाली करतो आणि मग तो एका काळोख्या दगडी खंदकात उतरतो. अंघोळीसाठी शॅम्पू, साबण वगैरे काहीच नसते. तो विवस्त्र स्थितीत एकटा उभा आहे. इतक्यात वरच्या अंधारातून त्याच्यावर एकदम ढगफुटी व्हावी तसे पाणी कोसळू लागते. ते इतक्या जोरात पडते की, मानेवर फटका बसल्यासारखे होऊन तो गुडघ्यांवर पडतो. गिडियन डोळे बंद करतो आणि चेहरा हातांनी झाकून घेतो. पाण्याचा प्रवाह काही मिनिटे पडून अचानक बंद होतो. त्याला टॉवेल दिला जातो. आणि मग विवस्त्र स्थितीतच मार्गिकेतून नेत त्याला महाकक्षात आणले जाते.

त्या कक्षाचा विशाल आकार बघून त्याची छाती दडपते. कक्षामध्ये स्टोनहेंजची पूर्ण आकाराची प्रतिकृती आहे. आणि ती स्टोनहेंज जेव्हा बनवले, तेव्हा जसे होते, तशी पूर्ण आहे. हेच प्राचीन देवतांचे खरे पूजास्थान असल्याचं त्याच्या वडिलांनी नमूद केलं होतं. एम्सबरीजवळचे जमिनीवरील हेंज बांधले जात असताना देवतांचा मुक्काम इथेच होता.

एक गडगडाटासारखा दीर्घ आवाज गिडियनचे लक्ष वेधून घेतो. महाकक्षाचा दरवाजा बंद केला जातोय. बदामी रंगाचे बुरखे घातलेल्या लोकांची त्याच्या सभोवार गर्दी आहे. कोणीतरी त्याला ढकलून, उंच मेणबत्त्यांच्या वर्तुळाच्या सीमेवर नेऊन उभे करते. मेणबत्त्यांच्या ज्योतींच्या पलीकडे हेंजमास्टर उभा आहे. त्याच्या हातात समारंभाची हातोडी व छिन्नी आहे. ही हत्यारे कदाचित गिडियनचा जीव घेतील. त्याला भीती वाटू लागते. भीती आपल्या रक्तात विषाप्रमाणे पसरत आहे, असे त्याला वाटते.

दीक्षा समारंभाला सुरुवात झाली आहे.

''पवित्र देवतांचं हे निवासस्थान बघ!'' मास्टर हात उंचावतो आणि सावकाश स्वत:भोवती प्रदक्षिणा घालतो. ''अनेक शतकांपूर्वी जेव्हा आपल्या पूर्वजांनी हे वैश्विक वर्तुळ आणि ही सँक्चुअरी बांधली तेव्हा देवतांनी इथे वास केला. इथे तू त्यांच्या उपस्थितीत आहेस. एकदा दीक्षा घेतलीस की, आदराचे प्रतीक म्हणून आपले मस्तक कायम झाकलेलं आहे आणि दृष्टी खाली आहे, याची तुला खात्री केली पाहिजे. समजलं!''

ड्रॅकोने सांगितल्याप्रमाणे गिडियन उत्तर देतो, ''होय मास्टर!''

''तू पंथाचा आजीवन अनुयायी होण्यास पात्र आहेस, असं पंथाच्या सभासदांना वाटलं म्हणून तुला आमच्या समोर आणण्यात आलं आहे. तुझी तशी इच्छा आहे?''

''होय, मास्टर!''

''तुझे आयुष्य, तुझा आत्मा आणि तुझी निष्ठा तू महाशिळांच्या आणि त्यांचे रक्षण करणाऱ्यांच्या पायाशी वाहण्यास तू तयार आहेस?''

''होय, मास्टर!''

''महाशिळांची शक्ती अबाधित राहण्यासाठी आपण तिला जितका काळ खतपाणी घालू तितकीच ती चालू राहते. आपण त्यांना आपले रक्तमांस अर्पण करतो आणि त्या बदल्यात ते आपल्या रक्तमांसाचे रक्षण करतात आणि वाढवतात. तू तुझे रक्तमांस त्यांच्या अमर पावित्र्यासाठी अर्पण करणार का?''

''होय, मास्टर!''

त्याच्या मागे, साखळीच्या टोकाला बांधलेल्या पात्रात धूप जाळत ते घड्याळ्याच्या लंबकाप्रमाणे हलवले जाते. त्याचा मधुर आणि मसालेदार वास दरवळतो. हेंजमास्टर पुन्हा बाहू पसरतो. ''ज्याला पंथाचा अनुयायी व्हायचं आहे, त्याला बलीवेदीवर आणा.''

गिडियनला मेणबत्त्यांच्या वर्तुळाच्या आत नेले जाते. मास्टरपासून तुझी नजर दूर ठेव, हा ड्रॅकोचा इशारा त्याला आठवतो. त्याच्या समोर, जिला ते 'बलिवेदी' म्हणतात, तो भयानक दगड आहे. तो गोठतो. अदृश्य हात त्याला दाबून गुडघ्यांवर बसते करतात. आणि मग जमिनीवर पालथे झोपवतात. त्याचे हात आणि पाय बांधण्यात येतात. त्याच्या पोटात भीतीचा गोळा उठतो.

''महाशिळांच्या आणि त्यांच्या अनुयायांच्या शक्तीवर तुझा विश्वास आहे?''

आपले वडील बरोबर याच ठिकाणी आपल्याप्रमाणेच आडवे पडल्याचे चित्र त्याच्या डोळ्यांपुढे येते. आपल्याप्रमाणेच हात-पाय बांधलेले. आपल्या पत्नीसारखे क्लेशकारक मरण आपल्या मुलाच्या वाटेला येऊ नये, यासाठी त्यांचे रक्त सांडायला तयार झालेले.

मास्टर आवाज चढवून तोच प्रश्न पुन्हा विचारतो. ''महाशिळांच्या आणि त्यांच्या अनुयायांच्या शक्तीवर तुझा विश्वास आहे?''

''होय, मास्टर!''

''त्यांच्या रक्षण करण्याच्या, वर्धन करण्याच्या आणि रोगमुक्त करण्याच्या शक्तीवर जराही शंका न येता आणि जराही न डगमगता संपूर्ण विश्वास आहे?''

''होय, मास्टर!''

''तू तुझे जीवन त्यांच्या सेवेसाठी अर्पण करायला तयार आहेस?''

''होय, मास्टर.''

'इनर सर्कल'चे सभासद त्याच्याभोवती धूपदाण्या फिरवतात आणि मागे होतात. हेंजमास्टर पहिल्या शिळेपासून बनवलेली धारदार दगडी सुरी हातात घेतो. ''आपण त्याचा आपला एक सेवक म्हणून स्वीकार कराल, त्याचं रक्षण कराल

आणि त्याला आशीर्वाद द्याल, या आशेनं मी मानवी रक्तमांस व अस्थी काढत आहे. पवित्र देवतांनो! आमच्या या बंधूसाठी आपण आपल्या हृदयात एक जागा द्यावी, अशी मी आपल्याला नम्र विनंती करतो.''

तो गिडियनच्या दोन्ही हातांवर मनगटांपासून खांद्यापर्यंत आणि दोन्ही पायांवर घोट्यांपासून कमरेपर्यंत दगडी सुरीने खोलवर कापतो. नंतर मानेपासून कमरेपर्यंत तसाच काप घेतो. गिडियन महत्प्रयासाने किंकाळी दाबून टाकतो. त्याच्या डोळ्यांपुढे त्याची आई येते, त्याला झोपवणारी, 'गुडनाइट' म्हणून पापा घेणारी, त्याच्याकडे बघत गोड हसणारी. त्यानंतर व्हेनिसला त्याच्या वडिलांनी फोटो काढले होते, त्यातली. मग तिने त्याच्यासाठी टेप करून ठेवलेला निरोप त्याला ऐकू येतो. तिने सांगितलेले भयंकर गुपित.

त्याला डोक्यावर मारलेला फटका जाणवतो. तो काय आहे, हे त्याला माहीत आहे. हातोडी आणि छिन्नीचा भयंकर वापर. त्याला दुरून हेंजमास्टरचा आवाज ऐकू येतो. डोळ्यांपुढे अंधार होतो. डोक्यात फक्त आईने थडग्यातून त्याला उद्देशून बोललेले शब्द त्याच्या डोक्यात घुमतात.

११४

डेविझेसला परतताना मेगन गाडीतूनच जिमीला फोन करते. ''तू एकटा आहेस?''

''एक मिनिट!'' तो त्याचे टेबल सोडून बाहेर पॅसेजमध्ये येतो, आणि बोलतो. ''आता मी एकटा आहे.''

''सीन ग्रॅबची माहिती तपासायची होती. त्याचं काय झालं?''

''ठीक आहे, सुरक्षा कंपनीनं सगळी माहिती दिली. त्याचं पूर्वीचं गुन्हेगारीचं रेकॉर्ड त्यांना माहीत होतं, त्यानं सांगितलं होतं. त्यांनी त्याला एक संधी दिली. तो अगदी आदर्श कर्मचारी निघाला. वेळ पाळणारा. नियमित! आणि त्यांच्या आठवणीत त्यांनी कधी सुटीच घेतलेली नाही, आठवड्याची सुटी सोडून.''

''त्याचं कारण तो आयुष्यात कधी आजारीच पडलेला नाही.'' मेगन म्हणते. ''त्याचे वडील आणि आजोबासुद्धा जवळजवळ शंभर वर्षं जगले. कधीही आजारी न पडता.''

''जनुकं चांगली असणार.''

''त्याशिवाय आणखी काहीतरी.'' ती पॅसेंजर सीटवरच्या तिच्या बॅगेकडे बघते. लिलियन कूपर जेव्हा शेवटी वठणीवर आली तेव्हा तिने दिलेल्या माहितीचे टाचण बॅगेत आहे. ''डेव्ह स्मिथसन, आपला बिल्डर मित्र. तोसुद्धा कधी आजारी पडलेला

नाही. एक दिवससुद्धा शाळेत गैरहजर नाही. आणि तो खाटीक आणि चोर असलेला मॅट उटले – त्याच्या बाबतीतसुद्धा तेच.''

''म्हणजे ते सगळे निरोगी आहेत; पण त्यावरून काय सिद्ध होतं?''

''गिडियन चेस म्हणाला होता की, स्टोनहेंजच्या शिळांमध्ये आजार बरे करायची शक्ती आहे. त्याचा लहानपणापासूनचा कॅन्सर बरा झाला. आणि त्याचे वडील ज्या पंथात होते, ते सर्व त्यामुळेच निरोगी राहतात, असा त्याचा दावा आहे. त्या चोराशी झालेल्या मारामारीत त्याला झालेल्या जखमा किती पटकन भरल्या ते आठवलं?''

''बॉस! तुम्ही या भागातल्या नाही; पण विल्टशायर ही एक अतिशय आरोग्यकारक जागा आहे राहायला. तुमचा विश्वास बसणार नाही.'' तिला निश्चित काय म्हणायचंय याचा अंदाज करत जिमी म्हणतो, ''अतिशय आरोग्यकारक जागा. मोठ्या शहरातलं प्रदूषण नाही, फारशी फास्ट-फूड रेस्टॉरंट्स नाहीत, लहानपणापासून भरपूर चालणं, खेळणं होतं.''

''जिमी – '' ती मध्येच बोलते. ''प्रत्येक जण केव्हा ना केव्हा तरी आजारी पडतो. पोट बिघडतं, बारीक ताप, अनुवंशिक आजार, काहीही. खेड्यातली हवा आणि शेतातलं भटकणं यामुळे कधीच आजार न होणं, दुखापत न होणं होत नाही; पण या लोकांना कसलेच आजार नाहीत.''

''त्यावरून काहीच सिद्ध होत नाही. माझे वडीलसुद्धा एखाद्या बैलासारखे मजबूत आहेत. आणि माझ्या आठवणीप्रमाणे तेसुद्धा कधी आजारी पडले नाहीत की, त्यांना दुखापत झाली नाही. माझी आई आणि मीसुद्धा तसेच.''

त्याच्या शेवटच्या वाक्याचा अर्थ लक्षात येऊन दोघेही एकदम चूप होतात.

११५

मेगन घरात येते आणि सरळ फ्रीजमधल्या अर्ध्या भरलेल्या साविनोब्लांच्या बाटलीकडे जाते. ती पायातले बूट कोपऱ्यात उडवते आणि भरलेला ग्लास हातात घेऊन कोचावर बसते. आज ती आणि ॲडम एक रम्य रात्र घालवणार आहेत.

त्यांना दोघांना जेवायला बाहेर जाता यावे आणि निवांतपणे वेळ घालवता यावा, यासाठी सॅमीला तिचे आई-वडील घेऊन गेले आहेत.

तिला 'हनिमून' करण्याची आज अजिबात इच्छा नाहीये. कारने घरी येताना तिने खूप विचार केला आहे. गिडियनबद्दल, जिमीबद्दल, जिमीच्या वडिलांबद्दल – तिचे डेप्युटी चीफ कॉन्स्टेबल. अरे देवा!

दरवाज्यात चावी फिरल्याचा आवाज येतो. आणि तिच्या अंगावर काटा येतो.

ॲडम तिला पॅसेजमधून हाक मारतो. "मेग, तू वर आहेस?"

"मी लाउंजमध्ये आहे. अगदी वैतागलेली."

तो दारात येतो. "तुला काही होतंय का?"

ती मान हलवते. "नाही. काही नाही."

तो तिच्याजवळ जातो. ती तणावाखाली आहे, यात शंकाच नाही. का, ते आपल्याला माहीत आहे, असे त्याला वाटते. ती कसलीतरी काळजी करत्ये. उगीच ताण घेतेय. "लाडके, आजच्या रात्रीबद्दल इतकं टेन्शन घेऊ नको. तू नुसती राहिलीस आणि सिनेमा बघितलास तरी चालेल. आपण कोचवर बसू. सॅमी लहान असताना करायचो तसं."

तिचे डोळे पाण्याने भरतात. तिला अपराधी वाटते; पण कृतज्ञसुद्धा!

ॲडम फ्रीजकडे जातो आणि दुसरी वाइनची बाटली उघडून त्याचा ग्लास भरतो. तो एक बिअरसुद्धा घेतो. आणि तिच्याजवळ जाऊन बसतो. पूर्वी जिथे बसायचा तिथे. पूर्वी जसे असायचे तसे.

मेगन त्याच्या छातीवर डोके टेकते, डोळे बंद करते आणि रडू लागते.

११६

आपण शुद्धीवर येतोय की, भयंकर स्वप्नात आहोत, हे गिडियनला समजत नाहीये. त्याच्या डोक्यात वेदनांच्या लाटा येत आहेत. भयंकर वेदना. भयंकर धक्का. समुद्राच्या उसळणाऱ्या लाटांमध्ये एखादे मूल जसे खाली-वर, पुढे-मागे फेकले जाईल, तशी त्याला दिसणारी दृश्ये त्याला इकडे-तिकडे फेकत होती. जमिनीखालचे स्टोनहेंज. बुरख्यांच्या मागील काळे डोळे, जळत्या मेणबत्त्यांचे प्रचंड वर्तुळ. आईचा चेहरा. जुनी दगडाची सुरी आणि हातोडी. वडिलांच्या डायऱ्या. हात वर केलेला हेंजमास्टर. बलिवेदीला साखळ्यांनी जखडलेला त्याचा नग्न देह. त्याच्या मनगटांत, पायांत आणि पाठीत सुरी खुपसल्यामुळे होणारी जळजळ. तोंडात जाणाऱ्या त्याच्याच रक्ताची चव.

आता त्याला एक मुलगा दिसतो. अठरा वर्षांचा मुलगा. काळे केस, मोठे आशाळभूत डोळे. त्याने वडिलांचा हात धरला आहे आणि ते उघड्या मैदानात उसळत्या धुक्यात उभे आहेत. स्टोनहेंज! फक्त ते नसते इतकेच. ते भुताप्रमाणे दिसणाऱ्या उंच आकृत्यांच्या वर्तुळाच्या मध्ये उभे आहेत. त्या धुराने बनलेल्या आकृत्या हलताहेत, मध्येच रुंद होतात, तर जमिनीवरील दिव्यातून निघणाऱ्या

धुराप्रमाणे बारीक होतात, काळे तेल वर उसळावे तशा जोरात वर जातात, त्यांचे आगीच्या लाल गोळ्यांमध्ये रूपांतर होते आणि मग एखाद्या प्रचंड हार्पच्या तारांप्रमाणे सोनेरी दिसू लागतात.

आता गिडियनला तारकांचा धबधबा दिसू लागतो. तारकापुंज स्टोनहेंजच्या मध्यावर ओतल्याप्रमाणे धो धो पडून त्यांचे एका खोल वैश्विक सरोवरामध्ये रूपांतर होते. तारे मंद होऊ लागतात, त्याच्या मागे दगड पडत आहेत. त्यांचा भूकंपात होतो, तसा घुर्रऽऽ घुर्रऽऽ आवाज होतोय. जलाशयाच्या कडेवरील शिळारूपी देवता हलत आहेत, त्याच्या मनातील काळोख पार करून त्याच्यावर चाल करून येत आहेत. एक त्याच्या पायाला बांधलेली साखळी पकडते, एक त्याच्या मनगटावरील बेड्या उचलून मग सोडून देत आहे आणि त्याचा हात कापडी बाहुलीच्या हाताप्रमाणे खाली पडत आहे. त्याच्या थंड विवस्त्र देहात हृदय धडधडत आहे. प्रचंड देवता त्याच्यावर ओणव्या होतात, मग तिथून हलतात आणि दूर जात अदृश्य होतात. स्टोनहेंजच्या भोवतीच्या धुक्याप्रमाणे अदृश्य होतात.

महाकक्षातील उंच मेणबत्त्यांचा एकमेव प्रकाश विझतो. त्या दगडी काळोखात आता गिडियन एकटाच उरला आहे.

११७

ॲडम मेगनच्या खूप आधी ब्रेकफास्ट बनवण्यासाठी उठतो. पूर्वी उठायचा तसाच. सगळे काही पूर्ववत होणार आहे.

ती स्नान करून आली असल्याचे त्याला ऐकू येते. तो तिला परत बिछान्यावर बसवतो, धावत खाली जातो आणि टोस्ट, संत्र्याचा रस, काही फळे आणि त्याच्या छोट्या बागेतले एक फूल ठेवलेला ट्रे घेऊन वर येतो.

ती हसते. ''फार पूर्वी तू माझी सरबराई करायचास.''

''तू करू देशील तर ना?''

ते चुंबन घेतात आणि त्यांचे जवळच्या घड्याळाकडे एकदमच लक्ष जाते. सात दहा. खाण्यापिण्याशिवाय इतर काही करायला वेळ नाही. ती अधाशीपणे लोणी लावलेल्या टोस्टचा तुकडा तोडते.

''मी सॅमीला नर्सरीत सोडीन,'' बेडच्या कडेवर बसत तो म्हणतो. त्याच्या मनात काहीतरी दिसतेय. ''तू काल रात्रीचे म्हणालीस, विचित्र पंथ, स्टोनहेंज वगैरे. तुझा त्यावर विश्वास आहे? की दिवसभराचा ताण आणि दीड बाटली वाइन ते बोलत होती?''

“मला वाटतं दोन्ही थोडं थोडं.” तिने त्याला सगळे सांगितले नव्हते. फक्त लॉक आणि टिंबरलँडबद्दलच्या तिच्या अंदाजांपैकी थोडेसे. त्यांना त्या जागेचे आकर्षण का वाटले असावे, अयानदिनाचे आकर्षण आणि त्याचे धार्मिक अर्थ. तिला त्याचे एक पोलीस म्हणून मत हवे होते. “अपहरण करणाऱ्यांच्या टोळी-ऐवजी त्याला एखादा पंथ समजणं वेडेपणाचं होईल असं तुला वाटतं?”

तो खांदे उडवतो. “चार्ल्स मेसन्ससारखं काही सोडलं, तर पंथ वगैरे म्हणजे चित्रविचित्र पोशाख करून नाच करायचा, काहीतरी प्रार्थना म्हणायची आणि मग ‘सेक्स’ करायचं, असं काहीतरी करायला एकत्र येणारे चार-पाच लोक असतात.”

ती हसते.

“हे बघ, स्टोनहेंज हे काहीतरी जादुई, अद्भुत आहे, असा पैसा कमावण्यासाठी प्रचार करतात. तिथले पहारेकरी तुम्हाला सांगतात की, ही पवित्र जागा आहे. तुम्ही कोणत्याही कारणानं त्या शिळांना स्पर्श करू नका, असा इशाराही देतात. तसं वातावरण निर्माण करण्यासाठीच तर त्यांना पगार देतात. ती प्राचीन काळातली प्रार्थना करायची जागा आहे. केव्हाही तिथे गेलीस, तर जगभरातून आलेले लोक त्या शिळांच्यापुढे गुडघे टेकून प्रार्थना करताना दिसतील. पंथ आणि त्यांचे रीतीरिवाज याबद्दल अनेक गोष्टी तुला ऐकायला मिळतील.” बऱ्याच दिवसांत तिला त्याच्याशी अशा प्रकारे बोलता आले नव्हते. गोपनीय गोष्टींबद्दल. कामाच्या गोष्टींबद्दल. “मग तुला ते पटत नाही? ते सगळं दंतकथा, लोककथा वगैरे आहे. पाण्याची वाइन करणे, एक ब्रेड आणि एक-दोन मासे यांच्या साहाय्याने हजारो लोकांची भूक भागवणे, असे चमत्कार?”

“मेग, तुला माहीत आहे की, विल्टशायर भुताखेतांच्या कथासाठी प्रसिद्ध आहे. उफ्फिंगटनला सेंट जॉर्जनं एक ड्रॅगन मारला असं म्हणतात. मर्लिन स्टोनहेंजला येऊन गेली असं म्हणतात.” तो हसत उभा राहतो. “त्याच्याकडे फार लक्ष देऊ नकोस. आणि ऑफिसातल्या जिमीपेक्षा हुशार माणसाला मी असं बोलूनही दाखवणार नाही.”

तो वाकून तिचे चुंबन घेतो. “चल. मला गेलं पाहिजे आता!”

“थँक्स! आईला सांग, मी नंतर फोन करीन म्हणून!”

त्याचा धडधड जिना उतरल्याचा आणि पुढले दार लावल्याचा आवाज येतो.

चार वर्षांपूर्वी लिलावात स्वस्तात घेतलेली बीएमडब्ल्यू ॲडम सुरू करतो. फाटकातून बाहेर पडताना, रात्री काही विशेष घडलंय का, ते बघण्यासाठी तो त्याच्या पोलीस स्टेशनला फोन करतो. सुदैवाने विशेष काहीही घडलेले नाही, म्हणजे आजचा दिवस जरा आरामात जायला हरकत नाही, असे त्याला वाटते.

नंतर तो दुसऱ्या फोनवर खासगी कॉल करतो. मेगनला समजू नये असे वाटत

असलेल्या. "मी अकिला." तो बोलतो, "निश्चित सांगता येत नाही; पण जरा प्रॉब्लेम होणार असं वाटतंय."

११८

फडफडणाऱ्या मेणबत्त्यांच्या उजेडात हेंजमास्टर त्यांच्या कक्षात मुहूर्ताच्या वेळेच्या गहन प्रश्नावर विचार करत बसला आहे. उत्तरायणातील शेवटच्या पूर्ण चंद्राच्या प्रथम दर्शनाला आता तीन दिवस उरले आहेत. त्याच वेळेला विधी सुरू झाले पाहिजेत. त्याचे गणित अचूक असायला हवे. बलिदानाचा विधी येत्या रविवारी संध्याकाळी खगोलशास्त्रीय संधिप्रकाशात सुरू होऊन, सोमवारी सकाळी नाविक संधिप्रकाश सुरू होईपर्यंत संपायला हवा.

बऱ्याच गोष्टींचे आयोजन करायचे आहे. वाहकांची निवड, टेहळ्यांच्या जागा ठरवणे. या समारंभासाठी श्रद्धाळू अनुयायी जगभरातून यायला आता सुरुवात होईल. त्यांच्या राहण्याची व्यवस्था स्थानिक अनुयायांकडे करावी लागेल.

पोलिसांच्या हालचाली जरा कमी झाल्या आहेत; पण तरीही बऱ्याच आहेत. जोखीम पत्करून चालणार नाही. वर्तमानपत्रे अजून अपहरणावरच लिहितायेत. आणि ती पकडलेली मुलगी इथून काही फुटांवर आहे. आता तिचा त्रास जरा कमी झालाय. अन्नाशिवाय सहा दिवस काढल्यामुळे तिच्यातील रग कमी झाली आहे. पळून जायच्या त्या निरर्थक प्रयत्नानंतर ती आता थंड झाली आहे. त्याबद्दल देवाचे आभारच मानायला हवेत. आणि गिडियन! त्याने आणलेल्या कोडमधल्या डायऱ्या त्यांच्या कक्षात विखुरल्या आहेत. मास्टरला त्या वाचता येत नाहीयेत. त्या मुलाने बहुतेक त्यांच्या प्रती काढल्या असतील. तो काही मठ्ठ नाहीये. दीक्षा विधीतून वाचला, तर तो चांगला उपयोगी होऊ शकेल.

कक्षाचे दार उघडते आणि बुरखा घातलेला ड्रॅको आत येतो. "काय झालं?" मास्टरच्या आवाजातील तुटकपणावरून त्याच्या मनातील वाढता ताण समजतो.

"मला ताबडतोब भेटू दिल्याबद्दल धन्यवाद! मला आज सकाळी आपला बंधू अकिला यानं फोन केला. त्याची बायको पोलिसांच्या मुख्य ऑफिसात डिटेक्टिव्ह इन्स्पेक्टर आहे, आणि ती आता जे संबंध लावते आहे, ते आपल्या दृष्टीनं चांगले नाहीत."

"ते कसे?"

"ती अमेरिकन मुलगी आणि तिचा इंग्लिश बॉयफ्रेंड यांच्यासंबंधी. तिचा असा अंदाज आहे की, ते दोघे अयनदिनासाठी स्टोनहेंजला आले आणि त्या अमेरिकन

मुलीचे जवळच अपहरण झाले.''

मास्टरच्या चेहऱ्यावर फरक पडत नाही. ''मी ते वर्तमानपत्रांत वाचलंय. पोलीस त्याला फार महत्त्व देणार नाहीत. मीडिया रोज काहीतरी पिल्लू सोडत असतात, हे त्यांना माहीत आहे.''

''पण ही बाई नाथानिएल चेसच्या आत्महत्येचं प्रकरणसुद्धा हाताळते आहे.'' ड्रॅको म्हणतो, ''आणि एका बेपत्ता माणसाचं ज्याला या आधीचा बळी म्हणून निवडलं होतं त्याचं.''

मास्टर मान डोलवतो. ''आता समजलं. तू हे कळवलंस हे फार चांगलं केलंस. आणि अकिलानं कळवलं तेही बरं झालं. मी त्या डिटेक्टिव्हचं बघतो.''

११९

जिमी डॉकरी बेपत्ता आहे.

तो कामावर आलेला नाही. त्याला कोणीही बघितलेले नाही. त्याच्या टेबलावरचा कॉम्प्युटर बंद आहे. त्याच्या रेडिओवर उत्तर मिळत नाहीये. त्याने फोन करून आजारी असल्याचे कळवलेले नाही. आणि मेगनने तपास केला त्यावरून तो घरीही नाहीये. घरापाशी गाडी नाहीये. हालचालींची कोणतीच खूण नाहीये.

काहीतरी योग्य असे कारण असू शकेलही; पण तिच्या मनात तो विचार नाही. तिला वाइटाची शंका येतेय. आणि त्याला कारण आहे. गिडियन चेससुद्धा बेपत्ता आहे. त्याच्या लॅन्डलाइनवर आणि मोबाइलवर उत्तर येत नाहीये. तो घरीसुद्धा नाहीये. ती आताच टोलार्ड रॉयलहून आली आहे. आणि त्याचा काहीच मागमूस नाही.

जिमी गिडियनबरोबर असेल? हा विचार साहजिक आहे; पण का? त्यांनी चर्चा केलेल्या गोष्टींचा जिमी पाठपुरावा करत असेल? याहून जास्त वाईट विचार ती मनातून काढून टाकते. मेगनला जिमीच्या वडिलांना प्रत्यक्ष भेटायचेय. त्यांच्या डोळ्यांत बघून जिमी कुठे आहे ते माहीत आहे का, ते बघायचंय. तिच्या मनात असे विचार येताहेत, यावर तिचा विश्वास बसत नाही. ॲडम काय म्हणाला होता, ते तिला आठवते. आपल्या डोक्यात काय चाललेय, हे ऑफिसातल्या इतरांकडे बोलून दाखवणे म्हणजे व्यावसायिक 'हाराकिरी' करणे आहे. ती डोक्यातले वाईट विचार काढून टाकून कामावर लक्ष केंद्रित करायचा प्रयत्न करते. जिमी किंवा गिडियन पुन्हा उगवेपर्यंत वाट बघण्याशिवाय गत्यंतर नाही.

तिच्या कामांच्या यादीत खाटीक मॅट उटले पहिल्या क्रमांकावर आहे. ती

चेसच्या घरातील चोरीत पकडलेल्या वस्तू पुन्हा एकदा बघण्यासाठी प्रॉपर्टी खात्यात जाते. जप्त केलेल्या टूल बॅगेत सापडलेली कुऱ्हाड खाटीक वापरतात तीच असली पाहिजे, असे तिला पक्के वाटते.

मेगन उपचार म्हणून नुकतीच विधवा झालेल्या लुईसा या प्रॉपर्टी ऑफिसरशी चार शब्द बोलते आणि आपल्याला काय हवे आहे, ते सांगते. बावन्नवर्षीय लुईसा आत जाऊन खोकी आणि पिशव्या धुंडाळत विचारते, ''मेगन, तारीख आणि केस नंबर बरोबर आहेत?''

''हो, माझी खात्री आहे.''

लुईसा परत येते. ''मला पुन्हा बघू दे.'' ती केस नंबर आणि तारीख तिच्या कॉम्प्युटरवर टाइप करते. ''सॉरी! इथे त्या तारखेचं आणि केस नंबरचं कोणतंच रेकॉर्ड नाहीये.'' ती गोंधळून जाते. यात कोणतीच नोंद नाहीये. तू दिलेल्या नंबरचं इथे काहीच नाहीये.''

मेगनला धक्काच बसतो. ''मग ते कुठे असेल? मी तो पुरावा स्वत: बघितलाय. ज्या पोलिसानं त्या वस्तू गोळा केल्या त्याच्याबरोबर मी बघितल्या आणि माझाच डीएस म्हणाला की, तो –'' तिला शब्द सुचत नाहीत.

मी पुरावा कॉम्प्युटरवर टाकीन असे जिमी म्हणाला होता. त्या वस्तू त्याने तिच्या टेबलावरून उचलल्याचे तिला निश्चित आठवते. तिचे रक्त गारठते.

तिच्या मनात दुसरा एक विचार येतो.

लुईसाचे आभार मानून ती घाईघाईने तिच्या टेबलाकडे जाते. कॉम्प्युटरची मेलबॉक्स उघडते. त्यावर आलेले मेसेजेस वाचत भराभर खाली जाते. भीतीमुळे तिचे हृदय धडधडू लागते. ती पटकन 'सर्च' बॉक्समध्ये टाइप करते.

काहीही नाही!

ती पुन्हा टाइप करते. या वेळेस सावकाशपणे. सगळे मेसेजेस बघत पुन्हा खाली जाते. तरीही काही नाही. घाबरून ती काढून टाकलेल्या मेसेजेसचा भाग बघते.

कोरा!

त्यातले सगळे मेसेजेस कायमचे काढले गेले आहेत.

''अरे देवा!'' ती चेहरा हातांनी झाकते. मॅट उटलेचा चेहरा ओळखणारी मेलसुद्धा गेली आहे.

तिच्याकडे त्याच्याविषयी काहीच नाहीये.

संपूर्ण पुरावा नाहीसा झाला आहे.

१२०

"आता तू तितका उद्धट आणि गर्विष्ठ दिसत नाहीस." गिडियनवर ओणवा होऊन त्याच्या स्वच्छ चेहऱ्याकडे बघत ड्रॅको म्हणतो.

त्याला कोणत्या यातना भोगाव्या लागल्या असतील, हे त्या 'इनर सर्कल'च्या प्रमुखाला माहीत आहे. तो स्वत:सुद्धा त्याच दिव्यातून गेलेला आहे.

ड्रॅको मनगटावरील बेडी उचलतो आणि तिच्यात चावी घालतो. दगडी जमिनीतील हूकला ती साखळी बांधलेली आहे. "तुला सोडायच्या आधी, आता मी तुझ्यावर विश्वास ठेवू शकतो का ते सांग."

गिडियन अशक्त झाला होता. "होय" हळू आणि घोगऱ्या आवाजात तो उत्तर देतो.

ड्रॅको बेड्या काढतो. अंधारातून दोघे जण येतात आणि गिडियनला धरून उभा करतात. त्याला अजून स्वत:ला सावरता येत नाहीये. रक्त त्याच्या डोक्यात जाऊ लागते. त्याला अतिशय अशक्त वाटते. खूप भूक लागली आहे.

त्या महाकक्षात देहाच्या बाहेर असल्याप्रमाणे वाटत तो डगमगत पावले टाकतो. त्याच्या भोवतीची बुरखाधारी माणसे चमकत असल्याप्रमाणे त्याला वाटतात. त्यांच्याभोवती सोनेरी वलय आहे आणि ते प्रसरण-आकुंचन पावतेय. ड्रॅको बोलला की, त्याच्या तोंडातून वाफा बाहेर पडतायत असे वाटते. हिवाळ्याच्या थंडीत होते तसे!

आपल्याला मार्गिकेतून नेत आहेत, हे त्याला समजते; पण त्याला त्याचे पाय जाणवत नाहीयेत. कसलीच जाणीव होत नाहीये. आणि तरी त्याची दृष्टी आणि ऐकणे अतिशय स्पष्ट झाले आहे. भोवतालच्या खडकातल्या ओलाव्यातील चुरचुर आवाज त्याला ऐकू येतोय. भिंत जिथे जमिनीला मिळते तिथे असलेल्या मुंगीच्या डोळ्यातील पूर्ण मार्गिकेचे प्रतिबिंब त्याला स्पष्टपणे दिसतेय.

ते घाबरून थांबतात. त्यांच्या भोवतीची तेजोवलयं एकमेकांत विलीन होतात. आणि आग लागल्याचा भास होतो. त्यांचे आवाज एकावर एक येतात. त्यांचे शब्द हिरवे, लाल, बदामी वाटतात. गिडियन हसतो. ते त्याला स्वत:भोवती फिरवतात. त्याला अनिश्चिततेचा अनुभव येतो. त्याच्या समोर इतर माणसे आहेत. पुरुष आणि एक स्त्री.

सुंदर स्त्री. तरुण. काळे केस असलेली, प्रसन्न!

त्याची आई.

ती आईच आहे, हे गिडियन ओळखतो. ती जिवंत आहे. ते त्याला तिच्यापासून दूर ओढतात; पण तिलाही तो दिसतो. क्षणभर त्यांची दृष्टिभेट झाली, असे त्याला

नक्की वाटते.

त्याला खेचून दूर केले जाते. तो मान उंचावून, वळून तिला बघायचा प्रयत्न करतो; पण ती गेलेली आहे.

१२१

ज्यूड टॉमकिन्सच्या ऑफिसच्या दारावर मेगन हलकेच टकटक करते आणि आत बघते. मेगनचे अजून तिच्याशी फारसे मैत्रीपूर्ण संबंध नाहीयेत; पण साहाय्यासाठी जावे, अशी मेगनला तीच एक दिसते आहे.

"मॅडम, माफ करा, तुम्हाला त्रास देतेय, पण एका महत्त्वाच्या घटनेबद्दल मला जरा गोपनीय असं बोलायचं होतं."

ऑफिसात जवळजवळ अंधारच आहे. टॉमकिन्सच्या टेबलावर एका गोल टेबल लॅम्पचा उजेड आहे. "काय आहे बेकर?"

"मॅम, जिमी आणि मी नेलरच्या प्रकरणचा तपास करतोय."

डीसीआय टॉमकिन्स वर बघते आणि आठवायचा प्रयत्न करते.

"टोनी नेलर?"

"होय मॅडम. बरोबर."

ती पेन ठेवते आणि खुर्चीत मागे सरकून बसते.

"बरं. बोल. पटकन सांग. गिब्सन आणि रोलँड्स माझा पिच्छा पुरवतायेत." ती समोरच्या खुर्चीकडे खूण करते.

"थँक यू! मॅम." मेगन दार लावून बसते. "थोडक्यात सांगायचं तर नेलर मेलाय."

डीसीआयच्या चेहऱ्यावरचा तणाव थोडा कमी होतो. हरवलेल्या माणसाच्या शोधात जाणारा, वेळ, पैसा, माणसे लक्षात घेता, तो जिवंत सापडण्यापेक्षा मेलेलाच बरा असतो. "बॉडी मिळाली?"

"तसं म्हणायला हरकत नाही. नेलरच्या बॉडीचं खत करून शेतात पसरलंय."

डीसीआय त्रासिकपणे डोकं हातांवर टेकवते. खून झाल्यामुळे मेलेला माणूस म्हणजे वेगळी गोष्ट. ती हाताने डोके चोळून रक्तपुरवठा वाढवायचा प्रयत्न करते. "शास्त्रीय पुरावा आहे बेकर?"

"त्याच्या आई-वडिलांकडून नमुना घेतला. तो तंतोतंत जुळला."

टॉमकिन्स तिचे शिणलेले डोळे जरा विस्फारते आणि ताठ बसत तिच्याकडे रोखून बघते. "त्यांना सांगितलं?"

"नाही अजून."

"त्याचं खत झालंय असं तू म्हणालीस."

"शब्द जरा चुकीचा असेल, मॅडम! कोणीतरी कशानं तरी त्याच्या देहाची भुकटी केली आणि ती इम्बरजवळ एका शेतात पसरली आहे."

"ती तुला कशी सापडली?" जरा आंबट चेहरा करून टॉमकिन्स विचारते.

"एका जॉगिंग करणाऱ्याला एक बिल्ला मिळाला, त्यावरून आम्ही माग काढला. नेलरच्या बहिणीनं बिल्ल्याच्यामागे कोरलेल्या नावावरून, तो तिनं नेलरला भेट दिला होता, असं ओळखलं." बॉसच्या थकलेल्या चेहऱ्यावरून गिधाडे वापरण्याच्या अफलातून पद्धतीबद्दल आताच न सांगितलेलं बरं हे बेकर ताडते. "डीएस डॉकरीने तपास केला, मातीचे नमुने आणले. लॅबने ताबडतोब त्यांच्यावर पीसीआर चाचण्या घेतल्या आणि मातीत मानवी मांस असल्याचा निष्कर्ष काढला. ते नमुने एका मोठ्या शेतातून अनेक जागांवरून घेतले. त्या सगळ्यांतला डीएनए समान होता. मग लॅबनं त्याची, आम्ही नेलर कुटुंबीयांकडून घेतलेल्या नमुन्यांबरोबर तुलना केली."

टॉमकिन्स जरा प्रभावित झाल्यासारखी वाटते. "छान, छान. एरवी ही आपली वर्षातली उत्तम केस झाली असती." ती तिच्या टेबलावर पडलेल्या फायलींकडे, कागदाचे ढीग, जेक टिंबरलँड आणि केटलिन लॉकचे फोटो यांच्याकडे नजर टाकते. "हेच तुला खासगीत बोलायचं होतं की, आणखी काही आहे?"

"आणखी आहे." भिंतीवर टांगलेल्या विल्टशायरच्या मोठ्या नकाशाकडे मेगन हात करते. "नेलरचे अवशेष जिथे सापडले त्या जागेवरून मला जरा शंका येतेय, मॅडम!" ती उठून नकाशापाशी जाते. "इथे?" सॉल्झबरी पठारावरील निर्मनुष्य जंगल आणि शेतांवर ती बोट ठेवते. "जेक टिंबरलँडची बॉडी जिथे सापडली तिथून जेमतेम एक मैलावर."

टॉमकिन्स उठून नकाशापाशी जाते आणि त्या जागेकडे बघते. "मग, कोणाची आहे ही जमीन?"

"तीच मजा आहे, मॅडम! लॅन्ड रजिस्ट्रीमध्ये बघितलं, तर तिथली सर्व जमीन संरक्षण खात्याची आहे; पण ते पूर्णपणे खरं नाही. मी आणखी माहिती काढली, त्याप्रमाणे ९९.९ टक्के जमीन त्यांची आहे. ही जी जागा आहे, ती त्यांच्या नसलेल्या ०.१ टक्के भागात आहे. आणि ते शेत व तो गोठा, हे त्याच तुकड्यावर आहेत. म्हणजे थोड्याच दिवसांच्या फरकानं आपल्याला तिथे दोन बॉडी मिळाल्या."

"कोणाचा आहे तो तुकडा?"

"त्याचा मालक आहे, नाथानिएल चेस. निदान त्यानं आत्महत्या करेपर्यंत तरी तो मालक होता. आता ती जमीन त्याच्या मुलाची आहे, गिडियनची."

१२२

तीनचा नियम. केटलिन 'सर्व्हायवर'च्या सेटवर गेली, तेव्हा तिच्या निर्मात्याने तिला दिलेला पहिला मंत्र.

नियम एक : योग्य असे संरक्षक कपडे घातले नसतील, तर मनुष्यप्राणी अतिथंड किंवा अतिऊष्ण हवेत तीन तासांपेक्षा जास्त जगू शकत नाही.

नियम दोन : मनुष्यप्राणी पाण्याशिवाय तीन दिवसांपेक्षा जास्त जगू शकत नाही.

नियम तीन : अन्नाशिवाय मनुष्यप्राणी तीन आठवड्यांपेक्षा जास्त दिवस जगू शकत नाही.

केटलिनच्या मते त्यांनी आणखी एक नियम सांगायला हवा –

नियम चार : मनुष्यप्राण्याला दगडात बंदिस्त केले आणि बुरख्यातल्या माणसांनी छळले, तर मनुष्यप्राणी जिवंत राहू शकत नाही.

त्या छोट्याशा पोकळीमुळे शारीरिक ताण भयंकर आहे. ताज्या हवेच्या अभावी गुदमरल्यासारखे होतेय. थंडीमुळे अंग सतत कापतेय; पण खरा जीवघेणा त्रास तिला होतोय, तो वेळ न जाण्याचा. तिच्या मनातली भीती आणि तिला होणारे भास यामुळेच ती मरायच्या बेतात आहे.

तिचे दात कडकडताहेत. शरीराचे तापमान धोक्याच्या पातळीपर्यंत खाली जात आहे, याची तिला जाणीव आहे; पण उष्णता निर्माण करण्यासाठी थोडा व्यायाम करायला वावच नाहीये. ते तिला पाणी देतात, तरी तिच्या शरीरातले पाणी कमी होतेय. सतत चालू असलेल्या त्या डोकेदुखीमुळे आपली शुद्ध हरपणार अशी भीती तिला वाटतेय. भुकेच्या वेदनासुद्धा सतत आहेत. आपण शेवटचे केव्हा खाल्ले हेही तिला आता आठवत नाहीये. बहुतेक जेकबरोबर, कँपरमध्ये... युगांपूर्वी.

पुन्हा पोटात वांब येऊन ती कळवळते. आपल्याला काय होतेय, हे तिला बरोबर कळतेय. ते कळत नसते, तर बरे झाले असते असे तिला वाटते. शरीर स्वत:लाच खातेय. तिचा चरबी आणि स्नायू यांचा राखीव साठा संपवतेय. इतकी वर्षे जिममध्ये केलेला व्यायाम आणि घेतलेला खुराक यांचे फळ वाया जातेय. चांगली गोलाई असलेल्या आपल्या पोटऱ्या आणि दंड सैल होऊन बारीक होत असल्याचे तिला जाणवतेय.

केटलिनच्या 'सर्व्हायवर'मधील कामानंतर तिच्याशी 'दारिद्र्याविरुद्ध जागतिक हल्ला' या संस्थेने तिचा ब्रॅन्ड ॲम्बॅसिडर म्हणून करार केला होता. त्यामुळे उपासमारीविषयी तिला पूर्ण माहिती आहे. दर सेकंदाला सरासरी एक माणूस उपासमारीने मरतो. तासाला चार हजार. दिवसाला एक लाख. वर्षात साडे-तीन

कोटी. तिला त्यातले एक व्हायचे नाहीये. भयानक आकडेवारीचा आणखी एक भाग.

तिला पुन्हा भोवळ येते. ती सरकत जमिनीवर बसते. तसे केल्याने पडून डोक्याला इजा होणार नाही. सभोवार अंधार दाटलाय असे वाटते. आपण शुद्धीवर आहोत की, आपल्याला भास होताहेत, हे तिला निश्चित समजत नाहीये. काही माणसे तिला उठवून अंघोळीसाठी नेताहेत. तिला नीट दिसत नाहीये. डोके हलके झालेय. श्वास घ्यायला त्रास होतोय.

डोळ्यांच्या कोपऱ्यातून तिला एक काळे मुटकुळे दिसते. ते लोक तिच्याकडे येताहेत. कोणाला तरी धरून येणारे बुरखाधारी.

जेक!

तो जिवंत आहे.

ती नीट बघायचा प्रयत्न करते. त्याला दुष्ट डोळ्यांच्या बुरखाधारी लोकांनी धरले आहे. तिच्यावर पहारा करणाऱ्या राक्षसांसारख्या लोकांनी. तो नग्न दिसतोय. त्याची हनुवटी छातीला टेकली आहे. ते त्याच्या काखेत हात घालून त्याला चालवताहेत. तिला काहीतरी बोलावेसे वाटते; पण तोंडातून शब्द फुटत नाहीयेत. त्याच्याकडे पळत जावे असे वाटतेय; पण तिला धड उभेही राहता येत नाहीये. एखाद्या जीवाणूप्रमाणे तिच्या अंगातून रक्त सळसळते आणि त्या जीवघेण्या अंधारात ती कोसळते.

१२३

मेगन आणि तिची वरिष्ठ अजून नकाशाकडे बघतायेत. दोघीही एकाच निष्कर्षाला आल्या आहेत. अनपेक्षितपणे स्वतःचा जीव घेतलेल्या एका श्रीमंत आणि सामर्थ्यवान माणसाच्या मालकीच्या जमिनीवर दोन प्रेते मिळावीत आणि तीही थोड्याच दिवसांच्या अवधीत, ही घटना दुर्लक्ष करण्याजोगी नाही.

"गिडियन चेसला आत घ्या आणि 'थर्ड डिग्री' लावा." टॉमकिन्स म्हणते. "त्याला बरोबर हिसका दाखवा आणि मग बघा तो फुलासारखा निष्पाप आहे की आणखी कसा आहे ते."

"मॅडम, मी सकाळपासून त्याला फोन करायचा प्रयत्न करतेय; पण लागत नाहीये." थोडेसे घुटमळत ती पुढे बोलते, "डीएस डॉकरीचासुद्धा संपर्क होत नाहीये. तो रडारच्या बाहेर गेलाय असं दिसतंय."

डाव्या हाताला उजवा हात काय करतोय हे माहीत नसल्याचे हा उत्तम नमुना

आहे, असं टॉमकिन्सला वाटतं. "तो आधीच चेसकडे गेलाय की काय?" या कल्पनेनंही तिला गंमत वाटते. "तुझा डीएस तुझ्याहूनही एक पाऊल पुढे आहे की काय?"

मेगन दाद देत नाही. "असेल कदाचित, मॅडम; पण त्यावरून त्या दोघांचे फोन का लागत नाहीयेत, याचा उलगडा होत नाही. चेसची लॅन्डलाइन अन्सरिंग मशीनवर जाते आहे. आणि मी दोघांच्याही मोबाइलवर निरोप ठेवलेत."

"मग कदाचित जिमी त्याला शेतात घेऊन गेला असेल. तिथे रेंज मिळत नसेल." यावरून तिच्या डोक्यात आणखी एक विचार येतो. "खरं म्हणजे नेलरचे अवशेष मिळाले तो भाग दोर लावून बंद करायला हवा आणि त्या भागाचा तपास घेण्यासाठी 'फॉरेन्सिक' उत्खनन तज्ज्ञ शोधून काढला पाहिजे."

"मी तो भाग आधीच बंद केलाय, मॅडम! लॅबचे रिपोर्ट आल्याबरोबर मी ते करून टाकलं. त्या वेळी तुम्ही नव्हता, नाहीतर तुम्हाला तेव्हाच सांगितलं असतं."

डीसीआयचा दरवाजा उघडतो. आणि तिची सेक्रेटरी डोकावते. "चीफ आणि डेप्युटी साहेबांना डीआय बेकरला भेटायचंय, मॅडम."

"का?" टॉमकिन्स आश्चर्याने विचारते.

"काही कल्पना नाही. चीफच्या पीएने कारण सांगितलं नाही. फक्त तिला ताबडतोब शोधून काढा असं म्हणाली."

मेगनच्या अनुभवानुसार 'ताबडतोब' हा शुभसूचक शब्द नाही. कधीच नव्हता. कधीच नसणार.

"मी येते तुझ्याबरोबर." खुर्चीच्या कोपऱ्यावरून हॅन्डबॅग उचलत टॉमकिन्स म्हणते. "ते तुझ्या बाबतीत 'तत्काळ' असेल, तर माझ्याही बाबतीत असणारच."

१२४

हेंजमास्टर उठून नव्या दीक्षाधारकाला आलिंगन देतो. "मुला, तू आता आमच्यात आलास हे फार छान झालं." तो गिडियनचा हात आपल्या चेहऱ्याला लावतो. हरवलेल्या मुलाला बाप जशी मिठी मारेल, तसा तो गिडियनला मिठीत घेतो. "बस! तुला आता विश्रांती घ्यायला हवी." तो ड्रॅकोकडे वळतो. "तू जा. आमचं बोलणं झालं की मी तुला पुन्हा बोलवीन."

मास्टर गिडियनबरोबर दगडी गोल टेबलापाशी सस्मित मुद्रेने बसतो. "दीक्षाविधी फार थकवा आणतो. तुला काही तास फार अशक्तपणा आणि थकवा वाटेल; पण तू भराभर बरा होशील."

टेबलावर त्याच्यासमोर लाकडी थाळ्या, पाणी आणि फळांचे रस भरलेल्या सुरया आहेत. कापलेल्या कच्च्या फळांनी थाळ्या भरल्या आहेत.

"हे पदार्थ तुझ्या शुद्ध झालेल्या शरीराला अतिशय योग्य आहेत. ब्लू बेरी, क्रॅनबेरी, अंजीर, केळी. शक्ती देणारे खाद्य. खा!! तुला पुन्हा पूर्वीप्रमाणे शक्ती आली पाहिजे."

गिडियन थोडी फळे उचलतो. त्याला भूक नाहीये. तो सभोवार बघतो. काळ्या दगडी भिंती खोलीतील सर्व प्रकाश शोषून घेताहेत असे वाटते.

"इतके प्रसिद्ध फळ आणि इतके प्रभावी प्रतीक. नाही का?" मास्टर तळहातावर सफरचंद घेत म्हणतो.

"तुम्हाला ॲडम आणि ईव्ह म्हणायचंय का?"

"नाही, नाही. मला ते नाही म्हणायचं. माझ्या मनात एका ग्रीक गोष्टीचा विचार होता."

आपली परीक्षा घेतली जात आहे, हे गिडियन ओळखतो. त्याचा मेंदू पहिल्या 'गिअर'वर जातो. "हां! हर्क्युलिसला हस्पराइड्सच्या बागेतील सफरचंद चोरावं लागलं."

मास्टर हसतो आणि सफरचंदाचा चावा घेतो.

"तू खरोखर तुझ्या वडिलांचा मुलगा आहेस." तो टेबलाच्या टोकाला पसरलेल्या कोडमधल्या डायऱ्यांकडे मानेने निर्देश करत म्हणतो, "आपलं बोलणं संपलं म्हणजे तू मला त्या वाचून दाखव. ते कोड मला समजावून सांग."

गिडियन एका रसरशीत लाल चेरीचा देठ काढत म्हणतो, "मला काही प्रश्न विचारायचेत."

"विचार. हीच योग्य वेळ आहे. तू आपल्या पंथाचा एक महत्त्वाचा अनुयायी होण्यात मी तुला मदत करीन."

"मला सँक्चुअरीबद्दल उत्सुकता आहे. ती कशी आणि केव्हा बांधली आणि ती नक्की कुठे आहे?"

मास्टर स्मित करतो. "सँक्चुअरी कुठे आहे, ते तुला लवकरच समजेल, आणि तुझी तब्येत पूर्ववत झाली की, मी स्वत: तुला तिच्यातले सुंदर कक्ष दाखवीन."

गिडियन दुखावल्यासारखा होतो. "माझ्यावर अजून विश्वास नाही का?"

हेंजमास्टर नि:श्वास सोडतो. "दीक्षा घेतली की, विश्वासाच्या वाटेवरील चाल सुरू होते, संपत नाही. आपण आपल्या कॅलेंडरमधील एका महत्त्वाच्या वेळेकडे जात आहोत, हे तुला माहीत असेल. जी कोणीही चुकवू शकत नाही अशी. ती होऊन गेली की आपण या प्रश्नावर पुन्हा चर्चा करू."

"नूतनीकरण विधी. तोच तुम्हाला म्हणायचाय ना?"

"होय. तो तीन दिवसांत संपेल आणि मग तुला इथून जायची परवानगी मिळेल.'' तो स्मित करतो. "इथून बाहेर पडलास की, सँक्चुअरी कुठे आहे, ते तुला समजेल.'' तो हसतो, "ते तुला ताबडतोब कळेल.''

"आणि तोपर्यंत मी इथेच राहायचं? कोण म्हणून? बंदिवान?''

"अर्थात, नाही. एक विद्यार्थी म्हणून. आपण रोज बातचीत करू! नाथानिएलनं काय लिहिलंय ते तू मला सांगशील.'' तो बाजूची एक डायरी उचलतो. "आणि सेक्रेड्सचा अनुयायी म्हणून तुझी काय कर्तव्ये आहेत, याबद्दल मी तुला सांगेन. हा काळ सत्कारणी लागेल.''

१२५

जवळच असलेल्या चीफच्या ऑफिसकडे चालत जाताना त्या दोघी पोलीस स्त्रिया काहीही बोलत नाहीत. त्यांना थोडे थांबायला सांगण्यात येते, आणि मग चीफचा सहायक त्यांना आत सोडतो.

ॲलन हंट आणि ग्रेग डोकरी दरवाज्यापासून जवळच कॉन्फरन्स टेबलापाशी बसलेले आहेत. टॉमकिन्ससुद्धा बरोबर आली आहे, हे त्यांच्या लक्षात आल्याचे दिसत नाही.

"सर, तुम्ही मला भेटायला सांगितलं?'' मनातली धास्ती दाबत मेगन विचारते.

"होय, डिटेक्टिव्ह इन्स्पेक्टर.'' चीफ, राजकारण्यासारखे स्मित चेहऱ्यावर आणत, खुर्चीकडे हात करतो. "बसा!'' तो टॉमकिन्सकडे बघतो. "ज्यूड, काळजी करण्यासारखं काही नाहीये.''

"हे ऐकून सुटल्यासारखं वाटलं, सर. तुमच्या ऑफिसनं 'अर्जंट' म्हटलं त्यामुळे मीसुद्धा आले, तर तुम्हाला आवडेल असं मला वाटलं.'' ती मेगनच्या शेजारी बसते. हंट तिच्या म्हणण्याची दखल न घेता त्याच्या डेप्युटीकडे वळतो. ग्रेग डॉकरी मेगनकडे बघत बोलतो, "गृहखाते त्यांचा वार्षिक अहवाल लवकरच प्रकाशित करणार आहे, असं आम्हाला आताच समजलंय.'' त्याचा सूर शोकसभेत बोलत असल्याप्रमाणे आहे. "आणि त्यात विल्टशायर पोलीस दलावर बरीच टीका आहे. विशेषतः, दीर्घ काळ न सुटलेल्या प्रकरणांकडे आपण किती लक्ष देतो – किंवा देत नाही यावर! ते लक्षात घेता, आपण आधीच काहीतरी हालचाल करायला हवी की, ज्यामुळे टीका होणार नाही.'' तो ओढूनताणून स्मित करतो. "बेकर, ही तुझ्यासाठी चांगली बातमी आहे. या क्षणी तू आमच्या 'ऑपरेशन कोल्ड केस' या नव्या कार्यालयाची, ॲक्टिंग प्रमुख आहेस. तू पुरेशी प्रगती केलीस, या नेमणुकीमुळे

टीका टळली, तर तुला लवकरच डीसीआय पदाचं प्रमोशन मिळेल.

"अभिनंदन!" तो उभा राहून हस्तांदोलन करण्यासाठी हात पुढे करतो.

मेगन आश्चर्यचकित होते आणि गोंधळते. "थँक यू, सर!" ती हात पुढे करते.

"कधीपासून?" टॉमकिन्स थंडपणे विचारते. "माफ करा सर, पण आमच्याकडे आधीच खूप काम आहे. डीआय बेकरकडे लॉक केसशिवायही खूप काम आहे. एका नव्या खुनाचे कामही त्यात आहे. ही वेळ खरोखरीच योग्य नाही."

"आतापासून!" हंट कडवटपणे बोलतो. "वेळ कधीच योग्य नसते, ज्यूड! बदल पुढे ढकलायला नेहमीच कारणं असतात. बेकरचं काम करायला आम्ही देऊ कोणीतरी!"

त्याचा डेप्युटी तेच सूत्र पुढे चालवतो. "मेगन, ही तुझ्यासाठी मोठी संधी आहे. तिनं तुझं भलंच होईल. तुझं पोस्टिंग स्विडनला आहे. तुला तुझं काम आजच कोणाच्यातरी हवाली करावं लागेल. उद्या सकाळपासून नव्या कामाला सुरुवात कर."

ती आवंढा गिळते. "सर, मला एक लहान मुलगी आहे. जी 'हार्ट मूरल नर्सरी'त जाते. तेव्हा मला थोडा वेळ लागेल."

हंट तिचे बोलणे मध्येच तोडतो. "तुला वेळ नाहीये डिटेक्टिव्ह इन्स्पेक्टर." तो घड्याळाकडे बघतो. "आणि आम्हालाही! तू फार नशीबवान आहेस. तुला छान काम मिळतंय. आता त्याचा जास्तीत जास्त फायदा करून घे!"

"येस, सर!" मेगन काहीही न बोलता, विचलित न होता निघून जाते. तिच्या मागून टॉमकिन्ससुद्धा. बाहेर आल्यावर ती मेगनचा दंड धरते. "माझ्या ऑफिसात चल. आपल्याला जरा बोलायला हवं. तू हुशार आहेस, बेकर; पण तितकी नाही. अशी संधी आकाशातून पडत नसते. इतक्या महत्त्वाच्या गोष्टीची मला निश्चितच आधी माहिती मिळाली असती."

आपल्या ऑफिसच्या सुरक्षित कवचात येईपर्यंत टॉमकिन्स काहीही बोलली नाही. ती दार लावून घेते आणि मेगन आरोपी असल्याप्रमाणे तिच्याकडे बघते. "तुला इथून हलवलं जातंय. तेसुद्धा घाईघाईनं. काय भानगड आहे? जिमी? त्याच्याबरोबर काही लफडंबिफडं नाही ना?"

मेगनला धक्काच बसतो. "अजिबात नाही."

"ते एक बरंय. मला वाटलंच, तू तसं काही करणार नाहीस म्हणून. मग काय आहे?"

"याचा माझ्या खासगी जीवनाशी काहीही संबंध नाही. आणि त्यात तुम्हालाही नाक खुपसायचं कारण नाही. खरं तर मी पुन्हा नवऱ्याबरोबर राहायला लागले आहे."

"मग याला कारण काय?"

मेगन विचार करते. बॉस म्हणते ते बरोबर आहे. नवी जबाबदारी हे प्रमोशन नाही. आपल्याला इथून बाहेर काढायची चाल आहे.

टॉमकिन्स बसू शकत नाही. ती येरझारा घालते. नजरेत राग आहे. "कधी नव्हतं इतकं काम आहे. एक आत्महत्या, दोन खून, नेलर आणि टिंबरलँड, एक व्हीआयपी अपहरण. आणि त्यात हे लोक माझ्या डीआयला काढतायत." ती मेगनच्या जवळ जाते. "बेकर, विचार कर. काहीतरी वेगळं असं केलंय का किंवा घडलंय का? सांग मला, तू ज्या केसेस हाताळतेयस त्यातलं तू माझ्यापासून लपवून ठेवलंयस का? एखाद्या केसवर जरुरीपेक्षा जास्त असं काही केलंय का? मला ते आत्ता समजायला हवं."

१२६

शुक्रवार, २५ जून

दगडी कोठडीत गवताच्या बिछान्यावर रात्र घालवल्यावर गिडियनचे अंग डोक्यापासून पावलांपर्यंत दुखतेय. मास्टर भले त्याला विद्यार्थी म्हणो. आपली खरी स्थिती काय आहे, हे तो समजून चुकला आहे. तो कैदी आहे. महाकक्षातून त्याला नेत होते, तेव्हा त्याला दिसलेल्या त्या फिकट तरुण मुलीइतकाच! दीक्षाविधीनंतर त्याला जे भास होत होते, त्या वेळी जिला तो 'आई' समजत होता ती. बातम्यांमध्ये दाखवत होते, तीच ही मुलगी. आता त्याच्या लक्षात येते. केटलिन लॉक. अमेरिकेच्या उपराष्ट्राध्यक्षांची मुलगी. त्याला दिसली ती तीच होती. त्याच्या आठवणीप्रमाणे तिचा एक प्रियकर होता. इंग्रज. तोही इथेच कुठेतरी डांबलेला असेल, आपल्याप्रमाणे!

मग त्याला आठवते. वडिलांच्या डायरीत लिहिलेले. चिणणे. प्राचीन ब्रिटिश लोकसुद्धा ही ग्रीको-रोमन लोकांची पद्धत अनुसरायचे. गुन्हेगाराभोवती भिंत बांधायचे, त्याला खायला-प्यायला न देऊन मारायचे. या पंथाचे लोकसुद्धा बळीचा देह शुद्ध करण्यासाठी आणि त्याच्या मनातून दृश्य आणि अदृश्य चेतना नष्ट करण्यासाठी असे करायचे.

गिडियनला तिची दया येते. तिला वेड लागत असेल. दगडाच्या उभ्या कपाटात नुसते उभे राहायचे. हलायला जागा नाही. वेळ जायला काही नाही. जिवंतपणी नरक. तो उभा राहतो. आणि त्याच्या छोट्या कोठडीत येरझारा घालू

लागतो. केटलिनच्या जागेच्या मानाने कितीतरी सुखकर.

तो गवतावर बसतो आणि विचारात गढून जातो. सँक्चुअरी वर्तुळाकार आहे. आतील सर्व मार्ग उतरते आहेत. बाहेरच्या वर्तुळाची मार्गिका, महाकक्ष, स्नान करायचा विभाग, मास्टरचा कक्ष, बाहेरचे आणखी काही कक्ष. तो आता आहे, ती खोली. त्याला जे स्वतःला बघायला मिळाले ते, आणि वडिलांच्या डायरीतील वर्णन यांच्यावरून त्याच्या डोक्यात सँक्चुअरीचा जवळजवळ संपूर्ण नकाशा तयार झाला आहे. केटलिनच्या कोठडीसह.

फक्त एक गोष्ट माहीत नाहीये.

बाहेर पडायचे दार!

१२७

मेगनने सॅमीसह तिच्या आई-वडिलांच्या घरी आणखी एक रात्र घालवली आहे. तिच्या तथाकथित प्रमोशनची बातमी आणि टॉमकिन्सने व्यक्त केलेली शंका यांच्या पार्श्वभूमीवर ॲडमबरोबर रात्र घालवणे आणि त्याच्या इच्छेप्रमाणे, जसे काही घडलेलेच नाही, अशा प्रकारे पुन्हा पूर्वीप्रमाणे जीवन जगू लागणे अशक्य होते.

ती शॉवरखाली उभी राहते. आणि डोक्यातले विचार काढायचा प्रयत्न करते. कालच्या सर्व काळज्या अजून आहेत. गिडियन बेपत्ता आहे. जिमी बेपत्ता आहे. तिला सॅमीसकट इथून स्विडनला जावे लागणार आहे.

ती अंग पुसून कपडे घालते. तिने तिचे काम दुसऱ्याला सुपूर्द करण्याची प्रक्रिया शक्य तितके लांबवण्याचे आश्वासन टॉमकिन्सने दिले आहे; पण तिला चीफ आणि डेप्युटीची मने वळवता येतील, याबद्दल मेगनला शंका आहे.

तिचे आई-वडील सॅमीला भरवून, कपडे घालून तयार करतात. मेगन त्यांचे आभार मानते आणि तिला कारमध्ये घालून नर्सरीत सोडते. डोक्यात विचारांचे चक्र चालूच आहे. कालच्या घटनेने ती आणि टॉमकिन्स जवळ आल्या आहेत. पूर्वी कधीही नव्हत्या इतक्या. मेगनने तिच्या मनातील काही गोष्टी टॉमकिन्सला बोलून दाखवण्याइतका विश्वास त्या दोघींमध्ये निर्माण झाला. टॉमकिन्सने, तिच्या सवयीप्रमाणे तिला बारीकसारीक तपशीलसुद्धा सांगायला लावला. सगळे काही. गिडियन चेसचे पंथाबद्दलचे म्हणणे. चेसच्या घरी झालेल्या चोरीशी मॅट उटलेला जोडणारा पुरावा नाहीसा होणे. सगळे काही. मेगनचे म्हणणे तिने हसण्यावारी नेले नाही, याचेच तिला आश्चर्य वाटले.

सॅमीला शाळेत सोडल्यावर मेगन फोनवर एचआर खात्याशी संपर्क साधून,

तिला डॉक्टरकडे जायचे असल्याने आज कामावर येता येणार नाही, असे कळवते. कदाचित उद्यासुद्धा! ती गिडियन आणि जिमीला फोन लावायचा प्रयत्न करते; पण यश येत नाही. गिडियन अजून बेपत्ता असणे म्हणजे वाईट बातमीचीच शक्यता. ती कार वळवून टोलार्ड रॉयलकडे जायला निघते.

ऊन पडले आहे. आकाश स्वच्छ आहे. तो तासाभराचा प्रवास औषधाप्रमाणे उपयोगी वाटतो. डोर्सेटच्या दक्षिण सीमेवरील ते एक छोटे खेडे. पर्यटकांना आकर्षित करेल असे फारसे काही नाही. एक तेराव्या शतकातले चर्च आणि एक दफनभूमी. फक्त सोसिल बीटन, 'गायरिची आणि मॅडोनाचे घर असलेले ॲशकोम हाउस'च जरा नावाजलेले.

चेस इस्टेटच्या फाटकाला कुलूप आहे. ती बेलचे बटन अनेकदा दाबते आणि पुन्हा फोन करून बघते. उत्तर नाही.

मेगन कारमधून बाहेर पडते आणि कुंपणाच्या भिंतीच्या बाजूने चालू लागते. थोड्याच वेळात रस्ता दृष्टिआड होतो. उटलेला जर कुठूनतरी आत शिरायला जागा सापडली, तर आपल्यालाही सापडली पाहिजे. आणि ती सापडते. एका झाडावर चढून, उडी मारून ती भिंतीवर उतरते. सॅमीला हे दिसले असते, तर तिने खूश होऊन टाळ्या पिटल्या असत्या. ती गुडघे टेकते. भिंतीची कड घट्ट पकडते आणि उडी मारून पलीकडे बागेत उतरते. सावलीतून बाहेर पडत ती घराच्या मागच्या हिरवळीवर येते.

"गिडियन!" ती तोंड वर करून मोठ्याने हाक मारते. आपणही कोणी चोर आहोत, असे वाटू नये म्हणून.

तळ्याच्या कडेने घराच्या मागील भागाला वळसा घालायला बरीच मिनिटे लागतात. कोणीच दिसत नाही. घराच्या पुढे खडीवर त्याची 'ऑडी' उभी आहे. गाडीच्या दारावरील आरशांना लागलेल्या कोळ्याच्या जाळ्यांवरून ती बऱ्याच काळात तिथून हलली नसावी.

मेगन बेल वाजवते. दारावर थापा मारते, हाका मारते. पत्रपेटीच्या फटीतूनसुद्धा; पण काही नाही. ती एका कागदावर 'मला फोन करा' म्हणून चिठ्ठी लिहिते आणि ती पत्रपेटीच्या फटीतून आत ढकलते. ती हात मागे घेते आणि विचार करत स्तब्ध उभी राहते.

ती शेवटी गिडियनला भेटली, तेव्हा तो स्मिथसनबरोबर इथेच उभा होता. आणि तो घाबरलेला दिसत होता. वडिलांच्या मृत्यूमुळे तसे झाले असेल, असे तिला त्या वेळी वाटले होते. ते चुकीचे होते, हे तिला आता जाणवते. कदाचित तो आता फरशीवर मरूनसुद्धा पडला असेल.

ती विचार करायचा प्रयत्न करते. स्मिथसन त्याला मारणार नाही. नाही का?

तिला, एका डिटेक्टिव्हला त्या घरात बघितल्यावर, तिच्याशी बोलल्यावर तो असे करायचा धोका पत्करणार नाही. पत्करला तर तो वेडा ठरेल. या विचारामुळे दार बळजबरीने उघडून आत शिरायचा विचार ती सोडून देते. निदान ज्यूड टॉमकिन्सशी बोलेपर्यंत तरी.

मेगन आल्या वाटेने परत निघते. भिंतीवरून उडी मारून कारकडे चालू लागते. इंजीन सुरू करत असताना तिला आरशात काहीतरी चमकल्याचे दिसते. हिरवे जॅकेट घातलेला एक माणूस घाईने तिच्या दृष्टिपथातून बाहेर जाताना दिसतो.

आपल्यावर पाळत आहे.

ते आपला पाठलाग करत आहेत.

१२८

'किंग जॉन इन'च्या पुढे गेल्यावर मेगन तिच्या 'फोर्ड फोकस'चा ॲक्सलरेटर जोरात दाबते आणि ॲशमोअरच्या उघड्या भूप्रदेशात येते. साठ-सत्तर... ऐंशी. त्या छोट्या कारला कठीण नाही. ते जर पाठलाग करत असतील, तर दिसतीलच.

एका डाव्या वळणावर तिला बऱ्याच अंतरावर एक कार दिसते. ती वेगाने येत आहे. तिच्याच वेगाने. कदाचित मोकळ्या रस्त्यामुळे ड्रायव्हरला वेग वाढवायचा मोह झाला असू शकेल. खात्री करायला हवी.

झिगझॅग टेकडीवर पोहोचपर्यंत 'बी' रोड जवळजवळ सरळ आहे, हे मेगनला माहीत आहे. लवकरच 'फोकस'चा वेग शंभरच्या वर जातो. तिने तिच्या आणि मागच्या कारमधले अंतर निदान चारशे मीटरने वाढवले आहे. टेकडीच्या पायथ्याशी उजवे वळण घेताना ती एकदम ब्रेक दाबते. तिचे हृदय धडधडू लागते. ती पुन्हा ब्रेक दाबते आणि शक्य तितक्या लवकर वेग कमी करते. मेगन गाडी रस्त्यावरून खाली घेते आणि उजवीकडे असलेल्या झाडांमध्ये शिरते. आणि शक्य तितके मागे जाऊन थांबते. काही सेकंदांतच तिच्या मागची गाडी जोरात पुढे जाते. ती मर्सिडिस आहे, क्रीम रंगाची, एवढेच तिला दिसते.

आता खरी परीक्षा आहे. मर्समधला माणूस मजा म्हणून वेगाने जात असेल, तर तो वळणे घेत टेकडीवर पोहोचेल. आणि वर पोहोचल्यावर पुन्हा वेग वाढवेल. तिला तो पुन्हा दिसणार नाही; पण तो जर पाठलाग करत असेल, तर पुढच्या एक-दोन मिनिटांत तो आपली कार शोधू लागेल. बहुतेक तो मागे फिरेल.

मेगन झाडांमधून काळजीपूर्वक बाहेर पडते आणि धीम्या गतीने टेकडी चढू लागते.

कॅन कॉमनच्या थोडे पुढे तिला मर्स दिसते. थांबलेली. ब्रेकचे दिवे लागलेले. पुढे दोघे जण. स्वस्तातील नंबरप्लेट. शेवटची अक्षरे 51MU.

मॅट उटले.

उटलेला पिस्तुलासह बघितल्याचे गिडियन म्हणाला होता, ते तिला आठवते. मर्सचे ब्रेक लाइट बंद होतात आणि ती तिच्यापुढे रस्त्यावर येते. मेगन ॲक्सलरेटर दाबते आणि भराभर गिअर बदलत वेग वाढवते. जणू काही त्या कारला धडकच द्यायची आहे; पण ती धडक देत नाही. शेवटच्या क्षणी ती उजवीकडे असलेल्या छोट्या रस्त्यावर वळते. तो रस्ता मुख्य रस्त्याला समांतर असा पाच-सहा घरे असलेल्या वस्तीकडे जातो. रेस ट्रॅकला पिट रोड असतो तसा; मात्र ती थांबत नाही. पुढे जात राहते.

कार डांबरी रस्ता आणि गवतातून जात असल्यामुळे तिची मागची बाजू वर-खाली होत आहे. ती कशीबशी नियंत्रण ठेवतेय. पुन्हा वळून ती 'बी' रोडवर येते आणि उलट दिशेने जाऊ लागते. लवकरच ती समोरून येणारी मर्स ओलांडते. क्षणभर तिची आणि मर्सच्या चालकाची नजरानजर होते. तो उटलेच आहे. तिने त्याचा फोटो अनेकदा पाहिला आहे. त्यामुळे चूक होणार नाही. त्याच्या सोबत बसलेला माणूसही ओळखीचा वाटला. जरा जाडसर बांधा. पांढरा शर्ट; पण त्याच्या खांद्याची गोलाई आणि डोक्याचा आकार ओळखीचा होता.

हायर ब्लँडफोर्ड रोडवर ती वेग वाढवते आणि ख्रिस्ती लेन जाईपर्यंत वेग कमी न करता, ती बरीच गर्दी असलेल्या A-350 वर जाते.

डेविझेसवर पोहोचेपर्यंत ती आरशावर सतत लक्ष ठेवते. गेल्या काही वेळात जे घडले, त्यामुळे तिचा मेंदू शिणला आहे. तिला जे दिसले त्यामुळे.

उटलेबरोबर पुढच्या सीटवरील दुसरा माणूस तिचा नवरा होता – ॲडम!

१२९

ते त्याला फक्त टॉयलेटसाठी बाहेर सोडतात.

उरलेला वेळ गिडियन त्याच्या दगडी कोठडीत एकांतवासात घालवतो. ते त्याला थोडे अन्न देतात. त्याला कैद्याप्रमाणे वाटू लागते.

आपल्याला दिसलेल्या मुलीचे बलिदान देऊन नूतनीकरणाचा विधी पुरा होण्यास आता दोनच दिवस उरले आहेत, याची त्याला जाणीव आहे. त्यांना धोका पत्करून चालणार नाहीये. आणि आपण धोका असू शकतो. आपल्या वडिलांनी पंथाबाहेरील व्यक्तीला बळी देणे थांबवायचा प्रयत्न केला होता, तसा आपणही करू असे त्यांना

वाटू शकते.

दाराचे बोल्ट काढले जातात. दार उघडते. दोन बुरखाधारी आत येतात. आणि त्याला मास्टरकडे घेऊन जायचे आहे, असे सांगतात.

त्याचे वडील गेले होते, त्या मार्गिकेतून तो जातो आणि ज्यांना आपण खरे कधीच ओळखलेले नाही, त्यांच्या गुप्त जीवनाची कल्पना करू लागतो. त्यांनी दीक्षा घेतल्यावर त्यांना कसे वाटले असेल? जगातील सर्वांत जुन्या आणि सर्वांत गुप्तपैकी एक असलेल्या पंथात दीक्षा घेतल्यावर त्यांच्या मनात कोणते विचार आले असतील?

टेहळे गिडियनला मास्टरच्या कक्षात सोडतात. मास्टर त्याला नाथानिएलच्या डायऱ्या रचून ठेवलेल्या दगडी टेबलाकडे नेतो. त्याचा आवाज व्यवहारी आहे. "मला वाचून दाखव. समजावून सांग. मग मी तुला समजावेन."

गिडियन वडिलांच्या शेवटच्या डायऱ्यांपैकी एक उघडतो. त्यातील कोणता उतारा वाचावा, हे त्याने ठरवले आहे. तो घसा साफ करून वाचू लागतो. 'ही डायरी वाचली जात असेल तर ती गिडियन, तू वाचत असावेस अशी मी सेक्रेड्सच्या चरणी प्रार्थना करतो. तू सर्व मुलांमध्ये नेहमीच सर्वांत जास्त पद्धतशीर होतास, त्यामुळे तू प्रथमपासून सुरुवात केली आहेस, असे मी गृहीत धरतो. आणि हे शेवटच्या लेखांपैकी एक असेल. तुला आता माझे 'इतर सर्कल'शी असलेले मतभेद समजतील. त्यांच्या इच्छेप्रमाणे मी करावे, ही त्यांची जबरदस्ती तुला समजेल. मी त्यांचा मार्ग स्वीकारू शकत नाही. मी स्वीकारू नये आणि स्वीकारणार नाही. तुम्ही जसे घेता, तसे द्यावे लागते. तू व्यक्तिशः, तुझ्याऐवजी दुसरे कोणी चालणार नाही. घ्यायचं तुम्ही आणि द्यायला लावायचं दुसऱ्याला हे अगदी चूक आहे. पवित्र लोक त्यांचे ऋण अशा प्रकारे फेडत नाहीत. तो स्वार्थी, अविश्वासू, सन्मानीय नसलेल्या लोकांचा मार्ग आहे. ज्याला मी मित्र मानला, त्याला माझ्या घरात प्रवेश दिला, ज्याच्यावर मी भावाप्रमाणे विश्वास ठेवला. जीवनातील ज्या गोष्टींबद्दल मला आदर होता, त्या गोष्टींना ज्यानं काळिमा फासला त्याचा हा मार्ग आहे.'

गिडियन वाचणे थांबवतो. डायरी फिरवतो. "हे पाहा! तो οΩΜΥΖΙΥΛφΗΩΣΚΛ या शब्दांवर बोट ठेवतो. "तुम्ही हे नाव ओळखता?"

मास्टरला कोड वाचता येत नाही; पण ते आपलेच नाव आहे, हे तो जाणतो. नाथानिएलच्या डायरीत त्याचा असा अनिष्ट उल्लेख असल्याचे त्याला आश्चर्य वाटत नाही. त्यावरून एक सिद्ध होते. त्या डायऱ्या, त्याची अपेक्षा होती, तशा खरोखरीच धोक्याच्या आहेत. "तुझ्या वडिलांचे आणि माझे नेहमीच एकमत होत नसे. त्यांचे म्हणणे प्रत्येक बाबतीत योग्य होते, असेही नाही. ते अतिशय बुद्धिमान

होते, हे तुला माहीत आहेच; पण त्यामुळे ते हेकेखोर बनले. त्यांच्याशी युक्तिवाद करणे कठीण झाले." तो उभा राहतो. टेबलापासून बाजूला होऊन सावकाश येरझारा घालतो. "मला सांग, तुला त्यांचे विचार पटतात का?"

"कशाबद्दल?"

"माझ्याबद्दलचे, मित्रांबद्दलचे. त्यांनी बहुतेक त्याबद्दल सविस्तर लिहिलं असेल. आमचे मतभेद, विशेषत: विधीबद्दलचे."

गिडियन जराही न गडबडता उत्तर देतो. "त्यांनी लिहिलंय. माझ्या वडिलांचे नेहमीच बरोबर असायचं असं नाही, हे इतर कोणाहीपेक्षा मला जास्त चांगलं माहीत आहे. अनेक वर्षं आम्ही एकमेकांशी क्वचितच बोललो. आता ते नाहीत." गिडियन थांबून विचार करतो. आणि मग मास्टरच्या डोळ्यांमध्ये सरळ बघतो. "दीर्घ आणि निरोगी आयुष्य जगावं, एवढीच माझी इच्छा आहे. सेक्रेड्सशी असणारी निष्ठ दाखवावी, अशी इच्छा आहे आणि हे साध्य करायला तुम्ही मदत केली, तर अर्थातच मी निर्विवादपणे तुमच्याशी एकनिष्ठ राहीन."

मास्टर त्याला आलिंगन देतो. याहून चांगल्या उत्तराची कल्पना त्याला करवत नव्हती. जरी त्याला त्याच्या काळजात सुरा खुपसायला आवडले असते तरी, गिडियनही त्याला मिठी मारतो.

मास्टर मागे होतो आणि त्याचे खांदे धरून त्याच्याकडे अभिमानाने बघतो. "आता तुला काहीतरी सांगायची पाळी माझी! तुला असे गुपित सांगण्याची की, क्षणभर तुझा श्वासही थांबेल."

१३०

मेगन सुपरमार्केटमधील कारपार्कमध्ये बसून राहते आणि वाट बघते. ती घरी जाऊ शकत नाही आणि ऑफिसलासुद्धा. तिच्या डोळ्यांपुढे सतत मर्सिडिसमध्ये उटलेच्या बरोबर ॲडमची ओझरती प्रतिमा येत राहते. त्याला दुसऱ्या एखाद्या बाईबरोबर बेडमध्ये सापडण्याइतकेच ते धक्कादायक होते. त्याच्या फसवणुकीचे, दगा देण्याचे, खोटे बोलण्याचे आणखी एक घाणेरडे उदाहरण!

तिच्या मनात सॅमीचा विचार येतो आणि आपली सर्व गुपिते लपवून ठेवून, घरी आल्यावर तो अगदी आदर्श बापाची आणि नवऱ्याची भूमिका करायचे धाडस कसे करू शकतो, याचे तिला आश्चर्य वाटते. आपण आणि सॅमी सोडून इतर स्त्रियांचा, पुरुषांचा असण्याची गुपिते. आता खेदाची जागा संताप घेत आहे. ती रागाने लालबुंद झाली आहे.

दुपार ढळत असतानाच तिच्या गाडीशेजारी एक नवी 'जाग्वार' येऊन थांबते. तिच्या खिडकीची काच खाली जाते, आणि 'आत ये!' असे ओरडून ड्रायव्हर तिची तंद्री भंग करतो.

वाट बघणे संपले...

उटले आणि तिचा नवरा ॲडम यांनी केलेल्या पाठलागाबद्दल मेगन सांगते. डीसीआय टॉमकिन्स शांतपणे ऐकते. ती फोन करून कारची माहिती काढायला सांगते. ती मर्सिडिस टिडवर्थच्या मॅथ्यू स्टीफन उटले याची असल्याचे निश्चित होते.

''तुझ्या नवऱ्याच्या गेल्या दोन तासांतील हालचालींबद्दल मी माहिती कळवायला सांगू शकते; पण ती कशासाठी पाहिजे, हे लोक विचारणार.''

''काही गरज नाही.'' मेगन म्हणते. ''तो तोच होता, हे मला माहीत आहे.'' ती दातांनी नख कुरतडते. ''मला इतकं मूर्खासारखं वाटतंय. मला वाटलं त्याला सॅमी आणि मी हवे आहोत म्हणून तो परतलाय.''

''त्याबद्दल रडारड नंतर कर!'' टॉमकिन्स म्हणते. ''आता तुझ्या मुलीचं काय करायचं ते आधी बघितलं पाहिजे. संशय न येता कोणाची मदत घेता येईल का?''

''सॅमी आईकडे आहे.'' मेगन म्हणते, ''मी तिला फोन करून सांगितलं, ॲडम मला त्रास देतोय. आता मी त्याला घरात घेणार नाही. आणि सॅमीच्या जवळपासही फिरकू देणार नाही. माझे वडीलसुद्धा घरी आहेत. त्यामुळे त्याबाबतीत चिंतेचे कारण नाही.''

''ठीक आहे. मी सकाळी थोडा तपास केला. पुन्हा तपास केला म्हण हवं तर! आपण चुकीचे निष्कर्ष काढत नाही ना, याची खात्री करायला.''

''मग?''

टॉमकिन्स तिच्या बॅगेतून एक फोटो काढते. ''सीन इलियट ग्रॅब!''

''कॅंपरव्हॅनवर ज्याच्या हाताचे ठसे मिळाले तो!'' मेगन फोटो घेते.

''स्टोनहेंजला सुरक्षा व्यवस्थेत काम करायचा.''

''बरोबर. तो मेलाय. नदीत बॉडी मिळाली.''

''खून झाला?''

''आताच सांगता येत नाही.'' टॉमकिन्स म्हणते, ''ग्रॅब आणि स्टोनहेंज! टिंबरलॅंड, लॉक आणि चेस प्रकरणाशी संबंधित आणखी एक दुवा. इतके योगायोग असणं मला ठीक वाटत नाही.''

''मग काय करायचं, मॅडम? पुढे काय?''

''तीच काळजी लागलीये मला.'' टॉमकिन्स तिच्याकडे निरखून बघते. ''चीफ आणि डेप्युटीला तुला डेव्हिजेस ऑफिसमधून हलवायचंय, बरोबर? त्यांनी तुझी रवानगी स्विडनला केली आहे. त्यामुळे त्यांच्यावर विश्वास ठेवून चालणार नाही.''

"जिमी डॉकरीचं काय? त्याचा काही पत्ता लागला?"

"त्यानं लॉर्ड ल्यूकनचं अनुकरण केलं. बेपत्ता!" ती डोके खाजवते. "हे सगळं मेट कमांडर बार्नी गिब्सनकडे न्यावं असा मी विचार करतेय."

मेगनला आश्चर्य वाटतं. "तुम्हाला ते वेड्यात काढतील."

टॉमकिन्स हसते. "म्हणूनच ते त्यांना तू सांगायचं. मी नाही."

१३१

हेंजमास्टर गिडियनला सँक्चुअरीच्या गुंतागुतीच्या आतील भागातून नेतो. तो कोरीव काम केलेल्या भिंती आणि छताकडे हात करतो. "या दगडासाठी आपल्या पूर्वजांनी जवळ, दूर असा सगळीकडे शोध घेतला. ते निवडून आणले गेले आणि त्यांना पंथातील कारागिरांनी आकार दिला. त्यांच्या कामातील अचूकपणा विश्वास बसणार नाही इतका होता. प्रत्येक दगड सेक्रेड्सनी पावन केलेला. वीस लाख वेगवेगळे दगड एकमेकांत लॉक केले. हे पूर्ण बांधकाम चुना न वापरता केलं आहे."

गिडियन गुळगुळीत भिंतींना हात लावून बघतो. जसे ते मंदिराच्या गाभाऱ्याजवळ येऊ लागतात, तशा त्या वळणदार मार्गिकांची रुंदी आणि उंची कमी होऊ लागते. "या जागेचा कधीच कोणाला शोध कसा लागला नाही?"

मास्टर हसतो. "कारण मुळात तिचा शोध घ्यायचं काही कारणच नाही. तिचं अस्तित्वच कोणाला माहीत नाहीये आणि पुरातत्त्व संशोधकांचं खोदकाम स्टोनहेंजभोवती असतं. कधी कधी एखादी वस्तू सापडते. सेक्रेड्ससारखं लाकडी हेंज. एखादी दहनभूमी, मृत सैनिकांची हाडे. प्राचीन काळच्या कुऱ्हाडी, हत्यारं, ते बुद्धिजीवी लोकांची भूक भागायला पुरेसं असतं."

"पण त्याहूनही आणखी काही आहे?"

"खूप आहे." मास्टर म्हणतो. "फक्त सँक्चुअरीच नाही, तर इतरही अनेक जागा आहेत. ज्या एकमेकींच्या संपर्कात असतात, त्यांनाही वरदान असतं. सुरक्षा असते आणि त्या फक्त इथेच नाही तर जगभर आहेत."

आपल्याला अज्ञात अशा किती गोष्टी आहेत, त्याची जाणीव होऊन गिडियन चकित होतो. त्याला हजारो प्रश्न विचारायचे आहेत.

"ये!" मास्टर पुन्हा चालत असताना सांगू लागतो, "सँक्चुअरी आणि स्टोनहेंज पूर्ण व्हायला सगळे मिळून एक लाखच्यावर लोक आणि दोन शतके लागली. मास्टर त्याला गोल वळणे घेणाऱ्या बोगद्यातून घेऊन जातो. "त्यांनी कोणतीही यंत्रे न वापरता खोदकाम केलं. लाकडाचे ओबडधोबड ओंडके आणि हात एवढेच

वापरून त्यांनी हे प्रचंड वजनाचे दगड शेकडो मैल आणि काही ठिकाणी खोल जलाशय पार करून इथे आणले. झाडे पाडून, गवत आणि वेली वापरून चौथरे बांधले. आणि दोन कप्प्यांच्या साहाय्याने दगड वर चढवत बांधकाम केले. त्यांनी चर खणून अतिशय कार्यक्षम अशी सांडपाणी वाहून नेणारी यंत्रणा प्रस्थापित केली. ती अजून उत्तम प्रकारे काम देत आहे. हे पाणी गटारींमधून सँक्चुअरीत येते आणि इथून पुढे चुनखडीनं भरलेल्या खोल खड्ड्यांमध्ये पडते.'' हात वर करून मास्टर छतातील दगडातल्या भोकाला स्पर्श करतो. ''दगडात खोदलेल्या या मार्गांमधून इथे ऑक्सिजनचा अखंड पुरवठा होतो. हे उभे बोगदे तारे बघण्यासाठी आहेत. प्रत्येकातून विशिष्ट तारे आणि तारकापुंज दिसतात. सँक्चुअरी हे एक खगोलशास्त्रीय घड्याळसुद्धा आहे. आणि त्याच्या मदतीनं आपल्या पूर्वजांप्रमाणेच आपण आपली पंचांगे बनवू शकतो, ठेवू शकतो.''

मास्टर त्याला एका अरुंद कमानीखालून महाकक्षांच्या खाली असलेल्या मार्गिकेत नेतो. सँक्चुअरीचे मूळ उद्दिष्ट ते सेक्रेड्सचं मंदिर असावं, हे होतं; पण त्याव्यतिरिक्त ते एक अश्मयुगीन हॉस्पिटल, एक प्रकारचं विद्यापीठ आणि मोठे सभागृह, जिथे शास्त्र, आरोग्य आणि प्रशासन हे विषय शिकवले जायचे.''

''त्या वेळचा समाज इतका प्रगत होता?'' गिडियन विचारतो.

''प्रत्येक युगात काही महान नेते होऊन जातात, तसे अश्मयुगातसुद्धा झाले.'' मास्टर पुढे जाता जाता त्याच्या गळ्यातील बदामी रंगाच्या जाड दोरीला बांधलेली एक मोठी लोखंडी चावी काढतो. ''मी एक उदाहरण देतो.'' तो एक अरुंद लाकडी दरवाजा उघडतो आणि ते आतल्या अंधारात प्रवेश करतात.

हवा आणखी थंड आहे. पावलांचे प्रतिध्वनी जास्त मोठ्याने येताहेत. मास्टर भिंतीवरील एक मशाल आणि जमिनीवर ठेवलेल्या काही मोठ्या मेणबत्त्या पेटवतो. उजेडाला डोळे सरावल्यावर त्यांना एक मोठी वर्तुळाकार खोली आणि तिच्या मध्यावर एक काळा दगड दिसतो. त्या लांबलचक भिंती इजिप्तमधील थडग्यांच्या दगडांसारख्या लालभडक ग्रॅनॅइटच्या आहेत. डाव्या आणि उजवीकडील भिंतीवर नजर पोहोचत होती, तिथपर्यंत डझनावारी उघड्या शवपेटिका डोक्याकडची बाजू थोडी वर उचलून लावलेल्या होत्या, जेणेकरून त्या मृतांच्या कवट्यांना खोलीच्या मधोमध असलेला स्तंभ दिसावा.

''शवागार?'' गिडियन विचारतो. ''कोण होते हे लोक आणि त्यांची एवढी खास व्यवस्था का?''

''हे जुने लोक. आपले पूर्वज, ज्यांनी सँक्चुअरी, स्टोनहेंज आणि सगळे हेंज, दफनस्थळं आणि त्यांना जोडणाऱ्या कक्षांचे आराखडे बनवले आणि ते बांधले, ते हे बुद्धिमान लोक.'' मास्टर आणखी मशाली आणि मेणबत्त्या पेटवत सावकाश

चालत राहतो. "पण ही जागा म्हणजे केवळ पवित्र विश्रांतिस्थान नाही."

मध्यावर असलेला मोठा दगड जरा स्पष्ट दिसू लागतो. पॉलिश्ड सॅन्डस्टोनपासून बनवलेला तो दगड कमीत कमी पाच मीटर उंच आणि तीन मीटर रुंद आहे. त्याच्या दोन बाजूंना कप्पे असून, त्यात नकाशे आणि इतर कागदांची भेंडोळी ठेवलेली आहेत. दुसऱ्या दोन बाजू डबर भरलेल्या अनेक भट्ट्या असाव्यात, अशा दिसतात. गिडियन आश्चर्यचकित होतो. तो सावधपणे तिकडे जाऊ लागतो, एखाद्या पक्ष्यावर झडप घालायला मांजर जसे जाईल तसा.

कशालाही हात लावावा की नाही, अशा संभ्रमात तो दिसतो. ते ग्रंथालय आहे, म्युझियम आहे, प्राचीन पोथ्या, कलावस्तू, हत्यारे यांनी भरलेली कालकूपी.

"हे किती वर्षांपूर्वीचं आहे?" तो विचारतो.

"अगदी सुरुवातीपासून!" घनाच्या वरच्या टोकाकडे बोट दाखवत मास्टर म्हणतो. वर तिथे तुला मूळ कोरीव काम केलेल्या वस्तू दिसतील. सँक्चुअरी आणि स्टोनहेंजचे पहिले आराखडे. तिथे त्या सर्वांत पहिल्या शवपेटिकेत पहिल्या बळींचे अवशेष दिसतील. ज्यांनी सँक्चुअरी आणि हेंज पुरे केले त्यांचे.

"बांधणाऱ्यांनाच बळी दिलं?"

"त्यांचीच तशी इच्छा होती. सेक्रेड्सना स्वत:चे समर्पण करून त्यांच्या मुलांवर आणि पुढच्या पिढ्यांवर त्यांची कृपा राहील, असा त्यांना विश्वास होता."

गिडियन प्रभावित होऊन उभा राहतो. त्याच्याभोवती जे आहे, ते पुरातत्त्व तज्ज्ञांचे स्वप्नच आहे. प्राचीन इतिहास आणि संस्कृती यांनी भरलेली अल्लाउद्दिनची गुहाच. आयुष्यात मिळणार नाही, असा खजिना. त्याच्या छातीचे ठोके वाढतात. "यांपैकी कशाही विषयी काहीच माझ्या वाचनात आलं नाही. मी वाचलेल्या कोणत्याही डायरीत या जागेचं, या सगळ्याचं वर्णन कुठेच नव्हतं."

"आणि ते असायलाही नको. त्याच्याविषयी बोलणं किंवा लिहिणं वर्ज्य आहे." मास्टर त्याच्याजवळ येतो, पुन्हा स्मित करतो. "नाथानिएलला या कक्षाबद्दल माहिती होती. त्यानं इथे बरंच काम केलं. त्या नकाशांमध्ये आणि कागदपत्रांमध्ये तुला त्याचं काम सापडेल. ताऱ्यांच्या नकाशांमध्ये; जे प्रत्येक मास्टरने पुरे करावे लागतात."

एकाच ठिकाणी इतका इतिहास! इतके ज्ञान! इतकी गुपिते! मास्टर दरवाज्याकडे चलण्याची खूण करतो, आणि तो भानावर येतो. "आपल्याला गेलं पाहिजे. मला तुला आणखी दाखवायचंय आणि वेळ कमी आहे."

गिडियन बळेबळेच निघतो. मास्टर सर्व मशाली आणि मेणबत्त्या विझवतो, आणि बाहेर आल्यावर दरवाज्याला पुन्हा कुलूप लावतो. ते त्या मार्गिकेच्या टोकाला जातात. आणि एका बाजूला भिंत नसलेल्या उंच पायऱ्यांवरून चढू लागतात. ते

सँक्चुअरीच्या बाहेरच्या भिंतीला पालीप्रमाणे चिकटून चढतात. धरायला कठडा नाही. बाजूला खोल पोकळी.

"जपून!" मास्टर म्हणतो. "तुला दीक्षेमुळे अजून जरा अशक्तपणा वाटत असेल."

चांगली सूचना! शंभर एक पायऱ्या झाल्यावर गिडियन घामाघूम होतो आणि त्याला धाप लागते. मास्टर एखाद्या पहाडी बोकडाप्रमाणे प्रत्येक पायरी सहज चढून जातोय.

गिडियन एक हात भिंतीवर ठेवतो. दगडांवरील गुंतागुंतीचे कोरीव काम त्याच्या लक्षात येते. शेतात काम करणारे शेतकरी, मुले कडेवर घेऊन चाललेल्या स्त्रिया, नदीवर जमलेला गाईंचा कळप, कामगार मोठ्या शिळा उचलत आहेत, हेंजच्या निर्मितीतला पहिला टप्पा. दफनभूमीवर खाली मान घालून जमलेले लोक. सूर्याच्या आणि तारकापुंजांच्या कक्षा. चंद्राच्या कला.

वरचे छतावरचे कोरीव काम मात्र जरा भीतिदायक आहे. बलीवेदीवर बांधलेल्या एका माणसाभोवती बुरखाधारी लोक जमले आहेत. मास्टरने हातोडी उगारली आहे. त्यावरून त्याला आठवते – ती अमेरिकन मुलगी इथे आपल्या खालीच कुठेतरी कोंडलेली असणार.

पायऱ्यांवर त्याचा तोल जाऊ लागतो.

कोणीतरी त्याचा हात पकडतो. हेंजमास्टर त्याला भिंतीकडे ओढून धरतो. "जपून! जपून! काळजी घे!"

गिडियन तोल सावरून श्वास घेतो. "मी ठीक आहे."

"छान. मग आपण पुढे जाऊ या."

आणखी थोड्या पायऱ्या चढल्यावर ते वर पोहोचतात. दुसऱ्या बाजूने खाली महाकक्ष आणि इतर खोल्यांकडे जाणाऱ्या पायऱ्या असल्याचे गिडियनला दिसते.

मास्टर पुन्हा त्याच्या गळ्याभोवतीच्या किल्लीचा उपयोग करतो.

आता ज्या खोलीत गिडियन प्रवेश करतो, ती त्या वस्तुसंग्रहालयापेक्षा एकदम वेगळी आणि एक प्रकारे आश्चर्यकारक आहे.

पहिली गोष्ट जी त्याच्या लक्षात येते, ती म्हणजे प्रकाश! ट्यूबलाइटचा पांढरा स्वच्छ आणि फडफडणारा प्रकाश. अडकलेल्या आणि सुटण्यासाठी धडपडणाऱ्या भुतांप्रमाणे. जमीन आणि भिंती करड्या रंगाच्या पण दगडी आहेत. काँक्रीट, प्लॅस्टर, एखाद्या मोठ्या आधुनिक गोदामात किंवा गराजमध्ये असल्यासारखे वाटावे.

समोर काँक्रीटची एकरभर जमीन आहे. शेकडो मीटर प्लास्टर केलेल्या भिंती. जमिनीपासून दहा फूट उंचीवर असलेल्या एका लोखंडी बीमवर मास्टर जातो. त्याच्यामागून गिडियन जातो. दुसऱ्या टोकाला वाहने पार्क केलेली आहेत. जाडजूड,

४ बाय ४ची बीम आणि माहितीची वाटणारी बिल्डर ड्रॅकोची पांढरी व्हॅन.

इथे गराजशिवाय आणखी काहीतरी आहे. त्या जागेचे आणखी काही विभाग आहेत. शेकडो लोखंडी लॉकर आहेत. कपडे बदलण्यासाठी बाके आहेत. टेबले, खुर्च्या आहेत. एक भटारखाना, त्याच्याजवळ सिंकच्या रांगा, स्वयंपाकाची टेबले, अनेक रेफ्रिजरेटर आणि फ्रीजर, मायक्रोवेव्ह ओव्हन, शेगड्या, भांडी इत्यादी.

एखाद्या सैन्याचा स्वयंपाक करता येईल, इतकी जागा आणि सामग्री. ''ते आमचं कामाचं केंद्र.'' मास्टर सहजपणे उद्गारतो, ''जमिनीच्या खाली आम्ही पूर्वजांच्या प्रथा, परंपरा याचं काटेकोरपणे पालन करतो; पण वर आम्ही एक आधुनिक यंत्रणा आहोत. उद्या तू इथे येऊन काम करशील. त्या महान दिवसाच्या तयारीत हातभार लावशील.''

१३२

शनिवार, २६ जून
पौर्णिमेचा आदला दिवस

लाल झालेल्या चेहऱ्याच्या रांगत्या मुलाने आई-वडिलांच्या पलंगावरून खाली आलेल्या पांघरुणाचे टोक ओढावे, तशी पहाट आकाशाच्या काळ्या पडद्याचे टोक खेचत होती. दवाने ओल्या झालेल्या स्टोनहेंजच्या मैदानाला पहारेकऱ्यांनी घेरले आहे. ते रिकाम्या कारपार्कमध्ये उभे आहेत. पर्यटकांना इथे सकाळी यायला बंदी करण्यात आली आहे.

हेंजमास्टर सार्वजनिक पदपथावरून चालत येऊन नुकत्याच कापलेल्या हिरवळीवर येतो. शिळांच्या वर्तुळात प्रवेश करतो. आजचा दिवस १६ तास, ३७ मिनिटे आणि ५ सेकंदांचा आहे. सूर्य ६१.९ अंशांवर आहे. उद्या तो दहा दिवसांतील सर्वांत जास्त स्थित्यंतर करेल व ६१.८ अंशावर येईल. सतत बदलणाऱ्या आकाशाकडे बघत, तो महाशिळांच्या वर्तुळात प्रवेश करतो.

चंद्राचा अस्त होऊन तास होऊन गेलाय. शुभ्र वस्त्रातील त्या देवतेचा आता मागमूस नाहीये. ती जवळजवळ अडीच लाख मैल अंतरावर अदृश्य नाचतेय. ती आज रात्री नऊ वाजता पुन्हा अवतीर्ण होईल आणि तिच्या पूर्ण तेजाच्या ९८ टक्के इतकी प्रकाशेल.

जवळजवळ तयार!

मैदानावर मंद वारा वाहत आहे. सेक्रेड्सच्या ऊर्जेची प्रचीती घेण्यासाठी मास्टर हात पसरतो. यानंतर जे जे काही घडणार आहे, त्यात अचूकपणा महत्त्वाचा आहे. अचूकपणा! योग्य दिशा आणि देवतांची इच्छा.

१३३

केटलिनने यापूर्वी कधीच प्रार्थना केलेली नाही. तिचे वडील ज्यू वंशाचे आणि आई प्रोटेस्टंट ख्रिश्चन म्हणजे जवळजवळ नास्तिकच!

तिच्या कुटुंबाने कशावर कधी विश्वास ठेवला असेलच, तर तो न्याय, चांगुलपणा आणि दयाळूपणा यांवरच. इतरांनी आपल्याशी जसे वागावे असे आपल्याला वाटते, तसे आपण इतरांशी वागावे. कोणाला ओलीस ठेवावे, भिंतीत चिणावे आणि उपाशी मारावे, अशा गोष्टींची कल्पनासुद्धा नसलेले वातावरण. आता पडून इजा झाल्यानंतर तिला फोमचे अस्तर असलेल्या दगडी कोठडीत राहावे लागत आहे. गाद्यांच्या सँडविचसारखी पुढच्या आणि मागच्या दगडांच्या फोममध्ये ती उभी आहे.

केटलिन डोळे मिटते आणि प्रार्थना करायचा प्रयत्न करते. तिच्या मनावर भीतीचा एवढा पगडा आहे की, तिला प्रार्थनासुद्धा नीट करता येत नाहीये. तिला बंदिवान केल्यापासून प्रथमच ती रडू लागली....!

१३४

बार्नी गिब्सनच्या तात्पुरत्या ऑफिसात मेगन तिच्या डीसीआयबरोबर जेव्हा प्रवेश करते, तेव्हा सकाळचे बरोबर आठ वाजले आहेत. ती त्याला आणि त्याचा सहायक स्टिवर्ट विलिस यांना सहा दिवसांपूर्वी भेटली होती; पण ते दोघेही आता दहा वर्षे गेल्याप्रमाणे दिसत होते. अविरत काम, रात्रीची झोप नाही आणि तपासाचा ताण या सगळ्या गोष्टींचा त्यांच्या तब्येतीवर परिणाम होत आहे.

टॉमकिन्स सांगते, ''जवळजवळ आठवड्यापूर्वी याच खोलीत डीआय बेकरनं आपल्याला सांगितलं होतं की, तिला असं पक्कं वाटतं की, केटलिन लॉक आणि जेक टिंबरलँड स्टोनहेंजला जात असतानाच टिंबरलँडचा खून झाला आणि केटलिनला पकडण्यात आलं. आता हाती आलेल्या माहितीवरून ते खरं असावं असं आम्हाला वाटतं. आपला विश्वास बसणार नाही; पण या सगळ्याच्यामागे एक जुना प्राचीन

पंथ आहे, असं समजायला सबळ कारण आहे.''

''शक्य नाही.'' विलिस म्हणतो. ''लॉक एका आंतरदेशीय गुन्हेगारांच्या ताब्यात आहे, अशी विश्वसनीय माहिती आम्हाला मिळाली आहे. त्यांच्याकडून खंडणीची मागणीसुद्धा आली आहे.''

टॉमकिन्स डगमगत नाही. ''सर, आपण आपलं मन खुलं ठेवावं, असं मला वाटतं. डीआय बेकर आता आपल्याला जे सांगेल, ते परिकथेसारखं वाटेल; पण त्याला मजबूत असा वस्तुनिष्ठ पुरावा आहे.''

आपण या गोपनीय भेटीला मान्यता देऊन चूक केली, असे गिब्सनला वाटू लागते. ''ज्यूड, हे तू जॉन रोलँड्स किंवा तुझ्या बॉसकडे का नाही घेऊन गेलीस?''

आपल्याला मर्यादित संधी आहे, हे टॉमकिन्स ओळखते. ''सर, आपले लोकच यात गुंतले असण्याची शक्यता आहे. वस्तुरूपी आणि इलेक्ट्रॉनिक पुरावा बदलला गेला आहे. तपासाला आतूनच सुरुंग लागण्याची शक्यता आहे.''

''हे फार गंभीर आरोप आहेत. तू मला फार कठीण परिस्थितीत टाकल्येस.''

''खरंय, सर! आणि त्याबद्दल मी माफी मागते; पण आताच्या परिस्थितीत या केसच्या तपासाचे प्रमुख आणि बाहेरचे वरिष्ठ अधिकारी म्हणून आम्ही आपल्याकडेच मार्गदर्शनासाठी येणं योग्य होतं, असं मला वाटतं.''

''पटलं!'' ते मेगनकडे वळतात. ''मग डीआय, सांगा तुमची कथा.''

आपली विश्वासार्हता प्रस्थापित करायला ही एकच संधी आहे, हे मेगन जाणते. ''पुरातत्त्व शास्त्रज्ञ आणि स्टोनहेंजवरील जागतिक कीर्तीचे तज्ज्ञ प्राध्यापक नाथानिएल चेस यांच्या आत्महत्येचा तपास करताना त्यांचा मुलगा गिडियन याने हेंजच्या शिळांवर निष्ठा असलेल्या एका गुप्त पंथाबद्दल त्याच्या वडिलांनी लिहिलेल्या डायऱ्यांची माहिती दिली.''

''ड्रुइड?'' विलिस मध्येच विचारतो.

''नाही सर! हा पंथ त्याच्याही आधीचा आहे. तुम्हाला तुलनाच करायची असेल, तर फ्रीमेसनशी करा. हा कौशल्यावर आधारित असा एक अतिप्राचीन पंथ असून, तो पुढे अनेक शतकांच्या काळात परिपक्व झाला आणि त्याचा आजही मोठा प्रभाव आहे.'' हे शब्द बोलल्यावर आपण ते उगीच बोललो, असे मेगनला वाटले. जर विलिस किंवा गिब्सन फ्रीमेसन असेल, तर सगळेच मुसळ केरात जाईल. ''सर, गिडियनला सापडलेल्या कोडमधील डायऱ्यांवरून असं दिसतं की या पंथाचा असा विश्वास आहे की, त्यांच्या देवतांना मधूनमधून मनुष्यबळी दिला की स्टोनहेंज त्यांचं रक्षण करतं.'' ते दोघे अधिकारी एकमेकांकडे बघतात.

त्यांच्या चेहऱ्यावर किंचित स्मित असते. ''मला यावर विश्वास ठेवणं कठीण वाटतं. आताच्या आधुनिक युरोपात मनुष्यबळी हा प्रकार ऐकिवात नाही.'' गिब्सन

म्हणतो, "अगदी अमेरिकेतसुद्धा अनेक जहालवादी असूनसुद्धा गेल्या अनेक शतकांमध्ये अशी अगदी थोडीच उदाहरणे आहेत. मला तुमच्या या थिअरीवर विश्वास ठेवणं कठीण वाटतंय."

"सर, माझाही विश्वास बसत नव्हता." मेगन म्हणते, "पण काही घटनांमुळे माझं मत बदललं."

विलिस बेचैन होऊन घड्याळाकडे बघतो. "आणि त्या कोणत्या?"

"त्या सगळ्या स्टोनहेंजभोवती फिरतात. आताच्या सर्व महत्त्वाच्या केसेसचा 'स्टोनहेंज' हा केंद्रबिंदू आहे. स्टोनहेंजवरील तज्ज्ञ असलेला नाथानिएल चेस आत्महत्या करतो. लॉक आणि टिंबरलँड स्टोनहेंजला जातात, त्यांच्यावर हल्ला होतो. त्या हल्ल्यासंबंधी आम्हाला ज्याची जबानी घ्यायची होती, तो सीन ग्रॅब बाथमध्ये मेलेला सापडतो. तो स्टोनहेंजच्या सुरक्षादलात होता आणि हे सगळं उन्हाळी Solsticeच्या आसपास घडतं."

गिब्सनला जरा रस वाटायला लागला असावा, असे दिसते किंवा कदाचित त्याची करमणूक होत असेल. मेगनला निश्चितपणे ठरवता येत नाही. "सर, मी गिडियन चेसचं वैद्यकीय रेकॉर्ड तपासलं. तो म्हणाला, त्याला लहानपणी कॅन्सर होता आणि त्या शिळांनी त्याला बरं केलं. रेकॉर्डप्रमाणे त्यानं सांगितलेलं खरं आहे." विलिसच्या चेहऱ्यावर अविश्वास! त्याच्या मते हे अशक्य आहे. "तुला असं म्हणायचं का की, एका दगडांच्या वर्तुळानं त्याचा कॅन्सर बरा केला, असं त्याच्या वैद्यकीय रेकॉर्डमध्ये म्हटलं आहे?"

"नाही सर. त्यात म्हटलंय की, त्याला झालेला कॅन्सर बरा न होणाऱ्या प्रकारचा होता आणि तरीही तो बरा झाला. त्यात कोणतंही स्पष्टीकरण दिलेलं नाही; कारण त्यांना कोणतंही स्पष्टीकरण मिळालंच नाही."

गिब्सन वैतागून उसासा सोडतो. "डीसीआय टॉमकिन्स म्हणाली की, पुरावा नष्ट केला गेला. कोणता पुरावा? आणि कसा नष्ट केला गेला?"

त्याची सहनशीलता आता संपत आली आहे, हे मेगन ओळखते. ती शक्य तितक्या थोडक्यात सांगायचा प्रयत्न करते. "नाथानिएल चेसचं घर फोडून कोणीतरी आत घुसला आणि त्यानं घराला आग लावली; पण त्याआधी कोणतीतरी मौल्यवान वस्तू शोधून ती नष्ट करण्याचा त्यानं प्रयत्न केला. ती वस्तू म्हणजे चेसनं स्टोनहेंज आणि तो पंथ यांच्याबद्दल लिहिलेल्या डायऱ्या होत्या, असं आम्हाला वाटतं. चेसचा मुलगा गिडियन याने चोराचा सेलफोनवर फोटो काढला. आपल्या चेहरा ओळखणाऱ्या सॉफ्टवेअरवरून तो चेहरा एका स्थानिक माणसाचा होता. चोरीच्या जागेवरून काही वस्तूही मिळाल्या होत्या. चोराच्या मागे राहिलेल्या बॅगेतील हत्यारं. मी जेव्हा शेवटी बघितलं तेव्हा त्या सर्व वस्तू स्टोअरमधून गायब झाल्या होत्या.

त्यांची कॉम्प्युटरवरील नोंदसुद्धा काढून टाकलेली होती. तसंच मला माझ्या मेलबॉक्समध्ये आलेला तो कॅमेऱ्यावरील फोटोही गेला होता. माझ्या फायलींमधला सर्व मजकूर काढून टाकलेला होता.''

गिब्सन पॅडवर टिपण करतो. आणि टॉमकिन्सकडे बघतो. ''आपल्याला याबद्दल आणि ते कसं हाताळायचं याबद्दल वेगळं बोललं पाहिजे.''

ती मान डोलवते.

मेट कमांडर गिब्स मागे सरकून बसतो. आणि मेगनचे मूल्यमापन करतो. ती जे बोलतेय ते वेडेपणाचे वाटले, तरी ती फार हुशार अधिकारी वाटते. उगीच वाहवत जाणारी नाही. ती आता स्विंडनला जुन्या केसेसचा विभाग स्थापन करायच्या मागे असायला हवी होती, हे त्याला माहीत आहे. फक्त तिने तिच्या प्रमुखाच्या नकळत माझ्याशी खासगीत हे बोलायला नको होते.

तो पुढे झुकून दोन्ही हात एकत्र गुंफून टेबलावर ठेवतो. ''मेगन, तू एक अनुभवी अधिकारी आहेस. तेव्हा आपला तपास म्हणजे तारेवरची कसरत आहे याची तुला जाणीव असेलच. एफबीआय, इंटरपोल, खासगी डिटेक्टिव्ह आणि ब्रिटनमधली सर्व पोलीस दले तपासात गुंतली आहेत. आतापर्यंतच्या सर्वांत विश्वसनीय पुराव्यावरून केटलिन ही आंतरराष्ट्रीय गुन्हेगारांच्या टोळीच्या ताब्यात असून, ते तिच्या आई-वडिलांकडून खंडणी उकळण्याच्या मागे आहेत असं दिसतं. त्यांनी दोन कोटी डॉलर्सची मागणी केली आहे. तू ज्या पद्धतीनं आमच्याकडे आलीस त्याबद्दल मला कौतुक वाटतं; पण सध्यातरी तू म्हणतेस त्याच्या मागे माणसं लावण्याचा धोका मी पत्करू शकत नाही. मी –''

''पण सर –''

तो तिला थांबवतो. ''मला बोलणं पुरं करू दे.'' एक जरा कठोर शांतता. ''मला पुरावा पाहिजे. तू म्हणालीस त्या कोडमधल्या डायऱ्या मला बघायच्या आहेत. आतापर्यंतच्या काळात खरोखरीच मनुष्यबळी दिले गेले आहेत, याचा पुरावा पाहिजे. असा ठोस पुरावा असल्याशिवाय मी आता ज्या दिशेनं तपास करण्यासाठी लोक आणि वेळ खर्च करत आहे त्यांना तिथून काढणं शक्य नाही. माझ्याकडे पुरावा आण म्हणजे तुला वेगळा प्रतिसाद मिळेल.''

टॉमकिन्स तिची खुर्ची मागे सरकवून उठते. ''थँक यू सर!'' ती विलिसचा मानेनंच निरोप घेते. ''चीफ सुपरिंटेन्डन्ट, आपलं झालेलं बोलणं सध्या आपल्यातच राहील, असं मला आश्वासन हवंय. साहजिक कारणांसाठी!''

''दिलं!'' गिब्सन म्हणतो. ''पण सध्याच!''

१३५

विधीच्या आदल्या दिवशी पवित्रकाल सुरू होतो. पूजाअर्चेचा काळ. मास्टर, इनर सर्कलचे सभासद आणि इतरही सर्व अनुयायी कडक उपास सुरू करतात. हा उपास बळीला आदर दाखवण्यासाठी असतो. उपासात ते फक्त पाणी पितात. विधीनंतरच्या पहिल्या संधिप्रकाशापर्यंत कोणत्याही प्रकारच्या लैंगिक संबंधापासून दूर राहतात.

हेंजमास्टर गिडियनबरोबर त्याच्या कक्षात बसला असताना त्याला शुद्धतेचे महत्त्व समजावतो. "नूतनीकरणाचा विधी आपल्यासाठी पवित्र असतो. याचा अर्थ आपण रानटी आहोत असा नाही. अजिबात नाही. या क्षणी आपल्याला सर्वांत महत्त्वाची व्यक्ती कोण असेल तर ज्याचा बळी दिला जाणार असेल ती." तो त्या चार डायऱ्यांवर हात ठेवतो. "मी असं धरून चालतो की, तुला तुझ्या वडिलांकडून जीवनाचे पावित्र्य आणि मृत्यूच्या संदर्भात त्याचा अर्थ समजलाच असेल."

गिडियनला त्याच्या बोलण्याचा रोख नीट समजत नाही. "मला फक्त एवढंच माहीत आहे की, माझा जीव वाचवण्यासाठी ते त्यांचा जीव द्यायला तयार होते. मला माझी मुले वाढवण्याची संधी मिळावी यासाठी."

"अगदी बरोबर. अनेकांच्या मोठ्या हितासाठी एक बळी." मास्टर समोर बसलेल्या गिडियनचा चेहरा न्याहाळतो. "आमची अशी प्रथा आहे की, अनुयायांपैकी एक जण, बहुतेक इनर सर्कलचा एखादा सभासद, शेवटचे तणावपूर्ण तास बळीच्या सान्निध्यात राहतो. त्याला अगदी शेवटच्या क्षणापर्यंत नैतिक आणि आध्यात्मिक आधार देण्यासाठी आणि विधी पुरा होईपर्यंत त्याला काही होऊ नये हे बघण्यासाठी. ही भूमिका, या वेळी आमच्यासाठी तू करावीस अशी माझी इच्छा आहे."

त्याला जाणवलेला धक्का त्याला लपवता येत नाही. "मला समजलं नाही. मीच का?"

मास्टर स्मित करतो. "तुला समजतंय असं मला वाटतं. मी तुला दया का दाखवली, तुझ्याशी प्रेमानं का वागलो, हे तुला माहीत आहे. मी माझा स्वतःचा विश्वास आणि श्रद्धा तुझ्यावर का ठेवली, तेही. माझ्या भोवतीचे लोक, तुला जिवंत ठेवण्यात काय शहाणपण आहे, अशा मताचे असतानाही, हे तू जाणतोस."

गिडियनच्या अंगावर काटा येतो.

"खुल्या दिलानं आणि भावनेनं मी विधीची सुरुवात करावी, हे महत्त्वाचं आहे. सांग, गिडियन, तुझ्या वडिलांनी तुला सांगितलं; पण तू मला सांगितलं नाही असं काही आहे का?"

गिडियन मान हलवतो आणि त्याचा नकार खराच असतो; पण मास्टरला काय

म्हणायचे आहे, हे तो जाणतो. त्याच्या डोळ्यांपुढे पुन्हा त्याची आई येते. जेमतेम ओळखू येईल अशी ती कृश स्त्री, मृत्युशय्येवर उठून बसते. ती जे शब्द बोलते, त्यांच्यामुळे त्याचे जग उलथेपालथे होते.

"नाथानिएल तुझे वडील नाहीत, गिडियन!"

हेंजमास्टर ते त्याच्या डोळ्यांत वाचतो. "मग तुझ्या आईनं तुला सांगितलं असणार की, तुझा बाप मी आहे, नाथानिएल नाही."

१३६

मेगन तिच्या घराच्या पलीकडल्या रस्त्यावर कार उभी करते आणि चालत घराकडे जाते. ती डोके थंड ठेवायचा प्रयत्न करतेय. गिब्सन आणि विलिसबरोबरची मीटिंग निष्फळ झाली होती. ती आणि टॉमकिन्स वेडे ठरले होते. टॉमकिन्सनी तसे बोलूनसुद्धा दाखवले. मेटच्या त्या दोघा अधिकाऱ्यांचा त्यांच्या एका शब्दावरसुद्धा विश्वास बसला नव्हता. त्यांना पुरावे हवे होते. दुसरे काहीही ऐकायची त्यांची तयारी नव्हती.

मेगनला एकाकी वाटतेय. असुरक्षित! अशांत! ती चालत निघाली होती, त्यामागे मन शांत करणे एवढाच एकमेव उद्देश नव्हता. ती सावधगिरी घेत होती. ॲडम घरी असायचा संभव होता. ज्याच्या आपण पुन्हा प्रेमात पडतोय की काय, असे वाटत होते तो नवरा. दरोडेखोर आणि पोलिसांवर हल्ला करणाऱ्या मॅट उटलेबरोबर बसलेला बघितला तो. तिच्या घराच्या आसपास तिला अनोळखी गाडी दिसत नाहीये. घराच्या बाहेरच पाच मिनिटे भटकून मगच ती घरात जायचा धीर करते.

घर रिकामे आहे; पण तो येऊन गेलाय, हे कळायचे कारण त्याने लिहून ठेवलेली चिठ्ठी डायनिंग टेबलावर आहे. ती चिठ्ठी फुलदाणीखालून ती झटकन उचलते.

"मेग, माझ्या घरी जातोय. डोकं शांत झालं की फोन कर."

– माजी, ॲ.

ता-क : 'मी सॅमीला भेटण्याबद्दल आपण बोललं पाहिजे.'

ती चिठ्ठी चुरगाळून कचऱ्याच्या डब्यात टाकते. तिचे हृदय धावत आहे. ती तिचे आणि सॅमीचे पोहायचे कपडे आणि जाड टॉवेल घेते, पटकन चौफेर नजर टाकते आणि बाहेर पडून दार लॉक करते.

तिथे एक माणूस आहे. तो तिच्या घरावर पाळत ठेवून आहे, तिची वाट बघतोय.

१३७

त्या प्राचीन दगडी टेबलापलीकडून पिता-पुत्र एकमेकांकडे बघतात.

"तुम्हाला केव्हा समजलं?"

मास्टर मस्तक झुकवतो. "मेरीचा शेवट जवळ आला होता तेव्हा." तो वर बघतो. निर्विकार डोळ्यांनी. ती शेवटी विश्रामधामात होती, तेव्हा नाथानिएलनी मला निरोप पाठवला. मृत्यूच्या काही तास आधीच तिनं मला सांगितलं. मला काहीच करता येण्याजोगं नव्हतं. उशीर झाला होता."

आपल्याला राग येतोय याचे गिडियनला आश्चर्य वाटते. "आणि तिच्याबद्दल तुमची भावना काय होती?"

मास्टरच्या कपाळाला आठ्या पडतात. "काय भावना होती? ती सर्वस्व होती. सगळं काही आणि काहीच नाही. जिच्याशी मला लग्न करायला आवडलं असतं; पण करणं शक्य नव्हतं अशी. भांडून दुरावलो नसतो, तर मी तिच्याबरोबर आयुष्य काढलं असतं. तिची आणि नाथानिएलची भेट झाली नसती तर –"

"मला समजलं नाही."

"लहान असतानाच आमचं एकमेकांवर प्रेम होतं. आमचे संबंध तुटल्यावर ती केंब्रिजला गेली. तिथे तिला नाथानिएल भेटला आणि त्याच्याशी तिनं लग्न केलं. लग्नानंतर वर्षभरानी ती विल्टशायरला परतेपर्यंत आमची भेट झाली नाही."

गिडियन गणित करतो. आपण ज्यांना आपले वडील समजत होतो, त्यांना आयुष्यभर साथ देण्याच्या आणाभाका घेतल्यावर आपल्या साध्वी आईनी केवळ वर्षभरात समोर बसलेल्या राक्षसासाठी त्या मोडल्या. "तुम्ही हे कसं केलंत?" चेहरा रागाने लाल होऊन तो उभा राहतो. "तिचं नुकतंच लग्न झालं होतं आणि तुम्ही तिला भुलवलंत?"

"तसं काहीच झालं नाही." गिडियनच्या रागाचा परिणाम न होता, मास्टर बोलत होता. "ते तसं घडलं. माझं तिच्यावर किती जिवापाड प्रेम होतं, याची कल्पना करता आली, तरच मोहाचा तो एक क्षण किती अनपेक्षितपणे घडला, हे तू समजू शकशील."

"एक क्षण?" गिडियनचा विश्वास बसत नाही. "माझा जन्म व्हायला मोहाचा एक क्षण कारणीभूत होता?"

हेंजमास्टर उभा राहतो आणि टेबलापलीकडून येतो. "तुझी आई जाईपर्यंत मला कल्पना नव्हती. मग मी नाथानिएलला कसा भेटू शकलो असतो? त्याला मी तुझ्याबद्दल काय सांगू शकलो असतो?"

"तिचा कॅन्सर अनुवंशिक होता, हे तुम्हाला माहीत होतं?"

तो मान डोलवतो.

"आणि स्वत:च्या मुलाचं, माझं रक्षण करायला म्हणून तुम्ही माझ्या वडिलांचं पंथात येण्यासाठी मन वळवलंत?"

"होय. कोणत्याही पित्यानं तसंच केलं असतं. मला तुझं रक्षण करायचं होतं."

मास्टर त्याला मिठी मारतो. त्याला घट्ट धरतो. दीर्घ काळ हरवलेल्या मुलाला कोणताही बाप धरेल तसे.

१३८

जिमी डॉकरी मेगनकडे येतो. ती घाबरली आहे, हे त्याला दिसतं.

"घाबरू नका, बॉस!"

पण ती घाबरते. मागे होत घराकडे जाते.

"मला तुमच्याशी बोलायचंय." तो सावकाश एक पाऊल पुढे जातो.

ती हातातली हॅन्डबॅग टाकते आणि चावीभोवती मूठ वळते.

तो बेफिकीरपणे तिच्या 'शस्त्रा'कडे बघतो. "तुम्ही माझ्याशी मारामारी करणार?"

"जिमी, एक पाऊल पुढे टाकलंस तर तुला मारून टाकीन."

तिचा खरोखरीच तसा इरादा आहे, याबद्दल शंका राहात नाही. तो एकदम पुढे झुकून तिला पकडल्यासारखं करतो. मेगन फसते. ती उजव्या हाताने ठोसा मारायचा प्रयत्न करते. जिमी तो डाव्या हाताने अडवतो. तिच्या हातातून चाव्या गळून पडतात. आता त्याला तिच्या जबड्यावर ठोसा मारून तिला जायबंदी करता आले असते. त्याऐवजी तो तिचे डावे मनगट धरून पाठीवर पिळतो आणि दुसरा हात तिच्या तोंडावर दाबून धरतो.

तिला कळायच्या आत तो तिला त्याच स्थितीत ढकलत घराच्या बाजूला घेऊन जातो. ती लाथ झाडायचा प्रयत्न करते. तो पाय फाकवतो आणि लाथा मारणाऱ्या लहान मुलाला एखादा माणूस जसा धरेल, तसे तिला धरून ठेवतो.

"मी तुम्हाला इजा करणार नाहीये."

मेगन लाथा झाडत राहते.

"बॉस, बस! बस! तुमचं म्हणणं बरोबर होतं. ठीक आहे? मी स्मिथसनचा पाठलाग करत होतो आणि तुम्ही म्हणालात ते बरोबर होतं."

आपण बरोबर ऐकले का, याबद्दल तिला खात्री नाहीये; पण ती लाथा झाडणे थांबवते.

जिमी तिला सोडतो.

ती त्याच्याकडे तोंड फिरवते. ''काय म्हणालास?''

''ते कुठे जातात ते मला समजलंय, स्मिथसन आणि ते दुसरे कुठे भेटतात ते.''

१३९

हेंज मास्टर डायरी उघडतो आणि कोड लिपीतील त्याच्या नावावर बोट ठेवतो. οΩΜΥΖ ΙΥΛϕΗΩΣΚΛ 'जेम्स पेंड्रॅगॉन!' तो मोठ्याने उच्चारतो. नावाचा अभिमान व्यक्त करण्यासाठी तो छातीवर मूठ आपटतो. ''अभिमान वाटावा असे नाव. सेल्टिक काळापासून चालत आलेला वंश. इंग्लंडच्या सर्वांत प्रसिद्ध राजापर्यंत मागे जाणारा. पुराणकाळ आणि त्याच्याही पलीकडे जाणारा. आपण इतिहासाचे पुत्र आहोत. तू आणि मी.''

गिडियनला वस्तुस्थिती आणि दंतकथा दोन्ही माहीत आहेत.

''आर्थर राजा काल्पनिक होता.'' तो म्हणतो.

पण, त्याच्या या विधानाचा मास्टरवर काहीही परिणाम होत नाही. ''अस्सं?'' तो महान ब्रिटिश राजा आर्थर पेंड्रॅगॉन? की राजा रायोथॅमस की राजा कंब्रियन, राजा पेनाइन, इलमेटचा राजा, स्कॉटिश राजा, पोवेशियन राजा की रोमन राजा? हे सगळे कल्पनेतले राजे होते, असं तुला वाटतं? तू सुशिक्षित आहेस. या सर्व महापुरुषांची मुळे फक्त दंतकथांमध्ये नाहीत. आणि ती टिकून राहिली आहेत.''

''आणि तुम्ही?'' गिडियन विचारतो. त्याच्या आवाजात कडवटपणाची छटा आहे. ''तुमच्या बाबतीत खरं काय आणि काल्पनिक काय?''

मास्टर खांदे उडवतो. ''मी राजा नाही हे खरं; पण मी आपल्या लोकांची, अनुयायांची सेवा करतो, त्यांचे नेतृत्व करतो. स्टीव्हन जॉर्ज आणि ॲलिस एलिझाबेथ पेंड्रॅगॉन यांचा एकुलता एक मुलगा. आणि तुझ्याशिवाय मला इतर मुले नाहीत.''

''ते अजून हयात आहेत? – तुमचे आई-वडील?''

''हो तर, तुझे आजोबा नव्वद वर्षांचे आहेत आणि आजी ऐंशी. दोघेही ठणठणीत आहेत.''

गिडियनच्या मनात भावनांचा कल्लोळ सुरू आहे. मृत्युशय्येवरून दिलेल्या कबुलीनंतरसुद्धा त्याला आईची ओढ वाटते आहे आणि त्याच्या नाथानिएलशी असलेल्या तुटकपणाच्या संबंधांबद्दल त्याला अपराधी वाटतंय. आता तो त्याच्या खऱ्या पित्यासमोर आहे आणि त्याचा वंश पुराणकालीन असल्याचा त्याच्यावर

प्रभाव आहे.

हेंजमास्टर त्याची गोंधळलेली स्थिती ओळखतो. ''हे सगळं पचायला तुला जरा वेळ लागेल.'' तो त्याचा दंड धरतो, ''आणि तो आपल्याकडे आहे. एकदा हा समारंभ झाला की, आपल्याला एकमेकांची जास्त ओळख करून घेता येईल. वयातले अंतर भरून काढायचे मार्ग शोधता येतील.''

गिडियनच्या मनात अनेक अनुत्तरित प्रश्न आहेत; पण ते आता विचारायची वेळ नाही. आता मौन पाळणे इष्ट. आतला विचार!

''मग!'' मास्टर म्हणतो. ''मी मघाशी सांगितलेले काम करायला तू तयार आहेस की नाहीस? त्या निवडलेल्या मुलीचा शेवटचा सोबती होशील, असं मी धरून चालू?''

गिडियन मानेने होकार देतो.

''छान. फार छान.'' मास्टर त्याला पुन्हा आलिंगन देतो.

एकमेकांपासून दूर होताना त्यांची नजर मिळते. ''यापुढे तू गिडियन नाहीस. तू फिनिक्स आहेस. 'फिनिक्स' हे तुझं ठेवलेलं नाव.''

तो गोंधळतो. ''मला समजलं होतं की, अनुयायाला त्याच्या पहिल्या नावाच्या आद्याक्षराच्या ताऱ्याचे नाव देतात.''

''ते बरोबर आहे.'' पेंड्रॅगॉन म्हणतो. त्याचा चेहरा पुन्हा एकदा कठोर होतो. ''मला माझ्या मुलाचं नाव फिलिप्स ठेवायचं होतं. माझ्या मनात जेव्हा तुझा विचार यायचा तेव्हा मी तुला त्याच नावानं हाक मारायचो. यापुढे तुला 'फिनिक्स' म्हणून ओळखलं जाईल.''

त्याला ही खोडसाळ चाल वाटते. त्याचा स्वाभिमान कमी करण्यासाठी केलेला मानसिक आघात. या नाव बदलण्यामुळे तो दुखावतो. आपली ओळख नाहीशी केल्याप्रमाणे त्याला वाटते.

''आपल्या घराण्याचं ब्रीदवाक्य सोपं आहे : स्वत:ला ओळखा!'' पेंड्रॅगॉन म्हणतो.

१४०

''जिमी, तू माझा हात जवळजवळ मोडलासच.'' मेगन खांदा चोळत बोलते.

''सॉरी! मी तुम्हाला दुखापत न करता थांबवायचा प्रयत्न केला, नाहीतर मी जास्त जोर लावला असता.''

ती कपडे नीट करते. ''कुठे शिकलास हे?''

''शाळेत मुलं खोड्या काढायची. कुरळे केस. माझ्या मागे लागायची, मग वडिलांनी मला तायक्वोंदोच्या क्लासला घातलं.''

''टॉमकिन्स तुला सोलून काढणार आहे. तू रडारवरून इतका वेळ बेपत्ता होतास.'' ती अनेकदा हात ताणून सरळ करते.

''तुम्ही सांगितलं तिला?''

''कुणालातरी सांगायलाच पाहिजे होतं.''

आता आपल्या गैरहजेरीचा खुलासा करायला हवा, याची जिमीला जाणीव होते. ''तुमचा माझ्यावरचा विश्वास उडाला आहे हे मी ओळखलं, म्हणून त्या मेलेल्या प्रोफेसरशी आणि स्टोनहेंज पंथाशी माझा काहीही संबंध नाही, हे पटवून देता येईल, असं काहीतरी करायचं मी ठरवलं.''

ती त्याच्याकडे संशयाने बघते. ''मग काय केलं तू?''

''मी उटले आणि स्मिथसनचा पाठलाग केला. ते नक्की एकमेकांना ओळखतात. उटले घरी होता. त्याच्या मर्सचा पाठलाग केला. तो ए-३६०वर एका ठिकाणी स्मिथसनला भेटला. ते स्मिथसनच्या व्हॅनच्या मागच्या भागात चढले. बहुतेक त्यांनी काहीतरी बाहेर काढलं. मग दोघे आपापल्या वाटेनं निघून गेले.''

''कोणत्या दिशेनं?''

''उटले पूर्वेला उलटा टिडवर्थकडे आणि स्मिथसन पश्चिमेला.''

ती डोक्यात नकाशा काढते. ''तिथे फार काही नाहीये उत्तरेला वळून डेविझेसला येईपर्यंत!''

''तो सगळा लष्कराचा भाग आहे. संरक्षण खात्याचा.''

''तू उटलेच्या मागे राहिलास की स्मिथसनच्या मागे गेलास?''

''मी स्मिथसनच्या मागे जायचं ठरवलं. जितकं जाता येईल तितकं.''

''मग?''

''तो वेस्ट डाउन कॅम्प आणि टिल्सहेडवरून उत्तरेकडे गेला. दोन-तीन मैलांनतंर तो एका तिठ्यावर डावीकडे वळला इम्बरच्या दिशेनं.''

''इम्बर?''

''ते एक पडीक गाव आहे. प्रवेशबंदीच्या भागात. साठ वर्षांत तिथे कोणी राहिलेलं नाही. नुसती रिकामी घरं आहेत. घरांमध्ये कोणीच नसतं. वर्षातून एखादे वेळेस चर्च प्रार्थनासभा घेतं.''

टॉमकिन्सच्या ऑफिसातील भिंतीवरचा नकाशा मेगन डोळ्यांपुढे आणते. आणि तिने केलेला कागदपत्रांचा शोध आठवते.

''तिथेच नाथानिएल चेसच्या मालकीचा जमिनीचा एक पट्टा आहे. वॉर ऑफिसला खरेदी करता आल्या नाहीत, अशा मोजक्या जमिनींपैकी एक.''

"तिथे कोण कशाला जमीन घेईल कळत नाही. माझ्या माहितीप्रमाणे सैनिक तिथे गोळीबाराचा सराव करतात, रणगाडे फिरवतात आणि बॉम्बफेकही करतात."

"बिल्डरसाठी बरंच काम आहे तिथे?" मेगन विचारते.

"शंका आहे. आर्मीचे लोक स्वत:च बांधकाम करतात."

ती विचार करते. गिडियन चेस अजून बेपत्ता असेल, तर त्याला इम्बरला कुठेतरी डांबून ठेवले असण्याची शक्यता आहे. कदाचित लॉकलासुद्धा तिथेच ठेवलं असेल. "काय करावं समजत नाही जिमी. हे सांगायला मी टॉमकिन्सकडे जाऊ शकत नाही आणि तुझ्या वडिलांनी आणि चीफनी माझी स्विडनला बदली केलीये."

"काय?"

"मला हलवण्यात येतंय. आहे त्याच पातळीवर, बाजूला! ती मोठी गोष्ट आहे. ऑफिसमध्ये कोणाला न कळता आपल्याला इम्बरला कसं जाता येईल?"

"मला माहीत आहे कसं ते." तो विश्वासपूर्वक हसतो. "खरं म्हणजे आपल्याला मदत करू शकेल असा एक जण मला भेटलाय. तो माझ्या कारमध्ये आहे."

१४१

गिडियनला आता ज्या खोलीत हलवले आहे, ती पूर्वीपेक्षा बरीच मोठी आहे. जवळजवळ सहा मीटर लांब आणि चार मीटर रुंद. आधीच्या काड्यापेटीएवढ्या कोठडीच्या तुलनेत हा आलिशान महालच आहे; पण तरीही कोठडीच.

दरवाजा उघडा आहे. त्यावर दोन पहारेकरी आहेत. त्यांपैकी एकाला गिडियनने ड्रॅकोबरोबर बघितले होते. आत चारी भिंतींवर, जरा उंचावर, जळत्या मशाली आहेत. दगडी जमिनीवर लाकडाचे कामचलाऊ पलंग आहेत. त्यांच्यावर गवत पसरलेले आहे. खोलीच्या कोपऱ्यात दगडातून कोरलेल्या आणि पाण्याने भरलेल्या दोन 'पराती' आहेत.

त्याच्या अंदाजाप्रमाणे ही खोली गोदामाकडे जाणाऱ्या उभ्या जिन्यापासून पन्नास-एक मीटर अंतरावर असावी. तसे का असावे, याचा तो अंदाज करतो. ते त्या मुलीला इथे ठेवतील; कारण मग तिला सहजपणे वर उभ्या असलेल्या वाहनातून नेता येईल.

गिडियनला बाहेर पावलांचा आवाज ऐकू येतो. काही लोकांच्या बोलण्याचा आवाजसुद्धा. दारापाशी त्यांच्या सावल्या दिसतात आणि चार पहारेकरी धडपडत आत येतात. आधी त्याला त्यांच्यामध्ये असलेली मुलगी दिसत नाही. दोघांनी तिच्या

काखांमध्ये हात घालून आणि दोघांनी पाय धरून तिला उचलले आहे. ते तिला एका पलंगावर ठेवतात.

त्यांच्यापैकी ड्रॅको एक आहे. तीन पहारेकरी जातात आणि तो मागे राहतो.

"ती फार अशक्त झाली आहे. जवळजवळ सात दिवसांत तिनं काहीच खाल्लेलं नाही." उरलेल्या चौथ्या पहारेकऱ्याच्या खांद्याभोवती हात घालत ड्रॅको म्हणतो, "हा आहे वोलन्स, हा इथे दाराच्या बाहेर राहील. हिची स्थिती खराब होतेय असं तुला वाटलं तर डॉक्टरला आणायचं, असं त्याला सांगितलं आहे; समजलं?"

गिडियन मान डोलावतो.

"छान; कारण ही मुलगी मरता कामा नये. तिची तब्येत ही सर्वांत महत्त्वाची गोष्ट. निदान उद्यापर्यंत तरी." तो गिडियनच्या पाठीवर खेळकरपणे थाप मारतो. आणि वोलन्सबरोबर बाहेर पडतो आणि खोलीचे लोखंडी दार लावून घेतो.

मास्टरनी ड्रॅकोला आपल्याबद्दल, आपल्या नात्याबद्दल सांगितलं असेल का, असा विचार गिडियनच्या मनात येऊन जातो. त्याला 'इनर सर्कल'च्या पाठिंब्याची चिंता असेल, तर तसे करणे हुशारीचे होईल. आपण त्याच्या जागी असतो, तर आपणही तेच केले असते.

गिडियन 'बळी'कडे प्रथमच नजर टाकतो. काही काळापूर्वी ती सुंदर दिसत असावी. हे स्पष्ट होते. आता मेकअप नसताना आणि तिच्या दाट, काळ्या केसांच्या जटा झाल्या असूनसुद्धा ती मुळात आकर्षक आहे, हे दिसते. तिचा आखूड डगला जरा वर गेला आहे आणि त्याच्याखाली त्याला युनियन जॅक गोंदलेला दिसतो. तारुण्यसुलभ प्रणयाचे आणि बेदरकारीचे प्रतीक. गिडियन तिचा डगला खाली खेचतो.

ती त्याच्या हातावर फटका मारते. "मला त्रास देऊ नका." तो बिचकून मागे होतो.

ती बेडवर अंग चोरून बसते. गोंधळलेल्या स्थितीत. डोळ्यांत भीती. "दूर राहा! माझ्यापासून दूर राहा!"

"मी तुला इजा करणार नाहीये. खरंच!"

ती आजूबाजूला बघते. तिच्या प्रार्थनेला पूर्णपणे फळ आलेले नाही; पण आता ती निदान त्या एकलकोंड्या भयानक नरकासारख्या भोकात तरी नाहीये. ती श्वास घेऊ शकते, हात-पाय ताणू शकतेय, पडू शकतेय. ती जवळच्या अनोळखी माणसाकडे बघतेय. डोळे जवळजवळ निर्विकार!

"तू कोण आहेस? आणि इथे माझ्याबरोबर का?"

१४२

जिमीच्या काळ्या 'गोल्फ जीटीआय'मधून एक पहाडासारखा माणूस उतरतो. ''जोश गोरान, मॅडम. आपल्याला भेटून आनंद झाला.''

मेगनशी हस्तांदोलन करताना तो तिच्यापुढे एखाद्या टॉवरप्रमाणे वाटतो. काळे आखूड केस, काळे डोळे, ग्रॅनाइटसारखा देह. आता तिला आठवते. टीव्हीवर ज्याने आवाहन केले तो हाच. कायली लॉकच्या पत्रकार परिषदेत होता. जिमीने त्याला आपल्याबद्दल आधीच सांगितले असणार, असा ती अंदाज करते. ''तुम्ही आत आलात तर बरं. म्हणजे आपल्याला नीट बोलता येईल.'' ते तिच्या घरात जातात. दार लावल्यावर जिमी बोलू लागतो. ''केटलिनच्या आईनं तिला शोधून काढायच्या कामगिरीवर जोशला ठेवलं आहे.''

''आणि तिला सुरक्षितपणे परत आणायला.''

''मला माहीत आहे.'' मेगन म्हणते. ''तुम्ही खासगी डिटेक्टिव्ह आहात; बरोबर ना?''

''सोडवून परत आणायचे काम करणारा.'' तो म्हणतो. तुमच्या एसएएससारखी अमेरिकेत जी एजन्सी आहे, त्यात मी वीस वर्षं होतो.'' तो हॉलीवूडछाप हसतो. ''मॅडम, मला वाटतं, आपला प्रॉब्लेम एकाच प्रकारचा आहे. तुम्हाला आणि मला या प्रकरणातून बाहेर ठेवलं जातंय. त्यामुळेच हा जिमी माझ्याकडे आला.''

''मला त्याची काहीच कल्पना नव्हती.'' ती कबूल करते.

''मॅडम, मला वाटतं की, इतर कोणाहीपेक्षा तुम्हाला जास्त माहिती आहे.''

''म्हणजे?''

''मी गोळा केलेल्या माहितीनुसार – आणि मी खूपच माहिती गोळा केली आहे – तुमचे स्थानिक पोलीस आणि एफबीआयचे लोक, केटलिनला आंतरराष्ट्रीय टोळीनं पळवलं आहे आणि तिला फ्रान्समध्ये कुठेतरी ठेवलं आहे, या मताच्या बाजूचे आहेत.'' तो जिमीकडे मानेने निर्देश करतो. ''मला वाटतं तुम्ही आणि जिमी योग्य मागावर असायचा जास्त संभव आहे.''

तिला मध्येच बोलल्यावाचून राहवत नाही. ''जोश, तू मला 'मॅडम' म्हणत बसलास, तर मी वैतागेन. नुसतं 'मेगन' म्हण.''

''मेगन,'' तो स्मित करत म्हणतो, ''माझ्या अनुभवानुसार, तुम्ही एखाद्याला पळवलं आणि परदेशी नेलं, तर तुमचा माग राहतो. ड्राइव्ह करून जाणं, हा सगळ्यात सोपा पर्याय; पण तसं केलं, तर तुम्हाला पाळतीवर ठेवलेल्या कॅमेऱ्यांच्या खालून जावं लागतं. फेरीची किंवा ट्रेनची तिकिटं तुम्ही कोणालाही न दिसता काढावी लागतात. ते आजकालच्या दिवसांत अशक्य आहे. देशातून पळालात की,

तुम्ही मागे खुणा ठेवता; पण या केसमध्ये फेडरल पोलीस, तुमचे ब्रिटिश पोलीस आणि माझ्या लोकांनासुद्धा काहीही मिळालेलं नाही. का ते तुम्हाला माहीत आहे? कारण गुन्हेगार देशाच्या बाहेर गेलेलेच नाहीयेत. ते अजून इथेच आहेत. अगदी इथेच.''

मेगन त्याच्याशी सहमत आहे; पण अजून उलगडा न झालेल्या गोष्टीही आहेत. ''केटलिनच्या टेप्सचं काय?''

तो खांदे उडवतो. ''दिसतं तसं असेलच असं नाही. केटलिनचं रेकॉर्डिंग इथे केलं असेल आणि कोणीतरी लंडनहून 'युरोस्टार' पकडून पलीकडे गेला आणि फ्रेंच फोनलाइनवरून एडिटेड टेप वाजवली. त्यावरून काहीच सिद्ध होत नाही.''

''एवढंच सिद्ध होतं की, अपहरण करणारे चांगल्या प्रकारे संघटित आहेत.'' जिमी म्हणतो.

''ते तर निश्चितच!'' गोरान म्हणतो. ''हे लोक फार चांगल्या प्रकारे संघटित आहेत. त्यामुळेच मला वाटतं, त्यांनी त्या बंदी असलेल्या लष्करी भागात तळ केलाय.''

''इम्बरची मालकी ब्रिटिश सैन्याकडे आहे आणि त्यांची तिथे गस्त असते.'' मेगन म्हणते. ''त्या भागात जाणे आणि बाहेर पडणे त्यांच्या परवानगीशिवाय अशक्य.''

गोरान हसतो. ''अजिबात नाही. तिथे जवळपास शेतं आहेत, गोळीबार मैदानांच्या सभोवार तीस मैल लांबीचा सार्वजनिक फूटपाथ आहे. शिवाय मिलिटरीचे पहारेकरी अगदी बुद्दू असतात. मी जवळजवळ जन्मभर त्यांच्याबरोबर काम केलंय.''

मेगन स्मित करते. ''मग त्या भागात प्रवेश करायची एखादी युक्ती सांगाल?''

''मी आधीच विचार केलाय. मी आज रात्रीच तिथे एक टेहळणी पथक घेऊन जाणार आहे. पहाटे एक वाजता. यायचंय तुम्हाला?''

भाग ५

डाउनच्या काठावरील छोटे इम्बर
गावापासून सात मैल,
फक्त मेंढ्यांच्या ओरडण्याचा आवाज,
कोणत्याही काळजीविना सुखी जीवन,
इम्बर डाउनवर जगू या!
– अनामिक

१४३

रविवार, २७ जून
नूतनीकरणाचा दिवस
पहाटे एक वाजता

डेविझेसहून निर्मनुष्य A-360वरून दक्षिणेला जाणाऱ्या काळ्या 'फोर्ड ट्रांझिट'वर 'ATE' अशी हिरव्या रंगातली अक्षरे आणि फडफडणारा लाल झेंडा होता. आर्मी ट्रेनिंग इस्टेटच्या अधिकृत चिन्हाखाली 'विशेष शास्त्रीय संशोधन विभाग' हे शब्द आहेत.

व्हॅनमधील सहा जणांच्या अंगात तेच चिन्ह असलेली दुरून दिसणारी पावसाळी जॅकेट्स आहेत. त्यांच्या खिशात इम्बर गोळीबार मैदानाभोवतीच्या रस्त्यावर आणि त्याच्या परिसरातील वन्य प्राण्यांचे रात्रीचे निरीक्षण करण्याचा परवाना आणि त्यांची लॅमिनेटेड ओळखपत्रे आहेत.

मेगन त्या गटातील व्यक्तींकडे बघून प्रभावित होते. "एक कोटी डॉलर मिळण्याची शक्यता असली की, तुम्हाला कशी माणसे गोळा करता येतात, ते बघितलं की आश्चर्य वाटतं."

"खरंय!" व्हॅनच्या मागच्या भागात तिच्या समोर फोल्डिंग सीटवर बसलेला जोश गोरान म्हणतो. "ओळख करून देतो. हा ट्रॉय."

लॅपटॉपच्या हिरव्या उजेडात ट्रॉय लिंटन वर बघून स्मित करतो. "ट्रॉय आमचा कॉम्प्युटर-मास्टर आहे." गोरान म्हणतो, "जगातील सर्वोत्कृष्ट हॅकर, फोर्जर आणि फिक्सर. त्याला थोडा वेळ द्या आणि बघा, व्हर्चुअल विश्वातील कोणतीही गोष्ट अशी नाही की, जी तो चोरू शकणार नाही किंवा बदलू शकणार नाही."

मेगन आणि जिमी त्या दोघा अमेरिकनांबरोबर व्हॅनच्या मागच्या भागात दाटीवाटीने बसले आहेत. ड्रायव्हरचं नाव 'जे' आहे आणि तो इंग्रज असावा. पुढे बसलेला पॅसेंजर 'ल्यूक' नावाचा माजी डच सैनिक आहे. तो या लोकांबरोबर गेली दोन वर्षे काम करतोय.

"आता या वेळी इम्बरला सैन्याच्या कवायती नाहीयेत. त्यामुळे सध्या तिथे सैनिकांची संख्या फार थोडी आहे." गोरान म्हणतो, "बहुतेक जवान बराकीतच

पडलेले असतील. आपल्याला फिरायला अडचण येऊ नये.''

अर्ध्या तासाने व्हॅनच्या दिव्यांच्या प्रकाशात एका फलकावर खालील अक्षरे दिसतात : ''गोळीबारासाठीचे मैदान. प्रवेश निषेध. बाहेर राहा!''

व्हॅन डुगडुगत पुढे जात राहते आणि एका ओसाड फार्महाउसच्या पुढे येऊन थांबते. व्हॅन मुख्य रस्त्यावरून दिसू नये म्हणून 'जे' ती फार्महाउसच्या मागे नेऊन उभी करतो. ''ठीक आहे!'' गोरान म्हणाला, ''चला!''

ते आपापला बॅकपॅक घेतात आणि वेगवेगळ्या दिशांना पांगतात. गोराननने प्रत्येकाला टू वे रेडिओ, होकायंत्र, रात्री दिसणारे नाइट व्हिजन गॉगल्स, फ्लॅशलाइट्स आणि त्यांची 'कथा' खरी वाटेल, असा कॅमेरा आणि क्लिपबोर्ड देऊन ठेवले आहेत. लिंटननेसुद्धा त्यांना इम्बरच्या आसपास सापडणाऱ्या वेगवेगळ्या पक्ष्यांबद्दल आणि हरिणांबद्दल माहिती देऊन ठेवली आहे.

आपण विल्टशायरऐवजी कोसोव्होत आहोत की काय, असे वाटावे अशा दारे-खिडक्या नसलेल्या पडीक इमारतींवरून आवाज न करता ते पुढे जात आहेत. एकेकाळची सुंदर कौलारू छपरे जाऊन त्याजागी गंजलेले पत्रे दिसत आहेत. जंगली फुलांनी फुललेल्या बागांमध्ये चिखल झाला असून, त्यात रणगाड्यांच्या दातेदार चाकांमुळे राडा झाला आहे. अंधारात समोर एक लाल-पिवळ्या रंगातला फलक दिसतो : 'धोका! लष्कराचा स्फोट न झालेला दारूगोळा!'

जिमी आणि मेगन गोराननने दिलेल्या सूचनांप्रमाणे इम्बरच्या अवशेषांमधून पद्धतशीरपणे पुढे जात राहतात. 'जे' त्याच पद्धतीने उत्तरेला लिटिल्टन डाउनच्या दिशेने तर गोरान वेस्ट लिव्हिंगस्टन डाउनच्या दिशेने आणि लिंटन पूर्वेच्या समरडाउन गावातून जात आहे.

तीन तास शोध घेऊनसुद्धा त्यांना काहीच सापडत नाही.

पुन्हा एकत्र आल्यावर गोरान व्हॅनच्या बॉनेटवर एक नकाशा पसरतो आणि इम्बरच्या दक्षिणेला बोट ठेवतो. ''हा इथे गोळीबार क्षेत्राच्या मध्ये आहे. लष्करात त्याला 'धोक्याचा प्रदेश' म्हणतात. आतापर्यंत आपण फक्त बाहेरचा परिसर शोधला.''

'जे' त्या प्रदेशाकडे एक नजर टाकतो. त्याला अजून जरा धाप लागलेली आहे. ''तेवढ्या भागाभोवती व्हॅनने फिरायलासुद्धा दिवसभर लागेल. चालत शोधायची तर बातच सोडा.''

त्याच्याशी कोणी वाद घालत नाही.

''तर मग आता आपल्याला निर्णय घ्यायला हवा,'' गोरान म्हणाला. ''आता कोणत्याही क्षणी सूर्य उगवेल. आपण काम चालू ठेवलं, तर आपल्याला हटकून विचारतील. तो मोठा धोका आहे आणि तसं झालं, तर आपल्याकडे इथे असायला

कारण देणारी कागदपत्रं नाहीत.''

''आपल्याला आता दुसरं काहीतरी कारण लागेल.'' लिंटन म्हणाला. ''रात्रीच्या निरीक्षणाऐवजी आता दिवसाचं निरीक्षण म्हणू. आज रविवार आहे. एटीईला फोन करून कोणी शहानिशा करणार नाही; पण मला कॉम्प्युटर आणि प्रिंटरपाशी जावं लागेल, म्हणजे मी कागदपत्रं तयार करू शकेन.''

गोरान घड्याळाकडे बघतो. ''पहाटेचे चार वाजतायेत. मी असं सुचवतो की, आपण कोणी बघायच्या आत इथून निघू या. ट्रॉय नवे कागदपत्र बनवेपर्यंत आपण थोडी झोप काढू. दुपारी बारा वाजता पुन्हा सगळे जमू, इथे परत येऊ आणि रात्र होईपर्यंत काम करू.''

मेगनसुद्धा त्याला संमती देते; पण सॅमीला आणखी एक दिवस आई-वडिलांकडे सोडावे लागणार म्हणून तिला खूप अपराधी वाटते.

ते त्यांच्या बॅकपॅक व्हॅनमध्ये टाकण्याच्या बेतात असतात. एवढ्यात गोरान घाईने हात वर करतो. ते स्तब्ध होतात. थोड्या अंतरावर एका येणाऱ्या वाहनाचे दिवे दिसतात. ते पडक्या इमारतीच्या मागे लपतात. ती कार त्यांच्यासमोरून पुढे जात रस्त्यावर जाते.

''बिल्डरची पांढरी व्हॅन.'' गोरान उभा राहत म्हणतो. तिच्या बाजूवर 'स्मिथ अँड सन्स' अशी काहीतरी अक्षरे होती. मागच्या नंबरप्लेटचा दिवा गेलेला असावा, त्यामुळे नंबर दिसला नाही. तो जिमी आणि मेगनकडे वळून म्हणतो, ''तुमच्यापैकी कोणी ती ओळखली का?''

''होय!'' मेगन म्हणते. ''ती आमच्या चांगल्याच ओळखीची आहे.''

१४४

हेंजमास्टर पूर्वेकडील कक्षात अंधारात एकटाच बसला आहे. तो वाट बघतोय. वेळ काढतोय. काल सकाळी काढला तसा, आणि परवासुद्धा!

सँक्चुअरी आणि स्टोनहेंजवर होणाऱ्या सूर्योदयाची आणि सूर्यास्ताची नोंद करणे, हे नेहमीच हेंजमास्टरचे काम राहिले आहे. ते अनुयायांचे स्वत:चे भूकेंद्रित गणित (Geocentric Model) आहे. ग्रीक तत्त्ववेत्त्यांप्रमाणे, ॲरिस्टॉटल आणि टॉलेमी यांच्याप्रमाणे पृथ्वीतील एक विशिष्ट बिंदू हा विश्वाचा मध्य आहे, असे तेही मानतात.

सर्व गोष्टी त्याच्याभोवती फिरतात; पण अनुयायांचा असाही विश्वास आहे की, केवळ ग्रहांच्या कक्षाच नाही, तर त्यांचा परिणामही महत्त्वाचा असतो. त्यावरून

तयार होणाऱ्या आध्यात्मिक शक्तीचे वलय, आत्मे आणि ऊर्जा यांचा पुन्हा संयोग. शाश्वत शक्तीचे गुरुत्वाकर्षणात्मक विस्थापन.

अनुयायांचे ज्ञान सर्वांत जुने आहे. त्यांच्या विज्ञानातूनच खगोलशास्त्र, ज्योतिषशास्त्र, हवामानशास्त्र आणि इतर शास्त्रे निर्माण झाली.

पूर्वेकडील ताऱ्याच्या किरणांच्या माध्यमातून हेंजमास्टरला सूर्योदयाची पहिली चाहूल लागते. पहाट नव्हे. हे वेगळे आहे. जास्त अचूक महान वर्तुळाचे वरचे 'टोक' क्षितिजाच्या वर येते ती अचूक वेळ, सामर्थ्याचे संतुलन बदलते, तो क्षण. रात्रीचे राज्य संपते, तो क्षण!

नवजात दिवसाचा पहिला श्वास.

सकाळच्या आकाशात वर येणाऱ्या त्या लाल-नारिंगी गोळ्याकडे बघत असताना मास्टरच्या मनात नव्या उमेदवाराचा विचार क्षणभर येऊन जातो. फिनिक्स – त्याचा मुलगा. त्याच्याच रक्तामांसाचा. आजचा दिवस त्याच्यासाठी महत्त्वाचा. दोघांसाठी! 'रक्त पाण्यापेक्षा दाट असते,' असे म्हणतात. ते खरं की खोटं याची प्रचीती सूर्यास्ताच्या वेळी येईल. जेव्हा तो अग्नीचा गोळा पश्चिम क्षितिजाखाली जाईल तेव्हा. त्या वेळी प्रश्नाचं उत्तर मिळेल.

मग इतिहास लिहिला जाईल.

१४५

केटलिन किंचाळत जागी होते.

खोलीत मिट्ट काळोख. भिंतीवरच्या मशाली केव्हाच विझल्यात. गिडियन त्याच्या गवताच्या बिछान्यात उठून बसतो.

"एरिक! एरिक! मला मदत कर."

तो आवाजाच्या रोखाने चाचपडत जातो. बाहेर पहारेकऱ्यांच्या हातातील मशालीतून झिरपणाऱ्या मंद लाल उजेडात ती त्याला अंधूकपणे दिसते. छातीशी आवळलेले गुडघे, भीतीने काचेसारखे झालेले डोळे.

"काय चाललंय आत?" एक पहारेकरी ओरडतो.

"धावा. कोणीतरी मदत करा."

गिडियन तिला शांत करायचा प्रयत्न करतो. "सगळं ठीक आहे. तू सुरक्षित आहेस."

"धावा!" आणखी मोठ्याने आरोळ्या.

तो तिच्या बिछान्याच्या कडेवर बसून तिला सावरायचा प्रयत्न करतो. "केटलिन,

तुला स्वप्न पडलंय. जागी हो!''

दोन पहारेकरी घाईने आत येतात. मशालीच्या उजेडात त्यांचे चेहरे भयंकर दिसतायेत.

''काही नाही. ठीक आहे.'' गिडियन थोडा त्यांच्याकडे वळून म्हणतो.

''भिंतीवरच्या मशाली पेटवा म्हणजे ती शांत होईल. ती घाबरली इतकेच.''

तो तिच्या खांद्याभोवती हात घालून तिला धरतो. ''घाबरू नकोस. तुला कोणी काही करणार नाहीये.'' ते शब्द त्याच्या घशात अडकतात – खोटारडा!

भिंतीवरील मशाली पेटवताच खोलीत हळूहळू उजेड पसरतो. केटलिन भयंकर स्वप्नातून जागी होते. आणि वास्तवातील तिच्या खडतर नशिबाची तिला जाणीव होते. ती गिडियनला घट्ट धरून ठेवते. तिचा आवाज घोगरा झाला आहे. ''मला पाणी हवंय.''

ते दोघे पहारेकरी गिडियनच्या संमतीची वाट बघतात.

''तिला थोडं पाणी द्या, प्लीज!''

दोघांपैकी उंचेला, ज्याची 'वोलन्स' म्हणून ओळख करून दिली होती तो, खोलीत मागे ठेवलेल्या दगडी 'पराती'तून थोडे पाणी एका कपात आणून तिला देतो, आणि ती ते पिते.

गिडियन पुन्हा त्या दोघा बुरखाधारी पहारेकऱ्यांकडे बघतो. त्यांच्यात काहीतरी वेगळे वाटते. त्यांची उभे राहण्याची पद्धत, चालण्याची पद्धत. तो त्यांच्या चेहऱ्यांकडे बघतो. त्यांच्या डोळ्यांतली काळजी, त्यांची एकटक बघायची पद्धत त्याला जाणवते. मग त्याचे त्यांच्या डगल्यांकडे लक्ष जाते.

ते हत्यारबंद आहेत. दोघांकडेही पिस्तुले आहेत.

१४६

मेगनला त्याचा पाठलाग करायचा आहे. स्मिथसनला घाबरवून त्याची व्हॅन खड्ड्यात घालून इतक्या पहाटे चार वाजता संरक्षण खात्याच्या जमिनीवर तो काय करत होता, हे विचारायचंय.

गोरान त्याच्या पट्ट्याला लावलेला रेडिओ काढतो. ''कमांड टु इको लीडर. आम्हाला इम्बरमधून बाहेर पडून पूर्वेला जाणारी एक पांढरी व्हॅन दिसलीये. तिच्या बाजूवर 'स्मिथसन' असे नाव लिहिलेलं आहे. तिचा माग काढून कळवा. ओव्हर!''

हिस्स्ऽऽ आवाज येतो आणि खरखरीत उत्तर येते. 'समजलं, ओव्हर!' मेगन वैतागून विचारते, ''कोण होतं ते?''

गोरान संतुष्ट दिसतो. ''माझी सर्व दिशांना टेहळणी पथकं आहेत.'' तो म्हणतो. रस्त्यात वाहतूक वाढेपर्यंत ते चांगलं काम करू शकतात. त्यानंतर कठीण होतं. इको टीम आता त्या व्हॅनच्या मागावर आहे. काय होते ते – ते कळवतील.

''तुमच्याकडे एवढी यंत्रणा आहे, हे आधी सांगितलं असतं, तर बरं झालं असतं. आपल्या बरोबरचा माणूस किती ताकदीचा आहे, हे समजलं नाहीतर मदत कशी करणार?''

गोरान मोठे स्मित करतो. ''सॉरी, लेडी, माझ्याकडे काय काय आहे, हे तुम्हाला आवश्यकतेनुसारच कळेल.'' ती वैतागल्याचे त्याला दिसते. ''आपल्याकडे वादविवाद करायला वेळ नाहीये. उजाडायच्या आत आपल्याला इथून बाहेर पडलं पाहिजे.''

मेगन त्याच्याकडे रोखून बघते. ''ती व्हॅन कुठून आली हे शोधायचं नाही तुम्हाला?'' ती पहाटेच्या उजेडात गोळीबार क्षेत्राच्या 'धोका' पाटीकडे आणि स्मिथसन ज्या रस्त्याने आला तिकडे बघते.

गोरान तिला उत्तर देणार इतक्यात त्याचा रेडिओ वाजतो. ''इको टु टीम लीडर. आम्हाला प्रॉब्लेम आलाय. व्हॅननं आम्हाला बघितलं असं वाटतंय.''

१४७

केटलिनला तिच्या खोलीत असलेल्या माणसाविषयी खात्री वाटत नाहीये. त्याने काल त्याची 'गिडियन' म्हणून ओळख करून दिली; पण काल तिची तब्येत इतकी खराब होती की, त्याच्याकडे ती नुसती बघत राहिली होती. तो इथे आपल्याबरोबर का आहे? त्याला काय हवेय? त्याचा पोशाख इतरांसारखाच आहे; पण वागणे वेगळे आहे. तो त्यांच्याइतका दुष्ट वाटत नाही. ती त्याच्याकडे बघते.

तो मित्राप्रमाणे वागतो. तिच्या बाजूने असल्यासारखा; पण तो त्यांच्यातलाच आहे. तिची खात्री आहे. पहारेकरी त्याचे ऐकतात. त्याने त्यांना भिंतीवरच्या मशाली पेटवायला सांगितले आणि त्यांनी पेटवल्या. त्यांनी सांगितलं तसं त्यांनी केले. ते जराही घुटमळले नाहीत. त्याचा त्यांच्यावर अधिकार आहे. मग तो या कोठडीत का?

ती बिछान्यावरून उठून पाऊल टाकायचा प्रयत्न करते आणि तिला अशक्तपणा जाणवतो, चक्कर आल्यासारखे वाटते. तिच्या चेहऱ्यावरील तणाव त्याला दिसतो. ''तू बरी आहेस ना?''

''तुला का काळजी?'' ती घाबरलेल्या जनावराप्रमाणे त्याच्याकडे बघते.

"मी इथे तुला दुखापत करण्यासाठी नाहीये."

तिचे हृदय धडधडते. अचानक आशा वाटू लागते. "माझ्या आई-वडिलांनी खंडणी दिली? मी घरी जाणार?" ती सावधपणा विसरून त्याच्याकडे जाते. "तसंच आहे. हो ना? म्हणून त्या दगडातल्या भोकाऐवजी आता मी इथे आहे. म्हणून तू माझ्याशी चांगला वागतोयस. तू सुटकेसाठी माझ्या मनाची तयारी करतोयस. मला सवय करतोयस."

गिडियन उभा राहून तिला आधार देतो. "नाही केटलिन. तसं नाही." तो दरवाज्याकडे नजर टाकतो. "माझ्या माहितीप्रमाणे तुझ्या आई-वडिलांकडून खंडणी मागितली नाहीये. तुला ज्यांनी पळवलं ते लोक पैशांच्या मागे नाहीत. आय ॲम सॉरी!"

ती गोंधळते. त्यांना पैसा नकोय, तर मग काय हवंय? तिच्या चेहऱ्यावर पुन्हा भीती दिसू लागते. "मग हे चाललंय काय?" ती खोलीकडे हात करते. "मग हे का?"

"खाली बस! मी सांगायचा प्रयत्न करतो."

ती बसते. मांजरीच्या पिल्लाप्रमाणे. घाबरलेली.

तिच्या भीतीची आपल्याला लागण होतेय असे गिडियनला वाटू लागते. तो जे सांगणार असतो, त्याने ती कोलमडून पडायची शक्यता आहे; पण तिला सांगितले पाहिजे, काय घडणार आहे, हे तिला समजलेच पाहिजे. हे तिचे जिवंतपणीचे शेवटचे काही तास आहेत, हे तिला समजले पाहिजे.

१४८

ड्रॅकोचे डोळे व्हॅनमधील आरशावर खिळून आहेत. हात स्टीअरिंग व्हीलवर. जवळजवळ पाच मैलांपूर्वी त्याला त्यांच्यामागे काहीतरी दिसले. दूर अंतरावर एक पुसट काळा ठिपका. पाच-एकशे मीटर मागे असेल. बारीक; पण दिसेल असा. इम्बरहून बाहेर पडणारा रस्ता नेहमीच निर्जन असतो. नेहमी, पण आज नाही. ठिपका अजून आहे.

"आपल्यामागे काय आहे तुला कळतंय?" तो ओळखायचा प्रयत्न करतो. व्हॅन नाही. इस्टेटसारखी गाडीही नाहीये. "नीट दिसत नाहीय; फार मागे आहे. हॅचबॅक असेल कदाचित. 'फोकस' किंवा 'गोल्फ' किंवा तशीच कोणतीतरी."

"ती कुठून आली ते दिसतंय?"

तो पुन्हा मागे वळतो. "नाही सांगता येत, का?"

"आर्मीचे लोक इथे कोणाला पार्क करू देत नाहीत. मग ती आली कुठून आणि या वेळेला इथे काय करतेय?"

मस्का पुढे वाकून बाजूच्या आरशात बघतो. "कदाचित रस्ता चुकले असतील."

"असेल!" ड्रॅको ॲक्सलरेटरवरचा पाय काढतो. आणि वेग तीसपर्यंत कमी करतो. आरशात मागे बघतो. रक्तासारखा लाल उगवता सूर्य आणि छोटी काळी कार. ती जवळ येत आहे. ड्रॅको वेग आणखी कमी करतो.

"मी सिग्नल न देता ब्रेक मारून बाजूला जाणार आहे. तयार राहा."

मस्का त्याचे 'ग्लॉक-२६' पिस्तूल काढून मांडीवर धरतो.

ड्रॅको ब्रेक मारतो. कार वाळूत घसरून बाजूला जाते. मागची हॅचबॅक हॉर्न वाजवत एकदम बाजूला होते; पण थांबत नाही. एका खिडकीची काच खाली सरकते आणि ड्रायव्हरची वळलेली मूठ बाहेर येते.

ड्रॅको आणि मस्का बोलत नाहीत. त्यांचे डोळे पुढे जाणाऱ्या त्या कारच्या मागच्या दिव्यांवर खिळलेले असतात. ती पूर्ण दिसेनाशी होईपर्यंत ते बघत राहतात.

"मवाली!" मस्का म्हणतो, "रात्रभर धुमाकूळ घालून आता कामावर जात असतील."

ड्रॅको गाडी पुन्हा सुरू करतो. तसे असेल कदाचित. टिल्सहेड किंवा वेस्ट डाउन कॅम्पला जात असतील. "तसं असेल अशी आशा करू या." तो म्हणतो. "आजच्या दिवशी आपल्याला कोणी आपला पाठलाग करणारा नकोय."

१४९

"तुला वेड लागलं असणार." गिडियनपासून दूर जात केटलिन म्हणते. "पंथ आणि बळी? हे खरं नाही." ती घाबरून खोलीत फेऱ्या मारू लागते.

गिडियन दाराकडे नजर टाकतो. "बाहेर पहारेकरी आहेत. वोलन्स आणि इतर. ते वाट बघताहेत. त्यांना ऐकू जाईल."

"आणि ही जागा?" ती हात उंचावून बोलते. "हे काय आहे? डेथचेंबरच्या आधीची खोली? तू आणि ते तुझे मारेकरी साथीदार मला कुठेतरी नेऊन आगीवर भाजणार की काय?" तो तिला जे सांगायचा प्रयत्न करतोय त्यावर तिचा विश्वास बसत नाहीये.

तो तिला बडबडू देतो. फेऱ्या मारू देतो. राग काढू देतो. मग तो चित्र पुरे करतो. "पहाटेच्या थोडं आधी तुला इथून हलवतील. तुला स्नान घालतील. समारंभाचे कपडे घालतील. आणि सँक्चुअरीतल्या महाकक्षात नेतील. तिथे हेंजमास्टर

बलिदानाच्या आधीचा एक विधी करेल.''

तिचे डोळे विस्फारतात. ''हा वेडा आहे; नाही का?''

गिडियन तिला धीर देण्याचा प्रयत्न करतो. ''त्याचा लैंगिक गोष्टींशी काहीही संबंध नाही; पण ते क्लेशकारक असेल. तुझ्या देहावर सेक्रेड्सच्या खुणांप्रमाणे काप देतील. प्रत्येक महाशिळेसाठी ते तुझ्या हातांवर, पायांवर आणि पाठीच्या कण्यावर एक काप असेल. तुझ्या जखमांवर सेक्रेड्सचं पाणी लावतील. आणि तुला पाच तास तसंच ठेवतील.''

''आणि त्यानंतर?''

''वाहक तुला नदीवर घेऊन जातील, स्टोनहेंज आणि तू आता जिथे आहेस ते मंदिर बांधण्यासाठी पूर्वजांनी जी नदी ओलांडली, त्या नदीत तुला बुचकळून काढतील.''

'स्टोनहेंज' हा शब्द ऐकल्याबरोबर तिला जेकची आठवण येते. त्यांनी एकमेकांच्या सहवासात घालवलेले शेवटचे क्षण तिला आठवतात.

''विधीचा शेवटचा भाग स्टोनहेंजला होईल. बलिदान!''

ती अविश्वासानं बघत राहते. तो वेड्यासारखा काहीतरी बोलतोय. बलिदान! बळी! वाहक! सेक्रेड्स! ''कसं?'' तिच्या तोंडून आपोआप प्रश्न उमटतो.

''ते कसं करतील?''

''अगदी पटकन! हळुवारपणे!!''

''हळुवारपणे? असा कसा शब्द आहे हा?'' ती खाली बघते. तिचे हात कापताहेत. हे सगळे इतके विचित्र वाटते की, असे काही होईल, यावर ती विश्वास ठेवूच शकत नाही. ''जेक कुठे आहे? तो –'' त्याचे नुसते नाव उच्चारतानासुद्धा तिला दुःख होतंय. ''तोसुद्धा या सगळ्यातून जाणार आहे?''

''नाही!'' गिडियन हळुवारपणे सांगण्याचा प्रयत्न करतो. ''तुझा मित्र जिवंत नाही. पोलिसांना काही दिवसांपूर्वी त्याची बॉडी मिळाली. एका कँपर व्हॅनमध्ये.''

केटलिनचा श्वास कोंडतो. हीच भीती तिला वाटत होती. त्या दगडी भोकात कोंडलेली होती, तेव्हा तिला सतत हीच भीती वाटत होती. तरीही आता हे ऐकल्यावर तिचे अवसान गळाले.

गिडियन तिच्या खांद्याभोवती हातांचा विळखा घालतो. ती त्याच्या खांद्यावर डोके ठेवून हुंदके देते. तिच्या पूर्ण अंगाला कंप सुटतो.

तिच्या खांद्यावरून त्याला दरवाज्याच्या गजांपलीकडे एक चेहरा दिसतो.

त्याच्या वडिलांचा चेहरा.

१५०

मेगन तिच्या आई-वडिलांच्या घरी पोहोचेपर्यंत सॅमी उठलेली होती आणि धुमाकूळ घालत होती. तिने तिच्या पूर्ण चेहऱ्यावर आणि बेडरूममधील अर्ध्या फर्निचरवर मेकअप फासून ठेवला होता.

"मी मला सुंदर करतेय, मम्मी." ती आताच लिपस्टिक लावलेल्या ओठांचा चंबू करत, अभिमानानं स्मित करत म्हणते.

"चल, तुला आपण साफ करू या." मेगन शॉवर चालू करते आणि तिने फासलेला मेकअप शक्य तितका काढायचा प्रयत्न करते.

सॅमी बेसिनखालचे कपाट उघडून तिची वेगळी शॅम्पूची बाटली काढते. "मी आता मोठी झाली आहे. मी एकटी अंघोळ करते, मम्मी!"

मेगन हसते. तिची मुलगी वाढतेय. आणखीन काही महिन्यांत ती शाळेत जाऊ लागेल. आताआतापर्यंत ती कडेवर होती. दिवस इतके भरभर जातात.

पाणी योग्य तितके गरम झाले होते. ती सॅमीला शॉवरच्या 'कपाटा'त ठेवते आणि तिची पायांची बोटे मध्ये येणार नाहीत याची खात्री करून काचेचे दार लावते. "आत ठीक आहेस ना तू?" वाफेमुळे अंधूक झालेल्या काचेला चेहरा टेकवून ती विचारते. सॅमी पलीकडून दरवाज्यावर थाप मारून खिदळते.

सॅमीची थप्पड लागली असा आविर्भाव करत मेगन चेहरा मागे घेते. आणि मग पुन्हा काचेवर टेकवते. सॅमी पुन्हा थप्पड मारते आणि आणखी मोठ्याने खिदळते. अशी मस्करी दिवसभर चाललेली असते.

"वा:! फार छान." तिच्यामागून भरदार आवाज येतो.

मेगन भर्रकन वळते.

"अॅडम!" तिच्या मनात एकदम भीती भरते. "तू आत कसा आलास?"

तो हलकं स्मित करतो. "मागच्या दारानं. तुझ्या आईनं ते उघडंच ठेवलं होतं. मी तिला शेकडो वेळा सांगितलं की, ते लॉक करत जा; पण ती ऐकत नाही. हो ना?"

मेगनचे हृदय धडधडत आहे. "तुला काय हवंय, अॅडम? तू इथे का आलास?"

तो बाथरूममध्ये येऊन दार लावतो. "काल रात्री तू कुठे होतीस?"

"काय?" ती राग दाखवायचा प्रयत्न करते.

"तू रात्रभर बाहेर होतीस आणि तुझ्या कारमध्ये नाही. ती तू घराबाहेर ठेवली होतीस. आणि तू कामावरही नव्हतीस. मग तू कुठे होतीस? कोण होतं तुझ्याबरोबर?"

"अॅडम, तू गेलेला बरा." ती त्याच्या बाजूने बाहेर पडायचा प्रयत्न करते; पण तो तिचा रस्ता अडवतो.

ती त्याच्याकडे रोखून बघते. "मी कुठे जाते आणि काय करते, हा माझा प्रश्न आहे. तुझा त्याच्याशी काहीही संबंध नाही. आता नीघ इथून.''

त्याचा चेहरा लाल होतो. मानेवरची शीर उडू लागते. मेगन दार उघडायचा प्रयत्न करते. तो तिला पुन्हा अडवतो. डावा हात तिच्या दुसऱ्या बाजूला घालून तिला दोन्ही हातांमध्ये पकडतो.

"मला जाऊ दे.'' मेगन ओरडत नाही. तिचा एक डोळा सॅमीवर आहे. सॅमी शॅम्पूची बाटली दाबत, तो ड्रेनमध्ये ओतण्यात गुंग आहे.

"मला वाटेल तेव्हा सोडीन. आता सांग, तू कुठे होतीस?''

तो तिच्याहून खूपच ताकदवान आहे. झटापट केली, तर आपण हरणार हे तिला माहीत आहे; पण त्यामुळे ती प्रयत्न करायचे सोडत नाही. ती एक गुडघा जोरात त्याच्या जांघेत मारते. तो एका हाताने तो पकडतो. त्याची पकड लोखंडासारखी आहे. तिच्या चेहऱ्यावर वेदना दिसेपर्यंत तो दाबतो. दुसऱ्या हाताने तो तिचा गळा पकडतो. आणि तिचे डोके बाथरूमच्या दारावर दाबतो. "तुला स्विंडनला काम दिलं आहे, असं माझ्या कानावर आलं. ते प्रमोशन तुझ्यासाठी चांगलं. ते तू घ्यावंस हे चांगलं.'' तो सॅमीकडे नजर टाकतो. "सगळ्यांसाठी चांगलं. तसं केलंस की, तू माझ्या आयुष्यात आणि इथे इतर जे काही घडतं, त्यात तुझं नाक खुपसणार नाहीस. कळलं?''

"डॅडी!''

त्या हाकेने दोघंही भानावर येतात. पाणी निथळत सॅमी शॉवरमधून बाहेर आली आहे.

"माझी राजकन्या!'' असे म्हणत तो तिच्याभोवती टॉवेल गुंडाळतो आणि तिला उचलून घेतो. "बघू दे!'' तो बाथरूमचे दार उघडतो. "मेग, जरा काम कर ना. मी हिचं अंग पुसेपर्यंत जरा चहा कर ना!''

१५१

हेंजमास्टर दगडी टेबलावर जुने नकाशे आणि खगोलशास्त्रातले आलेख पसरून त्यांचा अभ्यास करत बसला आहे. ग्रहांच्या आजच्या दिवसातील स्थलांतराला फार महत्त्व आहे. घटिका जवळ येत आहे.

"बाबा!''

तो आवाज आणि तो शब्द दोन्हींमुळे तो चकित होतो. 'बाबा' ही हाक ऐकायची त्याला किती उत्कट इच्छा होती. "फिनिक्स, ये, मी तुला बोलावणं

पाठवलं होतं, ते विसरलोच.''

'फिनिक्स!' ते नाव त्याला अंगात काटे टोचल्याप्रमाणे टोचते.

"बस!'' टेबलाजवळच्या दगडी बाकाकडे निर्देश करत मास्टर म्हणतो. "मुलगी कशी आहे? तुला बघितलं तेव्हा ती फार दुःखी दिसली.''

"ते समजण्यासारखंच आहे.''

"तू तिला काय सांगितलं?''

"तिचं प्राक्तन. तिला आज काय होणार ते. तिला ते समजणं, तिच्या मनाची तयारी होणं, तिचा देवाशी संवाद होणं बरं नाही का?''

"हो आणि कदाचित आपल्या देवांनी तिला स्वीकारण्याच्या दृष्टीनंसुद्धा!''

"खरंय! तिला धीर द्यायला माझी गरज आहे, असं मला वाटतंय. त्यामुळे शक्य असेल तर मला तिच्याबरोबर शेवटपर्यंत राहायला आवडेल.''

"शेवटपर्यंत? त्याला तुझी तयारी आहे?''

"निश्चितच आहे.'' गिडियन थोडा थांबतो. जणूकाही एकेक शब्द बोलतोय, "बाबा, आपल्यात आणखी कोणतीही गुपितं नाहीयेत. तुमच्या हातात काही आहे असं तुम्हाला वाटतं; पण तसं नाहीये. आपण कुठे आहोत, हे मला माहीत आहे. ते मला तुमच्या नावावरून, माझ्या आडनावावरून, माझ्या वारशावरून समजलं. तुमच्याकडे उपलब्ध असलेले बळ. या सँक्चुअरीचे वास्तुशास्त्र आणि पुरातत्त्वशास्त्र यांवरून, तसेच तारकास्तंभाची स्थिती आणि त्यांचा हेंजबरोबरचा कोन यावरून मला ते माहीत आहे.''

जेम्स पेंड्रॅगॉनचे डोळे अंधारात चमकताहेत. तो त्याच्या मुलाच्या जवळ येतो. "तू म्हणालास ते बरोबर आहे. आपण एकमेकांवर जास्त विश्वास ठेवायची वेळ आली आहे; पण हे लक्षात घे की, तो विधी जरा भडक असतो. त्यानं धक्का बसायचा संभव आहे. त्या मुलीच्या इतक्या जवळ असावं, असं तुला खात्रीनं वाटतं का?''

"होय, मला खात्री आहे.''

"ठीक आहे. नूतनीकरणाचा विधी पुरा करून, सेक्रेड्सचा सन्मान करून आपलं देणं अदा करेपर्यंत तू तिच्याबरोबर राहू शकतोस.''

"आणि त्यानंतर?''

"त्यानंतर आपल्याला लाभ होणार. उन्हाळी इक्विनॉक्स (equinox) बारा आठवड्यांवर आहे. त्या वेळी आपल्याला सेक्रेड्सचा कृपाप्रसाद मिळेल.''

गिडियनची नजर मास्टरच्या टेबलावरील कागदांच्या भेंडोळ्यावर पडते. नाथानिएलच्या वेधशाळेत होती, तशीच ती दिसतात.

मास्टरचे तिकडे लक्ष जाते. "तुला पुरातत्त्व खगोलशास्त्र किंवा वांशिक

खगोलशास्त्र यांची माहिती आहे का?"

"फार नाही." तो कबूल करतो. "पुरातत्त्व खगोलशास्त्र हे पूर्वजांनी ग्रहांच्या आणि ताऱ्यांच्या हालचाली कशा समजाव्यात आणि त्यावरून त्यांनी त्यांच्या संस्कृतीची उभारणी कशी केली, याचा अभ्यास आहे. वांशिक खगोलशास्त्रात अधिकतम तत्कालीन समाजाच्या खगोल निरीक्षणाचा मानवशास्त्रीय अभ्यास आहे."

मास्टर प्रसन्न होतो. "अगदी बरोबर. आपल्या पंथात दोहोंचे मिलन आहे. तू आमच्या ग्रंथालयात बघितल्या तशा ऐतिहासिक नोंदी आम्ही बघतो. ग्रह आणि तारकापुंजांच्या हालचालींचे निरीक्षण करतो. हेंज आणि सँक्चुअरीशी असणारी सांगड आपल्या श्रद्धेच्या दृष्टीनं महत्त्वाची आहे."

"ते मला माहीत आहे."

"अर्थात, तुला माहीत आहे. इथे कोणतीच गोष्ट अपघातानं घडलेली नाही, हे ज्या थोड्या लोकांना समजतं त्यांच्यापैकी तू एक आहेस. प्रत्येक शिळेचं आणि तारकास्तंभाचं स्थान, पूर्वेकडील सूर्योदय आणि पश्चिमेकडील सूर्यास्त यांच्या बरोबरची सांगड, चुंबकीय उत्तर दिशेला स्थापत्यशास्त्रानं दिलेले महत्त्व, पृथ्वीच्या आसाच्या कोनाचे प्रतीक असणाऱ्या मार्गिकांचा कोन, अशा प्रत्येक गोष्टीला पवित्र अर्थ आहे." मास्टर विचारमग्न होतो. "मला आता थोड्याच वेळात जावं लागेल. सँक्चुअरीच्या बाहेरसुद्धा काही गोष्टी मला बघाव्या लागतात. आज काही वेळापूर्वी एक प्रॉब्लेम निर्माण झाला होता. काळजीचं कारण नाही; पण मला गेलं पाहिजे."

"मला काही मदत करता येण्यासारखी आहे का?"

"नाही, नाही. अजिबात नाही. तू त्या मुलीला शांत ठेवू शकलास, तर मदत होईल. जसा वेळ जाईल तशी ती जास्त अस्वस्थ होईल." तो त्या नकाशांमधून एक लांब दगडी सुरी उचलतो.

समारंभाची सुरी!

तो उजवा हात वर करतो आणि तळहातावर सुरीने कापतो. लाल रक्त त्याच्या मनगटावरून नागिणीप्रमाणे खाली वाहू लागते. "तुझा हात कर."

गिडियन जरा बिचकतच हात पुढे करतो. मास्टर त्याच्या तळहातावरून सुरी ओढतो. पेंड्रॅगॉन त्याच्या मुलाच्या न फडफडणाऱ्या डोळ्यांकडे बघतो आणि त्याचा रक्ताने माखलेला हात आपल्या हातात घेतो. "रक्तावर रक्त. पिता, पुत्र. आपण एक आहोत. तो त्यांची गुंफलेली बोटे वर करतो आणि गिडियनला ओढून छातीशी घट्ट धरतो. "पुन्हा आपली भेट होईल तेव्हा विधी सुरू झालेला असेल." तो त्याच्या मुलाचा हात आणखी घट्ट पकडतो. "माझे रक्त तुझ्यात आणि तुझे माझ्यात मिसळत असताना तू मला वचन दे की, आपले आत्मे, आपले सत्य एकरूप आहेत आणि मी तुझ्यावर आणि आपल्यातील या बंधावर

पूर्ण विश्वास टाकू शकतो.''

''मी वचन देतो, बाबा.''

गिडियन त्याच्या कोपरावरून ओघळणारे रक्ताचे लाल थेंब बघतो आणि आज सांडणारे हे शेवटचेच रक्त नाही, याची त्याला जाणीव होते.

१५२

जिमी त्याला जे सांगतो त्याने आश्चर्यचकित होऊन जोश गोरान त्याचा मोबाइल बंद करतो. जिमी आणि मेगन आज त्यांना भेटणार नाहीत. मेगन म्हणते की, आज तिला तिच्या मुलीबरोबर राहायला लागणार आहे आणि जिमी दुसरा काही माग काढण्यात गुंतला आहे. त्याचा विश्वासच बसत नाही. इथले पोलीस एफबीआयपेक्षाही बेकार आहेत. शंभर टक्के शिकाऊ.

गोरान त्याच्या माणसांना हलवतो. आधीच उशीर झाला आहे आणि इको टीम निरुपयोगी झाली आहे. तिला बिल्डरच्या व्हॅनवरची पाळत सोडून द्यावी लागली आहे; पण त्याला फिकीर नाहीये. गोळीबार मैदानावर जर काही मिळणार असेलच, तर ते तो मिळवणारच.

ते लवकर दुपारी इम्बरला पोहोचतात. रस्ता पहाटेइतकाच निर्मनुष्य आहे; पण धोक्याच्या सूचनांच्या फलकावरून आणि त्या रिकाम्या इमारती आणि उद्ध्वस्त बागांवरून पुढे जाताना त्यांना रस्त्यावर चिखलाच्या ओळी दिसतात.

''रणगाड्यांच्या ताज्या खुणा.'' पुढच्या पॅसेंजर सीटवरून ल्यूक म्हणतो.

''बहुतेक चॅलेंजर'' गोरान मतप्रदर्शन करतो. ''बेकार. मी ते कोसोवोत बघितले. ब्रिटिश सैन्यानं जुनं 'चीफटन'च ठेवलं असतं, तर बरं झालं असतं.''

''किंवा रोटम के-२'' ल्यूक म्हणतो. ''कोरियन ब्लॅक पँथर्स!''

त्यांच्यात 'फायर अ‍ॅन्ड फर्गेट' तंत्रज्ञान आहे. आण्विक, जैविक आणि रासायनिक धोक्यांपासून संरक्षक कवच आहे.

''के-२ म्हणजे आर्मीचे 'किया''' लिंटन मागून ओरडतो. ''कियामधून कोण युद्धावर जाईल?''

ते सगळे हसतात.

गोरान त्यांची 'ट्रान्झिट' रस्त्यावरून खाली घेतो आणि कच्च्या रस्त्याने पश्चिमेला वॉर्मिन्स्टरकडे जाऊ लागतो. गाडी मैलभर डळमळत गेल्यावर तो थांबवतो. कॅमेरे, क्लिपबोर्ड, खोटे कागदपत्र, नमुने ठेवायच्या पिशव्या वगैरेंनी भरलेल्या बॅकपॅक्स ते काढतात. या वेळी त्यांचं 'कव्हर' ते आंतरराष्ट्रीय कीटकशास्त्र आणि

निसर्ग इतिहास सोसायटीचे (आयइएनएचएस IENHS) सभासद हे आहे. लिंटनने बनवलेले आयइएनएचएसची कागदपत्रं आणि माश्या, मुंग्या, किडे वगैरे विविध प्रकारच्या विचित्र कीटकांवरील संशोधनाचे लेख त्यांच्या बॅकपॅक्समध्ये आहेत.

"इको, नोव्हेंबर, सिएरा आणि व्हिस्की टीम्स, मी कमांडर आहे." गोरान रेडिओत ओरडतो. "आम्ही सुरुवात करत आहोत. पुन्हा सांगतो, आम्ही सुरुवात करत आहोत. कमांडर आउट!"

त्यांच्या चार मोटरसायकली वर्तुळाच्या त्रिज्यांप्रमाणे वेगवेगळ्या दिशांना बाहेर जाऊ लागतात. इको, सिएरा, नोव्हेंबर आणि व्हिस्की टेहळणी पथके मैदानाच्या बाहेरून आत चालत येऊ लागतात.

१५३

वॉरमिन्स्टर हे इम्बरच्या पश्चिमेला आठ मैलांवर आहे.

हेंजमास्टरला तिथे पोहोचायला पंचवीस मिनिटे लागतात. रविवार सोडून इतर कोणत्याही दिवशी त्याने ते अंतर एकोणीस मिनिटांत तोडले असते; पण रविवार म्हणजे चर्चला जाणाऱ्यांचा आणि पर्यटकांचा दिवस. आणि त्या जुन्या सॅक्सन गावात आठ महत्त्वाची प्रार्थनास्थळे आहेत आणि पर्यटकांना भुरळ घालेल, असे सृष्टिसौंदर्य आहे.

त्याचे वाहन बॅटल्सबरी बरॅकच्या मुख्य प्रवेशदारातून आत जाते आणि परेड मैदानाच्या मागे थांबते. ऑफिसात जाताना वाटेतील प्रत्येक जवान त्याला बघितल्याबरोबर सावधान पवित्र्यात होऊन कडक सलाम ठोकतो; कारण कर्नल सर जेम्स पेंड्रॅगॉन त्यांचा कमांडिंग ऑफिसर आहे. त्याच्या गुप्त जीवनातल्याप्रमाणेच उघड आयुष्यातसुद्धा प्रथा आणि नियम यांना महत्त्वाचे स्थान आहे.

टेबलापाशी बसल्यावर तो स्टाफ ऑफिसरला भेटायला आलेल्या व्यक्तीला आत पाठवायला सांगतो – तिला भेटण्यासाठीच तो आता इथे आला. विल्टशायर डेप्युटी चीफ कॉन्स्टेबल ग्रेगरी डॉकरी साध्या वेषात आहे. राखी रंगाचा सूट, पांढरा शर्ट आणि सूटच्याच रंगाचा टाय. त्याच्या पवित्र डगल्यात तो फक्त 'ग्रस' म्हणून ओळखला जातो.

"कसे आहात?" पेंड्रॅगॉन हस्तांदोलन करतो. आणि बदामी रंगाच्या चामडी खुर्चीकडे हात दाखवतो.

"उद्याचा दिवस उजाडला की मला फार बरं वाटेल."

"आपल्या सगळ्यांनाच." पेंड्रॅगॉन स्मित करत खुर्चीत बसतो. "तुम्ही एफबीआय,

इंटरपोल, गृहखाते यांना कसं हाताळताय?''

''उपराष्ट्राध्यक्ष लॉक अमेरिकेला परत गेलेत. ते चीफला दिवसातून पाच-सहा वेळा फोन करतात. त्यांची बायको जेव्हा रडत टीव्हीवर विनवणी करत नसते, तेव्हा नशेत किंवा गुंगीत असते. गृहखात्यातील लोक कंटाळले आहेत. मुलीची बॉडी जेव्हा मिळेल तेव्हा काय ते करू, अशा मूडमध्ये ते आहेत. इंटरपोलच्या बाबतीत ते किती उपयोगी आहेत, हे तुम्हाला माहीत आहेच. त्यांच्यापेक्षा पोस्ट खात्याला मुलगी शोधायला सांगणं बरं.''

''म्हणजे सगळं ठाकठीक?''

''अगदी तसंच नाही.'' डॉकरी चुळबुळ करतो. ''मला वाटतं, तो अमेरिकन माणूस आपल्याला त्रास देणार.''

पेंड्रॅगॉन सहमतीदर्शक मान डोलवतो. ''माजी स्पेशल ऑप्स कमांड मेजर जोशुआ गोरान! त्याची आपल्याला केव्हा अडचण व्हायला लागेल, सांगता येत नाही.''

''गोरानबरोबरच्या माणसांत माझी दोन माणसं आहेत. ते आपल्याला हवं तेच त्याला सांगताहेत; पण मला असं कळलं की, त्याच्या कळपातले कुत्रे इम्बरभोवती माग काढताहेत.''

''साहजिक आहे. ड्रॅको म्हणाला की, त्याला आज सकाळी तिथे काही लोक दिसले. त्यांनी त्याचा आणि मस्काचा काही वेळ पाठलाग केला; पण आपण दिसलो असं कळल्यावर ते निघून गेले.''

''काही नुकसान?''

''तसं वाटत नाही.'' पेंड्रॅगॉन त्या प्रसंगावर थोडा विचार करतो. ''आपले बहुतेक सगळे लोक आज रात्री आणि उद्या सकाळच्या तयारीत गुंतलेले आहेत; पण मी सॅंक्चुअरीभोवती गस्त वाढवतो. गोरानचा अडथळा होणार नाही, असं मी बघीन.''

''छान!'' डॉकरी खुर्चीत पुढे झुकतो आणि गुडघ्यावर हात ठेवतो. ''पोलीस दलातसुद्धा थोडे प्रॉब्लेम आहेत; पण ते नीट हाताळले जाताहेत, अशी मला आशा आहे.''

''म्हणजे अकिलाची बायको का?''

''तिला केसवरून काढलंय. हंट जरा गोंधळला होता; पण शेवटी त्याला तिच्या बदलीचं कारण पटलं. ती उद्या स्विंडनला जुन्या केसेसचा विभाग सुरू करेल. तिनं जमवलेला प्रत्यक्ष आणि इलेक्ट्रॉनिक पुरावा नष्ट केला आहे. मी अकिलाला तिला आज सकाळी भेट म्हणून सांगितलं होतं. त्याचा उपयोग झाला असं दिसतंय.''

"तशी आशा करू या. आणि तुमचा मुलगा, तो आणि ती बाई, त्यांचं काय?"

डॉकरी वरमतो. "त्याची अजून काळजी आहे. त्याचा डीआयवर बराच विश्वास आहे असं दिसतं."

"मुलगा असो नाहीतर आणखी कोणी असो. त्याला प्रॉब्लेम होऊ देता कामा नये, ग्रेगरी."

"मला त्याची जाणीव आहे. आणि तुमचा मुलगा?"

"मला त्याच्याबद्दल काळजीचं कारण दिसत नाही. अर्थातच त्याने प्रवेशविधी पूर्ण केला. आणि आपला जीव पंथामुळे वाचला हे तो जाणून आहे." पेंड्रॅगॉनचा चेहरा कठोर होतो.

"मग ही भेट कशासाठी? कसली चिंता आहे?"

डॉकरी खुर्चीच्या कडेवर बसतो. "माझी एक सूचना आहे. जरा वेगळी अशी; पण तुम्ही संमती द्याल अशी. तुम्ही संमती दिली, तर आज रात्री आपले सगळे कार्यक्रम कोणताही अडथळा न येता पार पडतील, अशी मला खात्री आहे."

१५४

'अॅपाशे' हेलिकॉप्टर सॉल्झबेरी पठारावरून ताशी दीडशे मैल वेगाने झेपावत आहे. चकचकीत निळ्या आकाशात ते वळण घेते आणि उन्हाने तापलेल्या इम्बर भागावरून जाते.

हेलिकॉप्टरमध्ये एक एम-२३० चेन गन असून, ती पायलट आणि गनरच्या हेल्मेटमधील चष्म्याला जोडलेली आहे. त्याहूनही जास्त घातक आहेत, ती लेसरवर चालणारी हेलफायर–२ ही क्षेपणास्त्रे, जी रणगाडे, इमारती आणि बंकरसुद्धा नष्ट करू शकतात. ते अस्त्रांचे उडते भांडारच आहेत.

पण ही फ्लाइट हल्ला करण्यासाठी नाही. पायलट टॉमी मिल्नर आणि त्याचे दोघे सहायक प्रतिबंधित क्षेत्रात काही लोक चोरून घुसले आहेत, असे कळले त्याची शहानिशा करण्यासाठी गेला आहे. नुसते बसून कंटाळवाणा वेळ घालवण्यापेक्षा थोडा बदल.

काही मिनिटांतच रिपोर्ट देतो.

"लक्ष्य दिसतंय. एकूण बारा जण. घड्याळ्याच्या बारा, तीन, सहा, नऊ स्थानांवर, तुम्हाला त्यांच्या स्थानांचं तोंडी वर्णन हवंय की, तुम्ही आमच्या डेटास्क्रीनवरून घ्याल? ओव्हर!"

"आम्हाला डेटा मिळालाय." तळावरील नियंत्रक सांगतो.

"तो आता मांडतोय. त्यांच्या हालचाली सांगा."

"चार्ली तपशील सांगेल. मी नुसता हवेत राहतो, म्हणजे तुमच्यासाठी कॅमेरे नीट बसवता येतील."

को-पायलट चार्ली गोल्डिंग सांगू लागतो. "दोन स्पष्ट गट. चार जण मोटरसायकलवर आतून बाहेर, इम्बरभोवतीच्या वर्तुळाकार फुटपाथकडे आता सांगितल्याप्रमाणे जात आहेत. आणखी आठ जण, दोन गटांत, पायी, बाहेरून आत येत आहेत."

मिल्नर एका उच्चशक्ती व्हिडिओ कॅमेऱ्यावर 'झूम'चे बटन दाबतो.

काळ्या गणवेशातली सैनिकासारखी दिसणारी आकृती पडदा व्यापते. "एक घुसखोर आता पडद्यावर दिसतोय." पायलट बोलतो, "तुम्हाला दिसत असेल की, तो मिलिटरी प्रकारच्या नसलेल्या मोटरसायकलवर सावकाश जातोय."

"थँक यू! अपाशे-१. आम्हाला दिसतंय. पुढच्या सूचनांची वाट बघा. ओव्हर!"

कन्ट्रोलर लेफ्टनंट कर्नल जेम्स पेंड्रॅगॉनकडे वळून बोलतो. "सर, पुढे काय करायचं?"

मास्टर मॉनिटरजवळून उठतो. "मैदान मोकळं करायला ग्राउंड पथक पाठवा. त्या वेड्यांना सकाळपर्यंत कोठडीत टाका आणि मग सोडून द्या."

१५५

मेगनचा दिवस धक्का बसलेल्या स्थितीतच गेला. ॲडमच्या अचानक येण्याने ती घाबरली होती. तो काय करतोय, याची तिला बरोबर कल्पना होती. मी तुला कुठूनही शोधून काढू शकतो, तुझ्यापर्यंत आणि सॅमीपर्यंत पोहोचू शकतो, हे त्याला दाखवायचे होते. आणि त्याचा परिणाम झाला होता. तो जाऊन बराच वेळ झालाय तरी ती अजून कापतेय.

जिमी तिला त्याच्या एका नव्या खबऱ्याशी ओळख करून द्यायला नेत असतानासुद्धा तिच्या डोक्यात ॲडमचेच विचार येत होते. तो खबऱ्यासुद्धा तिच्याइतकाच घाबरलेला दिसत होता.

"तो भयंकर घाबरलाय." जिमी म्हणतो. "गावाच्या बाहेर त्याला जरा सुरक्षित वाटेल, अशा ठिकाणीच तो भेटायला तयार झाला."

मेगन खिडकीतून मागे जाणाऱ्या अखंड हिरवळीकडे बघतेय. "हे गावाच्या बरंच बाहेर झालं."

ते सॉल्झबरी पठाराच्या उत्तरेच्या कडेला एकांतात असलेल्या शेकडो एकर जमिनीवरच्या, पाचशे वर्षे जुन्या, लाल विटांच्या 'डॉब्से' या बोर्डिंग स्कूलच्या मैदानावर येतात.

"त्याचं नाव ली जॉन्स आहे." जिमी मैदानाच्या बाजूला उभ्या असलेल्या पालकांच्या गाड्यांमध्ये गाडी पार्क करत बोलतो. "तो स्टोनहेंजच्या सुरक्षा दलात सीन ग्रॅबबरोबर काम करत होता. ग्रॅब म्हणजे ज्याची बॉडी बाथला मिळाली तो."

"आणि तो काय आजच समोर आलाय?"

"नाही. मला तो आज सकाळीच भेटला. मी सुरक्षा कंपनीच्या रेकॉर्डमध्ये शोध घेत होतो आणि आज सकाळी मला तो घरी भेटला."

थोड्याच वेळात एक जुनी होंडा येते आणि पार्क होते.

"हाच आपला माणूस!" जिमी म्हणतो. "पुढची हकिकत तुम्ही प्रत्यक्ष त्याच्याकडूनच ऐका." तो गाडीतून उतरतो आणि त्याच्याकडे जाऊ लागतो.

मेगन तिच्या जागेवरून जॉन्सचे निरीक्षण करते आणि त्याचा अंदाज घेते. चेहऱ्यावर व्रण, पंचविशीच्या आसपासचा, उंच आणि सडपातळ; पण ताठ मानेने न चालता पोक काढणारा, बुजरा, पटकन मैत्री न करणारा असा वाटला. बहुतेक एकांडा. एकटाच राहणारा, खाण्यापिण्याकडे दुर्लक्ष असावं, मैत्रीण नसावी.

जिमी जॉन्ससाठी मागचे दार उघडतो. ड्रायव्हरच्या सीटवर येऊन बसतो आणि ओळख करून देतो. "ली, ही माझी बॉस डीआय बेकर. तू मला सांगितलंस ते त्यांना सांग, लांबण न लावता."

ती जणूकाही आताच आपल्याला खाणार आहे, अशा प्रकारे तो तिच्याकडे बघतो.

"बोल. मी काही चावणारबिवणार नाही."

"मी वेडा आहे, असं तुम्हाला वाटेल."

"बोल तर खरं!"

"मी सीन ग्रॅबबरोबर बरंच काम करतो – करायचो. तो चांगला माणूस होता. त्यानं मला त्याच्या छताखाली घेतलं आणि मी बऱ्यापैकी वर आलो. त्यानं मला नोकरी मिळवून दिली, माझं डोकं ठिकाणावर आणलं, माझ्या सवयी सोडवून वर यायला उत्तेजन दिलं. तुम्हाला सीन माहीत आहे ना?"

"मेगन मान डोलवते."

जॉन्स मान खाली घालतो. "फार चांगला माणूस होता. मित्र होता."

जिमी त्याला पुढे ढकलायचा प्रयत्न करतो. "पंथ आणि स्टोनहेंजबद्दल तू जे सांगितलंस ते डीआयला सांग."

तो वर बघतो. "तो पंथ नाही, धर्म आहे. अगदी पूर्ण असा धर्म. ख्रिस्त

वगैरेंच्याही आधीचा. सीन मनापासून त्याच्यात होता. हेंज पवित्र आहे आणि प्राचीन देवतांचं घर आहे, असा त्याचा विश्वास होता. त्याच्यात कशी शक्ती आहे, याबद्दल तो खूप बोलत बसायचा. तो म्हणायचा, तिथे पूजा करणारे लोक चांगले आहेत; डॉक्टर, वकील असे. अगदी पोलीससुद्धा!'' तो जिमीकडे बघतो. ''वाईट नका मानू हं!''

''पुढे बोल!''

''सीन मित्र होता आणि मला त्याच्याबरोबर राहायचं होतं, म्हणून मीही त्यात इन्टरेस्ट दाखवायचो. ते मला एका विचित्र ठिकाणी घेऊन गेले आणि तिथे प्रार्थना वगैरे केली, आशीर्वाद घेतले.''

''कुठे?'' मेगन विचारते.

तो मान हलवतो. ''ते मला माहीत नाही. त्यांनी माझ्या तोंडावर बुरखा घातला होता. त्यामुळे मला दिसत नव्हतं. ते मला कारनं घेऊन गेले; पण मला आतलं आठवतं. ते एक जुन्या चर्चसारखं होतं, कॅथिड्रलसारखं.''

''वॉरमिन्स्टर?'' जिमी सुचवतो.

''असेल कदाचित. माहीत नाही. मी लहान होतो, तेव्हापासूनच कोणत्याच चर्चमध्ये गेलो नाही. ते मला आत जाताना किंवा बाहेर येताना दिसलं नाही. सीन म्हणाला की, ती जागा कुठे आहे, ते मला थोड्या दिवसांनी सांगतील.''

मेगनला त्याला जास्त भरकटू द्यायचे नव्हते. ''ली, तुला केटलिन लॉकबद्दल माहिती आहे का – ती, जिला स्टोनहेंज जवळून पळवून नेलं, ती अमेरिकन मुलगी?''

''मी बातम्यांत बघितलं तेवढंच.''

''हे लोक आणि त्यांची गुप्त जागा. ती तिथे असेल का?''

त्याला धक्का बसल्यासारखं दिसतं. ''ती अमेरिकन? नाही. त्यांनी तसं काहीही करताना मी बघितलं नाही. शक्य नाही.''

तो घाबरलाय हे तिला दिसले. असं का ते तिला जाणून घ्यायचंय. ''जिमी म्हणतो की, 'आज काहीतरी होणार आहे.' काय ते तुला माहीत आहे?''

तो अनिश्चित दिसतो.

''त्यांना सांग, ली!'' जिमी त्याच्याकडे रोखून बघतो.

''ठीक आहे. हे बघा, तसं काहीही नसेल. म्हणजे माझा या लोकांशी फारसा संबंध येत नाही. मी फक्त हेंजच्या सिक्युरिटीचं काम करतो. आणि त्या विधीला सीनबरोबर गेलो होतो.''

''ते सगळं आम्हाला माहीत आहे, ली.'' मेगन जरा जोर देत म्हणाली. ''तुला काय सांगायचंय?''

त्याने एक दीर्घ श्वास घेतला. ''हेंजमध्ये काहीतरी मोठं चाललंय. जादा सुरक्षा

लावली आहे. डझनावारी जादा गार्ड. मी ज्या तुकडीत आहे, तिचं काम सहाला सुरू होईल. आणि तिथून मैलभरात कोणाला फिरकू द्यायचं नाहीये.''

''तिथे नेहमीच प्रार्थना, समारंभ चालू असतात ना?''

''हो. असतात; पण त्यांना अगदी नावालाच सिक्युरिटी असते. सेक्रेड्सना कोणी उगाच काही करू नये हे बघण्यासाठी म्हणून, दोन-तीन गार्ड असतात. आज रात्रीचं वेगळं आहे. तो भाग लोकांना पूर्णपणे बंद केलाय. आज दुपारपासून उद्या सकाळपर्यंत कोणालाही बुकिंग दिलेलं नाही.'' तो जिमीकडे वळतो. ''त्यांच्या रेकॉर्डमध्ये बघा. 'दगडांच्या डागडुजीसाठी' असं कारण दिलं असेल; पण आज रात्री जे होणार आहे, त्याचा डागडुजीशी काहीही संबंध नाही. निदान लोक समजतात तशा डागडुजीशी तरी नाही.''

१५६

आर्मीची गस्त घालणारी पहिली गाडी भेटली ती लक व्हॅन डील यालाच. त्याला समोरून 'सॅक्सन' चिलखती गाडी धूळ उडवत आणि धूर सोडत येताना दिसते. त्याला आश्चर्य वाटत नाही. ते आधीच येण्याची अपेक्षा होती.

तो त्याची मोटरसायकल सावकाश थांबवतो आणि खाली उतरतो. तो भराभर आणि हळू आवाजात त्याच्या रेडिओत बोलतो. ''इथे पाहुणे आले आहेत. चिलखती गाडी. चारपेक्षा जास्त. ते बोलायला येताहेत. मी हा चॅनेल शक्य तितका वेळ चालू ठेवीन. ओव्हर!''

ती मोठी कॅमूफ्लाज केलेली गाडी आवाज करत थांबते आणि बरेच जवान बाहेर पडतात. लिंटनची कव्हर स्टोरी वापरून बघायची वेळ आली आहे. व्हॅन डील बॅकपॅक काढतो आणि त्याचे बनावट कागदपत्र काढतो. ''हाय!'' तो मैत्रीपूर्ण स्मित करत ओरडतो. ''तुम्ही लोक रविवारीसुद्धा काम करता का?''

तिशी जवळ आलेला एक तरतरीत जवान प्रथम बोलला. तो नेहमीच्या हिरव्या आणि बदामी गणवेशात होता. त्याच्या खांद्यांवरील चिन्हांवरून तो ब्रिटिश सेनेच्या सर्वांत मोठ्या अशा 'यॉर्कशायर' रेजिमेन्टमध्ये कॅप्टन आहे, हे दिसत होते. ''सर, तुम्ही इथे घुसखोरी केलेली आहे. हा प्रतिबंधित भाग आहे. मोटरसायकलपासून बाजूला व्हा आणि आमच्या बरोबर चला.''

''तुमची काहीतरी चूक होतेय असं मला वाटतं.'' वॅन डील कागदपत्रांची प्लॅस्टिक फाइल पुढे करतो. ''मी आंतरराष्ट्रीय कीटकशास्त्र आणि निसर्ग इतिहास सोसायटीत (आयसएनएचएस) काम करतो. मी आणि माझ्या सहकाऱ्यांकडे दुर्मिळ

मायरियापॉड आणि आयसोपॉडची पाहणी करण्यासाठी एटीईचा परवाना आहे.'' आपण बोललेल्यातलं जवानाला काहीही समजलेलं नाही, हे त्याला दिसलं. ''गोमा, जळवा... वगैरे, वगैरे.''

कॅप्टन फाइल घेतो; पण तिच्यातील कागदपत्र बघत नाही. ''माफ करा, सर. यात काय आहे किंवा तुम्ही काय करताय याचा संबंध नाही. तुम्हाला इथून घेऊन जाणे असा मला हुकूम आहे.''

वाद घालून उपयोग नाही, हे ल्यूकला माहीत आहे. ''ठीक आहे. हरकत नाही.'' तो हताशपणे खांदे उडवतो. ''मला घरी बायको-मुलांकडे लवकर जायला मिळेल.'' तो फाइल परत घेतो, ती बॅकपॅकमध्ये खुपसतो आणि बाइक सुरू करायला जातो. तो तरुण कॅप्टन त्याच्या वाटेत येतो. ''तुम्हाला बाइकवर येता येणार नाही. आमच्याबरोबर चला. तुमची बाइक माझा माणूस घेऊन येईल.''

''अरे, हे फार झालं.'' वॅन डील कॅप्टनचा हात बाजूला करतो. ''मी इथून निघून जातो. ते पुरे आहे.''

कॅप्टन त्याच्या लोकांना हाक मारतो. ''वेलस्ली, सिमंड्स, रिचर्ड्स.'' तीन जवान पटकन वॅन डीलला घेरा घालतात. आणि त्याला बाइकपासून दूर करतात. त्यातले दोघे तर फारच तरुण आहेत. त्यांची डोकी तो सहज फोडू शकतो; पण मग तो किडे गोळा करणारा वाटला नसता.

१५७

मेगन आणि जिमी जॉन्सला जाऊ देतात. आणि गाडीने स्टोनहेंजकडे जातात. तिने आता जे ऐकले त्याबाबत तिच्या डोक्यात मिश्र विचार आहेत.

''तुला त्याच्यावर किती विश्वास ठेवावासा वाटतो, जिमी?''

तो एक हात स्टीअरिंग व्हीलवर ठेवून ड्राइव्ह करतो. ''ली हा पूर्वी गर्दुल्ला होता. खोटं बोलणं त्यांच्या रक्तात असतं. तुम्हाला काय वाटतं?''

''त्यानं सेक्रेड्स हा शब्द वापरला. तो 'दगड' किंवा 'शिळा' म्हणाला नाही. हाच शब्द गिडियन चेस वापरायचा.''

''म्हणजे त्यानं थापाथापी केली नाही, असं दिसतं – जर चेस तोच शब्द वापरायचा तर.''

मेगन अजून विचारातच आहे. ''तो आपल्याला सगळं सांगत नाहीये. एकतर तो म्हणतो, त्यापेक्षा त्यात तो जास्त सहभागी असला पाहिजे किंवा नसेल; पण कोणत्या तरी कारणासाठी तो काहीतरी सांगत नाहीये.''

श्रूटन पार केल्यावर जिमी ॲक्सलरेटर दाबतो. आणि ते एम्सबरीच्या दिशेनं जाऊ लागतात. स्टोनहेंजचा एक बदामी फलक त्यांच्या उजव्या बाजूला येतो. "कार पार्कमध्ये जायचंय?"

"नाही! जरा एक मिनिट थांब! त्याच्या भोवताली जरा एक चक्कर मार."

तो सावकाश त्या स्मारकावरून जातो, मग A-344वरून उजवीकडे वळतो. स्मारकाच्या दुसऱ्या बाजूला A-303 वर जातो, हेंज भोवतीच्या मैदानात दोन डझनपेक्षा जास्त, काळे सूट घातलेले सिक्युरिटी गार्ड अनेक गटांमध्ये विभागलेले दिसतात.

"तो सांगत होता ते खरं दिसतंय." जिमी म्हणतो.

"पुन्हा उजवीकडे वळ!" मेगन म्हणते. "त्या गल्लीत, तिथे! तिथे पार्क कर आणि आपण चालत जाऊ."

जिमी वळायचा सिग्नल देतो आणि वळू लागतो; पण समोर गल्लीच्या मध्यावर 'रस्ता बंद' अशी पाटी वाळूच्या पोत्यांच्या आधाराने ठेवलेली दिसते.

"मी जरा पुढे जाऊन थांबतो आणि मागे वळतो." तो म्हणतो, "नाहीतर आपल्याला एकदम विंटरबोन स्टोकला जाऊन श्रूटनमधून उलटं यावं लागेल."

तो गाडी मागे-पुढे करत वळू लागतो. मेगन खुल्या पठाराकडे नजर टाकते. "जॉन्स आणखी काहीतरी म्हणाला, त्याचं मला कोडं वाटतं."

"काय ते?" तो चाक फिरवून गाडी सरळ करतो.

"तो म्हणाला की, डॉक्टर आणि पोलीससारखे लोकसुद्धा त्या धर्मात आहेत. ते म्हणताना तो तुझ्याकडे वळून 'वाईट नका मानू हं!' असं म्हणाला. ते का?"

तिला काय म्हणायचंय हे जिमी समजतो. "मी त्याला सांगितलं की, मला त्या समाजाविषयी पूर्ण माहिती आहे, माझे वडील त्याचे सभासद आहेत; पण मला कधीच सभासद व्हावंसं वाटलं नाही. मी म्हणालो, माझे वडील पोलिसात आहेत, डेप्युटी चीफ कॉन्स्टेबल, आणि हवं तर ते त्याला सहज तपासून बघता येईल. असं बोलल्यामुळे तो तयार झाला. आणि आजच्या रात्रीबद्दल त्यानं आपल्याला सांगितलं."

"तुझे वडील त्या पंथात आहेत, हे खरं आहे जिमी? म्हणून मला स्विंडनला पाठवताय का?"

"जॉन्सला बोलतं करायला मी तसं सांगितलं."

मेगन त्याच्या डोळ्यांत बघते. आणि तो त्याच्या भावना लपवतोय असे तिला वाटते.

"ते आहेत असं तुला वाटतं. हो ना?"

जिमी नजर फिरवतो. त्याच्या मनात संशयाचे मोहोळ उठले आहे. त्याचे वडील नेहमीच त्याचे आदर्श होते. त्यामुळेच तो पोलीस खात्यात लागला. त्याला

जगात नेहमी कोणाचा आधार वाटायचा, तर तो त्यांचा. ते अशा काही भयंकर गोष्टीत सहभागी आहेत, हे त्याला स्वीकारता येत नाहीये. तो ते स्वीकारणार नाही. अजून तरी नाही. पुरेपूर पुरावा असल्याशिवाय नाही.

१५८

केटलिनला कोरड्या ओकाऱ्या होऊ लागतात; पण त्यावर तिला काहीच करता येत नाहीये. ती तिच्या बेडच्या कडेवर बसते आणि मग घसरून खाली गुडघ्यांवर बसते. तिला ओकारीची भावना आली की तिचे पोट आणि छाती भात्याप्रमाणे आत-बाहेर होते.

गिडियन असहायपणे बघत बसतो. तो तिच्या खांद्यांभोवती हात टाकतो. तिला प्यायला पाणी देतो. मातीचा कप तिच्या ओठाला लावतो; पण या सगळ्याचा काहीही उपयोग होत नाहीये, हे त्याला दिसते. तिची स्थिती झपाट्याने खालावते आहे.

ती भिंतीला टेकून बसते. दोन्ही हात पोटावर ठेवते. ''पोटात जणू काही बॅटरीचं ॲसिड आहे असं वाटतंय.''

''ते जवळजवळ तसंच आहे. पोटात निर्माण झालेलं आम्ल. तुला केव्हा पकडलं, तू शेवटचं केव्हा खाल्लंस ते आठवतं?''

''नाही आठवत. मला वेळेचं, दिवस-रात्रीचं भानच राहिलेलं नाही.'' ती विचार करते. शेवटचे काही दिवस आठवायचा प्रयत्न करते. ''थांब! तो शनिवार होता. पहाटेची वेळ होती. अयनारंभाच्या आधीचा दिवस. एकोणीस तारीख.''

''आज सत्तावीस तारीख आहे. रविवार.''

''अरे देवा!''

''तुला शुद्ध करण्यासाठी त्यांनी असं केलं. त्या विधीच्या आधी सात दिवस काहीही खायचं नाही, अशी अट आहे.''

त्याचे डोळे दरवाज्याकडे आणि बाहेर उभे असलेल्या पहारेकऱ्यांकडे आहेत. ''केटलिन, ते लवकरच तुला न्यायला येतील. ते येतील तेव्हा विधी सुरू होईल. तुला बाहेर नेणे, हा विधीचाच भाग आहे. मी तुझ्याबरोबर असेन. सुरक्षा कडक असेल. आतापेक्षाही कडक; पण आपल्याकडे हीच एक संधी आहे.''

''संधी?'' तिला जरा धीर येतो. ''कसली संधी? तू काय करणार आहेस?''

तो तिच्या डोळ्यांत बघतो. ''शक्य ते सर्व!''

१५९

वरती ढगांत भिरभिरत असलेल्या अपाशेला खाली काय घडतेय, हे लक्षात येते. त्या तीन मोटरसायकली पळून चालल्या आहेत. धुळीच्या लोटांमध्ये तिन्ही मोटरसायकली मागे वळून विरुद्ध दिशेने वेगात धावत सुटल्या आहेत.

''घुसखोर पांगतायेत. तुम्हाला समजलं, कन्ट्रोल?'' खालचं मैदान शक्य तेवढे जास्त दाखवण्यासाठी मिल्नर कॅमेऱ्याचा फोकस रुंद करतो.

''दिसलं आम्हाला, अपाशे. ग्राउंड पेट्रोल तयार आहेत.'' मिल्नरला ती मोठी 'सॅक्सन' चिलखती गाडी मैदानातून हळू जाताना दिसते. त्याचबरोबर पश्चिमेकडून दोन 'लॅन्डरोव्हर – 'स्नॅच-२' वेगाने येताना दिसतात.

''या भागात सहसा बाइकवाले दिसत नाहीत.'' गोल्डिंग म्हणतो. ''आणि तेही या लोकांसारखं वागणारे.''

''ठीक आहे. या जुन्या हेलिकॉप्टरला जरा सराव झाला. नुसतं बसून राहण्यापेक्षा बरं!''

गोल्डिंग पायलटइतकाच तणावरहित आहे. ''मोठी साधनं ठेवायची आणि ती वापरताच यायची नाहीत, याला काही अर्थ नाही.''

ते दोघेही विमानतल्या मॉनिटरवर बाइक्स आणि लष्करी जीप्स यांची शर्यत बघत हसतात.

''कदाचित सरावाचा खेळही असेल.'' गोल्डिंग म्हणतो. ''शहात्तरावं किंवा एकोणिसावं पायदळ घुसखोरांची भूमिका करत असेल.''

''बाहेरचेही असू शकतील.'' मिल्नर म्हणतो. ''कधी कधी एसएएस किंवा मरिन्ससुद्धा मिडल ईस्टला जायच्या आधी सराव करायला इथे येतात.''

एक बाइक अचानक वळते आणि वेगळ्याच दिशेला सुसाट वेगाने निघून जाते. तिचा पाठलाग करणारी जीप हतबुद्ध होऊन जागीच थांबते.

''त्यांच्या हाती कोणी लागणार नाहीये.'' मिल्नर मॉनिटरकडे बोट दाखवतो. ''ते पाहा काय करताहेत. ते इतक्या थोड्या वेळात एकमेकांपासून दूर गेलेत. पेट्रोल्सना त्यांना अजिबात पकडता येणार नाही.''

''आज रात्री कोणालातरी फायरिंग मिळणार.'' गोल्डिंग रेडिओ चालू करतो. ''एक घुसखोर दक्षिणेकडे झाडांमध्ये जातोय, हेट्सबरीच्या जवळ. आम्ही आमची जागा बदलू की इतरांना कव्हर करायला इथेच थांबू?''

''तिथेच राहा! अपाशे एक.''

पाच मिनिटांत सगळं संपतं. बाइक्स ग्राउंड पेट्रोलना गुंगारा देऊन नाहीशा झाल्याहेत. फक्त आणखी चार घुसखोर, जे पायी चालत होते. ते पकडले गेले.

अपाशे एक मागे फिरून तळाकडे जाते.

१६०

स्टोनहेंज बंद आहे.

मेगन आणि जिमीला दिसते की, स्टोनहेंजला जाणारे सर्व रस्ते बंद केले गेले आहेत. सार्वजनिक कारपार्क बंद आहे. सार्वजनिक रस्ते सोडून बाकीचे सर्व रस्तेही बंद करण्यात आले आहेत.

ते दोघे पोलीस अधिकारी A-344च्या कडेवरील गवताच्या अरुंद पट्टीवरून, जिथे एरवी गाड्या आणि टूरिस्ट बसेस उभ्या राहतात, त्या डांबरी तळावरून चालत जातात. ते रस्ता ओलांडतात आणि कुंपणाच्या फटीतून हेंजकडे बघतात.

''काय चाललं असावं, जिमी?'' तिची नजर गणवेशातील डझनावारी सुरक्षा रक्षकांच्या गाडीकडे आहे. ते मैदानात सर्वत्र विखुरलेले आहेत.

''काही कल्पना नाही.''

ते बघत उभे राहतात. काही सुरक्षारक्षक वायरच्या कुंपणाला काळ्या प्लॅस्टिकच्या शीट लावू लागतात; जवळच्या हायवेवरून आतले दिसू नये म्हणून. मेगन जवळ असलेल्या गार्ड्सच्या एका गटाकडे धावते, ''हॅलो, तुम्ही काय करताय?''

ते तिच्याकडे दुर्लक्ष करून काळे प्लॅस्टिक लावण्याचे काम सुरू ठेवतात.

''तुम्ही काय करताय?'' जिमी ओरडतो.

''आम्ही आमचं काम करतोय'' काळा टीशर्ट आणि कार्गो पॅन्ट घातलेला. दाढी वाढलेला, जरा वयस्क असा एक जण उतरतो

मेगन तिचं पोलीसचं ओळखपत्र वायरवर आपटते. ''मी पोलीस ऑफिसर आहे.''

तो माणूस गुडघ्यांवरून उठून उभा राहतो. हातात स्टॅन्ली सुरी. तो तिच्याकडे येतो. ''चालू ठेवा.'' तो इतरांना सांगतो. तो तिच्या कार्डजवळ चेहरा आणून हसतो. ''ही खासगी पार्टी आहे. एका व्हीआयपीने आज रात्रीसाठी हे बुक केलंय. आता मला सांगा, याच्याशी तुमचा काय संबंध?''

मेगन त्याच्या उद्धट सुराकडे दुर्लक्ष करते. तो बहुतेक माजी पोलीस असावा. आता एखाद्या सुरक्षा कंपनीत नोकरीला असून 'आपण कोणालाही भीत नाही,' असे हाताखालच्यांना दाखवत असावा. ''आणि ही प्लॅस्टिक शीट?'' आता मैदानभर पसरत चाललेल्या त्या काळ्या नदीकडे बोट दाखवत, ती विचारते. ''ते कशासाठी?''

ती मठ्ठ असल्याप्रमाणे तो तिच्याकडे बघतो. "प्रायव्हसी! खासगी जमीन. खासगी पार्टी. समजलं? भरपूर पैसे मोजून तुम्ही मजा करत असाल, तर कोणीही कुंपणापाशी उभं राहून रात्रभर त्रास देणं तुम्हाला आवडेल का? समजतंय मी काय म्हणतोय ते? तुम्हाला आणखी माहिती हवी असेल, तर माझ्या ऑफिसला फोन करा. ते कदाचित सांगतील बुकिंग कोणी केलं ते. कदाचित सांगणारही नाहीत. आता मला माफ करा. मला काम आहे."

तो वळून चालू लागतो.

ती मनातल्या मनात त्याला शिवी हासडते.

"माझ्याकडे सुरक्षा कंपनीचा नंबर आहे." जिमी म्हणतो, "मी कारमधून त्यांना फोन लावतो."

मेगन कुंपणावर एक हात आपटते आणि चालू लागते. "तुझी माहिती बरोबर होती असं दिसतंय. आज रात्री काहीतरी मोठा प्रकार होणार, त्याची तयारी चाललेली दिसतेय. आणि काय ते त्यांना अगदी खासगी ठेवायचंय."

१६१

कोठडीचे दार कर्रऽऽ कर्रऽऽ आवाज होत उघडते. त्यातून आलेल्या हवेच्या झोतामुळे भिंतीवरील मशालीची ज्योत फडफडते.

"फिनिक्स!" मस्का त्याला बोलवतो.

केटलिन तिच्या बिछान्यात कुशीवर पडून दरवाज्यात उभ्या असलेल्या बुरखाधारी आकृतीकडे एकटक बघते. गिडियन तिला तिथे सोडून मस्काकडे जातो.

मस्काच्या हातात पांढरे कापडी मोजे आहेत. तो तशीच एक जोडी गिडियनला देतो. "हे घाल!"

"का?"

तो जणू काही बुद्दू आहे, अशा प्रकारे मस्का त्याच्याकडे बघतो. "बोटांचे ठसे. आता मी तुला जे देणार आहे, त्यावर बोटांचे ठसे नकोयत." तो त्याच्याकडे झुकतो. "आम्ही तासाभरात तिला न्यायला येऊ. तू तिला सांग. हा तिच्यासाठी शेवटचा तास तो तिचा. मृत्यूला सामोरे जायची तयारी करण्यासाठी."

मस्काला त्यात विधिव्यतिरिक्त आनंद होतोय. गिडियनला समजते. मनोविकृती. कोणाचे हाल होताना बघण्यात मिळणारा आनंद. त्याला त्यात मजा वाटतेय.

तो धिप्पाड खाटीक कोठडीतून बाहेर जातो आणि पहारेकऱ्याकडून एक कागद

आणि एक स्वस्तातले पेन घेतो. "हे तिला दे. तिला सांग शेवटचं पत्र लिहिता येईल. कोणालाही. ते त्या व्यक्तीकडे पोहोचवलं जाईल, अशी खात्री दे तिला."

"तसं होईल?"

"जर तिनं ती कुठे आहे, आपले वर्णन, असं काही मूर्खासारखं लिहिलं नाहीतर अवश्य पोहोचवलं जाईल."

"समजलं. आणि काही?"

"नाही, साठ मिनिटं! तेवढाच वेळ आहे तिला. एक मिनिट जास्त नाही. ती तयार राहील याची खात्री कर."

कोठडीचा दरवाजा बंद होतो.

केटलिन बसली आहे. त्याच्याकडे भीतीने बघत आहे.

तो तिला कागद आणि पेन देतो. "त्यांनी हे तुला दिलंय. कोणाला लिहायचं असेल तर."

"माझ्या आई-वडिलांना चालेल?"

तिचा गैरसमज झालाय हे तो ओळखतो. "ते खंडणीसाठी नाही. मी तुला म्हणालो होतो की, कोणीही खंडणी मागणार नाहीये. या लोकांचा तुला सोडायचा इरादा नाहीये." तो तिच्याजवळ बसतो आणि तिला मदत करायचा प्रयत्न करतो. "ते विधी सुरू करताहेत. तुला फक्त तासभर आहे. त्यानंतर विधी सुरू होईल."

१६२

केटलिन दोन पत्रं लिहिते. एक आईला आणि एक वडिलांना. दोघांना मिळून एकच लिहिले असते तर बरे झाले असते, असे तिला वाटते; पण ते शक्य नाही. तिला वेगळीच पत्रं लिहावी लागतील. आई-वडिलांच्या घटस्फोटामुळे तिचे जीवन उद्ध्वस्त झाले. आता मरणसुद्धा तसेच येत आहे.

शब्द लवकर सुचत नाहीत. सुरुवातीला तर अजिबात येत नाहीत. हाताने लिहायची सवय गेलीये आणि अशी पत्रं लिहायची तर वेळच येत नाही. फक्त वृद्ध लोक किंवा काही मोठी व्याधी आहे, असे लोकच अशी पत्रं लिहू शकतील.

शेवटी जे मनात येते ते ती लिहिते –

मला या जगात आणल्याबद्दल, तुझे सौंदर्य आणि तुझी आनंद लुटायची वृत्ती दिल्याबद्दल आभार. मम्मा! आपण डॅडी आणि फ्रान्सिसवरून इतका वाद घातला याचं मला वाईट वाटतं. तुला ज्याच्यावर प्रेम करावंसं

वाटतं त्याच्यावर प्रेम कर. त्याची हरकत नसेल, तर दोघांवरही प्रेम कर! आपल्याला ते भांडण विसरता आलं असतं, तर बरं झालं असतं.

सुखात राहा, मॉम!

लव्ह,

– केटलिन

तिचे वडिलांना लिहिलेले पत्र जास्त भावूक आणि वेगळे आहे –

डॅडी मला वाईट वाटतं. तुम्ही म्हणालात तसं मी करायला हवं होतं, हे मी जाणते. एरिकला दोष देऊ नका. मी त्याला फसवलं. माझं तुमच्यावर प्रेम आहे, डॅडी आणि तुमची उणीव नेहमीच जाणवेल. जर स्वर्ग असेल, तर मी कॉफी आणि पाय बनवून तुमची वाट बघीन. आपण इटलीत एकत्र घेतली, तशी दाट कॅपुचिनो कॉफी आणि मिसिसिपी मडसुद्धा. ज्याची आपण लंडनच्या हार्डरॉकमध्ये वाट लावली होती तशी. तुमच्या लाडक्या मुलीकडून तुम्हाला गोड पापे. माझे तुमच्यावर नेहमीच प्रेम असेल डॅडी.

तिचे लिहिणे संपते. गिडियन ते वाचत नाही. तो नुसता ते कागद तिच्या हातातून घेतो आणि त्यांना तीन घड्या घालतो. "तू ठीक आहेस?"

"खरं म्हणजे, नाही!"

ती थकल्यासारखी दिसतेय. जणू काही जीवन तिला आधीच सोडून गेलंय अशी.

ती थोडे पाणी ओतून घेते.

"डॅम इट!" ती भांडे जमिनीवर फेकते आणि हुंदके देऊ लागते. "मला मरायचं नाहीये. ओह, प्लीज, देवा! त्यांना मला तसं नको करू देऊ!"

१६३

सिक्युरिटी फर्मला केलेला फोन सरळ ॲन्सरिंग मशीनवर जातो. ध्वनिमुद्रित उत्तर येते. 'उद्यापर्यंत कोणीही उपलब्ध नाही.'

"मालकाचा घरचा नंबर आहे का तुझ्याकडे?" मेगन विचारते.

"हो, जॉन गोरान स्मिथ. त्याचा मोबाइल नंबर आहे." जिमी त्याचा फोन

काढतो आणि आकडे दाबतो.

उत्तर नाही.

जिमी निरोप ठेवतो. काहीतरी गंभीर मामला आहे, असे वाटावे म्हणून 'पोलिसांचे काम आहे. ताबडतोब फोन करा,' असा निरोप ठेवतो.

काहीतरी घडतेय. ती पुन्हा ली जॉन्सचा विचार करू लागते. तो काय सांगत नसावा? त्याच्यासारखे लोक पोलिसांशी सहकार्य करू लागायची तीन कारणे असू शकतात. त्यांना तुरुंगात जायची भीती वाटते. त्यांना पैसे हवे असतात. बहुतेक ड्रग्ससाठी किंवा ते कशाततरी अडकलेले असतात आणि त्यातून बाहेर कसे पडावे, हे त्यांना समजत नसते.

ती जिमीकडे वळते. "जॉन्सनी तुझ्याकडे काही पैसे मागितले?"

"नाही."

"त्याचा साथीदार ग्रॅब नाहीसा झाला, या एकाच कारणावरून तो तुझ्याशी बोलला?"

"हो, बरोबर!"

"आपण ही नोकरी सोडली पाहिजे." तिचा चेहरा लाल होतो. "इतकी कशी मूर्ख मी. त्यांनी टिंबरलँडचा खून केला आणि लॉकला पळवलं तेव्हा तो ग्रॅबबरोबर असणार!"

जिमी घाईने ली जॉन्सचा नंबर लावतो.

त्यांनी त्याला जाऊ द्यायला नको होते, हे आता तिला उमजते. त्या वेळी तिचे अर्धे लक्ष सॅमीकडे होते.

"उत्तर नाही, बॉस!" जिमी फोन दाखवतो.

"तो कुठे राहतो माहीत आहे?"

जिमी समजतो. तो गाडी सुरू करतो.

"तो घरी असेल अशी प्रार्थना कर, जिमी!"

१६४

मास्टरने हेंजला दिलेली भेट अनपेक्षित होती.

'इनर सर्कल'मधले विश्वासू सभासद कुंपणाला काळे प्लॅस्टिक लावायचे काम लवकर संपवण्यासाठी मदत करत आहेत. ते स्थळ पूर्णपणे रिकामे केले जात आहे. काळे प्लॅस्टिक लावलेल्या कुंपणाच्या बाहेर अनुभवी पहारेकऱ्यांनी जागा घेतल्यावरच मास्टर रस्त्याखालच्या मार्गातून त्या पवित्र स्थळी प्रवेश करतो.

आकाश ढगाळलेले आहे. सूर्य पश्चिमेला जाताना उदासवाणा भासत आहे. वेळ महत्त्वाचा आहे. मास्टर मैदानाच्या कडेवरून फेरी मारतो. नेहमीप्रमाणे तो टाचेच्या दगडापासून बलीवेदीला जोडणाऱ्या रेषेवरूनच महाशिळांच्या कमानीखालून वर्तुळात प्रवेश करेल. तो महाशिळांच्या वर्तुळापाशी थांबून गुडघे टेकतो.

"या विश्वाच्या पवित्र सम्राटांनो! मी तुमच्यापुढे समर्पण करतो आणि आपल्या मार्गदर्शनाची व ज्ञानाची याचना करतो. ही मी पामरानं मनापासून केलेली प्रार्थना आहे. मी नूतनीकरणाचा विधी करण्यास कटिबद्ध आहे. आपला सन्मान करण्यासाठी सिद्धता झाली आहे. आपण निवडलेला बळी तयार आहे. आपल्या प्रचंड ऋणाची ही किंचित परतफेड!"

तो वर बघतो. प्रकाश आणखी मंदावला आहे. अनपेक्षित वादळाची शक्यता असू शकेल. सेक्रेड्सच्या साहाय्याने वृद्धिंगत झालेली निसर्गाची शक्ती.

"देवतांनो! आमचे शत्रू एकत्र होत आहेत. सूर्य आणि चंद्र यांना झाकणाऱ्या ढगांप्रमाणे ते आमच्यावर चाल करून येत आहेत. ही आमच्या श्रद्धेची परीक्षा आहे, अनुयायी म्हणून आमच्या निर्धाराची कसोटी आहे, हे मी जाणतो; पण आपल्या मार्गदर्शनाशिवाय, आपल्या संमतीशिवाय मी ती पार करू शकणार नाही."

आपले बाहू जड होत आहेत, असे त्याला वाटते. मोठे ओझे पेलल्यावर व्हावे, तसे ते निर्बल होऊन खाली पडतात. आता बोलण्याची आवश्यकता नाही. सेक्रेड्स सर्वकाही जाणतात.

ते त्याच्या मनात आहेत. त्याच्या शंकांमध्ये आहेत. ते त्याच्या अस्तित्वाच्या प्रत्येक अणूतून सळसळत जात आहेत. ते गेले की, तो जमिनीवर पडेल, हवेसाठी श्वास घेत; पण मास्टरकडे उत्तर आहे.

काय करावे, हे त्याला माहीत आहे.

१६५

कायली लॉक नवऱ्याशी बोलून झाल्यावर फोन आपटते.

'तो कंजूष गधडा अजून तिच्याएवढी रक्कम द्यायला तयार नाहीये. आता, तो जाहीरपणे ती देऊ शकणार नाही, हे मान्य आहे. उपराष्ट्राध्यक्ष दहशतवाद्यांबरोबर व्यवहार करू शकत नाही, हे समजण्यासारखे आहे; पण तरीही त्याला खिशात हात घालता येईल. गुपचूप करायचं. मी पोलिसांना, लोकांना सगळा पैसा मीच उभा केला असं सांगितलं असतं.'

'पण तो तेही करायला तयार नाहीये. त्याच्या त्या उदात्त तत्त्वांना बाधा येईल,

असे करणार नाही म्हणे. नाही, नाही. तसं केलं तर त्याच्या सचोटीला डाग लागेल. म्हणजे मतं जातील असं म्हणायचं असणार. 'लोह पुरुष' थॉम लॉक गुंडांबरोबर बोलणी करताना कसा दिसू शकेल? त्याच्या कुटुंबासाठीसुद्धा नाही. निवडणुकीच्या वर्षात तर निश्चितच नाही.'

ती डोरचेस्टरमधील तिच्या सूटमध्ये पाय आपटत फेऱ्या मारतेय. आणि तिची प्रसिद्धी सहायक शार्लीन नेमकी आजच पोट ठीक नाही म्हणून आजारी आहे. त्यामुळे तिच्यावरही राग काढता येत नाहीये. कायली खोलीतल्या मिनिबारकडे जाते. व्होडकाकडे बघते. तिला फार मोह होतो; पण ती, ती घेणार नाही. त्या ऐवजी ती चॉकलेटचा एक बार घेते. तो चघळत, टीव्ही बघत आणि त्याच वेळी रेडिओ ऐकत बेडवर बसते. तिला व्हेलियमची गरज आहे किंवा अँफेटामाइनची. ती टीव्हीचा रिमोट उचलते आणि 'स्काय न्यूज' लावते. तिच्या मुलीबद्दल काही बातमी येईल या आशेने.

कायली आय-पॅड सुरू करते. इंटरनेटवर मुलीबद्दल काही आहे का, ते बघते. तसे तिने करायला नको होते. वेबवरची चर्चा कडू आहे. खोटी, क्रूर. त्यांनी थडग्याचा दगड आधीच बनवला आहे. आणि त्यावर चाहत्यांचे संदेश स्प्रे पेन्ट केले आहेत. बहुतेक सगळी मुलेच.

पण, तिला ते वाचलेच पाहिजे. केटलिनबद्दल येणारे सगळे वाचले पाहिजे. चांगले असो नाहीतर वाईट. आत खोल तिला काहीतरी असे वाटतेय जे ती सांगू शकत नाहीये.

काहीतरी आतले. आई म्हणून. तिच्या बेबीचे काहीतरी वाईट होतेय. तिला नक्की वाटतेय.

१६६

हा तो आवाज. ज्याला केटलिन घाबरत होती.

लोखंडावर लोखंड!

झिजलेली चावी चुन्या कुलपात फिरतानाचा आवाज. कोठडीचे दार उघडतेय. ते तिला न्यायला आलेत. विधीची सुरुवात होतेय. ती मरणार आहे.

गिडियन तिला हातांनी विळखा घालतो. "तयार राहा!" तो कुजबुजतो. "मी काहीही केलं, तरी तुझ्या जिवासाठी झगडायला तयार राहा."

तिच्या हृदयाची धडधड त्याच्या छातीला जाणवतेय. ती वरपासून खालपर्यंत कापते आहे.

"वेळ झालीये." दरवाज्याजवळून एक अधीर आवाज येतो.

केटलिन गिडियनला बिलगते.

"शूर हो! बालवान हो!" तो तिला आपल्यापासून दूर करतो आणि तिचा हात धरतो. "मी तुझ्याबरोबर असेन."

ती एक दीर्घ श्वास घेते. डोके शांत ठेवायला स्वत:ला बजावते. आता धीर सोडू नको. ते सगळ्यात वाईट. शेवटची आशा जाईपर्यंत सामना संपला असे मानायचे नाही. कुठूनतरी आतून तिला धीर येतो. ती गिडियनने धरलेला हात सोडवते आणि कोठडीच्या दरवाज्यापाशी थांबलेल्या दोघा बुरखाधारी माणसांकडे चालू लागते.

ड्रॅको गिडियनला मानेने खूण करून केटलिनच्या बेडवर पडलेल्या पत्रांकडे त्याचे लक्ष वेधतो. गिडियन समजतो आणि ते कागद घेतो.

ते मृत्यूच्या रस्त्यावरून चालू लागतात. भिंतीवर लावलेल्या मशाली तडतडताहेत. ते स्नानाच्या ठिकाणी पोहोचतात.

केटलिनला गिडियनपासून ओढून, तिचे कपडे काढून, तिला खोल दगडी खंदकात बळेच उतरवले जाते. दगडी छतातील खोदलेल्या मार्गांमधून तिच्यावर स्वच्छ पाण्याचा वर्षाव होतो. तिला हुडहुडी भरते. तिचा श्वास रोखतो.

तिला अंघोळ घालणारे तिला बाहेर काढून तिचे अंग पुसतात. तिच्या अंगात बळीचा लांब डगला घालतात. गिडियन मान वळवतो.

एक पहारेकरी त्याच्यापाशी जाऊन लहान आवाजात बोलतो. "माझ्याबरोबर ये फिनिक्स! तू तिच्यासाठी महाकक्षात उभं राहायचं आहे. दिव्यांची वर्तुळे पेटवलेली आहेत. ते तिथे तिची वाट बघताहेत."

गिडियनला तिच्यापासून दूर जायचे नाहीये. चालताना त्याचे कोपर हलकेच ओढल्याचे त्याला जाणवते. आणि तो मागे केटलिनकडे बघतो. त्याला तिचा चेहरा दिसत नाहीये, तो त्याला बघायचाय. तिच्याशी संपर्क साधायचाय; पण ते शक्य नाहीये. तिच्याभोवती बरेच लोक आहेत. आकाशात मळभ आलेय आणि दिवस संध्याकाळकडे सरकतोय.

वेळ कमी होतोय.

त्याची नजर बलीवेदीवर पडते. केटलिनला त्या दगडावर बांधून ठेवण्यात येईल आणि तिचे हात, पाय आणि पाठीवर महाशिळांची खूण कापण्यात येईल. बाहेर आवाज येतो. पावलांचे आवाज. ते तिला आत आणताहेत. विधी सुरू होण्याच्या बेतात आहे.

बुरखा घातलेला ड्रॅको दरवाजात दिसतो. त्याचे काळे डोळे गिडियनवर रोखलेले आहेत. "माझ्या बरोबर ये. महाकक्ष रिकामा करायचाय. कार्यक्रमात बदल झाला आहे."

१६७

"दुसरा एखादा रस्ता नाही, जिमी?"

जिमी मान हलवतो. "बलफोर्ड म्हणजे भयानक आहे, इथे अर्धं लष्कर आलेलं दिसतंय – थर्ड मेकॅनाइझ्ड, रायफल्स, रॉयल लॉजिस्टिक्स आणि अगदी आरएमपी-सुद्धा."

अखेरीस संथपणे जाणाऱ्या त्या तुकड्या संपल्यावर जिमी ॲक्सलरेटर दाबतो आणि ते वेगाने मार्लबरो रस्त्याने जाऊ लागतात. पुढे उजवीकडे वळून ह्यूबर्ट हॅमिल्टन रोडवर आणि मग डावीकडे वळून हॅरिंग्टनला येतात. शेवटी एकदाचे ते ली जॉन्स राहतो, त्या रस्त्यावर येऊन पोहोचतात.

गाडी थांबवून, बागेतून धावतच ते काँक्रीटच्या पायऱ्या चढून जरा दुर्दशेत असलेल्या फ्लॅटच्या दारात येतात. मेगन बेलचे बटन दाबून धरते. तर जिमी खिडकीवर थापा मारतो.

पण उत्तर नाही.

ती वाकते आणि पत्रांच्या फटीतून ओरडते, "ली, आम्ही डीआय बेकर आणि डीएस डॉकरी आहोत. आम्हाला तुझ्याशी बोलायचंय. ताबडतोब."

तरीही उत्तर नाही.

"दाराला धक्का देऊन उघड!"

जिमी जरा घुटमळतो.

"उघड जिमी. नाहीतर मी धक्का मारते."

जिमी थोडा मागे होतो आणि कडीच्या जरा खाली दारावर जोरात लाथ मारतो. त्याचे पाऊल मागे फेकले जाते; पण दार उघडत नाही. तो पुन्हा मागे होऊन सगळे बळ एकवटून दारावर लाथ मारतो. या वेळी दार उघडते आणि ते आत घुसतात.

जिमी बाहेरच्या खोलीतून धावत किचनमध्ये जातो. मेगन बेडरूममध्ये घुसते. नंतर बाथरूम. कोणीही नाही. तो घरी नाहीये. ती पुन्हा बेडरूममध्ये जाते, कपाट उघडते, आतील ड्रॉवर उघडते. सगळे कपड्यांनीच भरलेले आहेत. ती पुन्हा बाथरूममध्ये जाते. त्याचा टूथब्रश तिला दिसतो. घाईघाईने पळाल्याचे चिन्ह नाही.

ते बाहेर येऊन आता याला कुठे शोधावं, याचा विचार करतात. साधारण चाळीस मीटर अंतरावर रस्त्याच्या कडेला मेगनला, हातात एक वर्तमानपत्र आणि दुसऱ्या हातात सँडविच घेतलेला एक बारीक माणूस दिसतो.

"तोच आहे!"

जॉन्स त्यांना पायऱ्यांवर बघतो आणि पळू लागतो.

त्याचा वेग बराच आहे. कधीकाळी ड्रग घेणारा इतक्या जोरात पळू शकणार

नाही, असे मेगनला वाटून जाते. तो हॅरिंग्टन रस्त्याच्या मागे असलेल्या शेतात घुसतो. मेगन त्याचा पाठलाग करते. जिमी धावत मागे येऊन कार सुरू करतो. कारने शेताच्या पलीकडे जाऊन तो तिकडे मार्लबरो रस्त्याला बाहेर पडला की, त्याला पकडायचे आहे.

मेगन त्याला पकडण्याच्या बेतात आहे.

जॉन्स खांद्यावरून मागे बघतो आणि मेगन जवळ येत चालल्याचे बघतो. जिमी नाहीये हेही त्याच्या लक्षात येते. म्हणजे तो कारने येत असणार, हे तो ओळखतो. जॉन्स मार्लबरो रस्त्यापासून बाजूला वळतो. तो मोकळ्या मैदानाकडे जात नाहीये. तेवढा बुद्दू तो नाहीये. त्या ऐवजी तो उत्तरेला असणाऱ्या झाडीच्या दिशेने जातो. नशीब असेल, तर तिथे तो तिला चकवू शकेल.

पण तो तिथपर्यंत पोहोचू शकत नाही.

मेगन वेग वाढवते आणि झाडी सुरू व्हायच्या थोडे आधीच त्याला गाठते.

दोघेही जोरात धापा टाकत आहेत; पण मेगन त्याच्यापेक्षा जास्त तंदुरुस्त आणि बलवान आहे. ती त्याचे मनगट पकडून त्याचा हात पाठीवर पिळते.

तो लाथा मारायचा थोडा प्रयत्न करतो; पण त्याची फुप्फुसे साथ देत नाहीत.

''त्याचा विचारसुद्धा करू नकोस, ली.''

१६८

ड्रॅको आणि मस्काबरोबरचे सहा जण केटलिन आणि गिडियनला घाईघाईने पुन्हा त्यांच्या कोठडीत नेतात.

त्यांच्या घाई करण्याने ती भयंकर घाबरते.

''काय झालंय?'' गिडियन ड्रॅकोला विचारतो.

''एक मिनिट थांब!''

ते 'बळी'ला खोलीत ढकलतात आणि ड्रॅको त्याला गजांपासून दूर ओढतो. ''मास्टरनी विधीचा कार्यक्रम बदललाय. तो स्वतःच हेंजमध्ये गेला आणि स्वतःच सेक्रेड्सचा प्रतिनिधी झालाय. आता सेक्रेड्समधील देवता त्याच्यात उतरल्या आहेत. तो आता महाकक्षात आहे आणि त्यांना सँक्चुअरीत त्यांच्या जागा घेऊ देत आहे.''

''म्हणजे ते विधीची जागा बदलताहेत?''

''हो. उघड्यावर करण्याऐवजी इथेच जास्त सुरक्षित होईल, असं त्याला वाटतं.''

''आणि ते परंपरेत बसतं?''

''होय. महाकक्षातलं हेंजसुद्धा वरच्या हेंजमधल्या शिळांच्याच दगडांतून बनवलं आहे. दुसऱ्याही अनेक प्रकारे ही जागा जास्त पवित्र आहे.''

स्थळ बदलाचा परिणाम गिडियनच्या लक्षात येतो. ते तिला बाहेर नेणार नाहीत. तिला पळून जायला मदत करायची संधी त्याला मिळणार नाहीये. तो कोठडीच्या गजांतून आत नजर टाकतो. ती आता आहे तिथून थोड्याच अंतरावर मारली जाणार.

''मला माझ्या वडिलांना भेटलं पाहिजे. त्यांच्याशी बोललं पाहिजे.'' तो ड्रॅकोला ढकलून जायचा प्रयत्न करतो.

ड्रॅको त्याचा रस्ता अडवतो. ''ते शक्य नाही.''

''मला भेटलंच पाहिजे.''

''ते शक्य नाही, असं मी म्हणालो.'' त्याचे डोळे बारीक झाले आहेत. 'आपल्याला डिस्टर्ब करू नये अशी मास्टरची आज्ञा आहे. पहाट होतेय. विधी सुरू झालाय.'

गिडियनला कोठडीत सोडून दरवाज्याला कुलूप लावले जाते. केटलिन तिच्या बेडवर बसली आहे. तिचे केस अजून ओले आहेत. विधीसाठी तिला घातलेला डगला ती कसाबसा सावरते. डगल्याला मागे वरपासून खालपर्यंत फट आहे. तिच्या अंगावर दगडी सुरी चालवण्यासाठी.

गिडियन त्याच्या कमरेची दोरी सोडतो. ''ही घे. ही बांध डगल्याला.''

ती दोरी घेते आणि हुंदका दाबते. ''वेडेपणा आहे. नाही का? इथे मला लवकरच मारणार आहेत आणि मी इथे माझा पाठचा भाग दिसू नये म्हणून काळजी करतेय.''

स्वत:ची प्रतिष्ठा राखण्याचा तिचा प्रयत्न तो समजू शकतो. ''तो वेडेपणा नाही. शहाणपणाच आहे.''

केटलिन दरवाज्याकडे बघते. घाबरल्यामुळे ती जवळजवळ बोलूच शकत नाहीये. ''बाहेर काय चाललंय?''

''ते विधी इथे करणार आहेत. हेंजमध्ये नाही.'' तिला काहीतरी चांगले सांगता आले असते तर बरे झाले असते, असे त्याला वाटून जाते.

तिचा चेहरा दु:खामुळे उदास दिसतोय. ती पूर्णपणे हताश झालेली दिसतेय. ''मला जरा धरतोस, मी पडणार असं वाटतंय मला.''

गिडियन तिच्या आणखी जवळ सरकतो. ती त्याच्या कमरेला विळखा घालते. आणि डोके त्याच्या खांद्यावर टेकवते. आपल्याला इजा न करणाऱ्या कोणाचा आधार घेऊन तिला बरे वाटते.

“ए!” एक पहारेकरी दार खडखडावत ओरडतो. “तसं काही करू नको. दूर हो तिच्यापासून!”

गिडियन त्याच्याकडे कीव आल्यासारखा कटाक्ष टाकतो. ‘आम्ही प्रेम करणार आहोत असं वाटलं की काय या मूर्खाला? पण खरंच, आपण किती मूर्ख आहोत. अपवित्र झालेला बळी कोणालाच चालणार नाही, हे त्याच्याप्रमाणेच आपल्यालाही माहीत होतं.’

‘कशालाच चालणार नाही.’

‘आपल्या लक्षात कसं नाही आलं हे?’

‘आपल्याला अजून हिचा जीव वाचवता येईल!’

१६१

हेंजमास्टर बीट आणि इतर वनस्पती वापरून लाल केलेल्या गोणपाटाचा, खास विधीसाठी बनवलेला डगला अंगात चढवून उभा आहे. त्याच्या बुरख्याच्या खाली त्याच्या रुपेरी केसांचा चंद्रकोरीच्या आकाराचा मुकुट आहे.

सेक्रेड्सची त्यांच्या त्यांच्या जागी प्रतिष्ठापना करण्यात आली आहे. हेंजभोवती विविधरंगी काचेच्या नळ्यांमध्ये नव्या मेणबत्त्या लावण्यात आल्या आहेत.

मास्टर तारकास्तंभांतून आकाशाचा रंग बघतो.

पहाट व्हायला काही क्षणच बाकी आहेत. सेक्रेड्सना सँक्चुअरीमध्ये आणण्याच्या श्रमामुळे मास्टर खूपच थकला आहे; पण तो विधी पार पाडण्यात कसूर करणार नाहीये.

तो सेक्रेड्सना धुतलेल्या पाण्याने भरलेली झारी उंचावतो आणि महाशिळांच्या वर्तुळातील वेदीच्या दगडापासून टाचेच्या दगडापर्यंत पाण्याने दिव्य रेषा काढतो.

त्याच्या डगल्याच्या खिशातून तो समारंभाची दगडी सुरी काढतो आणि ज्या दगडावर बळी कापला जाणार आहे, त्याच्याकडे नजर लावतो. पाच काप, सूर्य, चंद्र, तारे, पृथ्वी आणि मृत्यूनंतरचे जीवन या पाच मुख्य सेक्रेड्स ज्यांच्यात वास करतात, त्या प्रत्येक महाशिळेसाठी एक काप.

तिला तिथे पाच तास ठेवण्यात येईल. प्रत्येक देवतेसाठी एक तास. त्यानंतर तिचे बंध सोडून तिला पवित्र पाण्याने धुण्यात येईल. त्यानंतर ती अर्पण केली जाईल.

मास्टरचा हात दुसऱ्या खोल खिशात जातो. बळीची हातोडी आहे, याची तो खात्री करून घेतो. महाकक्षाच्या दुसऱ्या बाजूला उभ्या असलेल्या दोघा वाहकांकडे

तो बघतो. त्यांच्या हातात पाइनच्या लाकडापासून बनवलेली बळीला वाहून आणायची ताटी आहे.

तो तयार आहे.

तो मानेने खूण करतो. वाहक ताबडतोब निघतात.

१७०

"ली, तू कशासाठी पळत होतास?" मेगन त्याचा हात पाठीवर आणखी पिळते. "मला फालतूगिरी करायला वेळ नाहीये."

"बरं, बरं! मी सांगतो सगळं."

ती जिमीला शेत ओलांडताना बघते आणि जॉन्सला सोडते. तो दुखत असलेला हात कुरवाळतो गुडघ्यांवर बसतो. "मी घाबरलो! मी तुम्हाला माझ्या घरात बघितले आणि घाबरलो."

ती त्याला वर खेचून उभा करते. "तू आणि सीन ग्रॅबनी जेक टिंबरलँडला जिवे मारलं आणि तू त्याला केटलिनचं अपहरण करण्यात मदत केलीस. पोलिसांच्या भाषेत तुझे आता बारा वाजणार." ती त्याच्या हाडकुळ्या छातीत बोटं खुपसते. "ग्रॅबला खुनाशी आणि अपहरणशी जोडणारा पुरावा आधीच आमच्याकडे आहे. आणि आम्ही तुझ्या डीएनएचा शोध घ्यायचं ठरवलं की तो आम्हाला मिळणार. ज्यूरींना डीएनए फार आवडतो. तुझ्यासारखा गर्दुल्ला जे सांगेल त्यापेक्षा ते डीएनएवर विश्वास ठेवतील."

जॉन्स तुरुंगात जाऊन आलेला आहे. त्याला पुन्हा जायचे नाहीये. तो त्याच्या पलीकडे मोकळ्या जागेकडे बघतो. त्याच्या पुढील पर्यायांचा विचार करतो. अखेरीस तो बोलतो. "मला शिक्षा नाही झाली पाहिजे. शिक्षेतून सूट हवीये. कबूल? माझ्यावर आरोप ठेवणार नाही याची हमी!"

"स्वप्न बघू नकोस." जिमी म्हणतो. "इम्युनिटी विसर. शिक्षा कशी कमी होईल, ते बघ. लवकर. तुझ्यावर चार्जशीट ठेवायच्या आधी काय ते बोल."

"जास्त काही नाहीये. तुम्हाला वाटतं तसं नाहीये."

मेगन त्याच्याकडे रोखून बघते. "उगीच भंकस करू नकोस. आम्हाला सगळं पाहिजे. थापा नाहीत. मधलं गाळायचं नाही. सगळं!"

तो डोके खाजवू लागतो. त्याच्या डोळ्यांपुढे दृश्ये दिसायला लागतात. व्हॅनमध्ये मरून पडलेला तो मुलगा. किंचाळणारी, लाथा झाडणारी ती सुंदर मुलगी. पकडले जाण्यापेक्षा तिला मारून टाकू, असे आपण सुचवतो. "तो अपघात होता.

कोणाला कोणी मरायला नको होतं.'' त्याला त्यांच्या डोळ्यांतला अविश्वास जाणवतो. ''खरंच! त्या मुलीनी एका सेक्रेडला हात लावला म्हणून आम्ही त्यांच्यामागे लागलो. गोष्टी हाताबाहेर गेल्या. सीननी त्या मुलाला फटका मारला आणि आम्ही जेव्हा त्याला व्हॅनमधून घेऊन जात होतो, तेव्हा तो मेला. आम्ही घाबरलो. आमचा तसं करायचा इरादा नव्हता.''

''मी म्हणाले होते की, मधलंमधलं गाळायचं नाही.'' मेगन त्याच्या बरगडीत बोट खुपसते. ''तुम्ही हेंजमध्ये कशासाठी होतात? ते मुलगा-मुलगी कोणाला हवे होते आणि कशासाठी?''

तो आवंढा गिळतो. ''विधीसाठी बाहेरच्या माणसाला निवडावं लागतं. सीन म्हणाला की, जो कोणी शिळांना हात लावेल, त्याला निवडायचं असं ठरलंय. तीच मुलगी किंवा तिच्याबरोबरचा मुलगाच हवा होता, असं नाही. कुणीही चाललं असतं. ते फक्त चुकीच्या वेळी चुकीच्या ठिकाणी सापडले इतकंच!''

''मग ती कुठे आहे?'' जिमी विचारतो.

''ती सँक्चुअरीमध्ये आहे. मी तुम्हाला ज्या ठिकाणाबद्दल सांगितलं तिथे; पण मी म्हटलं तसं ती सँक्चुअरी कुठे आहे, ते मला माहीत नाही.'' त्याला त्यांचा संताप दिसतो. ''खरंच! मी ती बाहेरून कधीच बघितलेली नाहीये. A-360वर कुठंतरी आहे. इम्बरजवळ. एवढंच मला माहीत आहे. आम्ही गोळीबार मैदानाच्या जवळ, गावाच्या आधी एका रस्त्यावर थांबलो. तिथून सीन त्याच्या गाडीतून त्या मुलीला घेऊन गेला. आणि मी व्हॅनमध्ये मुडद्याबरोबर थांबलो.''

मेगन त्याला एक फटका मारणार होती. ''तू एका तरुणाबद्दल बोलतोयस. ज्याचा जीव तू घेतलास. जरा चांगले शब्द वापर.''

''पुढे बोल!'' जिमी म्हणतो.

''सीन परत आला. म्हणाला त्यानं कोणालातरी फोन केलाय म्हणून. इनर सर्कलमधला कोणीतरी. त्याचं टेन्शन गेल्यासारखं वाटलं. सगळं ठीक होईल असं त्याला वाटलं.''

''मग आज आधी म्हणालास ते काय?'' मेगन विचारते. ''हेंजला आज काहीतरी घडणार आहे ते?''

त्याचा चेहरा लाल होतो.

ती ओळखते. ''जर ती मुलगी मेली तर तुझ्यावर खुनाचा आरोप लावणार.''

तो समजतो. ''मॅट उटले नावाचा एक माणूस, आम्ही त्याला 'मस्का' म्हणतो – माझ्याकडे आला.'' तो जिमीकडे बघतो. ''तुम्ही मला सीनबद्दल विचारायला शोधताय, हे त्याला माहीत होतं. त्यानं सांगितलं की, मी तुम्हाला भेटून हेंजला आज रात्री काहीतरी होणार आहे, असं सांगायचं.'' जॉन्स पुन्हा मेगनकडे बघतो.

"मी चक्रावलो; कारण आज रात्री तिथे खरोखरीच काहीतरी होणार होतंच. विधीची सुरुवात." तो थांबतो.

"पुढे बोल ली!" जिमीच्या आवाजात जरब आहे.

"आज रात्री त्या मुलीला बळी देतील आणि ते स्टोनहेंजला असायला हवं."

"असायला हवं?"

"तुम्ही त्यांच्यामागे आहात, हे त्यांना समजलंय. त्यांना सगळी माहिती आहे, असं मी तुम्हाला सांगावं असं मस्कानी मला सांगितलं, म्हणजे तुम्ही हेंजला जाल."

ती एक दीर्घ श्वास सोडते. "मग खरी जागा कोणती?"

"सँक्चुअरी असणार, मला वाटतं." तो त्याची मनगटे जोडून जिमीच्या पुढे करतो. "मला आता अटक करा. मला कुठेतरी सुरक्षा कोठडीत ठेवा. मस्का म्हणाला की, मी काही गफलत केली, तर तो मला मारून टाकेल. त्यानं सांगितल्याप्रमाणे केलं नाहीतर माझंही सीनसारखं होईल असं म्हणाला."

"त्याला लॉक-अप मध्ये टाक." मेगन म्हणते. डीसीआय टॉमकिन्स त्याच्याकडे बघून घेईल.

१७१

तो भोसडीचा पुन्हा ते करतोय. फिनिक्सने त्याचा शर्ट काढलाय आणि बळीच्या डगल्यात मागून हात घातलाय. तो तिला मागून दाबतोय. वोलन्स दारावरच्या गजांना चेहरा चिकटवतो. त्याचा त्याच्या डोळ्यांवर विश्वासच बसत नाही.

"ए!" तो कोठडीचे दार ठोठावतो. "सोड तिला, कुत्र्या. मी मघाशी सांगितलं तुला."

ते दोघे कोपऱ्यात लपायच्या प्रयत्नात असतात; पण तरी त्याला दिसतात. मस्का बाहेरच्या पॅसेजमध्ये येतो. "काय चाललंय?"

"तो मूर्ख तिच्याशी प्रेम करतोय."

"काय? थांबव त्यांना. दार उघड."

वोलन्स चाव्या शोधतो. मस्का त्यांना चुंबन घेताना बघतो. "लवकर, लवकर."

दोघेही धावत आत जातात. गिडियन आणि केटलिन एकमेकांच्या मिठीत असतात. त्यांना आजूबाजूच्या गदारोळाचे भान नसते. "मूर्ख!" मस्का त्याचे केस धरून त्याला तिच्यापासून दूर खेचतो. केटलिन पाऊल मागे घेते. चेहरा हताश!

मस्का गिडियनला गर्रकन फिरवतो आणि त्याच्या चेहऱ्यावर जोरात गुद्दा

मारतो; पण गिडियन पडत नाही. तो त्याला घट्ट मिठी मारतो. केटलिन उडी मारून पुढे येते. फुटलेल्या माठाचा टोकदार तुकडा मस्काच्या मानेत घुसतो. तिच्या चेहऱ्यावर गरम रक्ताची चिळकांडी उडते. त्याची मोठी शीर कापली गेली आहे, हे तिला कळते.

मस्का लडखडतो. गिडियन त्याला थंडगार फरशीवर कोसळू देतो. वोलन्स गारठला आहे. मस्काला मदत करावी की, बळीचे रक्षण करावे, असा त्याच्या मनात गोंधळ होतो.

"तिच्यापासून दूर जा. मी तुला मारायला कमी करणार नाही." गिडियन ओरडतो.

१७२

"केटलिन, त्याची गन घे."

ॲड्रेनलिनचा संचार झालेली केटलिन वोलन्सच्या पट्ट्यातून पिस्तूल आणि हातातून चाव्यांच्या जुडगा काढून घेते.

"खाली बस. भिंतीकडे तोंड कर."

वोलन्स तोंड फिरवतो. गिडियन हातातल्या पिस्तुलाकडे बघतो. त्याने आत्तापर्यंत पिस्तूल कधीच हातात घेतले नव्हते. ते कसे वापरायचे हेही त्याला माहीत नाही. सेफ्टी गार्ड कुठे आहे. पिस्तुलात गोळ्या आहेत की नाहीत, हेही त्याला माहीत नाही.

"चल!" तो केटलिनला कोठडीच्या बाहेर ढकलतो आणि स्वत: बाहेर पडून दरवाजा बंद करतो. तो तिची बाही पकडतो आणि ते मार्गिकेतून धावू लागतात. मागून वोलन्सच्या मदतीसाठीच्या आरोळ्या ऐकू येतात.

गिडियनच्या डोक्यात नकाशा आहे. तो अपूर्ण आहे, हे त्याला माहीत आहे; पण त्याच्याकडे तेवढेच आहे. महाकक्षावरून बाहेरच्या वर्तुळाच्या गोलाकार पॅसेजमधून मास्टरच्या कक्षावरून पुढे गेले की, दगडी जिना आणि मग गोडाउनमधून बाहेर पडता येईल, असे चित्र त्याच्या डोळ्यांपुढे येते.

पण, तो त्या दिशेने जात नाहीये. त्याच्या मनातील अंदाजाप्रमाणे तो जाणार आहे. तसे केल्याने एक तर ते सुटतील किंवा गोळीबारात मारले जातील.

१७३

हेंजमास्टर महाकक्षातून बाहेर येऊन जरा चिंतातुर होऊन चौफेर नजर टाकतो. 'बळी' आतापर्यंत इथे पोहोचायला हवा होता.

त्याला मार्गिकेतून गलबला आणि आवाज ऐकू येतात. तो वळून कोठडीकडे जाऊ लागतो. चार वाहक त्याच्या दिशेने धावत येत आहेत; पण तिच्याशिवायच.

''ती पळाली!'' एक जण ओरडतो. ''ती मुलगी कोठडीत नाहीये.''

''माझा मुलगा – तो कुठे आहे?''

''तोही गेलाय.'' हा ड्रॅकोचा आवाज. तो रक्ताळलेल्या हातांनी घाईघाईने मास्टरकडे येतोय. ''त्यांनी मस्काला मारून टाकलंय आणि वोलन्सची गन पळवलीये.''

''मुख्य दरवाजा बंद करा.'' मास्टर ओरडतो, ''ते दगडी जिन्याकडे जातील.'' आपण आपल्या मुलावर विश्वास ठेवला. स्वतः त्याला सँक्चुअरीभर हिंडवले याची त्याला लाज वाटते.

ड्रॅको वाहकांना पाठवतो. ''आणि ॲव्हेन्यूसुद्धा! तुमच्या कक्षातल्या मार्गिकेचं काय?''

मास्टर मान हलवतो. ''ती त्याला माहीत नाही; पण तरी तीसुद्धा बंद करा.''

''मी स्वतःच जातो.'' ड्रॅको दोन माणसे घेतो आणि बाकीच्यांना सँक्चुअरीत सगळीकडे शोधायला सांगतो.

मास्टर रिकाम्या महाकक्षाकडे बघतो. सेक्रेड्सची नाराजी त्याला जाणवतेय; पण तो शांत राहतो. सँक्चुअरी म्हणजे किल्लाच आहे. मुलीला पकडून सूर्योदयापूर्वी विधी पुरा करायला भरपूर वेळ आहे.

तो महाकक्षाकडे जाऊ लागतो; पण मग विचार बदलतो.

तो स्मित करतो आणि ड्रॅकोला हाक मारतो. ''त्या माणसांना जाऊ दे! माझ्या बरोबर ये. ते कुठे असतील, ते मला माहीत आहे.''

१७४

भिंतीवरच्या मशाली कमी आणि थोड्याच आहेत. मार्गिकेचा चक्रव्यूह दमटपणा आणि मृत्यूच्या वासामुळे थंड आणि जड वाटतोय.

पळताना केटलिन गिडियनला बिलगून राहते. तो काय करतोय हे त्याला माहीत असेल, अशी ती मनोमन प्रार्थना करते आहे. तिच्या स्वतःच्या पळून जायच्या प्रयत्नाची आठवण अजून तिच्या मनात ताजी आहे.

काहीतरी चुकलेय असे तिला वाटतेय. आपण खाली चाललो आहोत. वर जाऊन बाहेरच्या मोकळ्या जगात जाण्याऐवजी आपण या भयंकर ठिकाणी आणखी खोलात जात आहोत, असे तिला वाटते. ''आपण चुकीच्या दिशेनं जातोय.''

''माझ्यावर विश्वास ठेव!'' गिडियन धापा टाकत म्हणतो. आपल्याला दुसरा पर्याय नाही, हे ती जाणते.

त्या अंधाऱ्या मार्गिकेतून खाली पळत असतानाच तो डोळ्यांपुढे सँक्चुअरीतील वळणे आणतो. त्याच्या मनात ती पुरलेल्या पिरॅमिडप्रमाणे आहे. फक्त छप्पर घुमटाच्या आकाराचे आहे. वरचे मजले हा आधुनिक आणि कामकाजाचा भाग आहे. काळजीपूर्वक बांधलेले वजन कमी करणारे कक्ष आणि मार्गिका. त्यांच्या खाली मास्टरचा कक्ष आणि महाकक्ष. त्याच्या पूर्वेला आणि पश्चिमेला वर आणि खाली जाणाऱ्या मार्गिका. त्या सगळ्या, मध्यावरच्या तारकास्तंभाच्या भोवती असणार.

तो आता पूर्वेकडच्या मार्गिकेचा विचार करतो. सर्वांत खालच्या पातळीला जाणारा मार्ग. प्राचीन दफनगृह! ते तिकडे जात आहेत.

त्या उतरत्या आणि वळणाऱ्या मार्गिकेमुळे त्याला पुन्हा इजिप्तमधील थडग्यांची आठवण होते. स्थापत्यशास्त्रीय गुपितं असणाऱ्या जागा. छुपे कक्ष आणि मार्गिका असलेला खुफूचा मोठा पिरॅमिड त्याच्या डोळ्यांपुढे येतो.

सँक्चुअरीचीसुद्धा स्वत:ची अशी गुपिते असावीत, अशी तो प्रार्थना करतो. तारकास्तंभ, मार्गिकांची वेगवेगळी उंची, वर आणि खाली जाणाऱ्या मार्गिका आणि भौगोलिक दिशा. त्याचे गणित बरोबर असल्याच्या त्या खुणा आहेत.

ते कुलूप असलेल्या एका लाकडी दरवाज्यापाशी येऊन थांबतात.

''लवकर!'' धापा टाकत असलेल्या केटलिनला तो घट्ट बिलगून भिंतीवर दाबतो. ''खाली बस आणि हलू नकोस.'' तो मागे जाऊन तिच्याकडे बघतो. ''जरा पुढे ये. अर्धा मीटर माझ्या बाजूला सरक.''

ती सरकते. गुडघे छातीशी घेऊन डगला गुडघ्यांवरून घेते. ''ठीक आहे. थांब!'' तो आणखी मागे जातो. कोपऱ्यापलीकडे. आणि मग पुन्हा पुढे येत तिच्याकडे बघतो. ''इथेच राहा! हलू नकोस! काहीही झालं तरी. त्यांना येताना बघितलं तरी हलू नकोस.''

१७५

अर्धी भिंतीवरील मशालींच्या फडफडणाऱ्या उजेडात आणि अर्धी दफनगृहाकडे जाणाऱ्या मार्गिकेच्या सावलीत अशी ती थंड जमिनीवर थरथरत बसून राहते.

गिडियन अदृश्य झालाय. ती एकटीच आहे. तिचे मन भरकटू लागते. लहानपण आठवते. आई-वडिलांबरोबर लपंडाव खेळायची त्याची आठवण येते. ती इतकी छान लपायची की, त्यांना सापडायचीच नाही. ती वाट बघतेय. ते येणारच नाहीत, अशी भीती वाटतेय तिला.

"तो पळाला की काय? आपल्याला बळीचा बकरा बनवून?"

आवाज ऐकू येऊ लागतो. पावलांचा आवाज. ते आपल्यालाच पकडायला येताहेत. तो बोलल्याचे तिला आठवते. 'हलू नकोस. काहीही झालं तरी, हलू नकोस.'

केटलिन उसने बळ आणते. ते आता जवळ आलेत. अगदी जवळ. पावलांचा आवाज मोठ्याने येतोय. काही सेकंदांत आपण सापडणार.

तिला ते दिसतात. दोघे आहेत. एक वयस्क. एक तरुण. केटलिन किंचाळते. त्यांच्यापैकी एक जण तिला पकडण्यासाठी धावतो.

मार्गिकेत मोठा आवाज येतो. ती बिचकते. तिच्या कानात आवाज येऊ लागतात. पुढे आलेला माणूस त्याची छाती धरतो. त्याचे डोळे विस्फारलेले आहेत. तोंड उघडे आहे. तो एका बाजूला झोकांडी खातो. आणि गुडघे टेकतो.

गिडियन सावलीतून बाहेर येतो. तो थरथरत्या हाताने लाल डगल्यातील वयस्क माणसावर पिस्तूल रोखतो. "बाबा –" तो ओरडतो.

हेंजमास्टर जमिनीवर पडलेल्या ड्रॅकोकडे बघतो. त्याच्या छातीतून रक्त जमिनीवर वाहत असते. "काय केलंस हे?"

गिडियन पिस्तूल हलवतो. "– मला दफनगृहाची चावी हवीये."

मास्टर गळ्याभोवतीचा चाव्यांचा जुडगा काढतो. त्याच्या चेहऱ्यावर प्रचंड तिरस्कार आहे. "काहीतरी मौल्यवान वस्तू चोरल्याशिवाय तू जाऊ शकणार नाहीस, हे मला माहीत होतं. तू नाथानिएलसारखाच थडगेचोर आहेस." तो ड्रॅकोजवळच्या रक्ताच्या थारोळ्यात चाव्यांचा जुडगा फेकतो.

"उचल तो!" वडिलांवर पिस्तूल रोखून ठेवत, तो केटलिनला ओरडतो.

जुडगा उचलण्यासाठी ती वाकते.

ड्रॅको तिचा घोटा पकडतो. आणि तिला अंगावर ओढतो. त्याचवेळी मास्टर गिडियनला हत्तीप्रमाणे धडक मारतो. गिडियन भिंतीवर आपटतो.

आणखी एक मोठा स्फोट होतो.

१७६

ते दोघेही जमिनीवर कोसळतात. एकमेकांना धरलेले. पिस्तूल रक्ताने माखलेल्या दगडी जमिनीवरून खडखडत जाते.

केटलिनची जगण्याची नैसर्गिक इच्छा जागी होते. ती ड्रॅकोच्या रक्ताच्या थारोळ्यातून हात ताणून पिस्तूल पकडते. तो अजून तिला ओढतोय. मजबूत हात. घोट्याकडून गुडघ्याकडे जाऊ पाहणारे. ती पालथी होते. मनात येणाऱ्या विचाराप्रमाणे करण्याशिवाय तिच्यापुढे दुसरा पर्याय नाहीये. ती चाप ओढते. त्याच्या चेहऱ्यावर गोळी मारते. पिस्तूल टेकवून. कानठळ्या बसवणारा आवाज होतो.

तिच्या अंगावर रक्ता-मांसाचा शिडकावा होतो. ती पिस्तूल टाकते आणि घाबरून, रक्ताने माखलेल्या आपल्या हातांकडे बघते. ती थिजल्याप्रमाणे बसते.

गिडियन ओरडतो, ''ऊठ! आपल्याला जायला हवं.''

केटलिनला हलताच येत नाही. तिच्या हातून जे घडले त्याच्या अनेक प्रतिमा तिच्या डोळ्यांपुढे नाचत आहेत. ज्याप्रकारे त्याने तिच्याकडे बघितले, लाल तुषारांचे धुके, उडणारे चामडीचे तुकडे. तो मेलाय. आपण कोणाचातरी खून केलाय.

''केटलिन! ऊठ!''

गिडियनने हात पकडलेला तिला कळते. रक्तमांसाने भरलेला हात. तो तिला ओढतोय. पाय जमिनीवरून सटकतायत. तिच्या डोळ्यांपुढे धुके येते. ती थांबते. ओकते. पोट कोरडे होईपर्यंत ओकते.

''चल! चल!''

ती पुन्हा ओकते. आणि बाजूला बघते. जवळच गिडियन दरवाज्याचे कुलूप उघडतोय.

तो धावत तिच्याजवळ येतो. तिला ओढत आत नेतो. अंधार! मिट्ट अंधार!

ती कापत उभी राहते. तिच्या डोळ्यांपुढे पुन्हा लाल धुके येते. नारिंगी, लाल नाही, नारिंगी! गिडियनने मेणबत्ती पेटवलीये. तो तिचा हात धरून मोठ्या मेणबत्त्या पेटवत पुढे जातो. काळोख विरघळतो. गरम वाळूवर पाणी पडल्यावर होईल तसा. खोली तिरपी होतेय. तिचे गुडघे दुमडतात. आणि अंगातून काहीतरी गरम वाहत गेल्यासारखं तिला वाटतं.

''केटलिन!''

तिला त्याची हाक ऐकू येते. दुरून, खोल बोगद्यातून आल्यासारखी वाटते.

१७७

पिस्तुलाची गोळी मास्टरच्या मांडीतून गेली आहे. तो नशीबवान आहे. अनुभवी सैनिक म्हणून त्याला दोन साधी सत्ये माहीत आहेत. एक कोणताही गोळीबार जीव न घेणारा असू शकत नाही. कोणत्याही जखमेतून फार वेळ रक्तस्राव झाला की, माणूस मरतो. दुसरे, तुम्ही तुमच्या शत्रूच्या मेंदूत किंवा पाठीच्या कण्यात गोळी घातली नसेल, तर पिस्तुलाच्या गोळीने तो विकलांग होत नाही. त्याला धक्का जरूर बसतो; पण तो ओसरला की, तो उठून तुमच्यावर हल्ला करू शकतो. आणि तेच तो करणार आहे.

तो रक्त पुसून टाकतो आणि गोळी आत शिरल्याच्या आणि बाहेर पडल्याच्या जखमेचे निरीक्षण करतो. स्वच्छ आहेत. तो जखमेच्या आसपास चाचपून बघतो. गोळी कमी वेगाची होती, त्यामुळे भोक सरळ आहे. आजूबाजूच्या टिश्यूवर फारसा परिणाम झालेला नाही. तो दाबतो आणि पोकळी भरते. ती जर दृतगती रायफलची गोळी असती, तर गंभीर जखम झाली असती.

तो जखमेवर आणि बाजूला दाबून गोळीचे तुकडे किंवा हाडाचे तुकडे लागतात का ते बघतो. तो उभा राहायचा प्रयत्न करतो; पण त्याला तोल सांभाळायला कठीण जाते. पाय सरळ करणे कठीण जातेय आणि त्याच्यावर वजन टाकणं त्याहून कठीण. तो भिंतीवर रेलतो. आणि कमरेचा पट्टा काढतो. तो मांडीवर लपेटून त्याची आवळपट्टी बनवतो. हा तात्पुरताच उपाय आहे; पण आतापुरता पुरेसा आहे.

तो मज्जातंतूंना दुखापत होण्याचा धोका पत्करतोय; पण रक्तस्रावामुळे मरण्यापेक्षा ते बरे. त्याचे लक्ष खाली ड्रॅकोच्या डोक्यातून बाहेर पडलेल्या रक्त आणि मेंदूच्या तुकड्यांकडे जाते. नाडी बघायचीसुद्धा गरज नाही. डोळ्यांच्या कोपऱ्यातून त्याला दफनगृहात लावलेल्या मेणबत्तीचा उजेड दिसतो. त्याला त्याच्या मुलाचे ओरडणे ऐकू येते. तो त्या मुलीला घाई करतोय.

तो त्याच्या डगल्याच्या खोल खिशात हात घालतो. बळीचा हातोडा आणि विधीची सुरी हाताने चाचपतो.

त्यांना थांबवायला ती पुरे आहे.

विधी पूर्ण करायलासुद्धा पुरी आहे.

१७८

गिडियन नाइलाजाने तिला बेशुद्ध स्थितीत आचके देताना सोडतो. मेणबत्ती उंच धरून तो पटकन दफनभूमीभोवती एक फेरी मारतो. त्याला मार्ग शोधून काढायचा आहे. आपण जीवघेणी चूक केलेली नाही, हे समजण्यासाठी.

सभोवारच्या तिरप्या शवपेटिकांमधील कवट्यांमधील डोळे आपल्यावर आहेत, असा भास त्याला होतो. जळमटे लागलेल्या शवपेट्या वर करून मागे एखादा छुपा दरवाजा किंवा रस्ता दिसतो का, हे बघायचा तो प्रयत्न करतो; पण तसा कुठे दिसत नाही.

त्याला केटलिनचे कण्हणे ऐकू येते आणि तो तिच्याकडे जातो. मशालीच्या उजेडात तो तिचा चेहरा बघतो. ती शुद्धीवर येत आहे; पण ती फारच फिकट दिसतेय. डोळे काचेसारखे दिसताहेत. सर्व त्राण गेले आहे.

तो तिच्या खांद्याला स्पर्श करून तिला धीर द्यायचा प्रयत्न करतो. "तू ठीक आहेस. बेशुद्ध झाली होतीस."

तिची नजर त्याच्याकडे आणि मग त्या कक्षातील भयानक गोष्टींकडे जाते. शवपेट्या. सांगाडे. मेणबत्त्या. अजून ते भयानक स्वप्न संपलेले नाही.

तो त्याचा अभ्यास, त्याचे संशोधन, शिकलेले आठवून बघतो. जे साहजिक आहे, त्याच्या पलीकडे जाऊन विचार करायचा प्रयत्न करतो. मोठा भूलभुलय्या त्याला अंधूकपणे आठवतो. एमेनेम्हेटचा भूलभुलय्या. पिरॅमिडपेक्षाही वरच्या दर्जाचे स्थापत्यशास्त्रीय आश्चर्य. शेकडो खोल्या! मार्गिका! खोल्या! खोल्या! तारकास्तंभ! छुपे दरवाजे!

छतामध्ये बाहेर पडण्याचा एक छुपा मार्ग होता. एका दगडाच्या दारामागे. एका लहान भुयारातून पुढे गेले की, छुप्या खोल्या आणि मार्गिका होत्या. छोट्या खोल्या आणि भयानक झरोक्यांनी भरलेला बाहेर जायचा मार्ग; पण त्यातून बाहेर पडता येत होते. स्कँडिनेव्हियन पुरातत्त्व शास्त्रज्ञांनी शोधून काढले होते की, भूलभुलय्याचे चिन्ह, हे वसंत ऋतूतील सम रात्र-दिनाचे प्रतीक होते. हिवाळ्याच्या काळोखातून सूर्याची सुटका व्हायची ती वेळ. हे त्याला आठवते. तो वर बघतो. कक्षाच्या मध्यावर असलेल्या एका घनाकृतीच्या वर त्याची नजर जाते. त्याच्यावर चढले तरी डोक्यावर दिसणाऱ्या दगडांना हात पोहोचला नसता; पण बाहेर पडायचा तो एकच मार्ग दिसतोय.

ते चढण्याइतकी ताकद केटलिनमध्ये असेल, अशी तो आशा करतो.

"चल! आपल्याला हललं पाहिजे." तो तिचे मनगट धरून तिला ओढत, त्या दगडी घनाकृतीकडे नेतो. गिडियन वर चढतो आणि तिला पहिल्या कप्प्याच्यावर

आणतो.

"सोडू नकोस!" तो तिची बोटे त्या प्रचंड घनाच्या कडेभोवती ठेवतो. "घट्ट धर. मी आणखी एक कप्पा वर चढतो आणि तुला –"

शब्द त्याच्या तोंडातच राहतात.

तिला दिसत नाही, ते त्याला दिसते. तिच्या मागची आकृती दिसते.

१७९

गिडियनने काही करायच्या आधीच त्या दगडी सुरीने केटलिनच्या पोटरीला कापले होते.

ती किंचाळते आणि दगडावरची तिची पकड जवळजवळ सुटतेच. गिडियन तिचा हात पकडून तिला वर ओढतो.

मास्टर पुन्हा सुरी चालवतो; पण ती केटलिनपर्यंत पोहोचत नाही. टाचा उंचावनू तो पुन्हा प्रयत्न करतो. तो आता जवळ आहे; पण पुरेसा जवळ नाही. पायातील वेदनांकडे लक्ष न देता, तो वर चढतो.

गिडियन केटलिनला वर ढकलून घनाच्या कडेवरून पलीकडे लोटतो. आता तो सुरक्षित आहे. त्याचे दुसरीकडे लक्ष नाहीये. सुरी त्याचा खांदा कापते. तो खाली पडतो.

मास्टर त्याच्या अंगावर उडी मारतो. हे वैयक्तिक आहे. अभिमान, सन्मान, गर्व, ज्यासाठी जगायचे किंवा मरायचे असते ते. तो सुरीने पुन्हा हल्ला करतो.

पिस्तूल घनावर राहिले आहे. गिडियन त्याच्यापर्यंत पोहोचू शकत नाहीये. त्याची नजर वडिलांच्या हातातील प्राणघातक सुरीवर खिळली आहे.

मास्टर लंगडत वार करतो. वार पोहोचत नाही. नाजूक जागा गिडियनच्या लक्षात येते. मास्टरच्या उजव्या पायावरून रक्त ओघळत आहे. तो सर्व शक्ती एकवटून लाथ मारतो.

मास्टर वेदनने ओरडतो. सुरी पडते. आता गिडियन त्याला संपवू शकतो; पण तो तसे करत नाही.

तो वळून केटलिनकडे जातो.

"तू मूर्ख आहेस." पाय धरून दगडी जमिनीवर पडलेला मास्टर ओरडतो. "बाहेर जायचा मार्ग नाहीये. तुम्ही बाहेर जाऊ शकणार नाही."

गिडियन मधल्या भागाच्यावर उभा राहतो आणि केटलिनला वर ओढतो. घनाच्या शिखरावर उभे राहिल्यावर वडिलांचे म्हणणे खरे आहे, हे त्याच्या लक्षात

येते. बाहेर जायची वाट नाहीये.

१८०

मास्टर दफनगृहातून लंगडत बाहेर पडतो. अजून वेळ आहे, हे त्याला माहीत आहे. तो वाहक आणि पहारेकऱ्यांपर्यंत पोहोचला, तर बळीला अजूनही पकडता येईल. थोडा उशीर झालाय; पण अजूनही विधी पुरा करणे, अशक्य नाही.

तो अशक्त झाला आहे. चक्कर येतेय. रक्त खूप गेलेय. मांडीत गोळा येतोय. तो थांबतो. दाबपट्टी पुन्हा बांधतो. बधिरता येऊ लागली आहे. चढत्या मार्गिकेवर एक पाऊल टाकणेसुद्धा कठीण होत आहे; पण मधल्या टप्प्यावर पोहोचताच त्याला ग्रस आणि तीन पहारेकरी दिसतात.

"इकडे! इकडे!" एवढेच तो ओरडतो. आणि खाली कोसळतो.

"डॉक्टरला घेऊन या लवकर." ग्रस ओरडतो. तो उरलेल्या दोघांकडे बघतो. "हात द्या. यांना त्यांच्या कक्षात नेऊ."

"नाही!" मास्टर ओरडतो. "माझा मुलगा आणि बळी दफनकक्षात आहेत. तिला पकडा आणि ताबडतोब आणा."

"यांच्याकडे बघ!" ग्रस एका पहारेकऱ्याला सांगतो. "त्यांची शुद्ध जाऊ देऊ नका." तो त्याच्या मित्राकडे बघतो. "डॉक्टर येईलच."

"जा!" मास्टर ओरडतो, "ते मधल्या घनावर उभे आहेत. काय करायचं असेल, ते करून त्या मुलीला घेऊन या."

१८१

मास्टरला त्याच्या कक्षात दगडी टेबलावर झोपवले आहे.

"बरंच रक्त गेलंय." तपासणारा माणूस म्हणतो.

"ते माहीत आहे मला." तो तुटकपणे बोलतो. "मला तयार करा!"

डॉक्टर मान डोलवतो. तो दुसऱ्या भागातून बर्फ आणि अल्कोहोल यायची वाट पाहतो आहे. त्याला लोखंड गरम करून जखम जाळावी लागणार आहे. रणांगणावरील उपाय जे त्याने पूर्वी केलेत.

मास्टरचे चित्त दुसरीकडे आहे. तो विधी पुरा करू शकला नाहीतर त्याचे परिणाम होणार. सेक्रेड्सचे सामर्थ्य कमी होईल. कदाचित पूर्णपणे. ते सर्वांकरताच

घातक होईल.

"आणि बळी आणि त्याचा मुलगा पळाले तर?" *त्याच्या अंगावर शहारे येतात.*

पंथ उघड होईल. *तसे होऊ देता कामा नये. त्याला अंतिम पर्याय निवडण्यावाचून पर्याय नाही. जो तयार ठेवण्यात आला आहे, जो तो वापरू शकतो.*

१८२

दफनगृहातील मधला दगडी घन भरीव आहे. मधोमध वरून-खाली जाणारे एक भोक सोडले, तर घनावर दुसरा कुठलाही सांधा गिडियनला सापडत नाही. हे भोक कशासाठी ठेवले असावे, असा त्याला प्रश्न पडतो. त्याच्यातून काहीतरी बाहेर सोडण्यासाठी असेल – पाणी, वायू असे काहीतरी? की काहीतरी आत येऊ देण्यासाठी असेल?

तो त्या खोल भोकात डोकावून बघतो. कधीकाळी याच्यावर आणखी उंच घन ठेवला असेल का? – छतापर्यंत पोहोचणारा? भोक साधारण लहान विहिरीएवढे रुंद आहे. त्यात तो जेमतेम मावेल इतके; पण तेवढेच. बाहेर पडायचा मार्ग असावा, असे दुसरे काहीच दिसत नाही.

केटलिन घनाच्या कडेवर तिच्या पायावरची जखम बघत बसली आहे. गिडियन पुन्हा त्या भोकात, त्यातील खोल अंधारात बघतो. पहारेकरी आता कोणत्याही क्षणी तिथे येतील. तो बसून भोकात पाय लोंबते सोडतो.

केटलिन भयचकित होऊन त्याच्याकडे बघते. "काय करतोयस तू?"

"माहीत नाही. जुन्या गोष्टींचा अनेकदा अर्थ कळत नाही. त्या चाचपून बघितल्या की, मग समजतं." कोपरे भोकांच्या वर टेकवून तो आत उतरतो. त्याच्या दुखावलेल्या खांद्यातून कळ येते.

गिडियन भोकाच्या उभ्या बाजूला पाय लावतो. पायाला काहीतरी लागते. एक छोटी खाच. खडकातली कपार. खाचेत पायाचा अंगठा ठेवून दुसऱ्या पावलाने आणखी खाच आहे का, याची तो चाचपणी करतो. थोडे इकडे-तिकडे चाचपल्यावर एक खाच लागते.

केटलिन त्याला त्या भोकात अदृश्य होताना बघते आणि सरपटत वर चढते. ती इथे एकटी राहणार नाहीये. आता वरून त्याची फक्त बोटे दिसतायेत. तो तिला हाक मारतो. "भिंतीमध्ये खाचा आहेत. शिडीवरून उतरल्यासारखं वाटेल. ये खाली!"

त्याची बोटेसुद्धा अदृश्य होतात आणि अंधूक उजेडात तिला फक्त त्याच्या डोक्याचा वरचा भाग दिसतोय. गुडघ्यांवर ओणवी होऊन ती भोकात पाय सोडते. पुन्हा एकदा काळ्या विवरात. तिचे मन बंड करते. शरीर गोठते. तिला पुन्हा त्याचा अनुभव नकोय. ती भोकात जाणार नाही.

पण तिला जावे लागणार. तिला गिडियनच्या मागे जायलाच हवे. त्याच्यावर विश्वास ठेवायला हवा.

तिच्या पायाची सुंदर बोटे भोकाच्या पृष्ठभागावर घासतात. तिला खाचा सापडतात आणि ती खाली उतरते.

तिच्या डाव्या पायाला एक छान घट्ट टेकू मिळतो. भिंतीतून पुढे आलेली खुंटी. त्यावर पाय ठेवल्यामुळे तिला जखमी पायावरचे वजन दुसऱ्या पायावर आणि हातांवर घेता येते. तिने तसे केल्याबरोबर एक मोठा आवाज येतो. डोक्यावरच्या बोगद्यातून ट्रेन जावी तसा.

"काय होतं ते?" गिडियन खालून ओरडतो. तिला काहीच कल्पना नाही. ती वर बघते. भोकाच्या वर काहीतरी सरकवले जातेय. दगडी फरशी. भोकात पूर्ण काळोख. दगड सरकल्याचा आवाज थांबतो.

भयाण शांतता.

ते आत कोंडले गेलेत. अडकले.

१८३

मास्टरच्या जखमेभोवती डॉक्टर इलास्टिक बॅन्डेज बांधत असतानाच ग्रस ती भयानक बातमी पुन्हा सांगतो. "दफनकक्ष रिकामा आहे. आम्ही वरपासून खालपर्यंत सगळं शोधलं. मघाशी ते तिथे असले, तरी आता ते तिथे नाहीत."

"ते मधल्या घनावर होते." वेदनांमुळे त्याचा आवाज जरा क्षीण झाला आहे. "ते तिथे नक्की होते. मी त्यांना त्याच्यावर चढताना पाहिलं."

"तुम्ही म्हणालात ते मी ऐकलं नाही, असं तुम्हाला वाटतं का?" ग्रसने विचारले. "आम्ही सगळीकडे शोधलं. सेंटरपीस – घनसुद्धा!"

"मी वर चढलो, मास्टर!" एक पहारेकरी बोलतो. "अगदी वर गेलो. वरचं छप्पर खूप उंच आहे. तिथून कोणीही बाहेर जाणं अशक्य आहे."

मास्टर त्याचे पाय दगडी टेबलावरून खाली घेऊन बसतो. रक्त एकदम उतरल्याने त्याला भोवळ येते. "मग ते अजूनही त्या कक्षातच असणार."

ग्रस त्याच्या जुन्या मित्राजवळ वाकतो. "माझ्यावर विश्वास ठेव. ते तिथे

नाहीयेत. नाहीतर आम्हाला ते सापडले असते.''

''मग ते तिथून माझ्या मागोमाग बाहेर पडले असतील.'' तो उभा राहतो आणि विव्हळतो.

''तुम्ही खरंच विश्रांती घ्यायला हवी.'' डॉक्टर म्हणतो.

''जखम ताजी आहे.''

मास्टर त्याच्याकडे लक्ष देत नाही. ''अजून एकदा सगळीकडे शोधा. अजून एकदा आणि मग बास!'' त्याच्या चेहऱ्यावर पराजयाचा भाव. ''ग्रस, आता काय करायला लागतं ते तुला माहीत आहे, हो ना?''

तो मान डोलवतो. तो समजतो. व्यवस्थित समजतो.

१८४

काही सेकंद त्यांच्यापैकी कोणीच हालचाल करत नाही. गुदमरवणाऱ्या काळोखात ते थिजतात. त्या गरम, स्तब्ध हवेत त्यांना बाहेरचे कोणतेच आवाज ऐकू येत नाहीत. फक्त स्वत:चा श्वासोच्छ्वास आणि दगडावर घसरणाऱ्या त्यांच्या पावलांचा आवाज.

केटलिन घाबरते. ''आपण गुदमरणार. ओह, जीझस, नको!'' ''शांत राहा!'' गिडियन दगडी विहिरीत काही 'पायऱ्या' वर चढतो. ''केटलिन, गप्प बस!'' तो हात लांब करतो, तो तिच्या पायावर थोपटतो. तो तिला स्पर्श करतो. 'विहीर' अरुंद असल्यामुळे त्याला आणखी जवळ जाता येत नाही. ''प्लीज, शांत हो! आपल्याला विचार करून बाहेर कसं पडायचं ते बघावं लागेल.''

ती डोळे मिटते. आतल्या काळोखाने बाहेरचा काळोख नाहीसा करायचा प्रयत्न करते. ती नाकाने संथपणे श्वास घेते. तोंडाने सावकाश सोडते.

गिडियनला त्याच्या वर असलेल्या बांधकामाच्या भागातून एक लय ऐकू येते. तो थोडा वेळ थांबतो आणि विचारतो. ''काय झालं? तू काही ओढलंस का? कशावर उभी राहिलीस का?''

''मी कशावर तरी उभी राहिले.'' तिचा स्वर रडवलेला आहे. ''आय ॲम सॉरी! ते आता माझ्या गुडघ्यापाशी आहे. एखादा दगड बाहेर आल्यासारखा वाटतोय.''

तो समजतो.

प्राचीन थडग्यांमध्ये चोरांनी चोरी करू नये म्हणून काही युक्त्या केलेल्या असत, हे त्याला माहीत आहे. तो जरा वर होऊन बाहेर आलेला तो दगड चाचपतो. दगड गुळगुळीत आहे. आकार काही वेगळा असा नाही. तो दगड त्या ठिकाणी

मुद्दाम लावला असून, खाली कुठेतरी ठेवलेला दुसरा तसाच दगड त्याला तोलत असतो. त्याच्यावर जरा जास्त वजन पडले, उदाहरणार्थ – माणसाचे की, तो दुसरा दगड हलतो आणि त्यामुळे वरचा दगड विहिरीत पुढे सरकतो.

सोपं! सोपं! आणि घातक.

"आपण अडकलोय. हो, ना?" ती आवाज शांत ठेवायचा प्रयत्न करते; पण भीतीने कापतेय.

"आपल्याला परत जाता येणार नाही, हे निश्चित." गिडियन यावर तिला विचार करायला वेळ देत नाही. "आपल्याला खाली जात राहिलं पाहिजे. बाहेर आलेल्या दगडावर पाय देऊ नकोस. तसा दगड पुन्हा लागला, तर मला सांग. कळलं?"

ती आणखी एक खोल श्वास घेऊन मन शांत करायचा प्रयत्न करते. "बरं!"

तो आपल्यापासून दूर जात असल्याचे तिला जाणवते. खाचांच्या आधाराने उभे राहणे तिला कठीण होतेय. पकड ढिली होतेय.

"थांब! थांब!" त्याच्या आरोळीने ती जागेवरच थिजते.

"मला आणखी एक सापडलाय."

तो पायाची बोटे त्या दगडावरून फिरवतो. तोही कळीचा दगडच आहे, यात शंका नाही; पण तो दगड काय करत असेल? एखादे दार? की एखादी झडप – त्यांना त्या विहिरीत कायमचे अडकवून ठेवणारी?

की तो नुसताच फसवा दगड असेल?

त्याच्याकडे दुर्लक्ष करून पुढे जावे? पण काहीच केले नाहीतर जिवावरच बेतेल.

गिडियन विचार करतो. विहिरीचा तळसुद्धा कळीचा असू शकेल. त्याच्यावर पाय दिला की, वरून चुना, माती, दगड कोसळून ते जिवंतपणी गाडले जाऊ शकतील.

१८५

"कुठेही नाहीत." ग्रस म्हणतो. "ते कुठेच सापडले नाहीत."

मास्टर, त्याचा जखमी पाय जरा वर केलेल्या स्थितीत बसला आहे. "तुझी खात्री आहे?"

ग्रस मान डोलवतो. "आम्ही पद्धतशीरपणे शोध घेतला. प्रत्येक कक्ष, प्रत्येक मार्गिका!"

"मग ते पळाले!" मास्टर म्हणतो. "ती एकच शक्यता. ते वरती पहारेकऱ्यांची

नजर चुकवून निसटले असणार.''

ते शक्य नाही असे दोघानांही वाटते; पण दुसरी शक्यता नाही. ग्रस मनातले बोलणार नसतो; पण त्याला बोलावेच लागते. ''विधी पुरा करायला उशीर झालाय. आपण सफाईवाले, वाहक, पहारेकरी यांना जायला सांगितलेलं बरं. परदेशातून आलेल्या आपल्या बांधवांना सावध केलं पाहिजे. शक्य ती सर्व सावधगिरी बाळगली पाहिजे.''

मास्टर वेदनांचा सामना करत कसाबसा उभा राहतो. ''तू म्हणतोस ते बरोबर आहे. आपण सेक्रेड्सना दगा दिलाय.'' तो चूक सुधारतो, ''मी दगा दिला. तुम्हा सर्वांना दगा दिला.''

भावना, क्षमा वगैरेला आता वेळ नाही, हे ग्रस जाणतो. ''सगळा कार्यक्रम रद्द करून पर्यायी उपाययोजना करायला तुमची परवानगी आहे?''

''होय!'' तो बाहू पसरतो आणि ते एकमेकांना मिठी मारतात.

''दहा मिनिटांत सँक्चुअरी रिकामी होईल असं बघ. मी सेक्रेड्सचं बघीन आणि मग गुप्त मार्गानं बाहेर पडीन.''

ग्रस मान डोलवतो. ''तोच एक मार्ग आहे.''

१८६

''काय होतंय?'' केटलिन ओरडते. ''आता काय करणार तू?'' गिडियनला माहीत नाही.

त्याचं हृदय फार जलद चाललेय.

''जरा विश्रांती घेतो.'' कळीच्या दगडावरून पाय बाजूला घेत तो खोटे सांगतो. त्याला दुसरी खाच मिळते आणि जरा धीर येतो. ''खाली येताना काळजी घे. तिथे आणखी एक कळीचा दगड आहे.''

''बरं!'' तिची बोटे सटकतात. ती मागे झुकून भिंतीला चिकटते आणि पडते. सँक्चुअरीच्या दगडी थडग्यात काढलेल्या वेळेचा उपयोग होतोय.

''काय, बरी आहेस ना?''

''माझी पकड सुटली.'' ती भिंत चाचपते आणि तिला सुदैवाने आणखी एक खाच सापडते. ''मी ठीक आहे आता. तू जा पुढे!''

त्याला जाता येत नाही.

गिडियन विहिरीच्या तळाशी पोहोचला आहे. तो पाय वर घेतो. अनिश्चितता त्याला पुन्हा घेरते. आपण किती खोल आलो आहोत, याचा अंदाज घ्यायचा तो

प्रयत्न करतो. त्याच्या उंचीच्या कमीत कमी पाच पट, म्हणजे १.८ मीटरच्या पाचपट, म्हणजे नऊ मीटर खोल. त्याच्या आठवणीप्रमाणे सेंटरपीस पाच मीटर उंच होता. म्हणजे ते दफनभूमीच्या पातळीच्याही बरेच खाली असणार.

या विचाराने त्याला जरा बरे वाटते. तो आधी एक पाय आणि मग दुसरा पाय टेकतो.

काहीही घडत नाही.

'– म्हणजे आपण सुरक्षित आहोत.'

पण बाहेर पडायचा मार्ग दिसत नाहीये. वरून आवाज येतो. एकाएकी त्याच्या खांद्यावर वजन पडते. आणि त्याचे पाय दुमडतात. ती केटलिन आहे. त्याच्या अंगावर कोसळली.

त्याच्या खालची जमीन दुभंगते. त्या अचानक पडलेल्या वजनामुळे सापळा उघडतो. दगडी जमीन तिरपी होते आणि ते एकमेकाला बिलगलेल्या स्थितीत खाली घसरतात. खडकाळ खडबडीत पृष्ठाभागामुळे त्यांचे अंग सोलून निघते. काही क्षण ते पोकळीत खाली जातात. मग उतार कमी होत, ते थांबतात.

पण ते अजून जिवंत आहेत. जिवंत आणि उत्तेजित झालेले. त्या शेवटच्या पडण्याचे एकच कारण असू शकते. तो बाहेरच्या जगाला जोडणारा मार्ग असणार. गिडियनला एकाएकी त्या सेंटरपीसची कल्पना समजते. पूर्वजांच्या आत्म्यांनी घनाचे भोक भरणार होते. आणि भरले की, त्या वजनाने शेवटच्या मार्गाचे दार उघडून ते बाहेर पडणार होते.

केटलिन कण्हते. हलायचा प्रयत्न करते. गिडियनला तिचा जड श्वासोच्छ्‌वास ऐकू येतो. ती दमलीये हे तो ओळखतो. तो तिच्या भोवती हात टाकतो. "जरा विश्रांती घे. आपण आता सुरक्षित आहोत."

१८७

तळावरून संदेश आल्यावर पाच मिनिटांच्या आत अपाशे हेलिकॉप्टरचा चालकवर्ग उडायला तयार होतो.

रात्रीची मोहीम होणार नाही, असे टॉमी मिल्नला वाटत होते. तसे ते क्वचितच होते. नेहमीची 'शोधा आणि नष्ट करा,' मोहीम, जी आता तो झोपेतसुद्धा करू शकतो. चार पंख्यांच्या साहाय्याने हेलिकॉप्टर रात्रीच्या काळ्या आकाशात उंच जाऊन गोळीबार मैदान ओलांडते. काही अंतरावर मैदानात वाहनांचे दिवे दिसतात. तिथे काही गुप्त टेहळणी करण्यात येणार आहे, असे त्यांना सांगण्यात आले होते.

मिशनच्या रेडिओवर खरखर आवाज येतो. "सरावासाठी आता मैदान मोकळं केलं आहे. लक्ष्य दिसले की कळवा. अपाशे वन."

"ठीक आहे. आम्ही हवेत आहोत आणि तिकडे जायला लागतो."

"सिस्टिम लॉक्ड" गोळीबार नियंत्रक. रडारवर बोट ठेवून चार्ली गोल्डिंग जाहीर करतो. "लक्ष्य टप्प्यात आहे. फायर कमांडसाठी तयार."

"तुम्हाला केव्हाही गोळीबार करायचा अधिकार दिला आहे, अपाशे." गोल्डिंग त्याचा हेल्मेट डिस्प्ले तपासतो. मुख्य पंख्याच्या वर, गोळीबार नियंत्रक रडार, 'हेलफायर-२' या क्षेपणास्त्राच्या नाकात बसवलेल्या 'वेव्ह सीकर'ला माहिती पाठवत राहतो.

त्याच्या समोरील पडद्यावर मधोमध, शत्रूचे जे रणगाडे नष्ट करायचा आदेश आहे, त्यातील पहिला रणगाडा गोल्डिंगला दिसतो.

विल्टशायरच्या रात्रीच्या काळोखात एक डोळे दिपवणारा प्रकाशझोत दिसतो आणि मोठा आवाज ऐकू येतो. बॉम्बचा तडाखा सहन करत जमीन हादरते. दोन जुन्या चीफटन्सच्या खाली महाकक्षाचा घुमट उकडलेल्या अंड्याप्रमाणे फुटतो. सँक्चुअरीतील मार्गिका, झिजून तुटलेल्या रक्तनलिकांसारख्या दिसतात. आणि पूर्वजांचा दफनकक्ष हजारो टन दगड-मातीच्या खाली गाडला जातो. तो कधी अस्तित्वातच नव्हता असा!

१८८

केटलिन आणि गिडियन अंधाऱ्या भुयारात चाचपडत पुढे जात आहेत. आता भुयार जास्त रुंद आणि उंच होऊ लागले आहे. त्यांना आता एकमेकांच्या बाजूला चालता येतेय. जखमी पायातील वेदनांमुळे ती गिडियनवर भार टाकून चालते आहे.

गिडियनच्या मनात अजून भीती आहे. पूर्वीचे लोक त्यांच्या पवित्र स्थानांचे फार काटेकोरपणे रक्षण करायचे. अजून काही अनपेक्षित अडचणी येऊ शकतील. सगळी इमारत त्यांच्यावर कोसळू शकेल किंवा त्याच्या पायाखालचा भाग कोसळू शकेल. तो वर, खाली, बाजूंना तशा काही खुणा दिसताहेत का किंवा हाताला किंवा पायांना त्या जाणवताहेत का, हे एकाग्र चित्ताने बघतोय.

डाव्या हाताने तो चाचपडतोय. उजवा हात डोक्यावर धरून एखादा बीम किंवा तसे काही डोक्यावर आदळणार नाही ना, हे बघतोय.

गुडघ्यांमधील तणावांतून आता चढ सुरू झाला आहे, हे त्याच्या लक्षात येते. आणि रस्ता वर जातोय म्हणजे बाहेर पडणार अशी त्याला आशा आहे. सँक्चुअरी

जमिनीच्या किती खाली होती, हे लक्षात घेता आपल्याला बरेच अंतर चालावे लागणार, अशी त्याची अपेक्षा आहे.

केटलिन फार बोलत नाही. सात दिवसांचा उपास, गेल्या काही तासांतील श्रम आणि तणाव यांमुळे तिच्यातील शक्ती संपली आहे. खरे म्हणजे ती अजून एक-एक पाऊल टाकतेय हेच आश्चर्य आहे.

''तुला थांबायचंय का?''

''नाही, नाही. आपण पुढे जाऊ. आता मी थांबले, तर पुन्हा चालू शकणार नाही.''

ते लंगडत पुढे जात राहतात. त्यांच्यामागे कुठेतरी प्रचंड कानठळ्या बसवणारा आवाज होतो. आवाजाची लाट भुयारातून येते. त्यांना काही दिसत नाही. नुसत्याच हवेच्या लाटा जाणवताहेत. त्यांच्या पायाखालची जमीन हादरते. भिंतीसुद्धा हादरतात. हवा धुळीने भरते.

काय होतेय याची गिडियनला कल्पना येते. छत कोसळणे. ''आपल्याला पळालं पाहिजे.'' तो तिच्या कमरेभोवती हात टाकून तिचा वेग वाढवतो. दरम्यान, बोगदा कोसळत असतो.

भूगर्भातील एखादा राक्षसी प्राणी जागा होऊन गुरगुरत त्यांच्या मागे येतोय, असे वाटत होते. ते घाबरून जीव घेऊन त्या अंधाऱ्या मार्गिकेतील चढावर धावू लागतात.

गिडियन एका दगडी भिंतीवर आपटतो. डेड एन्ड! मार्गाचा शेवट! तो मागे फेकला जात जमिनीवर पडतो. त्याच्याबरोबर केटलिनसुद्धा पडते. ती बाजूला घरंगळते; पण त्यात तिच्या कमरेच्या हाडाला तडा जातो.

हवेत इतकी धूळ, माती उडते की, तिला श्वास घेणेही कठीण होतेय. भुयार दगड-मातीने भरतेय. ते जिवंत पुरले जातायेत.

''तू कुठे आहेस?'' अंधारात तो तिला दिसत नाहीये. पायावरून दगड-मातीची नदी वाहत असल्याप्रमाणे तिला वाटते. मृत्यूची लाट येते.

''गिडियन!! गिडियन! कुठे आहेस?''

तो खाली साठत जाणाऱ्या मातीत पालथा पडला आहे. त्याला छातीत ओले सिमेंट भरल्याप्रमाणे वाटतेय.

डोक्यात आवाज होतायेत आणि नाक मोडलेय. सर्व बळ एकवटून तो आता गुडघ्यांवर बसतो.

''गिडियन!'' ती आशेपेक्षा भीतीने ओरडते.

''इकडे!'' तो उत्तर देतो. ''मी इथे आहे.''

पण तिला तो दिसत नाही. ''इकडे! गिडियन मी इथे आहे.'' तो तिच्या

आवाजाच्या दिशेने धडपडत जातो. अखेरीस त्याच्या लांब केलेल्या हातांना ती लागते. तिच्या डोक्याभोवती धुळीचे मोहोळ उठले आहे.

"हात वर कर. हात उचल!" तिच्या आवाजात थरार आहे. तो त्याप्रमाणे करतो.

त्यांच्या बोटांना एक ओबडधोबड भोक लागते. बाहेर पडायच्या भुयाराच्या छतात भोक. तो त्याच्या हातांचे पंजे गुंफतो. "माझ्या हातावर पाय ठेव आणि वर चढ."

तिच्या अंगात त्राण असते, तर ती हसलीच असती. ते उभे भोक आहे.

जर हेही त्या पहिल्या विहिरीप्रमाणेच असेल, तर गिडियनच्या हिशेबाप्रमाणे ते सुटकेपासून नऊ मीटर अंतरावर आहेत.

मुक्ततेपासून नऊ मीटर!

१८९

सर्व उरलेसुरले बळ एकवटून ते वर चढतात.

"थांब!" ती ओरडते, "आणखी एक कळीचा दगड."

"त्याच्या बाजूनं जा!" तो सांगतो, "त्याच्यावर वजन टाकू नकोस."

केटलिन सावधपणे दगडाच्या बाजूने वर जाते. आता ती त्या भोकात बरीच उंचावर आहे. प्रकाश दिसेल, या आशेने ती वर बघते. रात्रीचे आकाश, चमकणारे तारे, गार वारा असे काही दिसेल, असे तिला खूप वाटते; पण अजून हवा दमटच आहे.

ती चढते. मनात आई-वडिलांचा विचार येतो. आईशी झालेले भांडण विसरेन. बाबांना घट्ट मिठी मारीन. एरिकला 'सॉरी' म्हणीन!

आता बोटांनी आधार द्यायला खाचा नाहीयेत. ती त्या उभ्या भुयाराच्या वरच्या टोकाला पोहोचली आहे; पण तिथे बंद आहे. ती त्यावर हात आपटते.

"रस्ता बंद झालाय!" ती खाली तोंड करून ओरडते. तिच्या आवाजात पुन्हा भीती. "इथून बाहेर पडायला रस्ता नाहीये. वर बंद आहे."

आपण वर असायला हवं होते, असे गिडियनच्या मनात येते; पण भोक लहान असल्यामुळे ती खाली येऊन, तो वर जाणे शक्य नाही.

"काय करू मी?" ती ओरडते. अधीर होऊन, घाबरलेली.

"थांब आणि विचार कर." तो दफनकक्षाचा नकाशा डोळ्यांपुढे आणायचा प्रयत्न करतो. आपण सेंटरपीसवर पाच मीटर चढलो. नंतर नऊ मीटर खाली गेलो.

म्हणजे आपण आलो ते भुयार दफनकक्षाच्या जमिनीच्या चार मीटर खाली असणार. पण भुयारात चढ होता, तो लक्षात घेतला, तर शेवटी तो फरक बहुतेक भरून निघाला असेल. दुसऱ्या भुयारात शिरल्यानंतर आपण बहुतेक दोन-एक मीटर वर आलो असू. त्यामुळे वरच्या जमिनीचा पृष्ठभाग अजून दोन-तीन मीटर वर असणार.

"छपराला हात लावू नकोस." तो ओरडतो, "मी काहीतरी करून बघणार आहे."

केटलिन वाकून थांबते.

तो भोकात समोरच्या बाजूला जातो. आणि त्याच्या उजव्या पायाजवळच्या कळीच्या दगडावर मुद्दाम सर्व वजन टाकतो. थोडा वेळ काहीच होत नाही. मग त्यांच्या डोक्यावरची लादी सरकू लागते.

"ती हलते. ते उघडतंय!"

पण तिच्या आवाजातील हर्ष कमी होतो. अजून वर आकाश दिसत नाहीये. फक्त आणखी भुयार.

"वर जात राहा." तो सांगतो. "एक मीटर वर गेल्यावर उजव्या बाजूला आणखी एक कळीचा दगड लागेल. बहुतेक डाव्या बाजूला कशावरही उभी राहू नकोस."

तिला तो दगड सापडतो. तिची आशा पुन्हा पल्लवीत होते. "काय करू?"

तो जरा घुटमळतो. "त्याच्यावर उभी राहा!"

केटलिन वर सरकून दगडावर उजवा पाय ठेवते. काहीच होत नाही. ती दुसराही पाय ठेवते. आता तिचे पूर्ण वजन त्या दगडावर आहे. तिच्या डोक्यावर दगड-मातीचा वर्षाव होतो. धक्का बसून आणि भीतीमुळे तिचा श्वास थांबतो. तिच्या डोक्यावर वाळू आणि गवत पडते. आणि तिच्यावरून खाली गिडियनच्या अंगावर.

ताजी हवा. आठवडाभरानंतर प्रथमच तिला ताजी हवा जाणवते. ती घाईघाईने शेवटचे मीटरभर अंतर चढते. तिच्या बोटांना ओले गवत लागते. तिला बाहेरचे गोड आवाज ऐकू येतात. सुटका झाली!

ती भोकातून वर येते आणि पाठीवर लोळते. गिडियन भोकातून बाहेर येऊन तिच्या शेजारी पडतो. तरी ती हसतच असते.

बॉम्बफेक झालेल्या मैदानावरून थंड वारा वाहतो. ते तिथेच धापा टाकत आणि पहाटेची हवा आत घेत पडून राहतात. आपल्या दिशेने एक उघडी जीप येत आहे किंवा तिच्यात कोण आहे, इकडे त्यांचे लक्ष नसते.

११०

"त्यांच्या समोर थांब!" जीप चालवणाऱ्या अधिकाऱ्याला ग्रस सांगतो. तो आणि अकिला तयार होतात. दोघेही अजून पंथाच्या डगल्यातच आहेत. जीपच्या दिव्यांचा हेलकावणारा प्रकाश, गिडियन आणि केटलिनच्या कृश देहावर पडतो.

सँक्चुअरी रिकामी केल्यावर मास्टर बाहेर आला आणि त्याने लष्करी तळाला फोन केला. त्याच्या लेफ्टनंट कर्नलच्या अधिकारात त्याने अपाशे विमानाला बॉम्बहल्ला करायचा आदेश दिला आणि मग तो निघून गेला.

ग्रसला गिडियन आणि केटलिन सापडतील अशी अपेक्षा नव्हती. तो इम्बर मैदानापाशी पार्क केलेल्या त्याच्या कारकडे जात होता.

गिडियन प्रकाशझोताकडे वळतो. अखेरीस मदत मिळणार. उजेड सहन न होऊन तो डोळ्यांवर हात धरतो आणि ड्रायव्हरला हाक देणार असतो, एवढ्यात आपल्याकडे येणाऱ्या माणसाच्या हातात पिस्तूल आहे, हे त्याच्या लक्षात येते. त्याच्यात पळायची शक्ती असली, तरी जवळपास लपण्यासारखे काहीच नव्हते.

ग्रस हलकेच हसतो. "सेक्रेड्सची शेवटची भेट. सर्वकाही धुळीला मिळवणारा दगाबाज मुलगा आणि ती मुलगी. अखेरीस तिचं मरण टळणार नाहीये असं दिसतंय."

ग्रसच्या चेहऱ्यावरच तसे काही होणार नाही असे दिसते. तो आवाज ओळखतो. तो जिमी आहे. त्याचा स्वतःचा मुलगा. तो बाजूला दृष्टी टाकतो. जीपच्या दिव्यांच्या झोतापलीकडे अंधूक उजेडात पन्नास मीटर अंतरावर काळ्या गणवेशातील जवान दिसतात. ते वाकून धावत येतात, गवतात आडवे होऊन नेम धरतात.

अपाशेतून येणारा उजेड आणखी झगझगीत होतो आणि हेलिकॉप्टर खाली येते.

"सशस्त्र पोलीस. शस्त्रे टाका!"

त्याच्या मुलाचा आवाज हवेत घुमतो. आपला काळ संपला, हे ग्रस समजतो. ग्रस पिस्तूल वर करतो, तोंडात घालतो आणि घोडा दाबतो.

थांबलेली जीप ताबडतोब गवत उडवत निघून जाते. मैदानावर गोळीबाराचा आवाज येतो. जीपचे दिवे बंद होतात. आणखी फैरी. या वेळी जीपमधून, गवतातून नेमबाजांच्या गोळ्या.

जीप हेलकावे खाते. बाजूवर पडते. धांदरट कसरतपटूप्रमाणे लोळण घेते. उलटी स्थिरावते. प्रेते बाहेर पडतात. भयाण शांतता. कोणीही हलत नाही.

हवेत पक्ष्यांचा आवाज आल्यावर एक शस्त्रधारी गट आता सर्व सुरक्षित असल्याची खूण करतो. गिडियन आणि केटलिन कसेबसे उभे राहतात आणि एकमेकाला धरून ठेवतात. प्रतिपदेची चंद्रकोर आकाशात विरते.

१११

सोमवार, २८ जून

केटलिनच्या सुखरूप परतण्याची बातमी कायली लॉकच्या सूटमध्ये पहाटे पाच वाजता कळवली जाते. सहा वाजेपर्यंत ती हॉलीवूड तारका पुरेशी सावरून आपल्या मुलीबरोबर बोलते. आणि भरल्या डोळ्यांनी ती बातमी केटलिनच्या वडिलांना कळवते.

साडेसहा वाजताच ज्यूड टॉमकिन्सचा गुन्हे तपास विभाग इम्बरला आपले काम सुरू करतो. सात वाजेपर्यंत गृहखात्याच्या पॅथॉलॉजिस्टने जेम्स पेंड्रॅगॉनचा ड्रायव्हर निकोलस स्मिथ, डेप्युटी चीफ कॉन्स्टेबल ग्रेगरी डॉकरी आणि इन्स्पेक्टर ॲडम स्टोन यांच्या प्रेतांची जागेवरच तपासणी करून ती काउंटी शवागारात हलवली आहेत.

सकाळी आठ वाजेपर्यंत डेविझेस येथे जिमीने ली जॉन्सची जबानी घेतली. त्याच्यावर अपहरण आणि सदोष मनुष्यवधाचा गुन्हा ठेवण्यात आलेला आहे.

आठ वाजून दहा मिनिटांनी माध्यमांकडे हकिकत पोहोचलेली असते. जगभर रेडिओ, टीव्ही, इंटरनेटवर बातमी दिली जाऊ लागते.

दहा वाजेपर्यंत चीफ कॉन्स्टेबल ॲलन हंट डेविझेस येथे घाईघाईने बोलावलेल्या पत्रकार परिषदेला तोंड देत त्याच्या अधिकाऱ्यांचे अभिनंदन करतो. आणि गृहखाते, एफबीआय, तसेच जनतेचे, त्यांनी दिलेल्या सहकार्याबद्दल आभार मानले जातात.

अकरा वाजेपर्यंत जोश गोरानने तो देणार असलेल्या अनेक टीव्ही मुलाखतींपैकी पहिली मुलाखत देऊन पोलिसांना इम्बरचा सुगावा देण्यास आपणच कसे जबाबदार होतो. आणि आता आपण सेनेच्या एक कोटी डॉलर्सच्या बक्षिसाला पात्र असल्याने त्यावर कसा दावा करणार आहोत, हे सांगितलेले असते. सेनेच्या जवानांच्या हातून निसटण्यासाठी त्याने आणि त्याच्या माणसांनी बिळं कशी खणली होती, हेही तो दाखवतो.

दुपारपर्यंत वॉरमिन्स्टरला गोरानच्या गटातील काही जण अजून आपल्या कोठडीत आहेत, अशी कोणालातरी आठवण येऊन त्यांना सोडून दिले जाते.

एक वाजल्यानंतर थोड्याच वेळात मेगन तिच्या आईच्या घरी सॅमीला कुरवाळत असते आणि तिला आता तिचे वडील कधीच दिसणार नाहीत, हे कसे सांगावे, या विचारात असते.

तीन वाजण्याच्या थोडे आधी गिडियन सॉल्झबरी जिल्हा रुग्णालयात जागा

होतो. हे तेच रुग्णालय जिथे त्याच्यावर हल्ला झाल्यावर त्याला ठेवण्यात आले होते. ज्या घरात त्याच्यावर हल्ला झाला होता, त्या घरातील माणसाला आता तो नेहमीच आपले वडील मानणार होता.

पाच वाजता गिडियनला अमेरिकेच्या उपराष्ट्राध्यक्षांचा आभार मानणारा फोन आणि राष्ट्राध्यक्षांचा फॅक्स येतो.

सहा वाजता सुरक्षा सैनिक स्टोनहेंज भोवती कुंपणाला लावलेले प्लॅस्टिकचे काळे कापड काढून टाकतात आणि ते जनतेला दुसरे दिवशी खुले करण्याची तयारी करतात. ते त्या मैदानावरून निघतात तेव्हा पुन्हा पहाट होत असते.

पोलीस अहवाल म्हणतो की, तिथे कोणाही व्हीआयपीची पार्टी झाली नव्हती, कोणतीही गर्दी नव्हती आणि कोणालाही बळी दिले गेले नाही. नेहमीपेक्षा वेगळे असे काहीच घडले नाही. फक्त एक गोष्ट सोडून. त्या दिवशी विल्टशायरच्या पहाटेच्या अंधूक उजेडात एक व्यक्ती हेंजला भेट द्यायला आली. एक थकलेला पांढऱ्या केसांचा माणूस हेंजच्या वर्तुळात गेला. त्याने गुडघे टेकून प्रत्येक शिळेला आलिंगन दिले.

त्याचे नाव कोणाला माहीत नाही.

आणि त्यानंतर त्याला कोणी पाहिलेले नाही...!!

◆

पिरमिड

वेळ निसटून चालली आहे...

टॉम मार्टिन अनुवाद : **उदय भिडे**

जर मी परत आलो नाही तर...
युरेका!
४० १० ४ ४०० ३० ९ ३० ७० १०० ५ २०० ३० १० ४० १ ८० ५
१०० ४०० ४० १० ५० १० २०० ३०० १०० ८ ७० ९ १ ५० ३००
१० २० ८०० १० ३०० १० २०० ००५११७२५४३६७२

ऑक्सफोर्ड विद्यापीठातील एका नामवंत प्राध्यापकाचा खून झाला आहे.
पण ही आत्महत्या आहे असं तपास अधिकारी सांगताहेत.

तपास अधिकाऱ्यांच्या या म्हणण्यावर – विशेषत:, मृत्यूने गाठण्याआधीच्या काही तासांदरम्यान प्राध्यापकांनी सांकेतिक भाषेत तिला पाठवलेला संदेश आणि अतिप्राचीन काळातले काही अत्यंत मौल्यवान नकाशे मिळाल्यानंतर – सुंदर, तरुण आणि विद्वान प्राध्यापिका कॅथरीन डोनोव्हान अजिबात विश्वास ठेवायला तयार नाही.
पौराणिक वाङ्मय-विषयात तज्ज्ञ असलेल्या प्राध्यापक जेम्स रुदरफोर्डच्या साथीने सुरू झालेला हा सत्यशोध त्यांना ऑक्सफोर्ड विद्यापीठ नावाच्या स्वप्ननगरीतून खेचून नेत पेरू आणि इजिप्तमधल्या ऐतिहासिक, प्राचीन वास्तूंची सफर घडवतो.

त्यांचा हा शोध-प्रवास पूर्णत्वास जाऊ न देण्यासाठी काय वाट्टेल ते करायला तयार असलेल्या एका महाभयंकर, दुष्ट यंत्रणेच्या मारेकऱ्यांनी त्यांना गाठून त्यांची शिकार करण्यापूर्वी आपल्या पूर्वजांनी सांगून ठेवलेले ते रहस्य उलगडण्यात कॅथरीन आणि जेम्स यशस्वी होतील का?

त्या दोघांच्या जिवाला निर्माण झालेल्या धोक्यापेक्षाही – संपूर्ण जगावरच कोसळण्याची शक्यता असलेल्या प्रलयंकारी निसर्गापत्तीबद्दलचे – त्या सांकेतिक संदेशातून देण्यात आलेले धोक्याचे इशारे खरे असतील का?

www.ingramcontent.com/pod-product-compliance
Lightning Source LLC
LaVergne TN
LVHW090007230825
819400LV00031B/600
* 9 7 8 9 3 9 1 1 5 1 1 8 8 *